AF758858

தமிழக கிராமப்புற உள்ளாட்சி :
கடமைகளும் அதிகாரங்களும்

தலைவர்களுக்கும், உறுப்பினர்களுக்குமான பிரத்யேகக் கையேடு

தமிழக கிராமப்புற உள்ளாட்சி : கடமைகளும் அதிகாரங்களும்

தலைவர்களுக்கும், உறுப்பினர்களுக்குமான பிரத்யேகக் கையேடு

க. பழனித்துரை

பாரதி புத்தகாலயம்

THAMIZHAGA GIRAMAPURA ULLATCHI:
KADAMAIGALAUM ATHIKARANGALUM

Dr. G. Palanithurai
First Published: September, 2011 | Second Pulished: September, 2016

Published by

BHARATHI PUTHAKALAYAM

7, Elango Salai, Teynampet, Chennai - 600 018
Email: thamizhbooks@gmail.com | www.thamizhbooks.com

தமிழக கிராமப்புற உள்ளாட்சி: கடமைகளும் அதிகாரங்களும்
டாக்டர் க. பழனித்துரை
முதற் பதிப்பு: செப்டம்பர், 2011 | இரண்டாம் பதிப்பு: செப்டம்பர், 2016
வெளியீடு

பாரதி புத்தகாலயம்

7, இளங்கோசாலை, தேனாம்பேட்டை, சென்னை - 600 018
தொலைபேசி : 04424332424, 24332924, 24339024

விற்பனை நிலையம்
7, இளங்கோ சாலை, தேனாம்பேட்டை, சென்னை - 600 018

திருவல்லிக்கேணி: 48, தேரடி தெரு | **பெரம்பூர்:** 52, கூக்ஸ் ரோடு
வடபழனி: பேருந்து நிலையம் எதிரில் அடையார் ஆனந்தபவன் மாடியில்
ஈரோடு: 39, ஸ்டேட் பாங்க் சாலை | **திண்டுக்கல்:** பேருந்து நிலையம்
நாகை: 1, ஆரியபத்திரபிள்ளை தெரு | **திருப்பூர்:** 447, அவினாசி சாலை
திருவாரூர்: 35, நேதாஜி சாலை | **சேலம்:** பாலம் 35, அத்வைத ஆஸ்ரமம் சாலை,
சேலம்: 15, வித்யாலயா சாலை | **மயிலாடுதுறை:** ரசாக் டவர், 1J, கச்சேரி சாலை
அருப்புக்கோட்டை: 31, அகமுடையார் மகால் | **நெய்வேலி:** சி.ஐ.டி.யூ அலுவலகம்,
மதுரை: 37A, பெரியார் பேருந்து நிலையம் | **மதுரை:** சர்வோதயா மெயின்ரோடு,
குன்னூர்: N.K.N வணிகவளாகம் பெட்போர்ட் | **செங்கற்பட்டு:1** டி., ஜி.எஸ்.டி சாலை
விழுப்புரம்: 26/1, பவானி தெரு | **திருநெல்வேலி:** 25A, ராஜேந்திரநகர், பாளையங்கோட்டை
விருதுநகர்: 131, கச்சேரி சாலை | **கும்பகோணம்:** ரயில் நிலையம் அருகில்
வேலூர்: S.P. Plaza 264, பேஸ் மிமி , சத்துவாச்சாரி | பேருந்து நிலையம் அருகில்,
தஞ்சாவூர்: காந்திஜி வணிக வளாகம் காந்திஜி சாலை | **விருதாசலம்:** 511A, ஆலடி ரோடு
திருச்சி: வெண்மணி இல்லம், கரூர் புறவழிச்சாலை | **பழனி:** பேருந்து நிலையம்
தேனி: 12,பி, மீனாட்சி அம்மாள் சந்து, இடமால் தெரு
கோவை: 77, மசக்காளிபாளையம் ரோடு, பீளமேடு | **தி.மலை:** முத்தம்மாள் நகர்,
நாகர்கோவில்: கேவ் தெரு, டோத்தி பள்ளி ஜங்ஷன்
சிதம்பரம்: 22A/ 18B தேரடி கடைத் தெரு, கீழவீதி அருகில்

அச்சு : மணி ஆப்செட், சென்னை - 5.

சமர்ப்பணம்

என் உயிரிலும் உடலிலும்

உணர்விலும் மனதிலும் அறிவிலும் செயலிலும்

நீக்கமற நிறைந்திருக்கும்

என் அரவிந்த அன்னைக்கு....

பொருளடக்கம்

பதிப்புரை

சமகாலத்தில் நடைபெறுகின்ற உள்ளாட்சித் தேர்தலில் தேர்ந்தெடுக்கப்படுகின்ற அங்கத்தினர்கள் பெரும்பாலும் புதியவர்களாகவே இருக்கின்றனர். ஆர்வம் உள்ள அளவிற்கு அவர்களுக்கு அனுபவம் போதாது என்பதை ஒப்புக்கொள்ளவே வேண்டும். இந்த அபிப்ராயம் அவர்களைக் குறைத்து மதிப்பிடுவதற்காக கூறப்படுவதல்ல. தன்னுடைய பொறுப்புகளைக் குறித்த முழுப் பிரக்ஞையின்றி உள்ளவரால் ஒருபோதும் சிறப்பாகச் செயல்பட முடியாது. தனக்கான அதிகார வரம்பு என்ன? எங்கெல்லாம் ஊடுருவி தன்னால் மக்களுக்குப் பணியாற்ற முடியும் என்பதை, கிராமப் பஞ்சாயத்துக்குத் தேர்ந்தெடுக்கப்படும் வார்டு உறுப்பினர் முதல் தலைவர் வரை அறிந்திருக்க வேண்டிய அவசியத்தை தமிழக கிராமப்புற உள்ளாட்சி: கடமைகளும் அதிகாரங்களும் என்னும் இந்நூல் செறிவாகப் பதிவு செய்துள்ளது.

அரசியலில் ஆர்வம் கொண்டு மக்களுக்கான பணியாற்றும் மனநிலை வாய்க்கப் பெற்றவர்கள் பெருகிவரும் காலச்சூழலில் அவர்களைத் தயார்படுத்துகின்ற பயிற்சி நூலாகவும் இது முக்கியத்துவம் பெறுகிறது.

தெளிவான அத்தியாயப் பிரிப்புகள், எளியமொழிநடை, நுட்பமான விவரணைகளின் மூலமாக இந்நூலை வெற்றிகரமானதாக்கியுள்ளார் க. பழனித்துரை. உள்ளாட்சியில் இயங்கும் தலைவர்களுக்கும், உறுப்பினர்களுக்குமான பிரத்தியேகக் கையேடாக இது மிளிரவேண்டுமெனும் நோக்கத்தில் பாரதிபுத்தகாலயம் இந்நூலை வெளியிடுகிறது. நாளைய தலைவர்களுக்கு நல் வாழ்த்துகள்!

பேராசிரியர் க. பழனித்துரை

பத்தாண்டுகளுக்கு மேலாகக் கிராமியப் பல்கலைக்கழகம் மூலம் விழிப்புணர்வுப் பணியில் அர்ப்பணிப்புடன் செயல்பட்டு வருகிறார்.

ஊராட்சி அமைப்புகள் உயிர்த்துடிப்புடன் இயங்கிட புதிய பஞ்சாயத்து அரசாங்கம் ஆற்ற வேண்டிய பணிகள் பற்றி மக்கள் தலைவர்களுக்கும் அலுவலர்களுக்கும் வழிகாட்டக் கூடிய பயிற்சியை அளித்து வருகிறார். தேசிய மற்றும் உலக அளவில் ஏராளமான கருத்தரங்குகளில் பங்கேற்றுள்ளார்.

"அதிகாரம் மக்களுக்கே" என்பது குறித்து பத்திரிகைகள், வானொலி, தொலைக்காட்சி ஆகியவற்றில் தொடர்ந்து வலியுறுத்தி உரையாற்றி வருகிறார்: பஞ்சாயத்துகளைப் பற்றி தமிழ் மற்றும் ஆங்கிலத்தில் 50 க்கும் மேற்பட்ட நூல்களும் 200க்கும் மேற்பட்ட ஆய்வுக் கட்டுரைகளும் எழுதியுள்ளார்.

இவரது நூல்கள் அமெரிக்க கலை மற்றும் அறிவியல் கழகப் பரிசு பெற்றுள்ளன. ஹார்வர்ட் பல்கலைக்கழக இளங்கலை, முதுகலை வகுப்புகளுக்கான பாடத்திட்ட நூல்களாக உள்ளன. கனடா, அமெரிக்கா, போன்ற நாடுகளுக்கு ஆய்வுக்காகச் சென்று வந்துள்ளார். பல்கலைக்கழகங்கள் உட்பட 24 க்கு மேற்பட்ட அமைப்புகளில் உறுப்பினராக உள்ளார்.

என்னுரை

எந்த ஒரு செயலும் நல்ல விளைவினைத் தர வேண்டும் என நாம் நினைத்தால் அதற்கு முதலில் நாம் செய்ய வேண்டிய வேலை, அந்தச் செயல் பற்றி ஒரு தெளிவான புரிதல் தேவை. அது மட்டுமல்ல, அந்தச் செயலின் ஒட்டுமொத்தக் கூறுகளைப் புரிந்து உள்வாங்கி அசைபோட்டு உணர்ந்து, அதை உயிர்ப்பாக்கி துடிப்புடன் செயல்பட்டால் எந்தச் செயலிலும் நாம் வெற்றி பெறமுடியும். இது உலகில் வெற்றி பெற்ற மனிதர்கள் நமக்குத் தந்த செய்தி. எனவே உள்ளாட்சி நன்கு செயல்பட பல்வேறு வேலைகள் செய்ய வேண்டும். ஆனால் அவற்றில் முதல்வேலை, உள்ளாட்சியில் தேர்ந்தெடுக்கப்பட்டிருக்கின்ற தலைவர்களுக்கு உள்ளாட்சியைப் பற்றி ஒரு புரிதலும் உள்ளாட்சி மூலம் நல்லாட்சி வழங்கத் தேவையான ஆற்றலும் அவர்களுக்கு அளிக்கப்படல் வேண்டும்.

எனவே உள்ளாட்சியில் தேர்ந்தெடுக்கப்பட்டிருக்கின்ற தலைவர்கள் பலர் பயிற்சியோ அல்லது உள்ளாட்சி பற்றிய விழிப்புணர்வோ இல்லாத காரணத்தால் தலைவர் என்பவர் அரசாங்கம் தரும் வேலையைச் செய்ய வேண்டும் என எண்ணி அரசு அதிகாரிகளிடம் ஒப்பந்தக்காரரர் போல் வேலை கேட்டு நிற்கக்கூடிய நிலையை நாம் இன்று உள்ளாட்சியில் பார்க்கிறோம். அது மட்டுமல்ல உள்ளாட்சியும் நமது சொந்த வசதி வாய்ப்பைப் பெருக்கிக்கொள்ள உதவும் என எண்ணி நிறையப் பணத்தை செலவு செய்து விட்டு கிராமசபையிலும், மன்றக்கூட்டங்களிலும் கணக்குக் கேட்கிறார்கள் என்று சொல்லித் துயரத்தை வெளிப்படுத்தும் தலைவர்களையும் பார்க்கிறோம். இதற்கெல்லாம் அடிப்படையான காரணம், இந்தத் தலைவர்களுக்கு உள்ளாட்சி இன்றைய சூழலில் ஏன் ஓர் மூன்றாவது அரசாங்கமாக உருவாக்கப்பட்டுள்ளது? உள்ளாட்சியில் ஏன் பெண்களுக்கும் தலித்துகளுக்கும் இடஒதுக்கீடு செய்திருக்கிறார்கள்? உள்ளாட்சியில் மக்களின் பங்கு பணி என்ன? உள்ளாட்சியில் திட்டமிடுவது எப்படி? மக்களுக்கு நன்மைகள் செய்திட அரசிடம் இருக்கும் திட்டங்களை எப்படிக் கொண்டு வருவது போன்ற செய்திகள் தெரியாது இருப்பதால்தான் நம் உள்ளாட்சித் தலைவர்கள் இன்று பரிதாப நிலைக்குத் தள்ளப்பட்டுள்ளனர். அதே நேரத்தில் உள்ளாட்சியைப் பற்றி நன்கு

புரிந்து கொண்டு கிராமங்களில் அபரிதமாகச் செயல்பட்டுக் குட்டி மகாத்மாக்களாக மாறி தேசத்துக்கு வழி காட்டும் நிலைக்கு வந்த தலைவர்களும் உண்டு. இவர்களுக்கு இருக்கும் தலைமைத்துவப் பண்பு செயல்பாட்டு வேகம், மக்களை மதிக்கின்ற பாங்கு பிரச்சனைகளைத் தீர்ப்பதற்கு அவர்கள் எடுத்துக் கொள்கின்ற கவனம் மற்றும் பொறுப்பு அனைவரையும் வியக்க வைக்கின்றன. எனவே நம் உள்ளாட்சித் தலைவர்களுக்குத் தேவையான பார்வையையும், கடப்பாட்டையும், திறனையும், ஆற்றலையும் வளர்த்து விட்டால் உண்மையிலேயே மிகப்பெரிய சமூக மாற்றத்தை கிராமங்களில் உருவாக்கி விடலாம்.

எனவே தலைவர்கள், உறுப்பினர்கள் மத்தியில் இருக்கும் குழப்பத்தைக் களைந்து ஒரு தெளிவை ஏற்படுத்திட எண்ணித்தான் இந்தப் புத்தகம் உருவாக்கப்பட்டுள்ளது. இந்தப் புத்தகத்தில் இந்தப் புதிய பஞ்சாயத்து அரசாங்கத்துக்கு வித்திட்ட அமரர் ராஜீவ் காந்தி எப்படிப்பட்ட பஞ்சாயத்து அரசாங்கத்தை உருவாக்க எண்ணினார் என்பதை விளக்கியுள்ளேன். அதனைத் தொடர்ந்து பி.வி.நரசிம்மராவ் பிரதமராக இருந்த போதுதான் 73வது அரசியல் சாசன திருத்தச் சட்டம் கொண்டு வரப்பட்டது. அப்போது அவர் பஞ்சாயத்துத் தலைவர்களுக்கு எழுதிய கடிதத்தையும் இப்புத்தகத்தில் இணைத்துள்ளேன். ஏன் என்றால், எப்படிப்பட்ட பஞ்சாயத்து உருவாக வேண்டும் என மத்திய அரசு இந்த 73வது சட்டத் திருத்தத்தைக் கொண்டு வந்தது என்பதை நம் தலைவர்கள் தெரிந்து கொள்ள வேண்டும் என்பதற்காகத்தான். 73வது அரசியல் சாசனத் திருத்தச்சட்டம் என்ன சொல்கிறது என்பதை தலைவர்களின் புரிதலுக்காக இப்புத்தகத்தில் இணைத்துள்ளேன். அதையடுத்து உலகம் முழுவதும் இந்த அதிகாரப்பரவல் எப்படி எதற்காக நடைபெறுகிறது என்பதை விளக்கியுள்ளேன். இதனைத் தொடர்ந்து சிற்றூராட்சி நிர்வாகத்தை எப்படி நடத்துவது? ஒன்றிய நிர்வாகத்தை எப்படி நடத்துவது? மாவட்ட ஊராட்சி நிர்வாகத்தை எப்படி நடத்துவது என்று விளக்கமாகச் சொல்லியுள்ளேன். மேற்சொன்ன தலைப்புகளில் கொடுக்கப்பட்டுள்ள தகவல்கள் கிராமப் பஞ்சாயத்துத் தலைவர்களுக்கும் ஒன்றிய மற்றும் மாவட்டப் பஞ்சாயத்துத் தலைவர்களுக்கும் உபயோகமாக இருக்கும் அடிப்படையில் இந்தப் பஞ்சாயத்துகளில் உள்ள தலைவர்களின் பொறுப்புகளும், அதிகாரங்களும் என்னென்ன என்று மேற்சொன்ன தலைப்புகளில் விளக்கப்பட்டுள்ளன. அதனைத் தொடர்ந்து உள்ளாட்சியில் உள்ள வார்டு உறுப்பினர்களின் பங்கு பணிகள் என்னென்ன என்றும் விளக்கப்பட்டுள்ளது, அதுமட்டுமல்ல

உள்ளாட்சியில் உள்ள குழுக்கள் எப்படி இயங்க வேண்டும், அதேபோல் கிராமசபையை எப்படி நடத்த வேண்டும் என்பதும் விளக்கப்பட்டுள்ளன. தகவல் உரிமைச் சட்டத்தைப் பயன்படுத்தி மக்களுக்குத் தேவையான செய்திகளை அரசிடமிருந்து பெற்று மக்களுக்கு எப்படிப் பணி செய்வது என்பதும் விளக்கப்பட்டுள்ளது, இவை அனைத்தும் உள்ளாட்சித் தலைவர்களுக்குப் பயன் உள்ளதாக இருக்கும். அந்த அடிப்படையில்தான் இந்த நூல் உருவாக்கப்பட்டுள்ளது.

இந்த நூல் சிறிய சிறிய புத்தகங்களாக முன்பு வெளியிடப்பட்டன. இப்பொழுது அவற்றையெல்லாம் தொகுத்து இன்றுவரை நிர்வாகத்தில் வந்த மாற்றங்களையும் திருத்தி ஒன்றாக்கி ஒரே புத்தகமாக வெளியிட்டுள்ளேன். இதற்காகப் பலர் என்னுடன் வேலை செய்திருக்கிறார்கள். அவர்களில் குறிப்பிடத்தக்கவர்கள் திரு.கு.வள்ளிநாயகம், திரு.என்.எஸ்.சிதம்பரம், திரு. எஸ். சுப்பிரமணியன், திரு.மு.அ.திருநாவுக்கரசு ஆவார்கள். அதேபோல் என்னுடன் பஞ்சாயத்துப் பணிகளுக்கு ஆதரவாக இருக்கும் முனைவர் இரகுபதி மற்றும் என்னுடன் பணியாற்றும் மற்ற ஆசிரியர்களும், களத்தில் வேலை செய்யும் களப்பணியாளர்கள் அனைவரும் என் நன்றிக்கு உரியவர்கள். குறித்த நேரத்தில் அச்சிட்டு வெளியிட்ட பாரதி புத்தகாலயத்திற்கும் என் நெஞ்சம் நிறைந்த நன்றி.

14.07.2011

க.பழனித்துரை
காந்திகிராமம்

1
பஞ்சாயத்துப் பட்டயம்

அறிமுகம்

* கிராம அளவில் பொறுப்பும், அக்கறையும், மனிதாபிமானமும் (மனிதப் பண்பும்) கொண்ட நிர்வாகத்திற்கான, நிறுவனக் கட்டமைப்பினைத் தேடிக் காணுதல்.
* படித்தோர் ஆதிக்கம் செலுத்தும், இப்போதுள்ள மாவட்ட நிர்வாகத்தின் பலம் மற்றும் பலவீனத்தை இனங்காணுதல்.
* நிர்வாகம் மற்றும் அரசியல் அங்கங்கள் பொதுவகையில், திறமையோடு (அறிவோடும் ஆற்றலோடும்) செயல்பட்டு வந்தாலும், யாருக்குப் பணி செய்வதற்காக அந்த நிர்வாகம் அமைக்கப் பட்டதோ, அவர்களுக்குப் போதிய அளவில் பொறுப்புள்ளதாக அது அமையவில்லை என்பதைக் கருத்தில் கொள்ளுதல்.
* மாவட்ட நிர்வாகம், தனிநபர் மற்றும் சிறு சிறு குழுவினரிடம் காழ்ப்புணர்வோடும், கவனக் குறைவோடும், புறக்கணிக்கும் போக்கோடும் செயல்படுகிறது என்பதற்கு எண்ணற்ற சந்தர்ப்பங் களும் புகார்களும் தோன்றியுள்ளன. இதனை நினைவு கூர்தல்.
* நிர்வாகத்தின் இத்தகைய செயல் குறைபாட்டிற்குக் காரணம், அதன் பொறுப்பற்ற தன்மையே என்பதைக் கண்டறிதல்.
* தேர்ந்தெடுக்கப்பட்ட பிரதிநிதிகளைக் கொண்டதாக நிர்வாகத்தினை அமைத்தால்தான், அது பொறுப்பு மிக்கதாக விளங்கும் என்பதை உறுதிப்படுத்தல்.
* (மாவட்டம், பஞ்சாயத்து ஒன்றியம், கிராமம் ஆகிய மூன்று நிலைகளில்) மாவட்ட அளவிலும், அதற்குக் கீழ் நிலையிலும் தேர்ந்தெடுக்கப்பட்ட பிரதிநிதிகளைக் கொண்ட, மூன்றாவது அடுக்கு ஆட்சிமுறையை ராஜீவ்காந்தி கருத்தில் உருவாக்கினார். இதன் மூலம் இந்திய ஆட்சி அமைப்பு முறையில் அடிப்படை மாற்றத்தைக் கொண்டு வந்தவர் ராஜீவ்காந்தி.
* மக்களுக்கு அதிகாரத்தை மாற்றி அளிக்கும் நோக்கத்துடன், நாடாளுமன்றம், இந்திய அரசியல் சட்டத்தில் எழுபத்து மூன்று மற்றும் எழுபத்து நான்காவது திருத்தத்தை நிறைவேற்றியது. இது முன்னர் கூறிய கருத்தின் வளர்ச்சி நிலையாகும்.

விதிமுறைகள்

1. 'தன்னாட்சியுடன் கூடிய பஞ்சாயத்து நிறுவனங்களை அமைக்க வேண்டும்' என்பதே 73-வது சட்டத் திருத்தத்தின் அடிப்படைக் கொள்கையாகும். இக்கொள்கை, அண்மைக் காலத்தில் நிறைவேற்றப்பட்ட மாநிலச் சட்டங்களில் பெரிதும் புறக்கணிக்கப்பட்டுள்ளது. இத்தகைய சட்டங்களின் முரண்பாடு கொண்ட அனைத்துப் பிரிவுகளும் நீக்கப்படுதல் வேண்டும்; அல்லது அவை ஏற்ற வகையில் திருத்தம் பெறுதல் வேண்டும். இவ்வாறு செய்தால்தான், பஞ்சாயத்துகள், மக்கள் பங்குபெறக் கூடிய தன்னாட்சி அரசாங்கமாக அமையும்.
2. மத்திய, மாநில, அரசுகளின் நிர்வாகக் கட்டமைப்புகள் மிகவும் அதிகரித் துள்ளன. அவை, தன்னாட்சி பெற்ற பஞ்சாயத்தின் நிர்வாகக் கட்டமைப்பை முன்னேற்றுவதற்குத் தடைக் கற்களாக உள்ளன. எனவே, 11-வது அட்ட வணையில் குறிப்பிடப்பட்டுள்ள பொருள்களிலாவது, மத்திய மற்றும் மாநில அரசுகளின் அதிகாரங்களையும், நிர்வாக அமைப்பு களையும் ஏற்ற வகையில் குறைக்க வேண்டும்; அல்லது மாற்றி அமைக்க வேண்டும். இப்படிச் செய்தால்தான் தன்னாட்சி அரசாகப் பஞ்சாயத்துகள் வளரும். இவ்வதிகாரக் குறைப்பினையும், கட்டமைப்பு மாற்றத்தினையும் உறுதி செய்யும் வகையில், தேசிய ஆணையம் ஒன்றினை நிறுவுதல் வேண்டும்.
3. மத்திய, மாநில அரசுகளில் நகர்ப்புற உள்ளாட்சிக்கும், பஞ்சாயத்துக்கும் என்று தனி அமைச்சகம் அமைக்கப்படுதல் வேண்டும்.
4. பல்வேறு சமுதாயத்தினர் வாழும் இந்தியாவில், சட்டங்களாலும், நிர்வாக நடைமுறைகளாலும் மட்டும் மக்களாட்சிக் கொள்கையினை நிறைவேற்ற முடியாது. இதற்கு மிகப் பெரிய அளவில் மக்கள் சக்தியினைத் திரட்ட வேண்டும். இந்த வகையில், தன்னார்வத் தொண்டு நிறுவனங்கள், அறிவு ஜீவிகள், வாழ்க்கைத் தொழில் அமைப்புகள், தொழிற்சங்கங்கள், அரசியல் கட்சிகள், சிறு சிறு குழுக்கள் ஆகியவையும் தனிநபரும் உதவி செய்ய வேண்டும்; ஆட்சி உரிமையை, உரியவர்களிடம் வழங்கும் முயற்சியில் ஈடுபட்டுச் செயலாற்ற வேண்டும்.
5. பொருளாதார வளர்ச்சி மற்றும் சமூக நீதிக்கான திட்டங்களை உருவாக்குவதிலும், நிறைவேற்றுவதிலும், தன்னார்வத் தொண்டு நிறுவனங்கள் மற்றும் கூட்டுறவு அமைப்புகள் ஆகியவை பஞ்சாயத்துடன் இணைந்து செயலாற்ற வேண்டும்.

6. மத்திய, மாநிலச் சட்டங்கள், ஒழுங்குமுறைக் கையேடுகள், அரசாங்க ஆணைகள் ஆகியவற்றில் மிகுதியானவை, பஞ்சாயத்திற்கு அதிகாரங்களையும் செயற்பாடுகளையும் வழங்குவதற்கு எதிராக உள்ளன. இவை அனைத்தையும் இனங்காண வேண்டும். ஏனெனில் இதற்குப் பரிகாரமாக மாற்றுச் சட்டங்களை இயற்றிச் செயல்படுத்த வேண்டும். சட்ட ஆணையம் அல்லது வல்லுநர் குழு ஒன்றிடம் இப்பணி ஒப்படைக்கப்படுதல் வேண்டும். இக்குழு ஆறு மாதங்களில் இது குறித்த பரிந்துரைகளைச் சமர்ப்பிக்க வேண்டும். மத்திய, மாநில அரசுகள், அப்பரிந்துரைகளின் அடிப்படையில் உரிய நடவடிக்கைகளை மேற்கொள்ளும்; பஞ்சாயத்துக்கு எதிரான சட்டங்களையும் விதிகளையும் திருத்தம் செய்யும்; நிர்வாக அமைப்பினை மாற்றி அமைக்கும்.

7. மக்களால் தேர்ந்தெடுக்கப்பட்ட பஞ்சாயத்துகள், அரசாங்க அதிகாரிகளுக்குக் கீழ் பணியாற்றக் கூடியவை அல்ல. மக்களால் தேர்ந்தெடுக்கப்பட்ட உள்ளாட்சிப் பிரதிநிதிகளிடம் செயல்பாட்டு உரிமைகளை ஒப்படைக்கும் போது, அரசாங்க அலுவலர்களைக் கண்காணிக்கும் மற்றும் கட்டுப்படுத்தும் அதிகாரங்களையும் அவர்களிடம் அளிக்கவேண்டும்.

8. அடித்தளப் பஞ்சாயத்தைக் கலைக்கும் உரிமையினையும், அதனைக் கவனிக்கும் பொறுப்பினையும் அதற்கு அடுத்த உயர்நிலை பஞ்சாயத்திற்கே வழங்க வேண்டும். அதாவது, கலைக்கும் உரிமையும் கண்காணிக்கும் பொறுப்பும், கிராமப் பஞ்சாயத்திற்கு ஒன்றியப் பஞ்சாயத்திடமும் ஒன்றியப் பஞ்சாயத்திற்கு மாவட்டப் பஞ்சாயத்திடமும் அமையும். இவ்வுரிமையினை அரசு அதிகாரிகளிடம் அளிக்கக்கூடாது. இதன் மூலம், ஒத்த குழுவினர் இடையிலான பொறுப்பு வளரும்.

9. நிதி குறித்த பொறுப்புக்கான கோரிக்கை, நெறியாளர் மற்றும் தணிக்கையாளர் தலைவரால் (Auditor General) வரையப்பட்டுக் கண்காணிக்கப்படுதல் வேண்டும்.

10. வளர்ச்சி நிர்வாகத்திற்கும், பொது நிர்வாகத்திற்கும் இடையே உள்ள செயற்கையான இடைவெளி நீக்கப்படுதல் வேண்டும். சிறிய சிறிய வழக்குகளைத் தீர்வு செய்வதற்கும், தனிநபர் மற்றும் குழுக்களுக்கு இடையே தோன்றும் பிணக்குகளைப் போக்குவதற்கும் தேவையான நீதி மற்றும் காவல்துறை அதிகாரங்களைப் பஞ்சாயத்துகளுக்கு அளிக்க வேண்டும். இதனால் பஞ்சாயத்துகள் அதிகார வலிமை பெறும். இவ்விதம் செய்வதில் எவ்விதச் சட்டத் தடையும் ஏற்படாது.

11. கீழ்த்தட்டு நிலையில் செய்ய வேண்டியதை அந்த நிலையிலேயே செய்தல் வேண்டும்; மேல்தட்டு நிலையில் அதனைச் செய்தல் கூடாது. இதுவே, அதிகாரப் பங்கீடு மற்றும் செயல்பாட்டின் அடிப்படைக் கொள்கை ஆகும். ஒவ்வொரு தட்டுக்கும் உரிய அதிகாரங்களையும், செயல்பாடுகளையும் சட்டத்தின் மூலமாகப் பகிர்ந்து அளிக்கும்போது, நிர்வாக ஆணையின் மூலம் செய்வதற்கான வாய்ப்பில்லாமல் பார்த்துக் கொள்ள வேண்டும்.

12. ஒவ்வொரு மாநிலத்திலும் மாவட்டப் பஞ்சாயத்தின் கூட்டமைப்பு அல்லது பஞ்சாயத்துகளின் பேரவை அமைக்கப் படுதல் வேண்டும். முதலமைச்சர் அதன் தலைவராக இருப்பார். தேர்ந்தெடுக்கப்பட்ட அனைத்து மாவட்டப் பஞ்சாயத்தின் தலைவர்கள், மாநில சட்ட மன்றத்தின் எதிர்க்கட்சித் தலைவர் தொடர்புடைய துறைகளின் அமைச்சர்கள் ஆகியோர் பேரவையின் உறுப்பினர்கள் ஆவார்கள். பொது வகையில் பஞ்சாயத்துக்கள் பற்றிய பொருள்களும் (விஷயங்களும்), குறிப்பாக, மாவட்டப் பஞ்சாயத்து பற்றிய பொருள்களும், மற்றும் மாநில அரசாங்கத்தின் சட்டம், நிதி, நிர்வாகம் குறித்த பிரச்சனைகளும் அப்பேரவையில் விவாதிக்கப்பட்டுத் தீர்வு காணப்படும்.

13. மத்திய, மாநில அரசுகளால் தீட்டப்பட்டு, நிதி உதவியுடன் அளிக்கப்படும் திட்டங்களை நிறைவேற்றும் முகவராக மட்டும் பஞ்சாயத்துகள் செயல்படக்கூடாது. அதன் உண்மையான முறையில், பரவல் ஆக்கப்பட்ட திட்டங்களை மேற்கொள்வதன் மூலமாகவே, பஞ்சாயத்துகள் சுய ஆட்சி நிறுவனங்களாக விளங்கும். ஆகவே, கிராமம், ஒன்றியம், மாவட்டம் ஆகியவற்றின் பஞ்சாயத்துகளால் உருவாக்கப்பட்டு அளிக்கப்படும் திட்டங்களாக, மாவட்ட அளவிலான திட்டங்கள் அமைய வேண்டும். இவ்வாறன்றி, அதற்கு மேல் நிலையில் தீட்டப்பட்டு, ஒப்படைக்கப்படும் திட்டங்களாக அவை அமையக் கூடாது. மாநிலத் திட்ட நிதியிலிருந்தும், பிற நிதிவள ஆதாரங் களிலிருந்தும், பஞ்சாயத்துகள் உரிய விகிதத்தைப் பெறுதல் வேண்டும். முன்னுரிமை மற்றும் தேவை அடிப்படையில் பஞ்சாயத்துகள், நிதியினைப் பயன்படுத்தும் வகையில், இவ்வாறு பெறும் நிதிகள், ஒருங்கிணைக்கப்படுதல் வேண்டும். இவை அனைத்தும் மற்றும் பிற செலவுகளும் மாவட்டத் திட்ட நிதி நிலை அறிக்கையின் அங்கங்களாக அமையும். இதற்கான நிதி ஒதுக்கீடுகள் எல்லாம், மாநில நிதி நிலை அறிக்கையிலேயே

தெளிவாகக் காட்டப்படுதல் வேண்டும். தேர்ந்தெடுக்கப்பட்ட மாவட்டப் பஞ்சாயத்தின் தலைவரே மாவட்டத் திட்டக் குழுவுக்குத் தலைவராக அமைதல் வேண்டும்.

14. நாடு முழுவதிலும், ஒவ்வொரு பகுதியிலும் பஞ்சாயத்துகள் அமைக்கப்படும். அரசியல் அமைப்பின் ஐந்தாவது, ஆறாவது அட்டவணையில் அமைந்துள்ள நிலப்பரப்பும் இதில் அடங்கும். இப்பகுதிகளில் 73-வது சட்டத் திருத்தத்தின் அடிப்படை விதிகள், உள்ளூர் மக்களின் தனிப் பண்புடனும், மரபுடனும், சமூக நிறுவனங்களுடனும் பொருந்தி இருக்குமாறு செய்தல் வேண்டும். அப்போதுதான் குடியாட்சி முறை, தொடர் இணைப்பினைப் பெறும்.

15. பஞ்சாயத்து அரசாங்கத்தின் நோக்கங்களை நிறைவேற்றுவதில், கூட்டுறவு முறைகளின் வெற்றிகரமான செயல்பாடுகள் முக்கிய பங்கு வகிக்கின்றன. எனவே, கூட்டுறவு நிறுவனங்களின், முறையான தேர்தல் குறித்த சட்டத் திருத்தம் கொண்டு வரப்படுதல் வேண்டும்.

முடிவுரை

நாம் மக்களிடம்
நல்லெண்ணம் கொண்டுள்ளோம்.
நம்பிக்கை கொண்டுள்ளோம்
மக்களே தமது தலைவிதியையும்
நிர்ணயிக்கக் கூடியவர்கள்
இந்திய மக்களுக்கு -
அதிக அளவு குடியாட்சியையும்
அதிக அளவு பொறுப்புணர்ச்சியையும்
உறுதிப்படுத்துவோம்
மக்கள்
அதிகாரம் பெறட்டும்.

ராஜீவ் காந்தி

2
பிரதம மந்திரி

31 மே 1993

அன்புள்ள நண்பரே,

நீங்களும், உங்களது சகோதர உறுப்பினர்களும், உங்களது பஞ்சாயத்துப் பகுதியின் சமூக-பொருளாதார வளர்ச்சிக்கும், மக்களின் நல்வாழ்வுக்கும் உழைக்கத் தேர்ந்தெடுக்கப் பட்டிருக்கிறீர்கள். உங்கள் அமைப்பிடமிருந்து, பெரும் சாதனைகள் எதிர்பார்க்கப்படுகின்றன. இந்த எதிர்பார்ப்புகளை நீங்கள் நிறைவேற்ற முடிந்தது என்று நம்புகிறீர்களா? உங்கள் மக்களின் திருப்திக்கு ஏற்ப நீங்கள் நன்றாகப் பணியாற்றக் கூடிய வகையில், இந்த ஸ்தாபன முறை ஒரு வேளை சரியாக உருவாக்கப்படவில்லை என நீங்கள் நினைக்கலாம். உங்களது பஞ்சாயத்துக்குப் போதுமான அதிகாரங்கள் கொடுக்கப்படவில்லை என்றும் நீங்கள் கருதலாம். கடைசியாக, உங்கள் பஞ்சாயத்திடம் போதுமான நிதி வளங்கள் இல்லாததால்தான், உங்கள் பணி தடைப்பட்டது என்பதை நீங்கள் கண்டறிந்திருக்கலாம்.

1989 செப்டம்பரில் நமது மறைந்த தலைவர், பிரதமர் திரு. ராஜீவ் காந்தி, பஞ்சாயத்து ஆட்சி மசோதா குறித்து உங்களுடன் தொடர்பு கொண்டது உங்களுக்கு நினைவிருக்கலாம். உங்களது கரங்களை வலுப்படுத்த இந்த மசோதாவை அவர் கொண்டு வந்தார். அந்தத் தருணத்தில் அவர் தொடங்கிய நடவடிக்கைகள் பல னளிக்கவில்லை; அவை, இப்பொழுது உறுதியான வடிவம் பெற்றுள்ளன.

1991-ம் ஆண்டு அரசியல் சாசன 72-வது திருத்த மசோதா, 1991 செப்டம்பரில் லோக்சபாவில் கொண்டு வரப்பட்டதும், நாடாளுமன்றத்தின் கூட்டுக் கமிட்டிக்கு அது அனுப்பப்பட்டதும் உங்களுக்கு நினைவிருக்கும். கூட்டுக் கமிட்டி அறிக்கையின் அடிப்படையில், 1992 டிசம்பர் 22-ம் தேதி மக்கள் அவையும், அதற்கு மறுநாள் மாநிலங்கள் அவையும் இந்த மசோதாவை நிறைவேற்றின; பாதிக்கும் மேற்பட்ட மாநிலங்களின் சட்டப் பேரவைகள் அங்கீகரித்ததை அடுத்து, 1993 ஏப்ரல் 20-ம் தேதி குடியரசுத் தலைவர், இந்த மசோதாவுக்கு ஒப்புதல் அளித்தார்.

ஒரு அறிவிக்கை மூலம், 1993-ம் ஆண்டு ஏப்ரல் 24-ம் தேதி இந்தச் சட்டம் அமலுக்கு வந்தது.

எனவே, பஞ்சாயத்துகளுக்கு ஜனநாயகமும், அதிகாரப் பகிர்வும் அளிப்பது, நமது நாட்டின் அடிப்படை ஆவணமான, அரசியல் சாசனத்தின் ஒரு பகுதி ஆகிவிட்டது என்பது உங்களுக்கு மகிழ்ச்சி அளிக்கும். உங்களது பஞ்சாயத்துகளின் ஜனநாயக நடவடிக்கைகளை இனிமேல் எவரும் தடுக்க முடியாது. பஞ்சாயத்துகளைத் தன்னிச்சையாக, இப்போது நிறுத்தி வைக்க முடியாது அல்லது கலைத்துவிட முடியாது. பஞ்சாயத்துகளுக்குப் பகிர்ந்து அளிக்கப்படும் அதிகாரங்கள், பொறுப்புகள் மற்றும் நிதிகளை எவரும் பறிக்க முடியாது. இந்தப் புதிய அரசியல் சாசன விதிகள் கிராமப் பகுதிகளின் வரலாற்றிலும், வாழ்க்கையிலும் ஒரு முன்னேற்றச் சின்னமாகத் திகழும். இவை, கிராமங்களின் தற்சார்பிலும், தன்னாட்சி முறையிலும் புதிய சகாப்தத்தைப் படைக்கும்.

உங்களுக்கு உண்மையான அதிகாரம் கிடைப்பதை இந்தச் சட்டம் உறுதிப்படுத்தும். உங்கள் பகுதி மற்றும் மக்களின் முன்னேற்றத்திற்கு நீங்கள் பெரும் பங்காற்ற முடியும். இந்த நடவடிக்கையில் மிகவும் ஏழ்மை நிலையில் உள்ளவர்கள் உள்பட, எல்லோரும் பங்கேற்பதை உறுதிப்படுத்துவது சாத்தியமாகும். எவரையும் புறக்கணித்துவிட்டதாக, சமூகத்தின் எந்த ஒரு பிரிவினரும் நினைக்கக் கூடாது.

கிராமப் பஞ்சாயத்துகள் வெகுவிரையில் துடிப்புள்ள அமைப்புகளாக மாறிவிடும். மக்களால் தேர்ந்தெடுக்கப்பட்ட பிரதிநிதிகள் இதில் இருப்பார்கள், மக்களின் நன்மைக்காகப் பல திட்டங்களை இந்த அமைப்புகள் நடத்தும். இவை திட்டமிடல் மற்றும் செயலாக்கப் பணியில் மக்களையும் ஈடுபடுத்தும். சட்டத்துக் குட்பட்டு வளர்ச்சி, சீரமைப்பு மற்றும் பொது நிர்வாகப் பணிகளைச் செயல்படுத்தும் துடிப்பான அமைப்புகளாக இவை இருக்கும். விவசாயம், நில மேம்பாடு, கால்நடை வளர்ச்சி, குடிசைத் தொழில்கள், குடிநீர், வறுமை ஒழிப்புத் திட்டங்கள், சுகாதாரம், உடல் ஆரோக்கியம், குடும்ப நலம் போன்றவை கிராமப் பஞ்சாயத்துகளின் அக்கறைக்குரிய விஷயங்களாக இருக்கும். பல வகைகளில் மக்களின் நலன்களைக் கவனித்துக் கொள்வதோடு, மக்களின் அன்றாடத் தேவைகளுக்கும் இந்தப் பஞ்சாயத்துகள் வகை செய்ய வேண்டும்.

நமது பரந்த கிராமப் பகுதிகள் அபிவிருத்தி செய்யப்பட்டால்தான் நாட்டின் முன்னேற்றம் சாத்தியமாகும். கிராமப்பகுதி மக்கள் வறுமையாலும், வேலையில்லாப் பிரச்சனையாலும் பாதிக்கப்

படுகின்றனர். அவர்களுக்குப் போதுமான வாங்கும் சக்தி இல்லை. சில பகுதிகளில், பருவமழை தவறுதல், பஞ்சம், வெள்ளம், சூறாவளிக் காற்று போன்ற இயற்கையின் சீற்றத்தால் ஏழை மக்களின் நிலை மிகவும் கடுமையாகப் பாதிக்கப்படுகிறது. தேவைப்படும் மக்களுக்கு உரிய காலத்தில் விரைந்து உதவி அளித்திட, இத்தகைய பகுதிகளில், பஞ்சாயத்துகள் ஊக்கத்தோடு பொறுப்பு மிக்க பணியாற்ற வேண்டும். அண்மையில் பீகார், மத்தியப் பிரதேசம் மற்றும் ஒரிசாவில் வறட்சியால் பாதிக்கப் பட்ட பகுதிகளில் நான் சுற்றுப்பயணம் செய்தேன். அந்தப் பயணத்தின் அடிபடையில் பஞ்சாயத்துகளின் ஈடுபாட்டினால் மட்டும்தான், உதவித் திட்டங்களை, மேம்பட்ட, சீரான முறையில் செயல்படுத்த முடியும் என்று நான் உறுதியாக நம்புகிறேன்.

1992-ம் ஆண்டு, கொண்டு வரப்பட்ட 73-வது அரசியல் சாசன திருத்தச் சட்டத்தின் மசோதாவின் முக்கிய அம்சங்களாவன:

1) பஞ்சாயத்துப் பகுதியில், வாக்காளர்களாகப் பதிவு செய்யப்பட்ட உறுப்பினர்களைக் கொண்டதாக கிராமசபை உருவாக்கப் பட்டுள்ளது.

2) கிராமம், இடைநிலை மற்றும் மாவட்டம் என்ற நிலையில், மூன்று அடுக்குப் பஞ்சாயத்து முறை வந்துள்ளது 20 லட்சத்துக்கும் குறைவான மக்கள் தொகையுள்ள சிறிய மாநிலங்களில், இடைநிலை பஞ்சாயத்து இல்லாமல். இரண்டு அடுக்கு முறையாக உருவாக்கப்பட்டுள்ளது.

3) மூன்று நிலை பஞ்சாயத்துகளுக்கான உறுப்பினர்களை நேரடியாகத் தேர்ந்தெடுக்க வேண்டும். இத்துடன், கிராமப் பஞ்சாயத்துகளின் தலைவர்கள், இடைநிலை ஒன்றிய பஞ்சாயத்தின் உறுப்பினர்களாக இருக்கலாம். இடைநிலை ஒன்றியப் பஞ்சாயத்துக்களின் தலைவர்கள், மாவட்ட நிலைப் பஞ்சாயத்துகளின் உறுப்பினர்களாக இருக்கலாம். எம்.பிக்கள், எம்.எல்.ஏக்கள் மற்றும் எம்.எல்.சிக்கள், இடைநிலை அல்லது மாவட்ட நிலையில் பஞ்சாயத்துகளின் உறுப்பினர்களாகவும் இருக்கலாம்.

4) எல்லாப் பஞ்சாயத்துகளிலும், அவற்றின் மக்கள் தொகைக்கு ஏற்ப, தாழ்த்தப்பட்ட வகுப்பினர் மற்றும் பழங்குடி இன மக்களுக்கு இடம் ஒதுக்கப்படும். மொத்த இடங்களில் மூன்றில் ஒரு பங்குக்குக், குறையாமல் மகளிருக்கு இடங்கள் ஒதுக்கப்படும். தாழ்த்தப்பட்ட மற்றும் பழங்குடி இன மக்களுக்கு ஒதுக்கப்பட்ட இடங்களில் மூன்றில் ஒரு பங்கு மகளிருக்கு ஒதுக்கப்படும்.

5) மாநிலத்தில், தாழ்த்தப்பட்ட வகுப்பினர் மற்றும் தாழ்த்தப்பட்ட பழங்குடியினரின் மக்கள் தொகைக்கு ஏற்ப, எல்லா நிலைகளிலும் தலைவர்களின் பதவிகள் அவர்களுக்கு ஒதுக்கப் படும். எல்லா நிலைகளிலும் பஞ்சாயத்துத் தலைவர்களின் பதவிகளில் மூன்றில் ஒரு பங்கு மகளிருக்கு ஒதுக்கப்படும்.

6) பின்தங்கிய வகுப்பைச் சேர்ந்த மக்களுக்குப் பஞ்சாயத்துகளில், உறுப்பினர்கள் மற்றும் தலைவர்கள் பதவிகளுக்கு மாநில சட்டப்பேரவை இடம் ஒதுக்கலாம்.

7) ஒவ்வொரு பஞ்சாயத்துக்கும் சீராக, ஐந்து ஆண்டு பதவிக்காலம் இருக்க வேண்டும். பதவிக்காலம் முடிவதற்கு முன்னால், புதிய பஞ்சாயத்து சபைகளுக்குத் தேர்தல்கள் நடத்த வேண்டும். பஞ்சாயத்து சபைகள் கலைக்கப்பட்டால், 6 மாதங்களுக்குள் கட்டாயமாகத் தேர்தல்களை நடத்த வேண்டும். திருத்தி அமைக்கப்பட்ட பஞ்சாயத்து, 5 ஆண்டுகளின் எஞ்சிய பதவிக்காலத்திற்குச் செயல்படும்.

8) இப்பொழுதுள்ள பஞ்சாயத்துகள் அவற்றின் ஆட்சிக்காலம் முடியும்வரை தொடர்ந்து இயங்கும். ஏதேனும் ஒரு சட்டத்தைத் திருத்துவதன் மூலம் அவற்றைக் கலைத்துவிட முடியாது.

9) சட்டப் பேரவைத் தேர்தல்களில் போட்டியிடத் தகுதியற்றவர் என்று ஏதேனும் ஒரு சட்டத்தின் கீழோ அல்லது மாநிலத்தின் ஏதேனும் ஒரு சட்டத்தின் கீழோ அறிவிக்கப்பட்டவருக்குப் பஞ்சாயத்து உறுப்பினராகும் உரிமை இல்லை.

10) தேர்தல் பணிகளை மேற்பார்வையிட்டு, நடத்தி மற்றும் கட்டுப் படுத்துவது, வாக்காளர் பட்டியல்களைத் தயாரிப்பது ஆகிய பணிகளை மேற்கொள்ள சுயேச்சையான தேர்தல் கமிஷன் அமைக்கப்படும்.

11) 11-வது அட்டவணையில் குறிப்பிடப்பட்டுள்ள பொருள்கள் தொடர்பாகப் பொருளாதார வளர்ச்சி மற்றும் சமூக நீதிக்கான திட்டங்களைத் தயாரிக்க பஞ்சாயத்துகளுக்குக் குறிப்பிட்ட பொறுப்புகள் ஒதுக்கப்படும். வளர்ச்சிப் பணிகளைச் செயல்படுத்தும் முக்கியப் பொறுப்பு, பஞ்சாயத்திடம் ஒப்படைக்கப்படும்.

12) தங்களது பணிகளைச் செயல்படுத்த பஞ்சாயத்துக்குப் போதுமான நிதிகள் கிடைக்கும். மாநிலஅரசிடமிருந்து வரும் மானியங்கள், முக்கிய நிதி ஆதாரமாக இருக்கும். ஆனால், சில குறிப்பிட்ட வரிகளால் கிடைக்கும் வருமானத்தையும், மாநில அரசுகள் பஞ்சாயத்துகளுக்கு ஒதுக்க வேண்டும் என்று

எதிர்பார்க்கப்படுகிறது. சில சூழ்நிலைகளில், பஞ்சாயத்துகள் தாம் திரட்டிய நிதியை, தம்மிடமே வைத்துக் கொள்ள அனுமதிக்கப்பட வேண்டும்.

13) பஞ்சாயத்துகளுக்குப் போதிய நிதி வசதி கிடைக்கும் வகையில் உரிய கொள்கைகளை நிர்ணயிக்க, ஓராண்டுக்குள் மற்றும் இதன் பின்னர் ஒவ்வொரு 5 ஆண்டுகளுக்குப் பிறகும், ஒவ்வொரு மாநிலத்திலும் ஒரு நிதிக்கமிஷன் அமைக்கப்படும்.

1992-ம் ஆண்டு கொண்டு வரப்பட்ட அரசியல் சாசன 73-வது திருத்தச்சட்டத்தின் ஒரு பிரதியை உங்களுக்கு அனுப்புகிறேன். பஞ்சாயத்து ஆட்சி சட்டத்தின் விதிகளை நீங்கள் புரிந்து கொள்ள இது உதவும். 1993 ஏப்ரல் 24-ம் தேதி முதல், இந்தச் சட்டம் அமலுக்கு வந்திருப்பதால், அரசியல் சாசன திருத்தச் சட்டத்திற்கு ஏற்ப, தங்களது பஞ்சாயத்து ஆட்சி சட்டங்களை, 24-4-1994க்குள் மாநிலங்கள் திருத்தி அமைக்க வேண்டும் என்று எதிர்பார்க்கப் படுகிறது. இதை, மாநிலங்கள் உற்சாகத்துடன் ஏற்றுக் கொண்டு, மாநிலச் சட்டங்களை இயற்றும் நடவடிக்கைகளை விரைவாகச் செயல்படுத்த வேண்டும்.

தங்களது முன்னேற்றத்திற்கான பணிகளில் மக்கள் பங்கேற்பை மேம்படுத்துவதுதான் இந்த அரசியல் சாசன திருத்தச் சட்டத்தை இயற்றியதன் முக்கிய குறிக்கோளாகும். தங்களது வாழ்க்கையுடன் நேரடித் தொடர்புடைய விஷயங்களைத் தீர்மானிக்கும் வாய்ப்பு மக்களுக்குக் கிடைக்கவில்லை என்றும், அதனால் மக்களிடையே திட்டப் பணிகளில் ஈடுபாடு இல்லை என்றும் உணரப்பட்டது. அரசியல் சாசன திருத்தச் சட்டத்தின் விதிகள், மாநிலங்களின் சட்டங்களில் சேர்க்கப் பட்டு, பல்வேறு நிலைகளிலான பஞ்சாயத்து அமைப்புகள் உருவாக்கப்பட்ட பின்னர், திட்டங்களின் செயல் பாட்டுத் தரம் கணிசமாக மேம்படும். பல வளர்ச்சிப் பணிகளைத் திறமையாகச் செயல்படுத்த, மாநில அரசுகள் போதுமான பணிகள், நிதிகள் மற்றும் அதிகாரங்களைப் பஞ்சாயத்துகளுக்கு வழங்கும்.

உங்கள் பஞ்சாயத்தின் கூட்டத்தைக் கூட்டி, பஞ்சாய்த்து ஆட்சி, அரசியல் சாசன திருத்தச் சட்டத்தின் முக்கிய அம்சங்களை எல்லா உறுப்பினர்களுக்கும், நீங்கள் விளக்க வேண்டும் என நான் விரும்புகிறேன். அதற்குப் பின்னர், உங்கள் பஞ்சாயத்துப் பகுதி கிராமங்களில் வாழும் வயது வந்த மக்கள் அனைவருக்கும், இந்த விஷயங்களை விளக்கிட, கிராம சபை கூட்டமொன்றை நீங்கள் நடத்த வேண்டும் என்று விரும்புகிறேன். எல்லா தாழ்த்தப்பட்ட வகுப்பினரும், பழங்குடி இன மக்களும் இந்தக் கூட்டத்திற்குக் கட்டாயம் அழைக்கப்பட வேண்டும். பஞ்சாயத்தின் எல்லாப்

பெண்களும் இக்கூட்டத்தில் பங்கேற்குமாறு நீங்கள் பார்த்துக்கொள்ள வேண்டும்.

அடிமட்ட நிலையில் ஜனநாயகம் மற்றும் வளர்ச்சிக்கான பெரியதொரு பணியை நாம் துவங்குகிறோம். நீங்களும், மற்ற உறுப்பினர்களும் உங்களிடம் ஒப்படைக்கப்பட்ட பொறுப்பை எவ்வாறு நிறைவேற்றுகிறீர்கள் என்பதைப் பொறுத்தே நமது வெற்றி அமையும். இந்த வெற்றிக்கு, உங்களுக்கும், மாநில அரசு மற்றும் மத்திய அரசுக்கும் இடையிலான ஒத்துழைப்பு அடிப்படையாக இருக்கும். எங்களது முழு ஆதரவும், ஒத்துழைப்பும் கிடைக்கும் என்று நான் உங்களுக்கு உறுதியளிக்கிறேன்.

உங்களுக்குச் சில பிரச்சனைகள் ஏற்படலாம். இந்த அரசியல் சாசன திருத்தச் சட்டத்தில், தெரிவிக்கப்பட்டுள்ள பரவலாக்கப்பட்ட நிர்வாக அமைப்பினை மேம்படுத்த உங்களிடம் யோசனைகள் இருக்கலாம். இந்தப் பிரச்சனைகளையும் உங்களது யோசனைகளையும் எனக்கு எழுதத் தயங்காதீர்கள்.

உங்கள் அனைவருக்கும் எனது நல்வாழ்த்துகள்.

உங்கள் அன்புள்ள,

Sd/- (பி.வி. நரசிம்மராவ்)

3

அதிகாரப் பரவலின் அடிப்படைகள்

73-வது மற்றும் 74-வது அரசியலமைப்புச் சட்டத் திருத்தங்கள் என்பவை இந்தியப் பாராளுமன்ற ஜனநாயகத்தில் ஒரு மைல்கல் என்று அனைவராலும் கூறப்படுகிறது. இந்தச் சட்டத் திருத்தங் களின் உண்மையான விளைவுகள் என்னவாக இருக்கும் என பலரும் கணிக்க முயலுகிறார்கள். அதே நேரத்தில் இந்தச் சட்டத் திருத்தங்கள் என்ன விளைவினை சமுதாயத்தில் ஏற்படுத்த வேண்டும் என எண்ணி இந்தத் திருத்தத்தினைக் கொண்டு வந்தார்கள் என்பதையும் விளக்க முயன்றார்கள். பல்வேறுபட்ட கருத்துகள் இந்தப் புதிய அமைப்புகளைப் பற்றி வெளியிடப்பட்டு வருகின்றன. கட்டுரைகளும் புத்தகங்களும் பல்வேறுபட்ட கோணங்களில் எழுதப்பட்டு இருப்பதால், சில நேரங்களில் படிப்பவர்களுக்குச் சற்றுக் குழப்பத்தைக்கூட உருவாக்கி விட்டிருக்கிறது. இந்தக் குழப்பமான சிந்தனை என்பது முடிவெடுக்கும் உயர் அதிகாரிகளிலிருந்து, சாதாரணக் குடிமக்கள் வரை இன்று இருப்பதை எல்லோராலும் காண முடிகிறது. இந்தக் குழப்பமான சிந்தனைதான் பல மாநிலங்களில் உள்ளாட்சியின் செயல்பாடுகளை நிலை குலைய வைத்திருக்கிறது. இருந்த போதிலும் உள்ளாட்சி அமைப்புகள் அதன் செயல் பாடுகளில் மெல்ல மெல்ல நகரத் தொடங்கி மக்கள் இயக்கமாகப் பரிணமித்துக் கொண்டுள்ளது. இந்த நிலைப்பாடு அதிகாரங்களைக் காலங்காலமாக அனுபவித்துவரும் பலருக்கு அச்சத்தையும் ஏற்படுத்தியுள்ளது. ஆகவே, இந்தச் சிறு நூலின் நோக்கம் உள்ளாட்சி அமைப்புகளைப் பற்றி ஒரு சரியான பார்வையை உருவாக்குவதே ஆகும். இது ஒரு சட்டத்தைப் பற்றியோ, ஒரு அரசாங்கத்தின் திட்டத்தைப் பற்றியோ எழுதப்பட்டது அல்ல. இந்த அதிகாரப் பரவல் என்ற நிலைப்பாடு உலகில் எப்படி வந்தது? அதன் பின்னணி என்ன? இந்தியாவில் அந்தக் கோட்பாடு எப்படி உள்வாங்கப்பட்டது? இந்திய மாநிலங்கள் இந்த அதிகாரப் பரவலை எப்படி நடைமுறைப்படுத்துகின்றன? இதில் பங்கெடுக்கக் கூடிய அமைச்சர்களிலிருந்து அரசு அதிகாரிகள், அலுவலர்கள், தேர்ந் தெடுக்கப்பட்ட உள்ளாட்சித் தலைவர்கள், சட்டமன்ற

பாராளுமன்ற உறுப்பினர்கள், பொதுமக்கள், தன்னார்வத் தொண்டு நிறுவனங்கள், அறிவுஜீவிகள், பத்திரிகைகள் மற்றும் தகவல் தொடர்பு சாதனங்கள் வரை எப்படித் தங்களுடைய பங்களிப்பைச் செய்கிறார்கள் என்பனவற்றையும், இதன் அடிப்படையில் நம் உள்ளாட்சிகள் எங்கே சென்று கொண்டுள்ளன என்பனவற்றையும் படம்பிடித்துக் காண்பித்து, அவை செல்ல வேண்டிய தடத்தினைக் கோடிட்டுக் காட்டுவதுதான் இந்தச் சிறு நூலின் நோக்கம்.

அதிகாரப் பகிர்வு என்ற ஒரு முக்கியமான நிகழ்வு இந்தியாவில் நடக்கும் ஒரு தனிச் செயல்பாடு அல்ல. இது ஒரு சர்வதேசச் செயல்பாடாகும். எண்பதுக்கும் மேற்பட்ட நாடுகள் இந்த அதிகாரப் பரவலை ஓர் இயக்கம் போலப் பாவித்துச் செயல்படுத்தி வருகின்றன. அப்படிச் செயல்படுத்தி வருகின்றபோது, இந்த அதிகாரப் பரவல் பல்வேறு வடிவங்களைப் பெற்றுள்ளது. அதிகாரப் பரவலை நடைமுறைப்படுத்தும் அமைப்புகள் பல்வேறு நிலைகளிலும் கோணங்களிலும் தங்களை நிலைநிறுத்திக் கொண்டுள்ளன. அது மட்டுமல்ல இந்த அதிகாரப் பரவல் என்பது அந்தந்த நாட்டிலிருக்கும் சூழலுக்கு ஏற்ப வடிவமைக்கப் பட்டுள்ளன. பல்வேறு நாடுகளில் மக்கள் குழுமங்கள் ஆட்சிப் பொறுப்புக்கு வருவதற்குத் தங்களைத் தயார்படுத்தும்போது மத்திய அரசாங்கங்கள் அதற்கு ஏற்றவாறு பல்வேறு நிலைகளில் அதிகாரங்கள் கொண்ட கீழ்நிலை அமைப்புகளை உருவாக்கிப் பல்வேறு இனமக்களின் குழுமங்களை அவற்றில் அமர வைக்கின்றன. இன்னும் சில நாடுகளில் மேல்நிலையில் அரசாங்கங் களால் தீட்டப்படும் திட்டங்களை மக்கள் பங்கேற்புடன் செயல் படுத்துவதற்குக் கீழ்நிலையில் புதிய புதிய அமைப்புகளை உருவாக்கு கின்றன. ஒரு சில நாடுகளில் இனப்பிரச்சனைகளை முடிவுக்குக் கொண்டுவர அதிகாரப் பரவலை ஒரு யுக்தியாகக் கையாண்டு, இனத் தலைவர்களுக்கு ஆட்சிப் பொறுப்பைத் தந்து நாட்டின் ஒற்றுமையையும் இறையாண்மையையும் காத்துக் கொள்ளுகின்றன. பல நாடுகளில் ஜனநாயகத்தை விரிவுபடுத்தும் வகையில் அதிகமான எண்ணிக்கையில் மக்கள் பிரதிநிதிகள் ஆட்சிப் பொறுப்பில் இருக்க வேண்டும் என எண்ணி அதிகாரப் பரவலை அரசியல் சாசனத்தின் மூலம் புதிய கீழ்நிலை அமைப்புகளை மத்திய அரசாங்கங்கள் உருவாக்குகின்றன. அதிகாரப் பரவல் என்பது கடந்த இருபது ஆண்டு காலமாக உலகெங்கும் மிகத் துரிதமாக நடைபெற்று வருகின்றது. அடிப்படையில் இந்த அதிகாரப்பரவல் என்பது மக்களை அதிகாரப்படுத்தி அரசை மக்களின் பிடியில்

கொண்டுவரும் சக்திவாய்ந்த ஒரு புதிய அணுகுமுறையாகும். இந்த அதிகாரப் பரவலின் போக்கு, தன்மைகள், விளைவுகள் ஆகியவை நாட்டுக்கு நாடு வேறுபட்ட நிலையில் இருக்கின்றன. மேலும் இந்த அதிகாரப் பரவல் என்பது எந்த அளவுக்கு அந்த அந்த நாட்டுத் தலைவர்கள் மத்தியிலும், பொதுமக்கள் மத்தியிலும், அதிகாரிகள் மத்தியிலும் ஜீரணிக்கப்படுகின்றதோ அல்லது உள்வாங்கப் படுகிறதோ அந்த அளவுக்கு நல்ல விளைவுகளை ஏற்படுத்திக் கொண்டு, ஓர் எல்லையை நோக்கி நகர ஆரம்பித்து விட்டது.

அதிகாரப் பரவல் பல்வேறு நிலைகளில் உலக நாடுகளில் இருந்து வந்தாலும், இதற்கென அடிப்படையான பல நோக்கங்கள் உள்ளன. இந்த அடிப்படை நோக்கங்கள்தான் அதிகாரப் பரவலை வழிநடத்துகின்றன. எனவே, முதலில் அதிகாரப் பரவலுக்கான அடிப்படை நோக்கங்கள் என்னென்ன என்பதைப் பார்ப்போம்.

ஜனநாயகத்தை ஆழப்படுத்துதல்

ஜனநாயகத்தை அகலப்படுத்தலும் ஆழப்படுத்தலும்தான் இதன் தலையாய நோக்கம். ஜனநாயகம் என்பது பாராளுமன்றத்திற்கும் சட்ட மன்றத்திற்கும் உள்ளே நடக்கக் கூடிய விஷயம் மட்டும் அல்ல. மக்கள் வாழும் எல்லா இடங்களிலும் ஜனநாயக அமைப்புகள் கட்டமைக்கப்பட்டு, மக்களுக்கு அருகில் மக்கள் பிரதிநிதிகளை வைத்து, மக்கள் பிரச்சனைகளுக்குத் தீர்வு காணச் செய்தலே ஜனநாயகம் ஆகும். இதன் விளைவாகத் தேசியப் பாராளுமன்றத்திலிருந்து மக்கள் வாழும் கிராமங்கள் குக்கிராமங்கள் வரை ஜனநாயக அமைப்புகளை நிறுவுதல் வேண்டும். இந்தியா போன்ற நாடுகளில் இதுவரை 106 கோடி மக்களுக்கு 4700 மக்கள் பிரதிநிதிகள்தான் ஆட்சிக்கட்டிலில் இருந்தார்கள் (பாராளுமன்றத்திலும், மாநில சட்டமன்றங்களிலும்). ஆனால் இன்றைக்கு உள்ளாட்சி வந்த பிறகு ஏறத்தாழ 30 லட்சம் மக்கள் பிரதிநிதிகள் ஆட்சிக் கட்டிலில் அமர்த்தப்பட்டு இருக்கிறார்கள். இதுவரை மாநிலம் வரை ஜனநாயக அமைப்புகள்இயங்கி வந்தன. அதற்குக் கீழே அதிகாரிகள் ஆட்சிதான் நடைபெற்று வந்தது. இந்த அதிகாரப் பரவலின் விளைவாகக் கிராமம் மற்றும் நகரம் வரை ஜனநாயகம் விஸ்தரிக்கப்பட்டு விட்டது. எல்லா இடங்களிலும் மக்கள் பிரதிநிதிகள் வியாபித்திருக்கிறார்கள். ஜனநாயகத்தை விரிவுபடுத்தும்போது அதில் எல்லாத் தரப்பு மக்களையும் பங்கெடுக்குமாறு செய்வது மிக மிக முக்கியம். இதுவரை எந்தெந்தப் பகுதி அல்லது வர்க்க மக்களுக்குப் பிரதிநிதித்துவம் கிடைக்கவில்லையோ அவர்கள் அனைவருக்கும் இந்த அதிகாரப் பரவலில் பிரதிநிதித்துவம் கிடைத்துவிடும். அது

தாழ்த்தப்பட்டவரானாலும் சரி, பெண்களானாலும் சரி, ஆதிவாசிகளானாலும் சரி எல்லாத் தரப்பு மக்களுக்கும் இந்த வாய்ப்பு அளிக்கப்பட்டுள்ளது. இதில் மிக முக்கியமானது ஜனநாயகக் கலாசாரம், இன்றையச் சூழலில் நம் நாட்டில் தேர்தல்தான் ஜனநாயகமாகப் பார்க்கப்படுகிறது. தேர்தலைத் தாண்டி நம் ஜனநாயகம் விரிவடையவில்லை. நாம் எப்படி அமைப்புகளை நடத்துகிறோம், நம் நிறுவனங்களை எப்படி நடத்துகிறோம், நம் சட்ட மன்றங்களையும், பாராளுமன்றத்தையும் எப்படி நடத்துகிறோம் என்பதில் தான் ஜனநாயகம் என்பது உள்ளது. ஜனநாயகம் என்பது ஒரு கலாசாரம். இது ஒரு நடத்தை. மற்றவரை மதிப்பது, மற்றவர் கருத்தைக் கேட்பது, கருத்துகளின் அடிப்படையில் முடிவெடுப்பது, இவைதான் ஜனநாயகம். நம்நாட்டில் இன்னும் கட்சிகளில் கூட ஜனநாயகம் வளரவில்லை. எதேச்சதிகாரமும், பிரபுத்துவ மனோபாவமும் தான் மேலோங்கி உள்ளன. இந்த நிலையில் ஜனநாயகத்தை ஒரு கலாசாரமாகக் கொண்டு வருவதற்கான நோக்கத்தை உள்ளடக்கியதுதான் இந்த அதிகாரப்பரவல்.

வளர்ச்சிப் பணிகளில் மக்கள் பங்கேற்பு

வளர்ச்சிப் பணிகளில் மக்கள் பங்கேற்பை உறுதி செய்வது அடுத்த முக்கிய அம்சமாகும். வளர்ந்த நாடுகளுக்கும், வளர்ச்சியடைந்து வரும் நாடுகளுக்கும் இடையே இருக்கும் ஒரு பெரிய வித்தியாசம் வளர்ச்சி செயல்பாடுகளில் மக்கள் பங்கேற்புதான். பெரும்பாலான மூன்றாவது உலக நாடுகளில் மக்கள் வளர்ச்சிப் பணிகளில் பங்கெடுப்பது கிடையாது. வளர்ச்சி என்பது அரசாங்கம் கொண்டுவர வேண்டிய ஒன்று என்று திடமாக எண்ணி, அரசு அதிகாரிகளின் பங்களிப்பை அதிகப்படுத்தி விட்டனர். இதன் விளைவாக வளர்ச்சிக்கான வசதிகள் மற்றும் கட்டமைப்புகள் உருவாக்கப்பட்டன. அவற்றை மக்கள் முழுமையாகப் பயன்படுத்த முடியவில்லை. வசதிகளையும் கட்டமைப்புகளையும் எப்படி வளர்ச்சிக்குப் பயன்படுத்த முடியும் என்ற சிந்தனையே மக்களிடம் இல்லை. அரசாங்கம் எத்தனையோ திட்டங்களைக் கொண்டு வந்தது. அத்தனையும் அரசாங்க அதிகாரிகளால் நிறைவேற்றப்பட்டன. ஆனால், எதிர்பார்த்த விளைவு கிட்டவில்லை. எங்கெல்லாம் அரசாங்கத்தின் திட்டங்களில் மக்கள் பங்கேற்பு உறுதி செய்யப்பட்டனவோ அங்கெல்லாம் வளர்ச்சி வந்துள்ளது. நம் நாட்டிலேயே நாம் கண்கூடாகப் பார்த்தது பசுமைப் புரட்சி. பசுமைப்புரட்சியைச் செய்தது அரசாங்கம் அல்ல; நம் விவசாயிகள். அரசாங்கம் உதவி செய்தது; விவசாயிகள் பங்கெடுத்து உற்பத்தியை உலகம் வியக்கும் வண்ணம்

உயர்த்தினார்கள். மக்கள் பங்கேற்பு என்ற சொல்லைப் பலரும் பலவிதமான விளக்கியுள்ளனர். இதற்கு சரியான விளக்கம் என்பது மக்கள் முடிவெடுக்கும் நிலையிலும், நிறைவேற்றும் நிலையிலும், நிறைவேற்றிய முடிவைப் பரிசீலனை செய்யும் நிலையிலும் பங்கெடுப்பதுதான் மக்கள் பங்கேற்பாகும். மக்கள் பங்கேற்பு என்பது எப்படி கோயில் திருவிழாக்களுக்கு கிராமங்கள் மக்கள் எப்படி பங்கேற்கிறார்களோ அப்படி நடப்பதுதான் பங்கேற்பாகும்.

இந்தப் பங்கேற்பு உரிமையுடனும், கடமையுடனும், பொறுப்புடனும், பொறுமையுடனும் நடைபெறும் நிகழ்வாகும். ஆக, வளர்ச்சிப் பணிகளில் மக்கள் திட்டம் தீட்டுதலிலிருந்து அதை நிறைவேற்றி ஆய்வு செய்வது வரை, மக்கள் பங்களிப்பை உறுதி செய்வது இந்த அதிகாரப் பரவல் ஆகும்.

பொருளாதார வளர்ச்சியும் சமூக நீதியும்

பொருளாதார மேம்பாடு மற்றும் சமூக நீதி வழங்குதல் போன்ற பணிகளை மத்திய மாநில அரசாங்கங்கள் இதுவரை செய்து வந்தன. ஆனால், இந்த இரண்டு நிலை அரசாங்கங்களால் சமுதாயத்தில் ஒட்டுமொத்தப் பொருளாதார மேம்பாட்டையும் சமூகநீதியையும் கொண்டுவர இயலவில்லை. இதனை ஆமோதித்த பிறகு, கீழ்த்தட்டில் உருவாக்கப்படுகின்ற பஞ்சாயத்துகள் அந்தந்த இடங்களில் இருக்கும் மனித வளம் மற்றும் இயற்கை வளத்தைப் பயன்படுத்தியும் மேல்நிலை அரசாங்கங்கள் தருகின்ற நிதி வசதிகளை உபயோகித்தும் வேலை வாய்ப்புகளை உருவாக்கி வறுமையைப் போக்கிப் பொருளாதார வளர்ச்சியைக் கொண்டுவர வேண்டும் என்பது உணரப்பட்டது. அதேபோல, சமுதாயத்தில் நலிந்த பிரிவினர், தாழ்த்தப்பட்டோர், புறக்கணிக்கப்பட்டோர் ஆகிய அனைவர் நலனையும் மனதில் கொண்டு, மத்திய மாநில அரசுகளின் உதவியுடன், சமூகநீதிக்கான செயல்பாடுகளையும் இப்பஞ்சாயத்துகள் மேற்கொள்ள வேண்டும். ஒரு கிராமத்தில் இரட்டை டம்ளர் முறை இருந்தால் அதை மாற்ற வேண்டியது கீழ்நிலை அமைப்புகள், சட்டம் இயற்றுவதைத் தான் மத்திய அரசும் மாநில அரசும் செய்யும். நடைமுறைப்படுத்த வேண்டியது கீழ்நிலை அமைப்புகள்தான். தீண்டாமை ஒழிப்பைச் செய்ய வேண்டியது கீழ்நிலை அமைப்புகள்தான். எனவே சமூகநீதி செய்வது கீழ்நிலை அரசாங்கத்தின் கடமையாகும்.

கீழிருந்து திட்டங்கள் தயாரித்தல்

கடந்த பத்து ஐந்தாண்டுத் திட்டங்கள் மேல்நிலைகளில் தீட்டப்பட்டு, நிதி ஒதுக்கீடு செய்யப்பட்டு செயல்பாடுகள்

நிறைவேற்றப்பட்டன. அவற்றை நடைமுறைப்படுத்தியபின், எந்த அளவுக்கு மக்களுடைய தேவைகள் பூர்த்தி செய்யப்பட்டன? ஒவ்வொரு ஐந்தாண்டுக்கும் சராசரியாக மூன்று கோடி ரூபாய் ஒவ்வொரு பஞ்சாயத்துக்கும் மேம்பாட்டுக்காக செலவழிக்கப் பட்டிருப்பதாகக் கணக்கிடப்பட்டுள்ளது. இந்தப் பணம் மக்கள் கையிலிருந்து அவர்கள் திட்டம் தீட்டி செலவழித்திருந்தால் எல்லாத் தேவைகளும் பூர்த்தி செய்யப்பட்டிருக்கும். அதேபோல் ஆண்டுக்கு 100 கோடி ரூபாய்க்கு மேல் ஊரக வளர்ச்சி முகமை மூலம் மாவட்டந் தோறும் வளர்ச்சிப் பணிகள் நடைபெறுகின்றன. இருந்தபோதிலும் மக்கள் தேவைகள் பூர்த்தியானதா என்றால் இல்லை என்பதுதான் அனைவரின் பதிலும். ஏனென்றால் எல்லாத் திட்டங்களும் மேலிருந்து வந்த திட்டங்கள். இதை மாற்றுவது தான் இந்த அதிகாரப் பரவலின் நோக்கமாகும். ஆகையால், அடிப்படைத் தேவைகள் பூர்த்தி செய்யப்படுவதற்கும், பொருளா-தார வளர்ச்சிக்கும் வறுமையைப் போக்குவதற்கும் திட்டங்கள் கீழிருந்து தயாரிக்கப்படல் வேண்டும். மிக முக்கியமாகக் கீழிருந்து திட்டங்களைத் தயாரிக்கும்போது அவை மக்கள் பங்கேற்புடன் கூடியதாக அமைய வேண்டும். அது மட்டுமல்லாது, திட்டங்களைக் கீழிருந்து தயாரிக்கும்போது தேசிய இலக்குகளை மனதில் வைத்துத் தயாரிக்க வேண்டும். மேலே இருக்கின்ற அரசாங்கங்கள் அதற்கான நிதி ஆதாரத்தினைக் கீழ்நிலை அமைப்புகளுக்கு உருவாக்கித் தரும். இப்படிச் செய்வதன் மூலம், பெருமளவில் நிதி விரயம் தடுக்கப்படும். மக்களின் தேவைகளும் பூர்த்தி செய்யப்படும். இப்படித் திட்டங்களை எல்லாம் மக்களை வைத்து தயாரித்து அவற்றை நடைமுறைப்படுத்தும்போது, மிகக் கவனமாக மனதில் கொள்ள வேண்டியது, அவை சமூக மேம்பாட்டுக்கு மக்களை மையப்படுத்தும் திட்டங்களாகவும், அதில் பங்கெடுக்க அரசு அதிகாரிகள் தயாராக இருக்கின்றார்களா என்பதனைப் பார்த்துக் கொள்ள வேண்டும். அதாவது அரசுத் திட்டத்தில் மக்கள் பங்களிப்பது என்பதிலிருந்து மக்கள் திட்டத்தில் அரசு பங்களிப்புச் செய்கிறது என்ற நிலைக்கு மாற வேண்டும். இதுதான் அதிகாரப் பரவலின் மிக முக்கியமான அம்சமாகும்.

மக்கள் சக்தியைப் பயன்படுத்துதல்

உலக நாடுகளில் மிகப்பெரிய அளவில் வளர்ச்சியடைந்த நாடுகள், உலகிற்குப் பல செய்திகளைத் தந்து கொண்டிருக்கின்றன. அதில் மிக முக்கியமான ஒன்று மனித சக்தியை முழுமையாகப் பயன்படுத்துதல். ஒரு நாடு தங்களிடம் இருக்கும் முழு மனித சக்தியையும் கணக்கெடுக்க வேண்டும். அது பல்வேறு நிலைகளில் இருக்கும். உடல் உழைப்பை மட்டும் தரக்கூடியவர் பெரும்

எண்ணிக்கையில் இருக்கக் கூடும்; கைத்தொழில் தெரிந்தவர்கள் இருக்கக் கூடும்; பெருமளவில் விவசாயக்கூலிகள் இருக்கக் கூடும்; படித்து ஆற்றல் கூட்டப்பட்ட மனிதர்கள் பெரிய அளவில் இருக்கக் கூடும். அந்தந்த நிலைகளில் உள்ள மனித சக்தியைப் பயன்படுத்தத் திட்டமிட வேண்டும். எல்லா நிலைகளிலும் உள்ள சக்தியைப் பயன்படுத்த நம்மிடம் திட்டம் உருவாக்கப்பட்டு விட்டால், நதியில் ஓடும் நீர் கடலுக்குச் செல்லாமல் எப்படித் தேக்கப்பட்டுப் பாசனத்துக்குப் பயன்பட்டு நல்ல விளைவைத் தருகிறதோ, அதேபோல் உடலில் உருவாகும் சக்தி, முறையாகப் பயன்படுத்தப்பட்டு சமுதாயத்துக்கு முன்னேற்றத்தைக் கொண்டு வரும். அதுமட்டுமல்ல, முறைப்படுத்தப்படாத சக்திதான் இன்றைக்கு சமுதாயத்தில் அமைதியைக் குலைக்கின்றது. எனவே, மனித சக்தியைப் பயன்படுத்துவதற்கும், மனித ஆற்றலை மேம்படுத்துவதற்கும் இந்த அதிகாரப் பரவல் மிகவும் உதவியாக இருக்கும். விஞ்ஞானமும், தொழில்நுட்பமும் மேம்பட மேம்பட மனித ஆற்றலை அதற்குத் தகுந்தாற்போல் மேம்படுத்த வேண்டும். மாறுகின்ற சூழலுக்கு ஏற்ப மனித ஆற்றலை மேம்படுத்த வேண்டும். இன்று உலகமயமான பொருளாதாரச் செயல்பாட்டில் நாம் பயன்பெற வேண்டுமானால் நாம் முதலில் செய்ய வேண்டியது ஆற்றல் பெருக்கம்.

மனிதவள மேம்பாடும் ஆற்றல் பெருக்கமும்

அடுத்த நிலையில் இன்றைய சூழல் யாருக்கு வளர்ச்சியைக் கொண்டுவரும் என்றால் ஆற்றல் கூட்டப்படுபவருக்கு, அல்லது ஆற்றல் கூட்டப்பட்ட மக்கள் வாழும் சமுதாயத்திற்குத்தான், சந்தைப் பொருளாதாரம் வாழ்வின் மையத்திற்கு வந்துவிட்ட எல்லா நிலைகளிலும் போட்டி என்பது மையப்படுத்தப்பட்டு விட்ட காரணத்தால், எந்தச் செயல் செய்தாலும் அதில் நேர்த்தி இருக்க வேண்டும். எந்தத் தொழில் செய்தாலும் அதில் நிறைவு இருக்க வேண்டும். அது நாவிதர் தொழிலாக இருந்தாலும் அல்லது கணினித் தொழிலாக இருந்தாலும் ஆற்றலுடன் செயல்பட்டால்தான் மேம்பாடு அடைய முடியும். இதற்கு மிக முக்கியமானது, அடிப்படையானது மனித வளம் மற்றும் ஆற்றல். மனித வளம் கூட்டப்பட பல அடிப்படையான வேலைகளைச் செய்ய வேண்டும். குழந்தை கருத்தரிப்பிலிருந்து, கல்விக்கூடம் வரை இந்த வேலைகள் சிறப்பாக நடைபெற வேண்டும். கர்ப்பகாலக் கவனிப்பு, பேறுகால கவனிப்பு, குழந்தைக்கும் தாய்க்கும் ஊட்டச்சத்து, பொது சுகாதாரம் பேணுதல், நல்ல குடிநீர் தருதல், ஆரம்பப் பள்ளிக் கல்வியை முறைப்படுத்துதல், பள்ளிக்கூடங்களுக்கு முறைப்படி

வசதிகள் செய்து தருதல் போன்ற பல்வேறு கடமைகளை நன்கு செய்தால்தான் மனித வளம் ஒரு சமுதாயத்தில் கூடும். இல்லையென்றால், எத்தனை கம்ப்யூட்டர் தந்தாலும் என்ன வசதிகளைக் கல்லூரிகளிலும் பள்ளிகளிலும் செய்தாலும் மனித வளத்தையும் ஆற்றலையும் கூட்ட இயலாது. அது மட்டுமல்ல, 80 சதவிகிதம் மூளை வளர்ச்சி என்பது குழந்தைகளுக்கு ஐந்து வயதிற்குள் முடிந்து விடுகிறது. ஆகவே ஆற்றல் மேம்பாட்டுக்கான மனித வளத்தைக் கூட்டுவது சமுதாயத்தின் கடமை. அதற்குத்தான் அதிகாரங்கள் பரவலாக்கப்படுகின்றன என்ற உண்மையை அனைவரும் அறிந்து கொண்டு ஒவ்வொருவரும் தங்கள் பங்களிப்பைச் செய்ய வேண்டும்.

அரசாங்கத்தைக் குறைத்தல்

பொதுவாக இன்றைய சூழலில் அரசாங்க அமைப்புகள் பெருத்ததின் காரணமாக நிர்வாகச் செலவுக்காகவே பெரும் தொகையை நாம் செலவிட வேண்டி இருக்கிறது. ராஜீவ்காந்தி ஒரு முறை பாராளுமன்றத்தில் யானையை டெல்லியிலிருந்து கிராமத்திற்கு அனுப்பினால் அதன் வால்தான் கிராமத்திற்குச் செல்கிறது என்று குறிப்பிட்டார். நம் நாட்டில் மக்களுக்கு ஒரு ரூபாய் அளவுக்கு வசதியைச் செய்ய ஆறு ரூபாயை நிர்வாகச் செலவாகச் செய்ய வேண்டி உள்ளது. இதை மும்பையில் உள்ள ஒரு சமூக ஆராய்ச்சி நிறுவனம் ஆய்வு செய்து மத்திய அரசுக்குத் தந்துள்ளது. இந்த நிலையில் இனிமேல் அரசாங்கம் செயல்பட நம்மிடம் நிதி வசதி இல்லை. அதன் விளைவுதான் பல நிறுவனங்களைத் தனியாருக்கு அரசு தர வேண்டியுள்ளது. ஏனென்றால், அரசாங்கம் தாங்க முடியாத அளவுக்குக் கனமாக மக்கள் தலையில் அமர்ந்து விட்டது. இதன் கனம் குறைக்கப்படல் வேண்டும். இதற்கு, அரசாங்கம் செய்யும் மிக முக்கிமான வேலைகளைக் கீழ் நிலையில் உள்ள மக்கள் அமைப்புகள் எடுத்துக் கொண்டால், அரசாங்கத்தின் பளுவும் குறையும், செலவும் குறையும், மக்களும் தங்கள் பங்களிப்பைச் செய்வார்கள், மக்கள் பங்கேற்புடன் செய்கின்ற வேலையும் தரமாக இருக்கும்.

மக்களிடம் பொருப்புக்களை ஒப்படைத்தல்

அதிகாரம் பரவலாக்கப்படும்போது மக்களிடம் பல பொறுப்புகள் வந்து சேரும். இதில் மிக முக்கியமாக மக்களிடம் அதிகமான பொறுப்புகளைத் தரும்போது மக்கள் பொறுப்புள்ள குடிமக்களாக மாறுவார்கள். இன்று நாம் பார்ப்பது வாக்காளர்கள். அதனால்தான் எல்லா நிலைகளிலும் பொறுப்புள்ளவர்களாக நம் மக்கள் நடந்து

கொள்வதில்லை. எதை எடுத்தாலும் அரசாங்கம் பார்த்துக்கொள்ளும் என்ற மனோபாவம் வந்துவிட்டது. அதற்கு மிக முக்கியமான காரணம் அரசாங்கம் அப்படிப்பட்ட நிலைக்குத் தன்னை வளர்த்துக்கொண்டு, மக்களை வாக்காளர்களாக மற்றும் பயனாளிகளாக மாற்றிவிட்டது. இதன் விளைவு எனக்கென்ன என்ற 'ஏனோதானோ' மனோபாவம் எல்லாத் தரப்பு மக்கள் மத்தியிலும் வந்துவிட்டது. இது மாற்றப்படவில்லை என்றால் நம் சமுதாயத்தில் பொறுப்புள்ள குடிமக்களை உருவாக்க முடியாது. அப்படி உருவாக்கவில்லை என்றால் ஒரு வளர்ச்சியடைந்த சமுதாயமாக இந்தியா மாறாது. இது இந்த நாட்டுக்கு மட்டும் அல்ல, எந்த நாட்டுக்கும் பொருந்தும். ஆகவே பொறுப்புகளை மக்கள் மத்தியில் தர வேண்டும். அப்படித் தரும்போது அரசாங்க அமைப்புகள் குறையும். அது குறையும்போது செலவினங்கள் குறையும். அதன் விளைவு வளர்ச்சிப் பணிக்கு நிறைய நிதி கிடைக்கும். அத்துடன் ஒரு பொறுப்பான சமுதாயமும் உருவாகும்.

ஒளிவு மறைவில்லா நிர்வாகம்

அதிகாரப் பரவலால் அதிகமான பொறுப்புகளைக் கீழ்நிலைக்குக் கொண்டு வரும்போது ஒரு பெரிய நன்மை மக்களுக்குக் கிடைக்கும். அதுதான் ஒளிவுமறைவு இல்லாத நிர்வாகம். ஏனென்றால், கீழ்நிலையில் மக்கள் மத்தியில் செயல்படும்போது, மக்கள் பங்கேற்புடன் செயல்படும்போது எது நடந்தாலும் அது மக்களுக்குத் தெரிந்துவிடும். எல்லாச் செயல்பாடுகளும் மக்களின் ஆமோதிப்பின் அடிப்படையில்தான் நடைபெற வேண்டும். இந்த நிகழ்வு கீழ்நிலையில் ஆரம்பித்து நடக்க ஆரம்பித்துவிட்டால் சிறிது சிறிதாக மேல்நிலையில் உள்ள அமைப்புகளையும் மக்கள் கேள்வி கேட்க ஆரம்பித்துவிடுவார்கள். ஆக ஒளிவுமறைவு இல்லா நிர்வாகத்திற்கு இந்த அதிகாரப் பரவல் வழிவகை செய்கிறது.

பஞ்சாயத்துகள் வளர்ச்சிக்கான அமைப்புகள்

மற்றொரு முக்கியமான நிகழ்வு இந்த அதிகாரப் பரவலில் நடக்கும். அதாவது இன்றைய அரசியல் சூழல் என்பது சமுதாய சேவை என்பதிலிருந்து வணிகம் என்ற நிலைக்கு மாறிவிட்டது. நான் பிழைக்க எனக்கும் ஏதாவது ஒரு பதவி தரக்கூடாதா? என்று வெளிப்படையாக ஆட்சிக் கட்டிலில் இருக்கக்கூடிய தலைவர்களைப் பார்த்துக் கீழ்நிலையிலுள்ள அந்தக் கட்சித் தலைவர்கள் கேட்கும் நிலையை நாம் அனைவரும் பார்க்கிறோம். ஆக, சேவை செய்ய அரசியலுக்குச் செல்கின்றேன் என்றால் அவரைப் பரிகாசமாகப் பார்க்கும் நிலை உள்ளது. அதுமட்டுமல்ல, அரசியல் என்பது

எந்த இடத்தையும் விட்டு வைக்கவில்லை. ஆகையால் சேவை செய்ய எண்ணியோருக்கு இடமில்லாமல் இருந்தது. அந்தநிலை மாறி சேவைக்காகவே ஓர் இடம் உருவாக்கப்பட்டுள்ளது. அதுதான் கீழ்நிலை மக்கள் அமைப்புகள். இதில் சேவை செய்வது மிகச் சுலபம். அதிகாரமே இல்லை என்றாலும் ஒருவர் நிறைய சேவைகள் செய்யலாம்.

அடுத்து மேல்நிலை அமைப்புகள் இன்று நாசமாகி அதற்குச் செல்ல வேண்டும் என்றாலே அதிகமான பணம் செலவு செய்ய வேண்டும் என்ற நிலை உள்ளது. அங்கு ஊழல் மூலம்தான் செல்ல முடியும்; தவறு செய்தால்தான் அங்கு செல்ல முடியும். அதற்கு நிறைய மூலதனம் தேவை. மக்களிடம் நேரடியாகச் சென்று வாக்குகளைச் சேகரித்துச் செல்ல முடியாது. கட்சிகளை நம்ப வேண்டும். கட்சிகள் பணம் கேட்கும். கடன் வாங்கிக் கட்சிக்குக் கொடுத்து சட்டமன்ற, பாராளுமன்ற உறுப்பினராகி, செலவழித்த பணத்தையும் எடுத்து லாபமும் சம்பாதிக்க வேண்டும். அதிகாரத்தைப் பரவலாக்கும்போது உருவாக்கப்படுகிற கீழ்நிலை அமைப்புகள் மக்களின் நேரடித் தொடர்பில் இருக்கும். மக்களை நேரில் சந்திக்கலாம். நேரடித் தொடர்பின் மூலம் வாக்குகளைப் பெற்றுப் பதவிக்கு வந்துவிடலாம். ஆகவே சேவைக்கு என ஒரு புதிய பகுதி அதிகாரத்துடன் வந்துள்ளது.

வசதியை வளர்ச்சிக்கு இட்டுச் செல்லல்

இதுவரை நாம் பார்த்தது, வசதிகளைச் செய்யும் முனைப்புக் கொண்ட அரசாங்கங்களைத்தான். அதாவது, அதிகமான வசதிகளைச் செய்வதுதான் அரசின் கடமை என நினைத்து, ரோடு போடுதல், கழிப்பறை கட்டுதல், ஆசிரியர் நியமனம் செய்தல், பள்ளிக்கூடம் கட்டுதல், தெருவிளக்குப் போடுதல்,மருத்துவமனை அமைத்தல் போன்ற ஏராளமான வசதிகளைச் செய்தல் என்பது பிரதான கடமையாக இருந்து வந்தது. ஆனால், இந்த வசதிகள் அனைத்தும் முறையாகப் பயன்படுத்தப்பட்டனவா என்பதைப் பற்றி யாரும் கவலைப்படவில்லை. இந்த வசதிகள் அனைத்தும் மக்களைச் சென்றடைந்தனவா என்பதைப் பற்றியும் நாம் சிந்தித்துப் பார்க்கவில்லை. வசதிகளை முறையாகப் பயன்படுத்தவில்லை என்றால் அது அந்தச் சமுதாயத்தை வளர்ச்சிக்கு இட்டுச் செல்லாது. வசதிகளை முறையாக வளர்ச்சிக்குப் பயன்படுத்த ஒரு வலுவான மக்கள் கட்டமைப்பு, அதிகாரத்துடன் உருவாக்கப்படல் வேண்டும். அதை இந்த 'அதிகாரப் பரவல் ' செய்கிறது. உள்ளாட்சிகள் வசதிகளைச் செய்வது மட்டுமின்றி, அந்த வசதிகள் முறையாகப் பராமரிக்கப்படுகின்றதா, பயன்படுத்தப்படுகின்றதா? என்பதைக்

கண்காணிக்கவும் முறைப்படுத்தவும் வேண்டும். அப்படிச் செய்தால்தான் வளர்ச்சி வரும். வசதிகள் அனைத்தும் கீழ்நிலை அமைப்புகளின் கட்டுப் பாட்டுக்குள் வரும்போது இவை அனைத்தும் முறைப்படி பராமரிக்கப்படும்.

விஞ்ஞானமும் தொழில்நுட்பமும் மனித ஆற்றலும் எல்லையில்லா அளவுக்கு வளர்ந்து வருகின்ற சூழலில் எந்தப் பணியையும் எந்த அமைப்பும் எந்த நிலையிலும் செய்யலாம் என்ற தத்துவம் உலகில் பரவ ஆரம்பித்துவிட்டது. எனவே, எந்தெந்தச் செயல்பாடுகளை எந்தெந்த அமைப்புகள் செய்யும் என்ற ஆற்றல் பெற்றிருப்பதாகக் கருதுகிறதோ, அந்தப் பணிகளையெல்லாம் அந்த அமைப்புகளிடம் விட்டுவிடுதல்தான் சமுதாயத்திற்கு நல்ல வளர்ச்சியைக் கொண்டுவரும். இதற்கு ஆங்கிலத்தில் 'Subsidiarity theory' என்று பெயர். கிராமத்திற்குத் தண்ணீர் தருவதற்கு டெல்லியில் திட்டம் தேவையில்லை.

இதுபோல எந்தெந்தப் பணிகளை எல்லாம் கீழ்நிலை அமைப்புகள் தங்களால் செய்யமுடியும் என எண்ணுகின்றனவோ, அவற்றையெல்லாம் அந்த அமைப்புகளுக்கே தந்துவிட வேண்டும். எதனைக் கீழ்நிலையில் செய்ய முடியவில்லையோ, அவற்றை மட்டும் அதற்கு மேலே உள்ள அமைப்புகளிடம் தந்துவிட வேண்டும். இது மாநிலத்திற்கு மாநிலம் மாறுபடும். நாட்டுக்கு நாடு மாறுபடும்.

வளர்ச்சி இயக்கம்

மிக முக்கியமாக இந்தக் கீழ்நிலை அமைப்புகள் என்பதை நாம் எப்படிப் பார்க்கிறோம் என்பதில்தான் ஒட்டுமொத்தச் செயல்பாடும் அடங்கி இருக்கிறது. இதை ஒரு அரசியல் செயல்பாடாகப் பார்க்கிறோமா அல்லது வளர்ச்சிச் செயல்பாடாகப் பார்க்கிறோமா என்பதில் தெளிவு வேண்டும். இன்றைய சிக்கலே இந்த அமைப்பு களை நம் தலைவர்களும் சரி, அரசியல் கட்சிகளும் சரி எப்படிப் பார்க்கிறது என்றால், ஓர் அரசியல் அமைப்பாகப் பார்க்கிறது. இதை ஒரு அரசியல் அமைப்பாகப் பார்த்தால், மேல்நிலையில் உள்ள அரசாங்கங்களுக்கு என்னென்ன பலவீனம் உள்ளனவோ அதே பலவீனங்கள் இவற்றுக்கும் வந்து சேரும். ஏனென்றால் நம்முடைய அரசியல் கட்சிகள் வளர்ச்சி அரசியல் செய்யவில்லை. செய்ய முனையவும் இல்லை. எனவே, இந்த அமைப்புகளை மக்கள் அமைப்புக்களாக, அரசியலுக்கு அப்பாற்பட்டு ஒரு வளர்ச்சி இயக்கமாகப் பார்க்க வேண்டும். அப்படிப் பார்ப்பதன் மூலம்தான் இந்த அமைப்புகளை இலக்கு நோக்கி நகர்த்த முடியும். ஆக, இது ஒரு வளர்ச்சி இயக்கம் என்பதாக நாம் கருத வேண்டும். கீழ்நிலையில் செயல்பாடுகள் உருவாகின்றபோது

அது ஒரு மக்கள் இயக்கச் செயல்பாடாக மாற வேண்டும். எனவே, அதிகாரம் பரவலாக்கப்படும்போது அது வளர்ச்சிக்கான மக்கள் இயக்கமாக உருவாக வேண்டும்.

இயற்கையை நோக்கி

மிக முக்கியமாக, இந்த அதிகாரப் பரவல் நகரக்கூடிய மூன்று திசைகள் உள்ளன. அதில் ஒன்று கீழ்நிலை அமைப்புக்கள் அதனுடைய செயல்பாடுகளை இயற்கையை நோக்கி நகர்த்த வேண்டும். ஏனென்றால் சீரழிந்த சூழலும், வெப்பமயமாகிக் கொண்டுள்ள பருவநிலையையும், பாழடைந்த நீரையும், பசுமை மாறி பாலைவனமாக மாறும் நிலையையும், நிலத்திற்கு அடியில் உள்ள நீர் ஆண்டுதோறும் கீழ்நோக்கிச் செல்வதையும் தடுத்து மாற்றியமைக் கவில்லை என்றால் இந்த பிரபஞ்சம் என்பது உருமாறிப் போகும். இதை யார் செய்ய முடியும்? என்றால் மத்திய அரசோ, மாநில அரசோ அல்ல. அவை அனைத்தும் உதவி வேண்டுமானால் செய்யும். ஆனால், செயல்பாடுகள் அனைத்தையும் செய்ய வேண்டிய இடம் கீழ்நிலையில் உள்ளது. எனவே, அதிகாரப் பரவலில் கீழ்நிலை அமைப்புக்கள் இயற்கையைப் பாதுகாக்கச் செய்யும் வேலைதான் முதல் வேலை. இயற்கையைப் பாதுகாத்து வளர்க்க வளர்க்க, வறுமை விரட்டப்பட்டுக் கொண்டே இருக்கும்.

ஏழைகளை நோக்கி

இரண்டாவதாக, இதன் செயல்பாடுகள் ஏழைகளை நோக்கியதாக இருக்க வேண்டும். குறிப்பாக வசதிகள் செய்யும்போது எந்த விதத்தில் இது ஏழைகளுக்குப் பயன் அளிக்கிறது என்பதை மனதில் வைத்துச் செயல்பட வேண்டும். அது குடிதண்ணீர் வழங்குவதானாலும் சரி, சுகாதார வசதி அளிப்பதாக இருந்தாலும் சரி, என்ன வசதி செய்வதானாலும், இது எப்படி ஏழையைச் சென்றடைகிறது என்பதைப் பார்க்க வேண்டும். ஏனென்றால், தண்ணீர் ஒரு ஊரில் கிடைக்கவில்லை என்றால், அந்த ஊரில் உள்ள வசதி படைத்தவர்கள் தண்ணீரை விலைக்கு வாங்கிக் கொள்வார்கள். ஏழைகள் எங்கே போவார்கள்? அதேபோல், மருத்துவ வசதி இல்லை என்றால் வசதி படைத்தவர்கள் தனியார் மருத்துவமனைக்குச் சென்று பார்த்துக் கொள்வார்கள். ஏழைகள் அன்றாடம் வயிற்றைக் கழுவவே தவிக்கும்போது இந்தச் செலவை எப்படிச் சமாளிப்பார்கள். ஆகவே உள்ளாட்சிகள் செயல்படும் போது மிக முக்கியமாக ஏழைகளின் பிரதான தேவைகள் பூர்த்தி செய்யப்பட்டு விட்டனவா என்பதைப் பார்க்க வேண்டும். அதை நோக்கி இந்த அமைப்புகள் செயல்பட வேண்டும்.

பெண்களை நோக்கி

அடுத்து இது பெண்களை நோக்கிச் செயல்பட வேண்டும். ஏனென்றால் இதுவரை பொதுவான வசதிகள் இல்லையென்றால் அதாவது, குடிதண்ணீர் இல்லை என்றாலும் தெருவிளக்கு இல்லை என்றாலும், மருத்துவ வசதி இல்லை என்றாலும், கழிப்பிடம் இல்லை என்றாலும் அவதிக்கு உள்ளாக்கப் பட்டிருப்பவர்கள் பெண்கள். இதிலிருந்து அவர்கள் மீள வேண்டும். இதற்கு மிக முக்கியமாக இந்தப் பஞ்சாயத்து அமைப்புகள் முடிவுகள் எடுக்கும்போது, இந்த முடிவுகள் எந்த அளவுக்குப் பெண்களின் பாரத்தைக் குறைக்கும் என எண்ணிச் செயல்பட வேண்டும்.

மேலே கூறப்பட்டவைதான் இந்த அதிகாரப் பரவலின் அடிப்படை அம்சங்கள். இந்த அடிப்படை அம்சங்கள் சரியாக நடைமுறைப்படுத்தப்பட்டால் எல்லா மாநிலமும் வளமையாக இருக்கும். இந்தியாவும் வலுவாகவும். வளமாகவும் விளங்கும். இதற்குத் தேவை ஒரு அரசியல் கடப்பாடு, ஒரு நல்ல முற்போக்கான சட்டம், அவற்றை நடைமுறைப்படுத்தக் கூடிய நல்ல அதிகார அலுவலர் வர்க்கம், ஆற்றல் கூட்டப்பட்ட உள்ளாட்சித் தலைவர்கள், புதிய சூழலைப் புரிந்து கொண்டு செயல்படக் கூடிய மக்கள். இது ஒரு சமூகச் செயல்பாடு. இது ஒரு மக்கள் இயக்கம். இது மக்கள் இயக்கமாக மாறினால்தான் மிகப் பெரிய சாதனைகளைக் கொண்டு வரும். ஆகவே, புதிய சூழலுக்கு நம்மைத் தயார் செய்ய வேண்டியது அவசியமாகும்.

உள்ளாட்சி அன்றும் இன்றும்

	அன்று 20ம் நூற்றாண்டில்	இன்று 21 ஆம் நூற்றாண்டில்
1.	உள்ளாட்சி என்பது மாநில அரசின் கட்டுப்பாட்டிற்குள் நடக்கும் ஒரு அமைப்பு	எல்லா நிலைகளிலும் தன்னாட்சி பெற்று பல அடுக்குகளாகச் செயல்படும் தனி அமைப்பு
2.	தன்னாட்சிக்கு அப்பாற்பட்டு மேல்நிலை அரசுக்குக் கட்டுப்பட்டுச் செயல்படும் அமைப்பு	சமூகத்தால் செயலாக்கப்படும் ஆளுகை முற்றிலும் தன்னாட்சி பெற்றது
3.	அரசாங்கம் என்பதுதான் பிரதானமாக்கப்படும்	மக்கள்தான் பிரதானப்படுத்தப்படுவார்கள்
4.	எப்பொழுதும் மேல்நிலை அரசாங்கத்துக்குக் கடமைப்பட்ட அமைப்பு	மக்களுக்கு பதில் சொல்லக் கடமைப்பட்ட அமைப்பு
5.	உள்ளாட்சி சேவைகளை மாநில அரசு தரும் நிதியிலிருந்துதான் செய்ய வேண்டும்	சேவைகளைத் தருவதற்கு மக்கள் முடிவெடுத்து அதன் அடிப்படையில் சேவைகள் செய்து கொள்வார்கள்
6.	அரசாங்கத்தில் என்ன உள்ளதோ அதை வைத்துத்தான் செயல்பாடுகள் அனைத்தும்	அரசாங்கம் மட்டுமல்ல. தன்னார்வத் தொண்டு நிறுவனங்கள், தொழில்முனைவோர்கள், தனியார் நிறுவனங்கள் மக்கள் அனைவரிடமிருந்தும் உதவிகளைப் பெற்று ஒருங்கிணைந்து செயல்படுதல்

7.	அரசாங்கச் செயல்பாடுகள் மற்றவருக்குத் தெரிய வேண்டிய அவசியம் இல்லை என்ற சூழலில் செயல்படல்	அனைவருக்கும் தெரியும் வகையில் நிர்வாகத்தையும் ஆளுகையையும் உருவாக்கிக்கொள்ள வேண்டும்
8.	என்னென்ன செயல்பாடுகளை உருவாக்குகின்றதோ அரசாங்கம் அதை நடைமுறைப்படுத்தினால் போதுமானது.	எந்தச் செயல்பாட்டிற்கும் ஒரு விளைவு வரவேண்டும் என்ற அடிப்படையில்தான் செய்வது. எனவே அந்த விளைவு வருகிறதா என்பதைத்தான் பார்க்க வேண்டும்.
9.	போட்டியின்றிச் செயல்படும் உள்ளுக்குள் சுதந்தரமாகச் செயல்படும்	எல்லாச் செயல்பாடுகளும் போட்டிகளுடன் வெளிப்படையாக நடக்க வேண்டும்.
10.	துணிவுடன் புதிய வேலைகளைச் செய்வதை யாரும் அனுமதிப்பதில்லை	மாற்று செய்வதுதான் பிரதான வேலையாக இருக்கும் துறையுடன் மாற்று ஏற்பாடுகளைச் செய்யும் நிறுவனங்களுக்குப் பரிசு வழங்கி ஊக்குவித்தல்
11.	மேல்நிலையிலிருந்து வரும் நிதியை எதிர்பார்த்துதான் வேலை செய்ய முடியும்	நிதி கீழ்நிலையில் உருவாக்கும் அதிகாரத்தை இவர்களுக்குத் தந்து நிர்வாக முடிவுகளைக் கீழ்நிலையிலேயே வைத்துக் கொள்ளல்
12.	விதிகளைக் கடைப்பிடிப்பதில் கவனம்	விளைவுகளை ஏற்படுத்துவதில் கவனம். விளைவுகளை ஏற்படுத்தலுக்குத் தகுந்தாற்போல் விதிகளை உருவாக்குதல்
13.	மொத்தமாக அதிகாரிகளும் தொழில்நுட்ப வல்லுநர்களும் நிறைந்தது	மக்கள் பங்கேற்பும் மக்கள் குரலும்தான் பிரதானமாக்கப்படும்

14.	செயல்பாட்டுக்கு அதிகாரிகளைக் கட்டாயப்படுத்தி வேலைவாங்குதல்	முழுக்க முழுக்கக் கருத்துப்பரிமாற்றகொண்டதாகவும் மக்களை நோக்கியதாகவும் செயல்பட வைத்தல்
15.	நிதி மேலாண்மையில் பொறுப்பில்லாத தன்மையுடன் நடந்து கொள்ளுதல்	செலவைக் குறைத்துத் தரத்தை உயர்த்தி மக்கள் பங்கேற்புடன் நடந்து கொள்ளுதல்
16.	இந்த அமைப்பு மேட்டுக்குடி மக்களின் கைப்பற்றுதலுக்கு ஆளாகிறது	அனைவருக்கும் வாய்ப்பு தரும் அமைப்பாக மாறுகிறது
17.	உலகச் செயல்பாடுகளிலிருந்து வேறுபட்டு நிற்கிறது	சந்தைச் செயல்பாடுகளில் கூட பங்கேற்கிறது. உலகச் செயல்பாடுகளில் இணைத்துக் கொள்கிறது.

4

கிராமசபை அதிகாரங்களும், கடமைகளும்

இன்றைய பொருளாதார, அரசியல், சமூகச் சூழலில் 'அதிகாரப் பரவல்' என்பது மக்களாட்சியை ஆழப்படுத்தி மக்களை அதிகாரப் படுத்துவது, நம் மக்களின் வாழ்வுப் பாதுகாப்பிற்கும், வளர்ச்சிக்கான வாய்ப்பை உருவாக்குவதற்கும், வாழ்வுக்கு ஆதாரமாக விளங்குகின்ற வைகளைப் பாதுகாத்துக் கொள்வதற்கும், மற்றும் ஜனநாயக உரிமைகளை நிலைநாட்டிக் கொள்வதற்கும் இந்த அதிகாரப்பரவல் இன்றியமையாததாகும். இந்தப் புதிய அதிகாரப்பரவல் மக்களைச் சென்றடைய, அதிகாரங்களை மக்கள் தங்கள் வாழ்க்கையின் முன்னேற்றத்திற்குப் பயன்படுத்த, உருவாக்கப்பட்ட ஓர் அமைப்புதான் இந்தப் பஞ்சாயத்து அரசாங்கம். இந்த அமைப்பு ஓர் புதிய சூழலில், புதிய பொறுப்பு களுடன், பல அதிகாரங்களைக் கொண்டதாக ஓர் அரசாங்கமாக மக்களுக்கு அருகில் உருவாக்கப்பட்டுள்ளது. எனவேதான் இதைப் 'புதிய பஞ்சாயத்து அரசாங்கம்' என நாம் அழைக்கின்றோம். எப்படி மத்திய அரசாங்கம், மாநில அரசாங்கம் என்பவை சட்டதிட்ட வரையறைகளை வைத்துச் செயல் படுகின்றனவோ அதேபோல் இந்தப் பஞ்சாயத்தும் ஓர் அரசாங்கமாக சட்டதிட்டங்கள் என்ற வரையறைகளுக்கு உட்பட்டுச் செயலாற்ற உருவாக்கப்பட்டுள்ளது.

இந்தப் பஞ்சாயத்து அமைப்புகளில் கிராம சபை என்ற அமைப்புதான் மக்களின் நேரடி ஜனநாயகத்தை உருவாக்கும் கருவியாகும். இந்த அமைப்புதான் மக்களை அதிகாரப்படுத்தும் அமைப்பாகும். இந்த அமைப்பில் மக்கள் செயல்படுவதன் மூலம்தான் தங்கள் வாழ்க்கையைப் பாதிக்கும் பிரச்சனைகளில், தங்கள் தலையீட்டில், பங்களிப்பால் முடிவெடுத்துத் தங்கள் வாழ்க்கையை மாற்றியமைத்துக் கொள்ள முடியும் என்ற உணர்வினை ஏற்படுத்த முடியும். இந்த நாட்டில் 60ஆண்டுகால மக்களாட்சியில் பெரும்பாலான மக்கள் நம் ஆட்சி முறையையும், நம் அரசாங்க அமைப்புகளையும் புரிந்து கொள்ளாததன் விளைவு, தங்களின் வாழ்க்கையில் முன்னேற்றத்தைக் கொண்டுவர

இயலவில்லை. அரசாங்க அமைப்புகளைப் புரிந்து கொண்டவர்கள், அவற்றைப் பயன்படுத்தி வாழ்க்கையை வளப்படுத்திக் கொண்டுவிட்டனர். எனவே நம் அமைப்புகளை, நாம் சரிவரப் புரிந்து கொண்டால், புரிந்து கொண்டு செயல்பட்டால் நம் வாழ்க்கையை நம்மால் மாற்றியமைத்துக் கொள்ள முடியும். அந்த வகையில் நம் மக்களுக்கு கிராமசபையில் என்ன பலம் உள்ளது, அதை எப்படி நாம் கையாள வேண்டும் என்பதைத் தெரியப்படுத்தி மக்களைப் பங்களிப்புச் செய்யத் தயார் செய்துவிட்டால், மிகப்பெரிய மாற்றத்தை நம்மால் நம் சமுதாயத்தில் உருவாக்க முடியும். எனவே கிராமசபையின் நோக்கங்களையும், அதிகாரங் களையும், அது செய்யவேண்டிய பணிகளையும் சட்டப் பூர்வமாக முதலில் தெரிந்து கொண்டு, அதைப் பயன்படுத்தும் வழிமுறைகளை நாம் உருவாக்க முனைய வேண்டும். முதலில் சட்டப்பூர்வமாக இதற்குள்ள அதிகாரங்களையும் பொறுப்பு களையும் நாம் பார்ப்போம்.

இந்திய அரசியலமைப்புச் சட்டத்தின் 73-வது திருத்தத்தின் படி, கிராமசபை மூன்றடுக்கு ஊராட்சி அமைப்புகளின் அடித்தளமாகச் செயல்பட வழிவகை செய்யப்பட்டுள்ளது. அதன்படி அடித்தட்டிலுள்ள கிராம மக்கள், தங்களைத் தாங்களே நேரடியாக நிர்வகித்துக் கொள்ளவும், தங்களால் தேர்ந்தெடுக்கப் பட்ட மக்கள் பிரதிநிதிகளால் மறைமுக மக்களாட்சி நிர்வாக அமைப்புகளின் செயல்பாட்டுக்கு வழிகாட்டி, அதனைக் கண்காணிக்கும் ஒரு மேன்மையான அமைப்பாகவும் கிராமசபை உள்ளது. அதிகாரப் பரவலாக்கல் முயற்சி முற்றுப்பெறவும், பரவலாக்கப்பட்ட அதிகாரத்தை மக்கள் நேரடியாக அனுபவிக்கவும் கிராம சபை மூலமே முடியும். கிராம சபையே மக்களாட்சியின் ஆணிவேர். அந்த ஆணிவேர் எவ்வளவு வலுவானதாக உள்ளதோ அந்த அளவே மக்களாட்சி வலுவுள்ளதாகவும், செயல் துடிப்புள்ளதாகவும் இருக்கும்.

கிராம சபையின் மூலம் மக்களாட்சி

கிராமம் முழுமையான மேம்பாடு அடைய வேண்டுமெனில் கிராமத்தில் வாழ்கின்ற ஒவ்வொரு தனிநபரும் தங்களது கிராமத்தின் வளர்ச்சியில் ஈடுபாடு காட்ட வேண்டும். கிராம மக்கள் தங்களிடம் ஒற்றுமை உணர்வை வளர்த்துக் கொண்டு ஒன்றுபட்ட சமுதாயமாகச் செயல்பட வேண்டும். ஒன்றுக்கொன்று முரண்பட்ட, மற்றும் சாதி, சமய வேறு பாடுகளாலும், சண்டை சச்சரவுகளாலும் பிளவுபட்ட குழுக்களாக கிராம மக்கள் இருந்தால் கிராமங்களில் வளர்ச்சி குன்றி,

அமைதியின்றி கிராமங்கள் வெகுவாகப் பாதிப்படையும், எனவே கிராம மக்களை ஒன்றுபட்ட நல்லுறவு கொண்ட ஒற்றுமை உணர்வுடன் செயல்படும் சமுதாயமாக மாற்றும் பொறுப்பு கிராம சபைக்கே உள்ளது. அத்தகைய கிராமங்களில் வேறுபட்ட கருத்துகள் இருந்தாலும், கிராமசபையில் கண்ணியம் கட்டுப்பாட்டுடன் விவாதித்து ஒருமனதான முடிவுகள் எடுக்க இயலும். இந்த கிராம மக்களின் ஒன்றுபட்ட குரலே கிராம சபையின் குரலாக எதிரொலிக்கும். இதனால் கிராமங்களில் உள்ளுறைந்துள்ள அடிப்படை மனிதப்பண்புகள் விழிப்படைவதுடன், ஊராட்சி அமைப்புகளின் செயல்பாடுகள், கிராமசபை மூலம் மக்களுக்குப் பொறுப்புள்ள நிர்வாகத்தை அளிக்கும்.

கிராமசபை அமைப்பு

1994-ஆம் ஆண்டு தமிழ்நாடு ஊராட்சிகள் சட்டத்தின் பிரிவு 3ன்படி ஒவ்வொரு கிராம ஊராட்சியிலும் உள்ள அனைத்து வாக்காளர்களையும் உள்ளடக்கிய அமைப்பாக கிராம சபை செயல்படுகிறது. ஒவ்வொரு கிராம ஊராட்சியிலும் ஒரு கிராம சபை உள்ளது.

கிராம சபையின் பயன்

ஊராட்சி அமைப்புகள் மற்றும் பல்வேறு அரசுத்துறைகளின் நிர்வாகத்தினைக் கண்காணித்து, அதில் உள்ள குறைபாடுகளை அவ்வப்போது, ஆங்காங்கே சுட்டிக்காட்டிக் களைவது என்பது அரசு இயந்திரத்தால் மட்டுமே இயலாத ஒன்று. எனவே விழிப்புணர்வு பெற்ற கிராம சமுதாயம், கிராம சபை மூலம் நிர்வாகத்தின் குற்றங்குறைகளை நீக்கி நல்வழிக்கு இட்டுச் செல்வதே நடைமுறைக்கு ஏற்ற ஒன்று. அந்நிலையில்தான் நேர்மையான, வெளிப்படையான, பொறுப்பான நிர்வாக அமைப்பு நாட்டில் உருவாகும். இதனால் திட்டச் செயல்பாட்டில் ஏற்படும் குறைகள் அவ்வப்போது களையப்பட்டு பண வீணடிப்பு குறைக்கப்பட்டு திட்டத்தின் முழுப்பயனும் மக்களைச் சென்றடையும். இதன் மூலம் காலப்போக்கில் ஒரு தூய்மையான, நேர்மையான, மக்களின் குறைகளை அறிந்து போக்கும் பொறுப்பான நிர்வாகம் அமைய வாய்ப்பு ஏற்படும். பல தரப்பட்ட மக்களின் அறிவு, ஆற்றல் மற்றும் அனுபவங்கள் (Collective Wisdom) கிராம ஊராட்சியின் சீரிய செயல்பாட்டுக்கும், வளர்ச்சிப் பணிகளைத் திட்டமிட்டுச் செயல்படுத்துவதற்கும் ஒரு சிறந்த வழிகாட்டுதலை ஏற்படுத்துவதன் மூலம் ஒரு பொறுப்பான நிர்வாகம் ஏற்படும். கிராமசபையின் மூலம் பாமரர்கள், தாழ்த்தப்

பட்டவர்கள், நலிந்தோர், எளியோர் மற்றும் பெண்கள் என அனைவரும் வேறுபாடின்றி நேரடியாக அடித்தள நிர்வாகத்தில் பங்குபெறும் வாய்ப்பு உள்ளது. அவர்களின் முன்னேற்றத்திற்காக அவர்களையே நேரடியாகத் திட்டமிடுதலிலும், திட்டச் செயலாக்கத்திலும் பங்கு கொள்ளச் செய்ய முடியும். சிறப்பான கிராமசபை செயல்பாட்டினால் காலப்போக்கில் மனிதநேயத்துடன் கூடிய ஒரு இணக்கமான கிராம சமுதாயம் உருவாகும்.

கிராம சபையின் கடமைகள்

- கிராம ஊராட்சியின் ஆண்டு வளர்ச்சித் திட்டத்திற்கும், வருடாந்திர வரவு-செலவுத் திட்டத்திற்கும் ஒப்புதல் அளித்தல்.
- தனிநபர் பயன்பெறும் அரசுத் திட்டங்களில் கிராம ஊராட்சியால் தேர்வு செய்யப்பட்ட பயனாளிகள் பட்டியல் மற்றும் சமுதாயச் சொத்துக்கள் உருவாக்கத் தேர்வு செய்யப்பட்ட இடங்களுக்கு ஒப்புதல் அளித்தல்.
- கிராம ஊராட்சிப் பகுதியில் நடைபெறும் அனைத்து வளர்ச்சித் திட்டங்களின் செயல்பாடு மற்றும் முன்னேற்றத்திற்கான ஆய்வு செய்து ஆலோசனை வழங்குதல்.
- உள்ளாட்சி அமைப்புகள் மூலம் செயல்படுத்தப்பட்டு முடிவுற்ற பணிகள் மற்றும் நடைபெற்று வரும் பணிகள், மற்றும் பிற அரசுத்துறைகள், நிறுவனங்கள் மூலம் நிறைவேற்றப்படும் திட்டங்களைக் கண்காணித்து ஆய்வு செய்தல்.
- சமூக நலப்பணிகள் மற்றும் வளர்ச்சித் திட்டப் பணிகளைச் சிறப்பாகச் செயல்படுத்தப் பொதுமக்களை ஒன்று திரட்டி உழைப்பு, நிதி, பொருட்கள் போன்றவற்றைப் பெற்று திட்டத்தைப் பயனாளிகளும், நன்கொடையாளர்களும் செயல்படுத்த ஊக்குவித்தல்.
- சாதி மத நல்லிணக்கத்தையும், சமூக ஒற்றுமையையும் கிராம ஊராட்சியின் பல்வேறு பிரிவு மக்களிடையே வளர்த்தல்.
- கிராம ஊராட்சியின் ஆண்டு வரவு-செலவு கணக்குகளையும், தணிக்கை அறிக்கையையும் பரிசீலனை செய்து சமூகத் தணிக்கை முறையை நடைமுறைப்படுத்துதல்.

கிராம சபைக் கூட்டம் கூட்டுதல்

தமிழ்நாடு ஊராட்சிகள் சட்டம் பிரிவு 3(2)ன் படி ஒவ்வொரு கிராம ஊராட்சியும் ஆறு மாதத்திற்குக் குறையாத கால இடைவெளியில் கிராம சபைக்கூட்டத்தை, சட்டப்படி கூட்ட வேண்டும் என்பது கட்டாயமாக்கப்பட்டுள்ளது.

கிராம ஊராட்சியின் தலைவர் கிராம சபையைக் கூட்ட வேண்டும். கிராம ஊராட்சித்தலைவர் கிராம சபையைக் கூட்டத் தவறினால் ஆய்வாளர் (மாவட்ட ஆட்சித் தலைவர்) கிராம சபையைக் கூட்ட வேண்டும். கிராம சபை கூட்டத்திற்கு வட்டார வளர்ச்சி அலுவலர் தகுதிக்குக் குறையாத ஒரு அலுவலரைப் பார்வையாளராக மாவட்ட ஆட்சித்தலைவர் நியமிப்பார். அவர் கிராம சபைக்கூட்டம் முடிந்த 72 மணி நேரத்திற்குள் மாவட்ட ஆட்சித்தலைவருக்கு அறிக்கை சமர்ப்பிக்க வேண்டும்.

கூட்டம் நடக்கும் இடம் மற்றும் கூட்ட நாட்கள் கூட்ட இடம்

கிராம சபைக்கூட்டம், கிராம ஊராட்சியின் எல்லைக்குட்பட்ட ஏதாவது ஒரு பொது இடத்தில் நடத்தப்பட வேண்டும்.

கூட்ட நாட்கள்

கிராம சபைக்கூட்டம் ஆண்டுக்குக் குறைந்தது நான்கு முறையாவது, குறிப்பாக ஜனவரி 26, மே 1, ஆகஸ்ட் 15 மற்றும் அக்டோபர் 2 ஆகிய தேதிகளில் கண்டிப்பாக நடத்தப்பட வேண்டும். கிராம ஊராட்சி தீர்மானித்தால், அவசியத்திற்கேற்ப விடுமுறை நாட்கள் தவிர ஏனைய எந்த நாளிலும் கூட்டம் நடத்தலாம்.

கூட்டப் பொருட்கள்

கூட்டப்பொருட்கள் கிராம ஊராட்சியின் இசைவோடு தலைவரால் தயாரிக்கப்பட வேண்டும்.

கிராம சபையின் ஒவ்வொரு கூட்டத்திலும் கீழ்க்கண்ட பொதுவான விவாதப் பொருட்களை இடம் பெறச் செய்யலாம்.

சென்ற கிராம சபைக்கூட்டங்களில் நிறைவேற்றப்பட்ட தீர்மானங்கள் மீது எடுக்கப்பட்ட நடவடிக்கைகள்

ஊராட்சி அமைப்புகள், அரசுத் துறைகளின் செயல்பாடு மற்றும் அவற்றின் மூலம் செயல்படுத்தப்படும் திட்டங்களின் முன்னேற்றம் மற்றும் குறை, நிறைகளை ஆய்வு செய்தல்.

கிராம வளர்ச்சியில் பொது மக்களே செய்து கொள்ளக்கூடிய பணிகள் பற்றியும், நமக்கு நாமே திட்ட அடிப்படையில் அரசின் உதவியுடன் செயல்படுத்தப்பட வேண்டிய பணிகள் குறித்தும் முடிவு செய்தல். இதைத் தவிர குறிப்பிட்ட பொருட்கள் பற்றி கீழ்க்கண்ட தேதிகளில் நடைபெறும் கூட்டங்களில் தவறாது விவாதிக்க வேண்டும்.

ஜனவரி 26

கிராம ஊராட்சியின் வளர்ச்சிப் பணி தொடர்பாக அடுத்து வரும் நிதியாண்டிற்கான திட்ட அறிக்கையையும், உத்தேச வரவு-

செலவுத் திட்டத்தையும் கிராமசபைக் கூட்டத்தில் வைத்து ஒப்புதல் பெறுதல்.

மே 1

அரசின் பல்வேறு திட்டங்களில் பயன்பெறத் தேர்வு செய்யப்பட்ட பயனாளிகள் பட்டியல் மற்றும் கிராம ஊராட்சியில் ஒப்புதல் செய்யப்பட்ட திட்டப்பணிகள் பட்டியல் ஆகியவற்றை விவாதித்து ஒப்புதல் பெறுதல்.

ஆகஸ்ட் 15

வறுமை ஒழிப்புத்திட்டம் உட்பட அனைத்துத் துறைகளிலும் நிறைவேற்றப்படும் திட்டங்கள், பயன்பெறும் தன்மை பற்றி எடுத்துரைத்தல்.

அக்டோபர் 2

ஊராட்சி அமைப்புகள் மற்றும் அரசின் இதர துறைகள் மேற்கொள்ளும் வளர்ச்சிப் பணிகள் குறித்து ஆய்வு மேற்கொள்ளுதல்.

கிராம ஊராட்சியின் முந்தைய ஆண்டிற்கான நிர்வாக அறிக்கை மற்றும் வரவு - செலவு கணக்கின் மீதான தணிக்கைக் குறிப்புகளையும், அதற்குரிய பதில்களையும் பரிசீலித்தல்.

ஒவ்வொரு கிராம ஊராட்சியும் கிராம சபைக்கூட்டம் கூட்டுவதற்கு ஒரு வாரத்திற்கு முன்பு கிராம சபையில் விவாதப் பொருட்களை முடிவு செய்ய, கிராம ஊராட்சிக் கூட்டத்தைக் கூட்ட வேண்டும்.

விவாதிக்கப்பட வேண்டிய பல்வேறு பொருட்கள் குறித்து இந்தக் கூட்டத்தில் முடிவு செய்யலாம். குறிப்பாகக் கீழ்க்கண்ட பொருள்கள் கண்டிப்பாக இடம் பெற வேண்டும்.

1) சென்ற கிராம சபைக்கூட்டத்தில் அனுமதிக்கப்பட்ட தீர்மானங்கள் மற்றும் அவற்றின் மீது எடுக்கப்பட்ட நடவடிக்கைகள்.
2) சென்ற ஆண்டில் ஊராட்சி அமைப்புகள் மற்றும் பிற துறைகள் மூலம் நிறைவேற்றப்பட்ட திட்டப்பணிகள் பற்றி விவாதித்தல்.
3) சென்ற ஆண்டில் தனி நபர்கள் பயன்பெறும் அரசுத் திட்டங்களின் மூலம் பயன்பெற்ற பல்வேறு பயனாளிகள் பற்றிய விவரம் தெரிவித்தல்.
4) சென்ற ஆண்டுக்கான கணக்குகளை சமூகத் தணிக்கைக்கு வைத்தல்

5) சென்ற ஆண்டுக்கான தணிக்கைத் தடைகள் மற்றும் அவற்றுக்கு கிராம ஊராட்சி அளித்துள்ள பதில் பற்றிய விவரங்கள்.

6) நடப்பு ஆண்டில் தனிநபர் பயன்பெறும் திட்டங்களில் முன்னுரிமை அளிக்கப்பட வேண்டிய குடும்பங்கள் விவரம், குறிப்பாகத் தொகுப்பு வீடுகள் பற்றி விவாதித்து முடிவு செய்தல்.

7) ஊரக வளர்ச்சித்துறை மூலம் நிறைவேற்றப்படும் தனிநபர் பயன்பெறும் திட்டங்கள், குழு மூலம் பயன்பெறும் திட்டங்கள், தொகுப்பு வீடுகள் ஆகியவற்றில் தகுதியான பயனாளிகள் பட்டியல் தேர்வு செய்யப்பட்டு கிராம சபை மூலமே அனுமதிக்கப்பட வேண்டும்.

8) அண்ணா மறுமலர்ச்சித் திட்டம் நிறைவேற்றப்படும் கிராமங்களிலும், பிற கிராமங்களிலும் தீட்டப்படும் கிராம வளர்ச்சித் திட்டம், கிராம சபையில் விவாதிக்கப்பட்டு கிராம சபையின் அனுமதி பெறப்படவேண்டும்.

9) ஒவ்வொரு கிராம ஊராட்சியிலும் தேவையான அடிப்படை வசதிகள், சமூகப்பணிகள் குறித்த பொதுமக்களின் கோரிக்கைகள் கிராம சபையில் தொகுக்கப்பட்டு, மக்களின் அவசியத் தேவைகள் அடிப்படையில் முன்னுரிமைப் படுத்தப்பட்டு, பல்வேறு திட்டங்களிலும் எடுத்துக் கொள்ளப்பட வேண்டிய பணிகள் குறித்த பட்டியலை, கிராம சபையே அனுமதிக்க வேண்டும்.

10) ஒவ்வொரு கிராமத்திலும் நமக்கு நாமே திட்டத்தில் எடுத்துச் செய்யப்பட வேண்டிய பணிகள் பற்றியும் மக்களின் பங்களிப்பு பற்றியும் விவாதித்து, கிராம சபை மூலம் செய்ய வேண்டும்.

11) நடப்பு ஆண்டில் நடத்தப்படவேண்டிய மருத்துவ முகாம் மற்றும் தீவிரமாகப் பிரசாரம் செய்ய வேண்டிய இதர பொருள் பற்றியும் விவாதத்திற்கு வைக்கலாம்.

இது போன்ற பிரச்சினைகள் மற்றும் கிராமத்தில் குறிப்பாக உள்ள வேறு பிரச்சனைகளைப் பற்றி விவாதிக்க உரிய விவரங்களைத் தொகுத்து கிராம ஊராட்சியின் அனுமதி பெறவேண்டும். இப்பொருள் சம்பந்தமான விவரங்களைச் சம்பந்தப்பட்ட துறைகளிடமிருந்து சேகரிக்க வேண்டும்.

கூட்டத்துக்கான கால அவகாசம்

கிராமசபைக் கூட்டத்தை நடத்த உரிய அறிவிப்பை கிராம ஊராட்சித்தலைவர் வெளியிடுவார். கூட்டம் நடைபெற உத்தேசித்துள்ள தேதிக்குக் குறைந்தபட்சம் 7 நாட்களுக்கு முன்னரே அறிவிப்பு செய்யப்பட வேண்டும்.

கூட்ட அறிவிப்பு வெளியிடுதல், விளம்பரப்படுத்துதல்

கூட்டம் நடைபெறும் இடம், நாள், நேரம் மற்றும் விவாதிக்கப் படும் பொருட்கள் குறித்து, கிராம ஊராட்சி அலுவலகம், முக்கிய பொது இடங்களான பள்ளிகள், சத்துணவு மையம், தொலைக்காட்சி அறை, கோவில், மேல்நிலை நீர்த்தேக்கத் தொட்டி என பொதுமக்கள் கூடும் அனைத்து இடங்களிலும் ஒட்ட வேண்டும்.

கிராம ஊராட்சியில் உள்ள எல்லாக் குடியிருப்புகளிலும் தண்டோரா அடித்து விளம்பரப்படுத்த வேண்டும்.

இது குறித்த பிரசுரங்களையும் எல்லா வீடுகளுக்கும் வழங்கலாம்.

மாவட்ட நிர்வாகம், செய்திகள் வெளியிடுதல், விழிப்புணர்வு முகாம்கள், திரைப்பட சிலைடுகள், பிரசுரங்கள் மூலம் பொதுமக்களை கிராம சபையில் கலந்து கொள்ள வேண்டுகோள் விடுக்கும், தன்னார்வத் தொண்டு நிறுவனங்களையும், மக்களைத் திரட்டும் பணியில் ஈடுபடுத்தலாம்.

கூட்ட அறிவிப்பையும், கூட்ட விவாதப் பொருட்களையும் கூட்டம் நடைபெற உள்ள நாளுக்கு ஏழு நாட்கள் முன்னரே ஆய்வாளருக்கு அனுப்ப வேண்டும்.

பிற துறை சம்பந்தப்பட்ட விவரங்களைக் கிராம வாரியாகத் திரட்டி ஊக்குவிப்பாளர் மூலம் கிராம ஊராட்சிக்குத் தெரியப்படுத்த வேண்டும்.

ஆவணங்கள் சேகரித்துப் பார்வைக்கு வைத்தல்

சமூகத் தணிக்கைக்குப் பதிவேடுகள் மற்றும் ஆவணங்களை யார் பொறுப்பில் எங்கு வைக்க வேண்டும் என்று முன்னரே முடிவு செய்ய வேண்டும். கூட்டம் நடைபெறும் இடம் பற்றி முன்கூட்டியே முடிவு செய்ய வேண்டும். அந்த இடம் பொதுமக்களுக்கு வசதியான பொது இடமாக இருக்க வேண்டும்.

சென்ற ஆண்டு ஊரக வளர்ச்சித்துறை, பொதுப்பணித்துறை, நெடுஞ்சாலைத்துறை போன்ற துறைகள் மூலம் செயல்படுத்தப்பட்ட திட்டப்பணிகள் குறித்து ஆய்வு செய்ய மாவட்ட ஆட்சித்தலைவர் சம்பந்தப்பட்ட துறையிலிருந்து விவரங்கள் பெற்று பற்றாளர் மூலம் கிராம ஊராட்சிக்கு வழங்க வேண்டும்.

அதேபோல் ஊரக வளர்ச்சித்துறை, வேளாண்மைத்துறை, தோட்டக்கலைத்துறை, கால்நடை பராமரிப்புத்துறை, ஆதிதிராவிடர் நலத்துறை, வருவாய்த்துறை, சமூக நலத்துறை போன்ற துறைகள் மூலமாகத் தனி நபர்களுக்கு வழங்கப்படும்

மானியம் மற்றும் கடன், பிற திட்டங்களில் உதவிகள் மற்றும் பயன்பெற்ற தனிநபர் பட்டியல், நிதிப் பயன்பாடு இவற்றை கிராம வாரியாக சம்பந்தப்பட்ட துறைகளிலிருந்து பெறவேண்டும்.

ஒவ்வொரு கிராமசபைக் கூட்டத்திலும், கிராம ஊராட்சியின் வரவு-செலவு கணக்குகள், செலவுச் சீட்டுகள், ரசீது புத்தகங்கள், பதிவேடுகள் போன்றவற்றைப் பாதுகாப்பான இடத்தில் கிராம சபை உறுப்பினர்களின் பார்வைக்கு வைக்கப்பட்டு, சமூகத் தணிக்கை செயல்படுத்த வேண்டும்.

கூட்டம் நடத்துவதற்குரிய முன் ஏற்பாடுகள்

கிராமசபை, அரசியல் அமைப்புச் சட்டப்படியான ஒரு அமைப்பு. இதன் முக்கியத்துவம் மற்றும் பொறுப்பை உணர்ந்து கிராமசபைக் கூட்டத்தில் இந்த அமைப்பின் கண்ணியம் காப்பாற்றப்பட வேண்டும். இந்தக் கூட்டம் அரசு விழாவோ, அரசியல் மேடையோ அல்லது பொதுக்கூட்ட மேடையோ இல்லை என்பதை சம்பந்தப்பட்ட அனைவரும் உணர வேண்டும்.

கிராம சபைக்கூட்டம் நடத்த முடிவு செய்த தேதிக்கு ஒரு வாரம் முன்னதாக விதிமுறைப்படி அறிவிப்புச் செய்ய வேண்டும். துண்டுப்பிரசுரம், ஒலிபெருக்கி மூலம் விளம்பரம் செய்ய வேண்டும். வார்டு உறுப்பினர்கள் நேரில் சென்று பொதுமக்களை அழைக்க வேண்டும்.

கிராம சபை நடத்த தேர்ந்தெடுக்கப்பட்ட இடம் பொது இடமாகவும் திறந்தவெளியாகவும் இருக்க வேண்டும். விழா மேடைகள் அமைத்தல், தேவையற்ற ஆடம்பரம் முதலியவை தவிர்க்கப் பட வேண்டும். அறைகளுக்குள் கூட்டம் நடத்தப்படுவது தவிர்க்கப்பட வேண்டும்.

கூட்டப் பொருள் சம்பந்தமாக கிராம சபைக் கூட்டத்தில் துண்டுப் பிரசுரம் மீண்டும் கொடுக்க வேண்டும். இதனால் கிராம சபையில் மக்கள் விவாதிக்கப்படும் பொருள் குறித்து விபரங்கள் தெரிந்து கொள்ள வாய்ப்பாக அமையும்.

கூட்ட நடைமுறை

(1) கூட்டத்திற்குத் தலைமை ஏற்றல்

கிராம ஊராட்சித் தலைவரே கிராம சபையின் கூட்டத்திற்குத் தலைமை தாங்கி நடத்த வேண்டும். கிராம ஊராட்சித் தலைவர் வராதபோது துணைத்தலைவரும், தலைவர் மற்றும் துணைத்தலைவர் ஆகிய இருவருமே வராதபோது கூட்டத்திற்கு வந்துள்ள கிராம ஊராட்சி உறுப்பினர்களால் தேர்வு செய்யப்படுகின்ற உறுப்பினர் ஒருவரும் தலைமை வகித்தல் வேண்டும்.

(2) வருகை மற்றும் கூட்ட நடவடிக்கைப் பதிவேடு

கூட்டத்திற்கு வருகை தரும் உறுப்பினர்களின் கையொப்பத்தை வருகை மற்றும் கூட்ட நடவடிக்கைப் பதிவேட்டில் பெற வேண்டும்.

(3) குறைந்த அளவு வருகை சரி பார்த்தல்

கிராம ஊராட்சியில் உள்ள வாக்காளர்களின் மொத்த எண்ணிக் கையில் கீழ்க்கண்ட அட்டவணையில் கண்டவாறு

மக்கள் தொகை பங்கேற்க வேண்டியவர்களின் எண்ணிக்கை	குறைவெண் வரம்பு
500 வரை	50
501 □ 3000	100
3001 □ 10,000	200
10,001 க்கு மேல்	300

மேற்கண்ட குறைவெண் வரம்பில் மூன்றில் ஒரு பங்கு மகளிர் இருக்க வேண்டும். ஊராட்சியின் மொத்த மக்கள் தொகையில் ஆதிதிராவிடர், பழங்குடியினர் விகிதாசாரம் எதுவோ அதே விகிதாசாரம் குறைவெண் வரம்பில் இருக்க வேண்டும்.

குறைந்த பட்ச வருகை இருந்தால், கூட்டத் தலைவர் ஒவ்வொரு பொருளாக எடுத்துரைக்க அதன் மீது கிராம சபை உறுப்பினர் விவாதித்து உரிய தீர்மானம் நிறைவேற்றிப் பதிய வேண்டும்.

(4) உறுப்பினர்கள் குறைகளைச் சுட்டிக்காட்டுதல்

கிராம ஊராட்சியின் தலைவர் மற்றும் கிராம ஊராட்சி நிர்வாகம் மீதான குறைகள் மற்றும் தவறுகளை வாக்காளர் சுட்டிக் காட்டினால், உரிய பதிலை சம்பந்தப்பட்ட நபர் ஆதாரப்பூர்வமாகப் பொதுமக்களுக்கு விளக்க வேண்டும்.

விவாதம் சுமுகமாகவும், கண்ணியத்துடனும், கட்டுப்பாட்டுடனும் நடத்த உரிய நடவடிக்கைகளை எடுப்பது தலைவர் மற்றும் உறுப்பினர்களின் பொறுப்பு ஆகும்.

முதலில் தலைவர் கிராமசபை உறுப்பினர்களை வரவேற்க வேண்டும். அதன் பிறகு விவாதிக்கப்பட வேண்டிய பொருள்களைச் சுருக்கமாகக் கோடிட்டுக் காட்ட வேண்டும். பிறகு ஒவ்வொரு விவாதப் பொருள்களையும் தலைவர் எடுத்துரைக்க விவாதம் தொடங்கும். கிராம மக்களுக்கு வேறுபாடின்றி விவாதத்தில் கலந்து கொள்ள அனுமதி அளிக்க வேண்டும்.

ஒவ்வொரு பொருள் மீதான விவாதத்தின் இறுதியில் பொதுமக்கள் கூறும் கருத்தின் அடிப்படையில் முடிவுகளை கிராம சபை அனுமதித்து, பெற்று, வருகை மற்றும் கூட்ட நடவடிக்கைப் பதிவேட்டில் தீர்மான வடிவில் பதிவு செய்ய வேண்டும்.

கிராமசபைக் கூட்டத்தை பிரசங்க மேடையாகவோ, விவாத மேடையாகவோ பயன்படுத்தக்கூடாது,

தலைவர் மீது குற்றச்சாட்டு கூறப்பட்டால், தலைவர் பொறுமையாகப் பதில் அளிக்க வேண்டும். தேவைப்பட்டால் ஆவணங் களைக் காண்பிக்க வேண்டும்.

தலைவர் மீதோ, உறுப்பினர்கள் மீதோ, அலுவலர்கள் மீதோ கிராம சபை உறுப்பினர்கள் குறைகளைச் சுட்டிக் காட்டுவதற்கு உரிமை உண்டு, அதே போல் பதில் அளிப்பதும் தலைவரின் கடமையாகும்,

பிற துறை அலுவலர்கள் மீது ஆதாரத்துடன் குற்றஞ்சாட்டப் பட்டாலோ அல்லது திட்டப் பணியில் குறைபாடு சுட்டிக்காட்டப் பட்டாலோ அது பற்றித் தீர்மானம் இயற்றி அந்தத் துறையின் மேல் அலுவலருக்கு, நடவடிக்கைக்காக அனுப்ப வேண்டும்.

சலசலப்புகள், சச்சரவுகள், பிரச்சனைகள் ஆகியவற்றைத் தலைவர் தலையிட்டு சுமுகமாகத் தீர்த்து வைக்க வேண்டும். பிரச்சனைகள் கட்டுக்கடங்காமல் சென்றால் கிராம சபைக் கூட்டத்தை ஒத்திவைக் கலாம். பாதுகாப்புடன் கிராம சபையை மீண்டும் கூட்ட உரிய நடவடிக்கை எடுக்க வேண்டும்.

பொதுமக்கள் கூறும் குற்றச்சாட்டு ஆவணங்கள் மூலம் பொய்யானது என நிரூபிக்கப்படாவிட்டால் மக்களிடையே தவறு செய்யாத தலைவர், உறுப்பினர்கள் மீது மக்களுக்கு சந்தேகம் ஏற்பட வாய்ப்பு ஏற்படும் என்பதை நினைவில் கொண்டு தலைவர் பொறுப்புடன் நடந்து கொள்ள வேண்டும்.

சட்ட மன்ற, பாராளுமன்ற உறுப்பினர்கள் கிராமத்தினுடைய வாக்காளர்கள் என்ற முறையில், கருத்துச் சொல்ல அனுமதிக்க வேண்டுமேயொழிய அவர்கள் தனிப்பட்ட மரியாதையை எதிர் பார்க்கக்கூடாது.

(1) செய்ய வேண்டியவை

கிராம சபைக்கூட்டத்தில் விவாதிக்கப்பட வேண்டிய பொருட்களை கிராம ஊராட்சியில் முடிவு செய்து தீர்மானம் இயற்றி அதன் அடிப்படையில் தான் விவாதிக்க வேண்டும்.

கிராம சபை நடக்கும் நாள், நேரம் மற்றும் இடம் குறித்து 7 நாட்களுக்கு முன்னதாக கிராம ஊராட்சி அலுவலகம் மற்றும்

பொதுமக்கள் கூடும் இடங்களில் அறிவிப்பு வெளியிட வேண்டும்.

கிராமத்தில் உள்ள முக்கிய பிரமுகர்களைத் தலைவர், உறுப்பினர்கள் கிராமசபைக்கூட்டத்திற்கு நேரில் சென்று அழைக்கலாம். வார்டு உறுப்பினர்கள் அந்தந்த வார்டு மக்களைத் திரட்டுவதற்குப் பொறுப்பேற்க வேண்டும்.

துண்டுப் பிரசுரம், தண்டோரா மற்றும் ஒலிபெருக்கி மூலம் கிராமத்தின் அனைத்துப் பகுதிகளிலும் விளம்பரப்படுத்தலாம்.

கூட்டம் நடைபெறுவதற்கு 2 அல்லது 3 நாட்களுக்கு முன்னதாகத் திருவிழா போன்ற உணர்வு ஏற்படுமாறு விழிப்புணர்வை ஏற்படுத்த வேண்டும்.

கிராமசபைக் கூட்டத்திற்கு முன்பாக கிராமசபை மற்றும் வளர்ச்சிப் பணிகளைப் பற்றி பட்டிமன்றம், கருத்தரங்கம், பொம்மலாட்டம், வில்லுப்பாட்டு, ஓரங்க நாடகம் போன்றவற்றை நடத்தி விழிப்புணர்வை ஏற்படுத்தலாம்.

கிராம சபைக் கூட்டம் நடைபெறுவதற்கு முன்னதாக, வளர்ச்சித் துறை வெளியிட்டுள்ள இலவச வெளியீடுகள், துண்டுப் பிரசுரங்கள், திட்ட விளக்கக் குறிப்புகள் ஏதும் இருப்பின் அவைகளைப் பெற்று, கிராம சபையில் போது விநியோகம் செய்யலாம்.

கிராம சபைக் கூட்டம் கிராம ஊராட்சி எல்லைக்குள்ளேயே திறந்த வெளியில், இயற்கைச் சூழலில் அமைந்துள்ள பள்ளிகள், சமுதாயக் கூடங்கள் போன்ற பொது இடங்களில் மக்களுக்கு வசதியான பகல் நேரத்தில் நடத்தப்பட வேண்டும். இது பொது இடமாக இருப்பது அவசியம்.

கிராம ஊராட்சியின் கணக்குகளை சமுதாயத் தணிக்கை செய்யும் பொருட்டு வரவு-செலவு கணக்குகள், பதிவேடுகள், செலவுச் சீட்டுகள் போன்ற ஆவணங்களைக் கிராம ஊராட்சி அலுவலகத்தில் பாதுகாப்புடன் பார்வைக்கு வைக்க வேண்டும்.

திட்டச் செயல்பாடுகளை விளக்குவதற்குக் கரும்பலகை போன்ற உபகரணங்களை உபயோகப்படுத்தலாம்.

கூட்டத்தலைவர் ஒவ்வொரு பொருளாக எடுத்துரைக்க அதன் மீது விவாதித்து உரிய தீர்மானம் நிறைவேற்றித் தனிப்பதிவேட்டில் பதிவு செய்து கூட்டத்தில் பங்கேற்ற அனைத்து உறுப்பினர்களின் கையொப்பம் பெறப்பட வேண்டும்.

கிராம ஊராட்சித் தலைவர் மற்றும் கிராம ஊராட்சியின் நிர்வாகம் மீதான குறைகள் மற்றும் தவறுகளை, பொதுமக்கள் ஆதாரப் பூர்வ மாகப் பொறுமையாக விளக்க வேண்டும். ஆத்திரப்

படக்கூடாது.இயற்றப்பட்ட தீர்மானங்கள் மீண்டும் கிராமசபைக் கூட்டத்தில் வாசிக்கப்பட வேண்டும்.

எடுக்கப்பட்ட முடிவின் அடிப்படையில் நிறைவேற்றப்பட்ட தீர்மான நகலை சம்பந்தப்பட்ட துறைகளின் மேல் நடவடிக்கைக்காக அனுப்ப வேண்டும்.

(2) செய்யக்கூடாதவை

கிராமசபைக் கூட்டத்திற்கு நிர்ணயிக்கப்பட்ட குறைவெண் வரம்பிற்கும் குறைவான உறுப்பினர்கள் கலந்து கொண்டால் கூட்டத்தினை நடத்துதல் கூடாது.

ஒவ்வொரு பொருள் மீதும் தீர்மானம் இயற்றிய பின்னர், அது குறித்து எவ்வித கலந்துரையாடலும் அனுமதிக்கக்கூடாது.

கிராம சபைக் கூட்டம் நடத்துவதற்குப் பந்தல் போட்டு வீணான செலவுகள் ஏதும் செய்தல் கூடாது.

கிராமசபைக் கூட்டத்தை இரவு நேரங்களில் நடத்தக்கூடாது.

கிராம சபைக்கூட்டத்தினை சிறிய அறையில் நடத்தக்கூடாது.

கிராம சபைக் கூட்டங்களுக்கு நாற்காலி, மேசை போன்றவை வாடகைக்கு எடுக்கக்கூடாது. கூட்டத்திற்கு வருகை தரும் எவருக்கும் தனிப்பட்ட மரியாதையோ, புகழ்ச்சியோ, இகழ்ச்சியோ செய்தல் கூடாது. உறுப்பினர்கள் அமர்வதற்கு கிராம ஊராட்சியிலுள்ள தார்ப்பாய்களைப் பயன்படுத்தலாம்.

கிராமசபைக் கூட்டங்களில் மாலை, பொன்னாடைகளை அணிவித்தல் கூடாது.

கிராம சபைக் கூட்டங்களில் அரசையோ, மற்ற ஊராட்சி அமைப்புகளையோ, அரசுத்துறைகளையோ, சம்பந்தப்பட்ட அலுவலர்களையோ தனிப்பட்ட முறையில் குறிப்பிட்டு விமர்சனம் செய்யக்கூடாது. ஆனால் தவறுகள் இருந்தால் ஆதாரப்பூர்வமாக கிராம சபைக்குத் தெரிவிக்கலாம்,

கூட்டத் தீர்மானங்கள்

கிராம சபைக் கூட்டம் நடந்த மூன்று நாட்களுக்குள் கிராம ஊராட்சித்தலைவர் கூட்ட நடவடிக்கைகளை ஆய்வாளருக்கு (மாவட்ட ஆட்சித்தலைவர்) அனுப்ப வேண்டும்.

நாம் என்ன செய்ய வேண்டும்?

இதுவரை மேலே கூறப்பட்ட அனைத்தும் சட்டப்பூர்வமாக கிராமசபையைக் கூட்டுவதற்கும் அதை நடத்துவதற்கும் உள்ள சட்டப்பூர்வமான வழிகாட்டு நெறிகள், இந்த வாய்ப்பினை எப்படிப்

பயன்படுத்துவது என்பதை நாம் யோசிக்கவேண்டும். முதலில் மக்கள் மத்தியில் விழிப்புணர்வை ஏற்படுத்திட நாம் முயல வேண்டும். மக்கள் கிராம சபைக்குச் செல்வதால் தங்களுக்கு என்ன நன்மை என்பதை யோசிப்பார்கள். அப்படி யோசித்தால் இன்றைய சூழலில் எந்த நன்மையும் கிடைக்கவில்லை என்ற நிலையில் கிராமசபைக்கு வர மறுப்பார்கள். முதலில் கிராம சபைக்கு மக்கள் வருவதால் சமுதாயத்துக்கும் தனக்கும் என்ன நன்மை கிடைக்கும் என்பதனை விவரிக்க வேண்டும். அதற்கு முதலில் கிராமப் பஞ்சாயத்துத் தலைவருக்கு கிராம சபையின் பலத்தைப் பற்றி ஒரு தெளிவான எண்ணத்தை உருவாக்க வேண்டும். கிராம சபை பலம் பெற்றுவிட்டால் எந்த அரசாங்கத் துறையும் ஊழல் செய்யமுடியாது. மக்கள் நேரடியாகப் போராட ஆரம்பித்து விடுவார்கள். சட்டமன்ற உறுப்பினர்களும், பாராளுமன்ற உறுப்பினர்களும், மற்றுமுள்ள மக்கள் பிரதிநிதிகளும், அரசுத்துறை நிறுவனங்களும் தாங்கள் நினைத்தபடி கிராமங்களில் வேலை செய்ய முடியாது. ஏனென்றால் கிராம சபை தீர்மானிக்கின்ற வேலைகளை மட்டும் தான் செய்ய முடியும், கிராம சபை உறுப்பினர்கள் செய்த வேலைகளைச் சென்று ஆய்வு செய்வார்கள். வேலைகள் தரமானதாக இல்லை என்றால் சம்பந்தப்பட்ட துறை மேல் அதிகாரிகளுக்கு முறையீடு செய்து, தகுந்த நடவடிக்கை எடுக்க வைப்பார்கள். எனவே கிராமங்களில் நடக்கும் வேலைகளின் மேல், அதிகாரப்பூர்வமான கவனம் மக்களுக்கு வந்துவிட்டது என்றால் தவறு செய்ய அரசு நிறுவனங்கள் மற்றும் மக்கள் பிரதிநிதிகள் யோசிப்பார்கள். அடுத்து, கிராமங்களில் ஒற்றுமை நிலவுகிறது என்றால் நல்ல அதிகாரிகள் அப்படிப்பட்ட கிராமங்களைத் தேடிச் சென்று அந்தக் கிராம மக்களுடன் சேர்ந்து வேலை செய்து சாதனை புரிய முயலுவார்கள். ஊழல் அதிகாரிகள் அந்தக் கிராமத்தில் வேலை நடைபெறும்பொழுது ஊழல் செய்யபயப்படுவார்கள், மக்கள் பிடித்துக் கொள்வார்கள் என்று.

அது மட்டுமல்ல, தனிநபர் பயன் அடையும் திட்டங்களில் எந்தத் துறையாக இருந்தாலும் பயனாளிகள் தேர்வு, கிராம சபையில் நடைபெற வேண்டும். அப்படி நடைபெற்றால் இன்று நடப்பது போல் நீ ஒருவரைச் சேர்த்துக்கொள், நான் ஒருவரைச் சேர்த்துக் கொள்கிறேன். அதிகாரி ஒருவரைச் சேர்த்துக் கொள்ளட்டும் என இல்லாமல் உண்மையிலேயே பாவப்பட்ட, ஒதுக்கப்பட்ட, ஓரம் கட்டப்பட்ட, கடைக்கோடி மனிதன் பயன்பெறும் வகையில் தேர்வுகள் நடைபெறும். உண்மையான தேர்வு நடைபெற்றால் ஒரு பத்து ஆண்டு காலத்தில் அனைவருக்கும் பட்டா, அனைவருக்கும் வீடு, அனைவருக்கும் கல்வி, அனைவருக்கும் சுகாதார வசதி,

அனைவருக்கும் பாதுகாக்கப்பட்ட குடிநீர் என வாழ்க்கைக்குத் தேவையான அத்தியாவசிய வசதிகளைப் பஞ்சாயத்துகள் செய்து கொடுத்துவிட முடியும்.

அதே போல் இந்தக் கிராமசபையைக் கோவில் திருவிழா நடத்துவதற்கு ஊர்க்கூட்டம் போடுவோமே அதே போல்; நம் ஊர் ஏரிகள், குளங்கள், கண்மாய்கள் இவைகளைப் பாதுகாக்க முறைப் படுத்த, பாசன முறைகளை நெறிப்படுத்த பாசனதாரர் கூட்டம் போடுவது போல் கிராம சபையைச் சடங்குக்காகப் போடாமல், நமக்காக, நம் மக்களுக்காகப் போடவேண்டும். அப்படிக் கூட்டும் போது கூட்டத்தில் விவாதிக்க வேண்டிய 'பொருள் பட்டியல்' நம் பஞ்சாயத்தில் தயாரிக்க வேண்டும். அரசாங்கம் தரும் பொருளையும் விவாதிக் கலாம். பிரச்சனைகளை விவாதம் செய்ய வேண்டும். கருத்துப் பரிமாறிக் கொள்ள வேண்டும். செய்த வேலைகளைச் சொல்ல வேண்டும். செய்யப்போகும் வேலைகளைச் சொல்ல வேண்டும். செலவுகளைப் பற்றியும், வரவுகளைப் பற்றியும் சொல்ல வேண்டும். கேள்வி கேட்டால் கோபப்படாமல் பதில் சொல்ல பஞ்சாயத்துத் தலைவர்கள் பக்குவப்பட வேண்டும். இது பஞ்சாயத்துத் தலைவருக்குத் தொல்லை கொடுக்க அல்ல, செய்திகளைத் தெரிந்து கொள்ள. கேள்வி கேட்டு, பிரச்சனையை கிளப்பி விட்டு வேடிக்கை பார்க்க அல்ல. பிரச்சனைகளை விவாதித்துத் தீர்ப்பதற்காக.

பஞ்சாயத்துத் தலைவர்கள் கிராம சபையை மனுக்கள் வாங்கும் மன்றமாக மாற்றி, அதிகாரியாக மாறுவதற்கு அல்ல. மனுக்கள் வாங்குவதற்குப் பதிலாகப் பிரச்சனைகளின் ஆழ அகலங்களைப் பேசி, இந்தப் பிரச்சனைக்குத் தீர்வு என்ன என்பதை யோசித்து முடிவுகளை எடுத்து சம்பந்தப்பட்ட துறை அதிகாரிக்குத் தெரிவிக்க வேண்டும். மாவட்ட ஆட்சித் தலைவருக்கு அனைத்து மனுக்களையும் அனுப்பி விட்டு, மாவட்ட ஆட்சித்தலைவர் ஒன்றும் செய்யவில்லை என்று மக்களிடம் தலைவர்கள் சொல்வதை தவிர்க்க வேண்டும். துரிதமாக அரசு அலுவலகங்கள் நடைபெற ஒரு அரசாணை பிறப்பிக்கப்பட்டுள்ளது. அந்த அரசாணையை அனைத்துப் பஞ்சாயத்தும் பயன்படுத்த வேண்டும். அரசு ஆணை எண் 104 தேதி 15.06.2001 (P & AR Dept)...யுடன் ஒரு கடிதம் அரசு அலுவலருக்கு அனுப்பினால் 5 நாட்களுக்குள் கடிதம் பெற்றுக்கொண்டதற்கு ஒப்பம் அளிக்க வேண்டும். கடிதம் பெற்ற நாளிலிருந்து மூன்று மாதத்திற்குள் முடிவெடுத்து அறிவிக்க வேண்டும். இந்த ஆணையை அனைத்துப் பஞ்சாயத்துகளும் கடைப்பிடிக்க வேண்டும்.

கிராம சபைக்கூட்டத்தில் ஏற்றத்தாழ்வுகள் நீங்கும் வகையில் எல்லாத் தரப்பு மக்களுக்கும், பேச வாய்ப்பளிக்க வேண்டும். இந்தப்

பிரச்சனைகள் பற்றி விவாதிக்க வேண்டும். பிரச்சனைகளை ஆழமாக, அமைதியாக விவாதிக்கின்ற போதுதான், பொதுவாக அனைவரும் பக்குவம் பெறுவார்கள். இதற்கு முதலில் பஞ்சாயத்துத் தலைவருக்குப் பக்குவமும், ஆற்றலும் தேவை.

கிராம சபையில் நாம் நல் வாழ்வுக்கான அரிய பல கருத்துகளைத் தெரிந்து கொண்டோம். நம் அரசாங்கத் திட்டங்கள் நம் ஊரில் செயல்படுத்துவதற்கு என்னென்ன உள்ளன என்பதைத் தெரிந்து கொண்டு, அவற்றை நடைமுறைப்படுத்த நாம் முடிவெடுக்க முடியும், தனிநபர் பயனாளித் திட்டங்களில் நம் ஊரில் உண்மையில் வறுமைக் கோட்டுக்குக் கீழே உள்ளோருக்குக் கிடைக்கும்படி செய்ய நம்மால் முடியும். நம் பள்ளிக்கூடத்தில் நல்ல வசதிகளையும், நல்ல கல்வியையும் தர நம்மால் முடிவெடுக்க முடியும், ஆசிரியர்கள் பள்ளிக்குச் சரிவர வருவதில்லை. அதை நம்மால் கேட்க முடியும். நம்மைப் பாதிக்கின்ற நிகழ்வுகளை கிராம சபையில் பங்கேற்பதன் மூலம் மாற்ற முடியும் என மக்கள் எண்ண வேண்டும். அதற்கு திறமையாகப் பஞ்சாயத்துத் தலைவர்கள் செயல்பட்டால் மக்களைக் கூட்ட முடியும். இன்றும் தமிழகத்தில் சாதனை புரிகின்ற பஞ்சாயத்துகளில் மக்கள் கூடுகின்றார்கள். எனவே மக்களிடம் தங்கள் அதிகாரங்கள் என்னென்ன என்பதை எடுத்துக் கூறிட நிச்சயம் கிராமசபைக் கூட்டம் வலுவுள்ளதாக மாறும்.

5
சிற்றூராட்சி நிர்வாகம்

ஊராட்சிகளின் கடமைகளும் பொறுப்புகளும்

சிற்றூராட்சிகளுக்குப் பல்வேறு கடமைகளும் பொறுப்புகளும் கொடுக்கப்பட்டுள்ளன. அதற்காக அதிகாரங்களும் கொடுக்கப் பட்டுள்ளன. இந்தக் கடமைகள் கட்டாயக் கடமைகளாகவும் விருப்பக் கடமைகளாகவும் பிரித்து அளிக்கப்பட்டுள்ளன. அவையாவன:

கட்டாயக் கடமைகள்

அ. பிரிவு 110 தமிழ்நாடு ஊராட்சிகள் சட்டம் 1994

1. கிராமச்சாலைகள், தெருக்கள் அமைத்தல், பழுது பார்த்தல், பராமரித்தல், மேம்பாடு செய்தல் மற்றும் அதில் உள்ள சிறு பாலங்கள் கட்டுதல், பராமரித்தல், பழுது பார்த்தல்
2. பொது இடங்களிலும், தெருக்களிலும் விளக்கு வசதி செய்தல்
3. வடிகால் வசதி
4. தெரு சுத்தம் செய்தல், குப்பைகூளங்கள், முட்செடிகள் அகற்றுதல்
5. பாழுங்கிணறுகளை மூடுதல்
6. சுகாதார மேம்பாடு செய்தல்
7. பொதுக்கழிப்பிடம் கட்டுதல், துப்புரவு செய்தல்
8. இடுகாடு, சுடுகாடு அமைத்தல், பராமரித்தல்
9. குடிப்பதற்கு, துவைப்பதற்கு, குளிப்பதற்கு நீர் வசதி செய்தல், அவற்றிற்கான ஆதாரங்களை ஏற்படுத்துதல், பராமரித்தல், பழுது பார்த்தல்
10. கட்டட மனை அங்கீகாரம் மற்றும் கட்டடங்கள் கட்டுவதை முறைப்படுத்துதல்
11. அரசு அவ்வப்போது அறிவிக்கும் கடமைகள் மற்றும் முகமைப் பணிகள்

ஆ. பிரிவு 111 விருப்பக் கடமைகள்

1. பொதுச்சாலைகளில் மரங்கள் நடுதல், பாதுகாத்தல் மற்றும் பராமரித்தல்
2. பொதுச்சாலைகளிலும் பொது இடங்களிலும் விளக்கு வசதி செய்தல்
3. பொதுச் சந்தைகள் திறத்தல், பராமரித்தல்
4. விழாக்கள், கண்காட்சிகளைக் கட்டுப்படுத்துதல்
5. பொதுத் தங்குமிடங்கள், இறங்குமிடங்கள், வண்டிப் பேட்டைகள், மாட்டுத்தொழுவங்கள் திறத்தல் மற்றும் பராமரித்தல்
6. பொது இறைச்சிக் கொட்டில்கள் திறத்தல் மற்றும் பராமரித்தல்
7. படிப்பகம் ஏற்படுத்துதலும் பராமரித்தலும்
8. விளையாட்டுத் திடல்கள், பூங்காக்கள், உடற்பயிற்சிக் கூடங்கள் ஏற்படுத்துதல் மற்றும் பராமரித்தல்
9. எழுத்தறிவு நிலையங்கள் திறத்தல் மற்றும் பராமரித்தல்
10. மக்களின் பாதுகாப்பு நலன், வசதி, கலாசாரம் அல்லது பொழுது போக்கிற்கான கட்டங்கள் கட்டுதல் இதர வசதிகள் செய்தல்

ஊராட்சி மன்றக் கூட்டங்கள்

கூட்டங்களுக்கிடையே உள்ள கால அளவு

கிராம ஊராட்சி அதன் அலுவலகத்தில் அலுவல்களை நடத்துவதற்கு ஒவ்வொரு மாதத்திலும் ஒரு தடவையேனும் அது ஏற்பாடு செய்யக்கூடிய நாட்களிலும் காலத்திலும் மற்ற காலங்களிலும் எவ்வெப்போது தலைவர் கூட்டம் கூட்டுகிறாரோ அவ்வப்போதும் கூட வேண்டும். எக்காரணம் கொண்டும் இரு கூட்டங்களுக்கு இடையே உள்ள காலம் 60 நாட்களுக்கு மேற்படக்கூடாது.

கூட்ட அறிவிப்பு

1. கூட்டம் நடத்தப்படப் போகும் நாள், காலம் அக்கூட்டத்தில் விவாதிக்கப் போகும் பொருள்கள் ஆகியவை பற்றிய அறிவிப்பு கூட்ட நாளுக்குக் குறைந்தது மூன்று முழு நாட்களுக்கு முன்னதாகக் கொடுக்கப்பட வேண்டும்.
2. அவசர நிமித்தம் கருதி தலைவர் இருபத்தி நான்கு மணி நேரத்திற்குக் குறையாத அறிவிப்புக் கொடுத்து விட்டுக் கூட்டத்தைக் கூட்டலாம். அவசரக் கூட்டத்திற்கான காரணம்,

இடம், தேதி, காலம் மற்றும் அங்கே நடத்தப்படவிருக்கிற அலுவல்கள் ஆகியவற்றை அதில் குறிப்பிட்டிருக்க வேண்டும்.

சிறப்புக்கூட்டம்

சட்டத்தில் உள்ள ஏற்பாடுகளுக்கிணங்க ஒரே ஒரு பொருள் பற்றிச் சிறப்பாக விவாதிப்பதற்காகக் கூட்டப்படுகின்ற சிறப்புக் கூட்டத்தில் குறிப்பிட்ட சிறப்புப் பொருள்களைத் தவிர மற்ற பொருள்கள் வைத்து முடிவு ஏதும் எடுத்தல் கூடாது.

பொருள் நிரல்

1. கூட்டத்திற்கான பொருள் நிரல் தலைவரால் தயாரிக்கப் படவேண்டும். உறுப்பினர்களும் கூட்டத்தில் விவாதிக்கும் பொருட்டு பொருள்நிரல் கொண்டு வரலாம். அதனைக் கூட்டம் நடைபெறும் நாளுக்கு ஏழு நாட்களுக்கு முன்பு தலை வருக்கு விவரங்களை அளிக்க வேண்டும். தலைவர் அதன்மீது தனது கருத்துகளுடன் கூட்ட விவாதத்தில் எடுத்துக்கொள்ள வேண்டும்.
2. தலைவர், சாதாரணக் கூட்டத்திற்கான பொருள் நிரல் தயாரிக் கும் பொழுது மற்றவற்றுடன் கீழே குறிப்பிட்ட பொருள் களையும் சேர்க்க வேண்டும்.

அ. மாதம் முடிய கிராம ஊராட்சியின் அனைத்துக் கணக்குகளில் வரவினம் மற்றும் செலவினங்கள் தெரிவிக்கும் விவர அறிக்கை

ஆ. மாதம் முடிய கிராம ஊராட்சிப் பகுதிகளில் செயல்படுத்தப்பட உள்ள அனைத்துத் திட்டங்கள், திட்டச் செயல்பாடுகள் மற்றும் பணிகளின் முன்னேற்றம்

இ. ஒவ்வொரு நிதியாண்டுக்கான கிராம ஊராட்சியின் நிர்வாக அறிக்கையினை அடுத்த ஆண்டில் மூன்று மாதத்திற்குள் வைக்க வேண்டும்.

ஈ. கிராம ஊராட்சியின் தணிக்கை அறிக்கை மற்றும் விளக்கக் குறிப்பு பெறப்பட்ட பிறகு நடைபெறும் முதல் கூட்டத்தில் வைத்தல்

உ. உயர் அதிகாரிகளின் பயண அறிக்கை மற்றும் திட்டப் பணிகளைப் பார்வையிட்ட அறிக்கை பெறப்பட்ட பின்பு நடைபெறும் முதல் கிராம ஊராட்சிக் கூட்டத்தில் வைத்தல், கிராம ஊராட்சிகளுக்கு உண்டான வளர்ச்சித் திட்டம்

3. கிராம ஊராட்சியின் நிர்வாகத்தில் உறுப்பினர்கள் திறம்பட பங்கு கொள்வதை உறுதி செய்யும் பொருட்டு மத்திய மாநில

அரசுகள், ஊரக வளர்ச்சி இயக்குநர் மற்றும் மாவட்ட ஆட்சித் தலைவர் ஆகியவர்களிடமிருந்து பெறப்படும் பல்வேறு அறிவுரைகள் மற்றும் வழிகாட்டிகளைக் கூட்ட நிகழ்ச்சி நிரலில் சேர்த்து ஊராட்சிக் கூட்டத்தில் வைக்க வேண்டும்.

கூட்ட அறிவிப்பு பொருள் நிரல் சேர்ப்பித்தல்

1. கூட்ட அறிவிப்பு மற்றும் பொருள் நிரல் கீழே குறிப்பிட்ட வரிசையிலும், முறையிலும் உறுப்பினருக்குச் சேர்ப்பித்தல் வேண்டும்.

i. கூட்ட அறிவிப்பை நேரிடையாக உறுப்பினருக்குக் கொடுத்தல் அல்லது சார்பு செய்தல்

ஆ. நேரிடையாக சார்பு செய்ய முடியாமல் போனால், குடும்பத்தில் உள்ள வயது வந்த உறுப்பினர்களிடம் கொடுத்தல் அல்லது

இ. அவ்வாறு வயது வந்த உறுப்பினர் யாரும் இல்லையென்றால் கூட்ட அறிவிப்பினை ஒப்புகை உடன் கூடிய பதிவு அஞ்சலில் அனுப்பலாம் அல்லது அவர்கள் கடைசியாகக் குடியிருந்த வீட்டில் அந்த கிராம நிர்வாக அலுவலர் முன்னிலையில் முக்கியமான இடத்தில் ஒட்டி சார்பு செய்யலாம். கூட்ட அறிவிப்பினை நிகழ்ச்சி நிரலுடன் கிராம ஊராட்சியின் ஒரு உறுப்பினருக்கு முறையாக சார்பு செய்யாவிடில் கூட்ட நடவடிக்கைகள் அனைத்தும செல்லத்தகாதகாகிவிடும்.

வேண்டுகோள் கூட்டம்

1. கிராம ஊராட்சியின் உறுப்பினர் எண்ணிக்கையில் மூன்றில் ஒரு பங்கிற்குக் குறைவில்லாத உறுப்பினர்கள் கூட்டம் நடத்த வேண்டுமென்ற கோரிக்கையினை, அதற்கான தேதி, என்ன காரணத்திற்காகக் கூட்டம் நடத்தவேண்டும் என்ற விவரங்களுடன் கிராம ஊராட்சித் தலைவருக்கு எழுத்து மூலம் வேண்டுகோள் கொடுத்தால், தலைவர் கிராம ஊராட்சிக் கூட்டத்தைக் கூட்ட வேண்டும். இத்தகைய வேண்டுகோளினை அலுவலக நேரங்களில், கிராம ஊராட்சி அலுவலகத்தில் தலைவரிடமோ அல்லது தலைவர் பொறுப்பு வகிக்கக்கூடிய நபரிடமோ கூட்டம் நடத்த வேண்டிய நாளுக்கு ஏழு முழு நாட்களுக்கு முன்னதாகக் கொடுக்க வேண்டும்.

2. தலைவர், வேண்டுகோள் கொடுத்த 48 மணி நேரத்திற்குள் கூட்டம் நடத்தக் கேட்டுக் கொண்ட நாளிலோ அல்லது மூன்று நாட்களுக்குள்ளாகவோ கூட்டத்தைக் கூட்டத் தவறினால் வேண்டுகோள் விண்ணப்பத்தில் ஒப்பமிட்ட உறுப்பினர்கள் இதர உறுப்பினர்களுக்கு அறிவிப்புக் கொடுத்துக் கூட்டத்தினைக் கூட்டலாம்.

ஊராட்சிக் கூட்டத்திற்குப் பொதுமக்கள் வருகை அனுமதி

பொதுவாகக் கிராம ஊராட்சிக் கூட்டத்திற்குப் பொதுமக்கள் வருகை தரலாம். இருப்பினும் கிராம ஊராட்சித் தலைவர், அவராகவோ அல்லது கிராம ஊராட்சியின் வேண்டுகோளின் பேரிலோ சில குறிப்பிட்ட நேரங்களில் அதற்கான காரணங்களை நடவடிக்கைக் குறிப்பில் பதிந்து பொதுமக்களோ அல்லது வேறு குறிப்பிட்ட நபர்களோ கூட்டத்தில் கலந்து கொள்ளக் கூடாதென்று உத்தரவிடலாம் அல்லது வருகையை முறைப்படுத்தலாம்.

கூட்டத்தின் வருகைப்பதிவு

உறுப்பினர்களும் தலைமை வகிக்கும் உறுப்பினரும் கூட்டத்தில் கலந்துகொள்ளும் போது அதற்கான பதிவேட்டில் கையொப்பமிட வேண்டும். கூட்டம் முடிந்தவுடன் தலைமை வகித்த உறுப்பினர், எத்தனை உறுப்பினர்கள் கூட்டத்தில் கலந்து கொண்டார்கள் என்று வருகைப் பதிவேட்டில் பதிவு செய்து கடைசியில் கையொப்பம் இட வேண்டும்.

குறைவெண் வரம்பு

1. கிராம ஊராட்சிக் கூட்டம் நடைபெறும் நேரம் முழுவதும் குறைந்தது மூன்று உறுப்பினர்களோ அல்லது கிராம ஊராட்சியில் அப்போது உள்ள மொத்த உறுப்பினர்களின் எண்ணிக்கையில் மூன்றில் ஒரு பங்கு உறுப்பினர்களோ, இவற்றில் எது அதிகமோ அந்த அளவு உறுப்பினர்கள் கூட்டத்தில் கலந்து கொள்ளவில்லை என்றால் எந்த ஒரு பொருளையும் விவாதித்து முடிவெடுக்க முடியாது.
2. கூட்டம் நடத்த குறிப்பிட்ட நேரத்திற்குப் பிறகு அரைமணி நேரத்திற்குள் தேவையான உறுப்பினர்கள் வரவில்லையென்றால், கூட்டத்திற்கு வருகை தந்துள்ள உறுப்பினர்கள் மேலும் காத்திருக்கச் சம்மதித்தால் அன்றி கூட்டம் ஒத்தி வைக்கப்படும்.
3. குறைந்த அளவு உறுப்பினர்கள் வரவில்லையென்று கூட்டம் ஒத்தி வைக்கப்பட்டால், கிராம ஊராட்சித் தலைவர் ஒத்தி வைக்கப்பட்ட கூட்டத்தினை நடத்தப் புதிய அறிவிப்பினை அனுப்ப வேண்டும்.

இதர காரணங்களுக்காகக் கூட்டத்தினை ஒத்தி வைத்தல்

1. தலைமை வகிக்கும் உறுப்பினர், கூட்டம் நடைபெறும் போது பெரும்பான்மை உறுப்பினர்களின் சம்மதத்துடன், ஒத்தி வைப்பதற்கான காரணங்களைக் கூட்ட நடவடிக்கைப் புத்தகத்தில் எழுத்து மூலம் பதிவு செய்தும் கூட்டத்தினை

ஒத்திவைக்கலாம். நியாயமான காரணங்களின் பேரில் இவ்வாறு நாள் குறிப்பிடாமல் கூட்டம் ஒத்திவைக்கப்பட்டால் கூட்டம் தொடர்ந்து நடைபெறக்கூடாது.

2. கூட்டம் நடைபெறும் போது வருகை தந்துள்ள உறுப்பினர் களில் பெரும்பான்மை உறுப்பினர்களின் சம்மதத்துடன் தலைமை வகிக்கும் உறுப்பினர் கூட்டத்தினை ஒத்தி வைத்தால் அவ்வாறு ஒத்தி வைக்கப்பட்ட தேதியில் நடைபெறும் கூட்டம் ஒத்திவைக்கப்பட்ட கூட்டத்தின் தொடர்ச்சியான கூட்டம் என்பதால் அதற்குப் புதிய அறிவிப்பு கொடுக்க வேண்டிய அவசியமில்லை.

3. தலைவர், உறுப்பினர்களின் விருப்பத்திற்கு மாறாகக் கூட்டத்தினை ஒத்திவைத்து விவாதித்துக் கொண்டிருந்த பொருளை முடிக்காமல் சென்று விடுவாரேயானால், கூட்டத்தில் இருக்கக்கூடிய உறுப்பினர்கள் சட்டப்படி கூட்டத்தைத் தொடர்ந்து நடத்தலாம். தலைவர் இல்லையெனில் துணைத் தலைவரோ, துணைத்தலைவர் இல்லையெனில், உறுப்பினர் களால் தேர்ந்தெடுக்கப்பட்ட ஒரு உறுப்பினரோ அந்தக் கூட்டத்திற்குத் தலைமை வகித்துக் கூட்ட நடவடிக்கைகளைத் தொடரலாம். கூட்ட அறிவிப்பில் கொடுக்கப்பட்ட பொருள்கள் மட்டுமே ஆலோசனைக்கு எடுத்துக் கொள்ளப்பட்டு முடிவு செய்யப்பட வேண்டும். இவ்வாறு எடுக்கப்படும் முடிவு சட்டப்படி செல்லத்தக்கதாகும்.

தீர்மானம் நிறைவேற்றுதல்

கிராம ஊராட்சிக் கூட்டத்தில் வைக்கப்படும் எந்த ஒரு பொருளையும் வருகை தந்திருக்கின்ற உறுப்பினர்களில் பெரும் பான்மையானவர்கள் கூட்டத்தில் வாக்களிப்பதின் அடிப்படையில் முடிவு செய்யலாம். சமமான வாக்குகள் இருப்பின் கூட்டத்தலைவர் இரண்டாவது வாக்கு அளித்து முடிவினை இறுதியாக்கலாம். இரண்டாவது வாக்கு அளிக்கும் அதிகாரம் துணைத்தலைவர் தேர்தல் மற்றும் குழு உறுப்பினர் தேர்தலுக்குப் பொருந்தாது. ஏதேனும் ஒரு தீர்மானம் ஏகமனதாக நிறைவேற்றப் படவில்லையென்றால், தீர்மானத்திற்கு ஆதரவாகவும் எதிராகவும் வாக்களித்த உறுப்பினர் களின் பெயர்களைக் கூட்ட நடவடிக்கைப் புத்தகத்தில் பதிவு செய்ய வேண்டும்.

தீர்மானத்தை மாற்றம் செய்தல் அல்லது ரத்து செய்தல்

எந்த ஒரு தீர்மானத்தையும் மூன்று மாதங்களுக்கிடையே மாற்றம் செய்யவோ அல்லது ரத்து செய்யவோ முடியாது. இந்தக்

காலத்திற்குள் ரத்து செய்ய வேண்டுமெனில் இதற்காகத் தனியாகக் கூட்டப்பட்ட ஒரு கூட்டத்தில் கிராம ஊராட்சியின் அப்போதுள்ள மொத்த உறுப்பினர்கள் எண்ணிக்கையில் பாதி நபர்கள் ஆதரவாக வாக்களிப்பதன் மூலம் மாற்றம் அல்லது ரத்து செய்யலாம்.

கூட்ட நடவடிக்கைகள்

ஒவ்வொரு கூட்டத்தின் கூட்ட நடவடிக்கைகளும் தயார் செய்யப்பட்டு அதற்கெனப் பராமரிக்கப்படும் புத்தகத்தில் பதிவு செய்ய வேண்டும். ஒரு பொருளின் மீது விவாதம் முடிந்தவுடன் தலைமை வகிக்கும் உறுப்பினர் கிராம ஊராட்சியின் முடிவினை அவ்வப்போது பதிவு செய்து கூட்டத்தில் இருக்கக்கூடிய உறுப்பினர்கள் அனைவருக்கும் அதனைப் படித்துக் காண்பித்துத் தீர்மானத்தின் கடைசி வரி முடிவில் கையொப்பமிட வேண்டும். கூட்டம் முடிந்தவுடன் நிறைவேற்றப்பட்ட எல்லாத் தீர்மானங்களும் படித்துக் காண்பிக்கப்பட்டது என்று கூட்ட நடவடிக்கைப் புத்தகத்தில் பதிவு செய்து அதன் பின்னரே கூட்ட நடவடிக்கைப் புத்தகத்தின் முடிவில் கையொப்பமிட வேண்டும். கூட்டத்திற்கு வருகை தந்த உறுப்பினர்களிடமும் கையொப்பம் பெற வேண்டும்.

ஆவணங்களைப் பாதுகாத்தல்

கிராம ஊராட்சியின் கூட்ட நடவடிக்கைகளும் அதற்கான ஆவணங்களும் தலைவரின் பொறுப்பில் இருக்கும். கிராம ஊராட்சி பொதுவான அல்லது தனியான உத்தரவு மூலம் நிர்ணயிக்கக்கூடிய கட்டணங்களைச் செலுத்தினால், மேற்கூறிய நடவடிக்கை மற்றும் ஆவணங்களின் நகல்களைக் கொடுக்கலாம். அவ்வாறு வழங்கப்படும் நகல்களில், இந்திய சாட்சி சட்டம் பிரிவு 76-இன் படி உண்மை நகல் என்று ஊராட்சித் தலைவர் சான்று அளிக்கலாம். இவ்வாறு சான்று அளிக்கப்பட்ட நகல்கள் இந்திய சாட்சி சட்டம் கூறு (5) பிரிவு 78-இன் படி கிராம ஊராட்சியின் நடவடிக்கைகளை நிரூபணம் செய்யப் பயன்படுத்திக் கொள்ளலாம்.

(அரசாணை (நிலை) எண் 167, ஊரக வளர்ச்சித்துறை, நாள் 9.8.99)

கிராம சபைக் கூட்டங்கள்

கூட்டம் நடைபெறும் இடம் மற்றும் நாள்

கிராம சபை ஒவ்வொரு கிராம ஊராட்சியின் எல்லைக்கு உட்பட்ட ஏதேனும் ஒரு பொது இடத்தில் கூடும், கூட்டம் அலுவலக வேலை நாட்களில் நடைபெறும் அரசாலோ அல்லது ஆய்வாளராலோ அறிவிக்கப்பட்டாலன்றி விடுமுறை நாட்களில் கூட்டம் நடத்தக்கூடாது.

கூட்ட அறிவிப்பு

கூட்டம் நடைபெறும் நேரம் மற்றும் விவாதிக்கப்படும் பொருட்கள் ஏழு முழு நாட்களுக்கு முன்னதாகக் கீழே தரப்பட்டுள்ள முறைப்படி அறிவிப்புச் செய்ய வேண்டும்.

1. கூட்டம் நடைபெறவுள்ள இடம், தேதி, நேரம் மற்றும் நிகழ்ச்சிக் குறிப்பு குறித்து, கிராம ஊராட்சியின் அனைத்துக் குடியிருப்பு களிலும் தமுக்கடிப்பதன் மூலம் அறிவிக்க வேண்டும்.
2. கிராம ஊராட்சி அலுவலகம் மற்றும் முக்கிய பொது இடங்களான பள்ளிகள், சத்துணவு மையங்கள், தொலைக்காட்சி அறைகள், கோயில்கள், மேல்நிலைத்தொட்டிகள் முதலிய இடங்களில் எழுத்து மூலமான அறிவிப்பை ஒட்டி விளம் பரப்படுத்த வேண்டும்.
3. கூட்டம் நடைபெறுவதற்கு ஏழு முழு நாட்களுக்கு முன்பு கூட்ட அறிவிப்பையும் நிகழ்ச்சிக் குறிப்பையும் ஆய்வாளருக்கு அனுப்ப வேண்டும்.

கூட்டத்திற்கு வரவேண்டிய குறைந்தபட்ச உறுப்பினர்கள் எண்ணிக்கை

கிராம ஊராட்சியில் உள்ள வாக்காளர்களின் மொத்த எண்ணிக் கையில் கீழ்க்கண்ட அட்டவணையில் கண்டவாறு

மக்கள் தொகை	குறைவெண் வரம்பு (பங்கேற்க வேண்டியவர்கள் எண்ணிக்கை)
500 வரை	50
501 - 3000	100
3001 - 10000	200
10000க்கு மேல்	300

மேற்கண்ட குறைவெண் வரம்பில் மூன்றில் ஒரு பங்கு மகளிர் இருக்க வேண்டும். ஊராட்சியின் மொத்த மக்கள் தொகையில் ஆதி திராவிடர், பழங்குடியினர் விகிதாச்சாரம் எதுவோ அதே விகிதாச்சாரம் குறைவெண் வரம்பில் இருக்க வேண்டும்.

கூட்ட ஒத்திவைப்பு

கூட்டம் கூட்டப்பட்ட நேரத்திலிருந்து அரை மணி நேரத்திற்குள் குறைந்த பட்ச உறுப்பினர்கள் வருகை தரவில்லை என்றால் கூட்டத் தலைவர் உறுப்பினர்களுக்கு அறிவிக்கும் பிறிதொரு நேரம் மற்றும் நாளுக்குக் கூட்டம் ஒத்தி வைக்கப்படும்.

நிகழ்ச்சிக் குறிப்பு

கூட்டத்திற்கான நிகழ்ச்சிக் குறிப்பு, கிராம ஊராட்சியைக் கலந்து தலைவரால் தயாரிக்கப்படும் சென்ற கிராம சபை கூட்ட முடிவுகள்

மீது எடுக்கப்பட்ட நடவடிக்கை அறிவிக்கை இதில் இடம் பெற வேண்டும்.

கூட்டத்தலைவர் கூட்டத்தில் ஒழுங்கு காத்தல்

கிராமசபைக் கூட்டத்தின் தலைவர் கூட்டத்தில் ஒழுங்கைப் பாதுகாக்கவேண்டும். கூட்டத்தில் எழுப்பப்படும் அனைத்து ஒழுங்குப் பிரச்சனைகளையும் முடிவு செய்வார். கூட்டத் தலைவர் முடிவு செய்யும் எந்தவொரு ஒழுங்குப் பிரச்சனையின் மீதும் விவாதித்தல் கூடாது. இதில் அவருடைய முடிவே இறுதியானது.

கூட்டப் பார்வையாளர்

ஆய்வாளரால் ஒவ்வொரு கிராமசபைக் கூட்டத்திற்கும் வட்டார வளர்ச்சி அலுவலர் நிலைக்குக் குறையாத ஒரு அலுவலரைப் பார் வையாளராக அனுப்பி வைப்பார். இவர் கிராமசபைக் கூட்டம் நடை பெற்று முடிந்த எழுபத்தியிரண்டு மணி நேரத்திற்குள் கூட்ட நடவடிக் கைகள் குறித்த அறிக்கையை ஆய்வாளருக்குச் சமர்ப்பிக்க வேண்டும்.

வருகைப் பதிவேடு

கூட்டத்திற்கு வரும் கிராம சபை உறுப்பினர்களின் வருகையை இதற்கெனப் பராமரிக்கப்படும் பதிவேட்டில் பதிவு செய்ய, கூட்டத் தலைவர் நடவடிக்கை எடுக்க வேண்டும்.

கூட்ட நடவடிக்கைகள்

கூட்ட நடவடிக்கைகளை உரியப் பதிவேட்டில் பதிந்து கூட்டம் முடிவதற்கு முன் கூட்டத்தில் தலைவர் படித்துப் பின் கையொப்பமிட வேண்டும். கிராமசபைக் கூட்ட நடவடிக்கைகளை அடுத்த கிராம ஊராட்சிக் கூட்டத்தில் பரிசீலனைக்கும் மேல் நடவடிக்கைக்கும் வைக்கப்பட வேண்டும்.

கூட்ட நடவடிக்கைகளைச் சமர்ப்பித்தல்

கிராம ஊராட்சித் தலைவரானவர் கிராமசபைக் கூட்டம் முடிவுற்ற மூன்று தினங்களுக்குள் கூட்ட நடவடிக்கைகளின் நகலை, ஆய்வாளருக்குச் சமர்ப்பிக்க வேண்டும்.

(அரசாணை (நிலை) எண், 150. ஊரக வளர்ச்சி (சி1) துறை நாள் 17798)

கிராமசபைக் கூட்டம் நடத்துதல்

ஜனவரி 26, மே 1, ஆகஸ்ட் 15, அக்டோபர் 2

கிராம சபையின் பொறுப்புகள்

1994 ஆம் ஆண்டு தமிழ்நாடு ஊராட்சிகள் சட்டம் பிரிவு 3 உட்பிரிவு (3) கூறு (ஆ) யின் படி வழங்கப்பட்ட அதிகாரங்களின்

கீழ் தமிழ்நாடு ஆளுநர் அவர்களால் கிராமசபைக்கு மேலும் கீழ்க்கண்ட பொறுப்புகள் ஒப்படைக்கப்படுகிறது.

1. கிராம ஊராட்சிகளால் தேர்வு செய்யப்பட்ட பயனாளிகள் சமுதாயத்திற்கு உபயோகமான சொத்துக்கள் உருவாக்கப்பட உள்ள இடங்களைத் தேர்வு செய்தல் மற்றும் சமுதாய வசதிகளை ஏற்படுத்த ஒப்புதல் அளித்தல்.
2. கிராம ஊராட்சியால் கடந்த ஆண்டு செயல்படுத்தி முடிக்கப் பட்ட பணிகளை ஆய்வு செய்தல் மற்றும் நடப்பு ஆண்டில் கிராம ஊராட்சி அரசுத்துறைகள் மற்றும் முகமைகளால் எடுத்துக் கொள்ளப்பட்ட பணிகளைப் பரிசீலனை செய்தல்.
3. கிராம ஊராட்சியில் பல்வேறு சமூகப் பிரிவைச் சேர்ந்த சமுதாய மக்களிடையே சமூக நல்லிணக்கத்தை ஏற்படுத்தி ஊக்கு வித்தல்
4. சமுதாய நலம் மற்றும் வளர்ச்சித் திட்டங்களுக்காகச் சமுதாய மே முன்வந்து பணமாகவோ அல்லது பொருளாகவோ அல்லது உழைப்பாகவோ அளிப்பதற்கு மக்களை ஒன்றுதிரட்டி ஊக்குவித்தல்.
5. கிராம ஊராட்சியின் ஆண்டு வரவு-செலவுத் திட்டம் மற்றும் தணிக்கை அறிக்கையைப் பரிசீலனை செய்தல்

(அரசு ஆணை (நிலை) எண், 152, ஊரக வளர்ச்சி (சி1) துறை நாள் 20.7.1998)

ஊராட்சியின் நிதிகள் மற்றும் கணக்குகள் பராமரித்தல்

அரசு ஆணை எண்.1476, ஊரக வளர்ச்சி மற்றும் பஞ்சாயத்துராஜ் துறை (சி 4) நாள் 17.08.2007-ன் படி ஒவ்வொரு ஊராட்சியும் பின் குறிப்பிட்டுள்ள 4 கணக்குகளைப் பராமரிக்க வேண்டும்.

1. ஊராட்சி நிதிக்கணக்கு
2. ஊராட்சி மின்வாரியம்/குடிநீர் வாரிய பணம் செலுத்துவதற் கான கணக்கு
3. ஊராட்சி திட்டக்கணக்கு
4. ஊராட்சி வேலை உறுதி அளிப்பு திட்டக் கணக்கு

மேற்குறிப்பிட்ட 4 கணக்குகளைக் கீழே குறிப்பிடப்பட்ட வங்கியில் முன்னுரிமை அடிப்படையில் உள்ளூரிலோ அல்லது அருகிலுள்ள வங்கிக் கிளையிலோ துவக்க வேண்டும்.

1. ஏதாவது ஒரு கூட்டுறவு வங்கி
2. மண்டல ஊரக வங்கிக் கிளை
3. அஞ்சலக சேமிப்பு வங்கி

4. தேசியமயமாக்கப்பட்ட வங்கி

ஒவ்வொரு கணக்கிற்கும் ஊராட்சியின் பெயரில் தனித்தனியாக வங்கி கைச்சாற்று புத்தகம் பராமரிக்கப்பட வேண்டும். ஒவ்வொரு கணக்கிற்கும் தனித்தனியாகப் பணக்குறிப்பேடு பேணப்பட வேண்டும். ஊராட்சித்தலைவர் மற்றும் துணைத்தலைவர் இருவரும் கையொப் பமிட்டுக் காசோலை பராமரிக்கப்பட வேண்டும். தலைவருக்கும் துணைத்தலைவருக்கும் சுமுகமான உறவு ஏற்படவில்லை என்றால் மன்றத்தின் மூலமாக உறுப்பினர் ஒருவரைத் துணைத்தலைவருக்கு பதிலாகக் கையொப்பம் பெற்று வங்கிக் கணக்கினை இயக்க வேண்டும். இதற்கு ஊராட்சி ஆய்வாளரின் (மாவட்ட ஆட்சியர்) அனுமதி பெற வேண்டும்.

ஊராட்சிகளின் வருவாய் இனங்கள்

தமிழ்நாடு ஊராட்சி சட்டம் 1994-இன் படி ஊராட்சி நிதிக்குரிய வரவினங்கள் பின்வருமாறு:

அ) வரியினங்கள்

1. வீட்டுவரி
2. தொழில்வரி(அத்தியாயம் 9ஏ 1994 ஊராட்சி சட்டத்தின் படி)
3. ஊராட்சியால் விதித்து வசூலிக்கப்படும் இதர வரிகள்
4. வேளாண்மை நிலங்களின் மீது விதிக்கப்படும் வரி

ஆ) கட்டணங்கள் மற்றும் அபராதங்கள்

1. அபாயகரமானதும் மற்றும் அருவருக்கத்தக்க தொழில் உரிமக்கட்டணம்
2. கட்டட உரிமக்கட்டணம்
3. பேருந்து நிலையம் மற்றும் வண்டி நிலையக் கட்டணங்கள்
4. தனியார் கழிவறை மற்றும் கழிவு நீர்த்தொட்டி சுத்திகரிப்புக் கட்டணம்
5. ஊராட்சிச் சந்தைக; கட்டணம்
6. ஆக்கிரமிப்புக் கட்டணம்
7. தமிழ்நாடு பொதுநல இடச்சட்டம் 1888-ன் படி விதிக்கப்படும் உரிமக் கட்டணம்
8. பொதுமக்கள் தங்குமிடக் கட்டணம்
9. பொதுக்கழிப்பறைக் கட்டணம்
10. தண்டத் தொகை மற்றும் அபராதத் தொகை

11. ஊராட்சியால் வசூலிக்கப்படும் இதரக் கட்டணங்கள்
12. நாய்கள் மற்றும் பன்றிகள் உரிமம்

இ) ஒதுக்கப்பட்ட வரவுகள்

1. சொத்துடைமை மாற்றத்தின் மீதான மிகு வரியில் பங்கு
2. கேளிக்கை வரியில் பங்கு
3. சிறு கனிமங்கள் உரிமக் கட்டணம்
4. நீதிமன்ற அபராதத் தொகைகள்
5. அரசால் அவ்வப்போது ஊராட்சிக்கு வழங்கப்பெறும் பொறுப்புரிமை மாற்ற மான்யம்

ஈ) மான்யம்

1. மாநில நிதிக்குழு மான்யம்
2. மத்திய நிதிக்குழு மான்யம்
3. அரசால் அவ்வப்போது ஊராட்சிக்கு அனுமதிக்கப்படும் மான்யங்கள்

உ) பலவகை வரவினங்கள்

1. 2சி பட்டா வரி
2. மீன்பாசி குத்தகை
3. சாலையோர மரங்கள், தோப்புகள் மற்றும் சமூகக் காடுகள் வளர்ப்பு மூலம் வரவினங்கள்
4. திருவிழா, கண்காட்சி வரவினங்கள்
5. ஊராட்சிக்குச் சொந்தமான கடைகள், கட்டடங்கள், தங்குமிடங்கள், சமுதாயக்கூடம், திருமண மண்டபம், வர்த்தகக் கட்டடங்களின் வரவினங்கள்
6. ஊராட்சிக் கட்டுப்பாட்டில் உள்ள தோணித்துறை வருமானம்
7. காலங்கடந்த வைப்புத்தொகை
8. முதலீடுவட்டி
9. பங்குத்தொகை மற்றும் நன்கொடைகள்
10. கருவிகள் மற்றும் பயனற்ற தளவாட சாமான்கள் வாடகை மற்றும் ஏல வரவு
11. பொதுச் சுகாதாரம் - உரங்கள் விற்பனை வரவு
12. கடன்கள், முன்பணங்கள் வரவு
13. சட்டத்தின்படி பெறப்பட வேண்டிய அபராதத் தொகைகள்

14. ஈமச்சடங்கு மான்யம் (செலவினம் திரும்பப் பெறுதல்)
15. வைப்புத்தொகைகள்
16. உதவித்தொகைகள்
1. குடி மராமத்துக் கட்டணம்

வரவு செலவுத் திட்ட மதிப்பீடு

தமிழ்நாடு ஊராட்சிகள் சட்டம் 1994 பிரிவு 192 மற்றும் அரசாணை (நிலை எண் 223 ஊரக வளர்ச்சித் துறை நாள் 20.10.99) இன் படி ஊராட்சி நிர்வாக அலுவலர் ஒவ்வொரு ஆண்டும் டிசம்பர் 31ஆம் தேதிக்குள் வரும் நிதி ஆண்டுக்குரிய வரவு - செலவு குறித்த உத்தேச வரவு - செலவுத் திட்ட மதிப்பீட்டை ஊராட்சி படிவம் 31-இல் தயாரித்து ஜனவரி 31ஆம் தேதிக்குள் துணை வட்டார வளர்ச்சி அலுவலர் (ஊராட்சிகள்) அவர்களுக்கு அனுப்பித் துணை வட்டார வளர்ச்சி அலுவலர், பிப்ரவரி 28 தேதிக்குள் ஒப்புதல் அளிக்க வேண்டும்.

வரியினங்கள்

வீட்டுவரி வரிவிதிப்பு

ஊராட்சிகளின் வருவாய் ஈட்டல் வரிகளில் மிகவும் முதன்மை யானது வீட்டுவரி ஆகும். ஊராட்சி மன்றத்தின் தீர்மானத்தின் படி தற்போது உள்ள வரிவிதிப்பு முறை தொடரலாம் அல்லது தமிழ்நாடு ஊராட்சிகள் சட்டம் 1994, பிரிவு 172இன் படி வீடுகளின் வகைப் பாடுகளுக்கு ஏற்ப (சிமெண்டு, கூரை, ஓடு மற்றும் கீற்றுக்கூரை முதலியன) பின்குறிப்பிட்டுள்ள வீதத்தில் அனைத்து வீடுகளுக்கும் கட்டடப்பரப்பு அடிப்படையில் அரையாண்டு/ ஆண்டுக்கு வரி கணக்கிட்டு விதிக்கப்பட வேண்டும்.

இவ்வாறு வரி விதிக்கப்படுகையில் ஆய்வாளரின் (மாவட்ட ஆட்சித் தலைவர்) முன்னனுமதி பெறாமல் வரி மதிப்பீடு செய்யப்பட்ட ஆண்டில் அதனைத் திருத்தவோ மாற்றவோ முடியாது. முன் அனுமதி தேவையில்லை. ஆனால், வரிவிதிப்பு உயர்த்தப்படும் நேர்வில் ஆய்வாளரின் முன்னனுமதி தேவையில்லை.

1. ஒரு கட்டடம் பகுதி காங்கிரீட் கட்டடமாகவும் பகுதி ஓடு அல்லது கூரை வீடாக இருந்தால் ஒவ்வொரு இனத்திற்கும் தனித்தனியே உள்ள விகிதத்திற்கு வரி விதிக்க வேண்டும்.
2. ஆனால் 18.58 சதுர மீட்டருக்குக் கட்டடப் பரப்பு உள்ள காங்கிரீட் பரப்பு ஓடு மற்றும் கூரைப் பரப்பு உள்ள ஒரே கட்டடத்திற்கு ஒட்டுமொத்த வாரியாக ஒரு அரையாண்டுக்கு ரூ.20 வரி விதிக்கலாம்.

அரசாணை நிலை எண், 255 ஊரக வளர்ச்சித் துறை, நாள் 13.12.2000

அட்டவணை - 1 பிரிவு 172(1) காண்க

வ.எண்	கட்டட வகைப்பாடு	கட்டட அடிப்பரப்பு	அரையாண்டு வரி விதிப்புக்கு		ஆண்டுக்கு வரி விதிக்கப்பட்டால்	
			குறைந்த பட்சம்	அதிக பட்சம்	குறைந்த பட்சம்	அதிக பட்சம்
1.	கான்கிரீட் வீடுகள் மற்றும் மாடி வீடுகள்	ஒவ்வொரு 9.29 சதுர டெசி மீட்டருக்கு	0.25	0..50	0.50	1.00
2.	ஓட்டு வீடுகள்	ஒவ்வொரு 9.29 சதுர டெசி மீட்டருக்கு	0.15	0.30	0.30	0.60
3.	கூரைவீடுகள் 20	ஒவ்வொரு 9.29 சதுர மீட்டர் அதற்கு மேலும் சதுர டெசி மீட்டருக்கு	0.10	0.20	0.20	0.40
4.	கூரை வீடுகள் 20	ஒவ்வொரு 9.29 சதுர சதுரமீட்டர் கீழ் டெசி மீட்டர் மற்றும் அதன் பகுதிக்கும்	0.20	0.50	0.40	1.00

3. *கட்டடங்களின் தன்மைக்கு ஏற்ப பின் குறிப்பிட்டுள்ள வாறு வீட்டுவரியின் மீது (சர்சார்ஜ்) கூடுதல் வரி விதிக்கவேண்டும்.*

வ.எண்	கட்டட வகைப்பாடு	சர்சார்ஜ்
1.	குடியிருப்புக் கட்டடம்	இல்லை
2.	கட்டடம் சிறிய வியாபார நிறுவனம் உள்ள இடமாக இருந்தால்	20ரூ
3.	பெரிய வியாபார நிறுவனம், தொழிற்சாலை, திரையரங்குகள், தங்கும் விடுதி	60ரூ

4. *ஒரு கட்டடத்தின் பகுதி குடியிருப்பாகவும் மறுபகுதி வியாபார நோக்கத்திற்காகவும் இருந்தால் அந்தந்த வகைப்பாட்டிற்குத் தக்கவாறு சர்சார்ஜ் விதிக்க வேண்டும்.*

(ஊராட்சி சட்டம் 1994 பிரிவு 172(1) அட்டவணை 1-ன் படி)

தொழில்வரி

(தொழில், வர்த்தகம், அமைப்புகள் மற்றும் பணிகள் ஆகியவற்றின் மீதான வரிவிதிப்பு)

வ.எண்	அரையாண்டு வருமானம்	விதிக்கப்படவேண்டிய தொழில்வரி (ரூபாயில்)
1.	ரூ.21000 வரையில்	இல்லை
2.	ரூ.21001 முதல் 30000 வரையில்	75
3.	ரூ.31001 முதல் 45000 வரையில்	187.50
4.	ரூ.45001 முதல் 60000 வரையில்	375
5.	ரூ.60001 முதல் 75000 வரையில்	572.50
6.	ரூ.75001 க்கு மேல்	750

(அரசு ஆணை (நிலை) எண் 9, ஊரக வளர்ச்சி (சி2) நாள் 18.1.1999)

1. *மாத ஊதியம் பெறும் மைய, மாநில அரசு அலுவலர்கள், பொது, தனியார் துறைகள், நிறுவனங்கள் மற்றும் அரசு சார்ந்த நிறுவனங்களின் அலுவலர்கள் ஆகியோரின் ஊதியத்திலிருந்து அரையாண்டுக்கு ஒருமுறை ஊராட்சியால்*

வரையறுக்கப்பட்ட விகிதத்தில் தொழில்வரியைப் பணம் பெற்றுத் தரும் அலுவலர்கள் பிடித்தம் செய்து ஊராட்சிக்குச் செலுத்த வேண்டும். இவ்வரி ஆண்டுதோறும் ஆகஸ்ட் மற்றும் ஜனவரி மாத ஊதியத்தில் பிடித்தம் செய்து முறையே செப்டம்பர் 15ஆம் நாளுக்குள் ஊராட்சிக்குச் செலுத்தப்பட வேண்டும்.

2. இதே போன்று வணிகம் மற்றும் பிற தொழில் செய்வோர் அரையாண்டு வருமானம் ரூ.21000 அதற்கு மேல் இருப்பின், ஊராட்சியால் வரையறுக்கப்பட்ட விகிதத்தில் வரி கணக்கிட்டுத் தண்டல் செய்யப்படவேண்டும்.

3. 1992 ஆம் ஆண்டு தொழில், வர்த்தகம் அமைப்புகள் மற்றும் பணிகள் சட்டத்தின்படி தொழில் வர்த்தகம் சார்ந்த அமைப்புகள் படிவம் 1இல் கண்டுள்ள விவரங்களுடன் செயல் அலுவலரிடம் ஆவணங்கள் சமர்ப்பிக்கப்பட வேண்டும். ஆவணங்களின் அடிப்படையில் தொழில் வரி விதிக்க வேண்டும்.

4. ஊராட்சி எல்லைக்குள் அமைந்துள்ள ஆயுள் காப்பீட்டுக் கிளை நிறுவனங்கள் மீது தொழில்வரி விதிக்கப்பட வேண்டும். (அரசாணை எண் (நிலை) 933 உள்ளாட்சித்துறை நாள் 28.05.1960).

5. தொழிலாளர் ஈட்டுறுதிக்கழக (ESI) நிறுவனத்திற்கும் தொழில்வரி விதிக்கப்பட வேண்டும். (அரசுக் குறிப்பாணை எண் . 51269/எப்.- 164 ஊரக வளர்ச்சித் துறை நாள் 7.12.1974).

6. மின்சார வாரியத்தின் அலகு அலுவலகம் ஊராட்சி எல்லைக்குள் அமைந்திருப்பின் மின்சார வாரியத்திற்குத் தொழில்வரி விதிக்கப்பட வேண்டும். (அரசாணை நிலை எண்.226 ஊரக வளர்ச்சித் துறை நாள் 13.05.1970).

7. வங்கிகளுக்குத் தொழில்வரி விதிக்கப்பட வேண்டும் (அரசாணை எண்.226 ஊரக வளர்ச்சி மற்றும் உள்ளாட்சித் துறை நாள் 13.05.1970).

8. பாரத ஸ்டேட் வங்கியின் மீது தொழில்வரி விதிக்கப்பட வேண்டும். (அரசுக் குறிப்பாணை எண்.30029/சி2/73-11 ஊரக வளர்ச்சி மற்றும் உள்ளாட்சித் துறை நாள் 8.7.1974).

9. இந்திய உணவுக்கழகம் செயல்படுத்தும் தானியம் உலர்த்தல் இயந்திரப் பணிக்குத் தொழில்வரி விதிக்கப்பட வேண்டும். (அரசுக் குறிப்பாணை எண்.30029/சி2/73-11 ஊரக வளர்ச்சி மற்றும் உள்ளாட்சித் துறை நாள் 8.7.1974).

விளம்பர வரி

1. எந்த ஒரு திரையிலும், பலகையிலும், சுவரிலும் அல்லது தனியார் அல்லது பொதுக்கூட்டத்தின் நிலத்தின் மீது நிறுவப்படும் விளம்பரத்தட்டி அல்லது கட்டுமான அமைப்பு அல்லது தாங்குதுனூண் முழுவதுமாகவோ அல்லது பகுதியாக-வோ தனியார் அல்லது பொது நிலம், கட்டத்தின் முழுவதுமாக அல்லது பகுதியாகத் தெரியும் செய்தி விளம்பரம் எனப்படும். இதில் செய்தித்தாள்கள், வானொலி, தொலைக்காட்சி மூலம் வரும் செய்திகள் சேராது.
2. பொது மக்கள் முழுமையாக அல்லது பகுதியாகத் தெரிந்து கொள்ளுமாறு விளம்பரப்படுத்தும் நோக்குடன் செய்திப் பலகை தனியார், பொதுநிலத்தில் அல்லது சுவரில், கட்டடத்தின் கட்டுமானத்தில் வைக்கப்பட்ட திரைச்சட்டம் அல்லது தட்டி ஆகியவை விளம்பரப்பலகை ஆகும்.
3. மேற்படி விளம்பரங்கள், விளம்பரப் பலகைகள் நிறுவிட ஓராண்டுக்கு ஒரு முறை விளம்பர வரி ஊராட்சிக்குச் செலுத்தப்பட வேண்டும்.

உரிய படிவத்தில் மாவட்ட ஆட்சியருக்கு மனுச் செய்தால் தற்காலிக அனுமதி 3 மாதங்களுக்கு வழங்கப்படும்; பின்னர் முறையான ஆய்வு மேற்கொண்டு 3 ஆண்டு காலத்திற்கு அனுமதி வழங்கப்படும்.உரிமம் புதுப்பிப்பதற்கான விண்ணப்பம் உரிமக்காலம் காலாவதி ஆவதற்கு இரண்டு மாதத்திற்கு முன்பு கட்டணத் தொகையுடன் உரிய படிவத்தில் மாவட்ட ஆட்சித் தலைவருக்கு அனுப்ப வேண்டும்.

விளம்பர வரி மூலமாகக் கிடைக்கும் வருவாயை மாவட்ட ஆட்சித் தலைவர் கிராம ஊராட்சிக்கு ஆண்டுக்கு ஒரு முறை செலுத்துவார் (அரசு ஆணை எண் 41 நாள் 18-05-2009 ஊரக வளர்ச்சி மற்றும் பஞ்சாயத்து ராஜ்துறை)

தற்போது விதிக்கப்படும் தொழில்வரி விவரம் பின்வருமாறு:

வ.எண்	பகுதி	குறைந்த அளவு ரூ.(11 ச.மீ)	அதிக அளவு 1(ரூ)
1.	மாநகராட்சிப் பகுதியிலிருந்து 30 கி.மீ. சுற்றளவுக்குள் அமைந்துள்ள ஊராட்சிப் பகுதி	30	500
2.	நகராட்சிப் பகுதியிலிருந்து 10 கி.மீ. சுற்றளவுக்குள் அமைந்துள்ள ஊராட்சிப் பகுதி	20	500
3.	இதர ஊராட்சிப் பகுதிகள்	10	500

அபாயகரமானதும் அருவருக்கத்தக்கதுமான தொழில் உரிமக் கட்டணம்

(பிரிவு 159 (4) தமிழ் நாடு ஊராட்சிகள் சட்டம் 1994 ஊராட்சி எல்லைக்குள் நடத்தப்படும் அனைத்து அபாயகரமானதும் அருவருக்கத்தக்கதுமான தொழில்களுக்குரிய கட்டணங்கள் ஊராட்சியில் அறிவிக்கப்பட்ட கட்டணங்களின் அடிப்படையில் வசூலிக்கப்பட வேண்டும்.

கட்டடங்கள் மற்றும் வீட்டுமனைப் பிரிவுகளுக்கு அனுமதி வழங்கும் கட்டணம்

அரசாணை (நிலை) எண் 255 ஊரக வளர்ச்சித் (சி2) துறை நாள் 18.8.1997இல் வெளியிடப்பட்ட விதிகளின் படி வீட்டுமனைப் பிரிவுகள் மற்றும் கட்டடங்கள் கட்டுவதற்குரிய விண்ணப்பம் செயல் அலுவலரால் அனுமதிக்க உரிய கட்டணம் வசூலிக்கவேண்டும்.

மேற்கண்ட அரசாணையில் வெளியிடப்பட்ட பிரிவு எண்.35-இன் படி கிராம ஊராட்சிகளால் வசூலிக்கப்படும் குறைந்தபட்ச மற்றும் அதிகபட்சம் உரிமத்தொகை, அருகிலுள்ள நகராட்சிகளிலிருந்து பெற்று சம்பந்தப்பட்ட ஊராட்சிக்கு, ஊராட்சிகள் ஆய்வாளரால் தெரிவிக்கப்பட வேண்டும். கிராம ஊராட்சியினால் நிர்ணயிக்கப்பட்ட உரிமத்தொகை அண்மையிலுள்ள நகராட்சியின் நடப்பு உரிமத்தொகைகளுக்கு மிகாதென்று உறுதி செய்தல் வேண்டும்.

வ. எண்	பகுதி	கட்டட விவரம்	உயர்ந்த பட்ச கட்டணம் ஒவ்வொரு ச.மீக்கும்‘	குறைந்த கட்டணம்
1.	கட்டட வரைபட அனுமதி	1. கட்டடப் பகுதி	ரூ.100 அல்லது அதன் மடங்காக	ரூ.5 அல்லது அதன் மடங்கள்
		2. கிணறு அமைக்க	ரூ.100	மடங்காக ரூ.25
		3. வெளிப்புறச்சுவர்	ரூ.100 (மொத்தமாக)	ரூ.25 (மொத்தமாக)
		4. ஆய்வுத்தொகை	ரூ.50	ரூ.25
		5. மனை வரைபடம் மூன்று பிரதிகளுக்கு மேல்’	ரூ.10 (கூடுதல் பிரதிக்கு)	ரூ.5 (கூடுதல் பிரதிக்கு)
2.	மனைப்பிரிவு அனுமதி		ஒரு ஏக்கருக்கு ரூ.1000	ஒரு ஏக்கருக்கு ரூ.500

செலவினங்கள்

பொது: கிராம ஊராட்சியில் உள்ள நிதியிலிருந்து செலவழிப் பதற்காகத் தயார் செய்யப்படும் பட்டியல்களில் நிர்வாக அலுவலர் அல்லது அரசால் சம்பந்தப்பட்ட திட்டம் அல்லது நிதியிலிருந்து வழங்க அதிகாரம் பெற்ற நபராவது பட்டியல்களை அங்கீகரித்த பிறகுதான் ஊராட்சி நிதியிலிருந்து பணம் வழங்கவேண்டும்.

தனது காசோலை மூலம்தொகை பெறுவது

ஊராட்சியால் தயாரிக்கப்படும் செலவுச் சீட்டுகள் மற்றும் பட்டியல்களின் அடிப்படையில் அரசால் அவ்வப்போது வழங்கப்பெறும் வழிமுறைகளின் படி கோடிட்ட கணக்கு பெறும் காசோலை மூலமாகத் தொகை யாருக்கு வழங்க வேண்டுமோ அவருக்குக் கொடுக்க வேண்டும்.

கிராம ஊராட்சியில் செயல் அலுவலர் பின் குறிப்பிட்டுள்ள இனங்களுக்கு மட்டும் தனது காசோலை மூலம் தொகை பெறலாம்.

அ) கிராம ஊராட்சிப் பணியாளர்கள் ஊதியம்

ஆ) கிராம ஊராட்சியின் நிர்வாக அலுவலர் உறுப்பினர்கள் மற்றும் பணியாளர்களுக்கு பயணப்படி வழங்குவதற்கு

இ) அலுவலக சில்லறை செலவினம்

(ஈ) பணியாளர்களுக்குப் பண்டிகை முன்பணம்

செயல் அலுவலர் அவ்வப்போது ஏற்படும் இடைநிலை செலவுக்காகத் தனது காசோலை மூலம் ரூ.500 முன்பணமாக எடுக்கலாம். இத்தொகையின் முன்பதிவேட்டில் (ஊராட்சிப் படிவம் 12இல்) பதிவு செய்து அத்தொகை ஈடு செய்தலைக் கண்காணிக்க வேண்டும். ஏற்கனவே பெற்ற முன்பணம் நிலுவையில் உள்ளபோது இரண்டாவதாக ரூ.500 எடுத்தல் கூடாது.

ஊராட்சி உதவியாளர்

1.9.2006 -லிருந்து ஊராட்சியில் பணிபுரியும் முழுநேர உதவியாளர்கள், ஊராட்சி உதவியாளர்கள் நிலை I என்று அழைக்கப்பட்டு அவர்களது ஊதியம் ரூ.1300- 20 - 1500-25-200 என்ற காலமுறை ஊதியத்தில் நிர்ணயக்கப்பட்டது. பகுதி நேர எழுத்தர்கள் முழுநேர ஊராட்சி உதவியாளர்கள் நிலை 2 என்று பெயரிடப்பட்டு ரூ. 625-10-725-20-925 என்ற காலமுறை ஊதியத்தில் நியமிக்கப்பட்டனர்.

தற்போது அரசு ஆணை (நிலை) எண் 91 ஊரக வளர்ச்சி மற்றும் ஊராட்சித்துறைதான் 12-8-2009-ல் மேற்குறித்த இரண்டு

பணியிடங்களையும் ஒரே நிலையாக்கி உதவியாளர் என பெயரில் சிறப்பு காலமுறை ஊதியமாக ரூ.2500 - 5000 + ரூ. 500 தர ஊதியத்துடன் வழங்க ஆனையிடப்பட்டது. அதன் பின்னர் அரசு ஆனை எண் 52 ல் உதவியாளர் என்ற பெயரை "ஊராட்சி செயலர்" என மாற்றி ஆனையிடப்பட்டது. அத்துடன் ரூ.500/- மாதாந்திர சிறப்பு படியாகவும் வழங்க ஆனையிடப்பட்டது. மேலும் ரூ.300 மாதாந்திர நிரந்தர பயணப்படியாகவும் வழங்கப்படுகிறது (அரசு ஆனை எண் 70 நாள் 7-8-2012)

1. குறைந்த பட்சம் ப்ளஸ் 2 அல்லது அதற்கு இணையான கல்வித்தகுதி.
2. அந்த ஊராட்சியில் வசிப்பவராக இருக்க வேண்டும்.
3. இந்தப் பணியாளருக்கு ஓய்வூதியம். தேர்வு நிலை, சிறப்பு நிலை, வாரிசுகளுக்குப் பணி, ஈட்டிய விடுப்பு காசாக்குதல் போன்ற சலுகைகள் கிடையாது.

வயது வரம்பு

ஆதிராவிடர், பிற்படுத்தப்பட்டோர், மற்றும் பழங்குடியினர்	- 33
இதர வகுப்பினர்	- 28

(ஜூன் முதல் தேதியன்று)

(அரசாணை எண் 75 வா.வ.து.நாள் 05.12.2006)

கிராம ஊராட்சியின் எந்த ஒரு பணியாளரையும் இதர கிராம ஊராட்சிக்கு அல்லது ஊராட்சி ஒன்றியத்திற்கு மாற்றம் செய்யும் அதிகாரம் ஊராட்சி ஆய்வாளரைச் சேர்ந்ததாகும் (விதி 104).

புதிய பணி நியமனம் செய்தல் கூடாது

அரசாணையில் அனுமதிக்கப்பட்டிருந்தால் தவிர, எந்த வகைக்காகவும், பணியாளர்களையும் அதாவது பகுதி நேர என்.எம்.ஆர்/முழு நேர/தற்காலிகப் பணியாளர்களைப் புதியதாக நியமனம் செய்தல் கூடாது.

துப்புரவுப் பணியாளர்கள்

ஊராட்சியில் துப்புரவுப் பணியாளர்கள் தினக்கூலி அடிப்படையில் அல்லது தொகுப்பூதியத்தில் பணியாற்றிவந்தனர். அரசு ஆணை நிலை எண் 385 நிதித்துறை நாள் 1-10-2010ன் படி குறைந்தபட்சம் 3 ஆண்டுகள் பணிமுடிந்த துப்புரவுப் பணியாளர்களுக்கு ரூ.1300-3000 + 300 தர ஊதியம் கொண்ட சிறப்பு காலமுறை ஊதியம் (Special Time Scale of Pay) நிர்ணயித்து ஆனையிடப்பட்டது.

அரசு ஆணை எண் 129 நாள் 11-9-2014ல் ஊராட்சிகளில் போதிய அளவு தூப்புரவுப் பணியாளர்கள் இயலாத நிலையை கருதினில் கொண்டு, மக்கள் தொகை 3000க்கும் கீழ் உள்ள 8459 கிராம ஊராட்சிக்கு கூடுதலாக ஒன்று விதமும், 3001 முதல் 10000 வரை உள்ள 3908 கிராமஊராட்சிக்கு கூடுதலாக 2 வீதமும், 10000க்கு மேற்பட்ட மக்கள் தொகை கொண்ட 147 ஊராட்சிக்கு கூடுதலாக 3 வீதமும், ஆக மொத்தம் 18725 துப்புரவுப் பணியிடங்கள் ஏற்படுத்தப்பட்டன. இவர்களுக்கு தொகுப்பூதியமாக 4 (அரையாண்டு / ரூபாயும், அகவிலைப்படியாக பணியிடங்களில் நியமனம் செய்யப்பட வேண்டியவர்களின் பணிநிபந்தனைகள், வயது வரம்பு முன்னுரிமை ஆகியவை 14-9-2013ல் வெயிடப்பட்டுள்ளது.

மேல்நிலை நீர் தேக்கத் தொட்டி, விசைப்பம்பு இயக்குனர்கள்

மேல் நிலை நீர்த் தேக்க தொட்டி இயக்கும் பகுதிநேரப் பணியாளர்களுக்கு 2011 வரை ரூ.1150 தொகுக்கப்பட்டு வந்தது. இவர்களது நீண்டகால கோரிக்கை ஏற்று 1-1-2011 முதல் தொகுப்பூதியம் மாதம் ரூ.2000 வழங்கப்படுகிறது. (அரசு ஆனை எண் 15 ஊ.வ. துறை நாள் 7-2-2011) மின் மோட்டார் இயக்குவதற்கு சிறப்பு படியாக மாதம் 200 ரூபாய் வழங்கப்படும். கூடுதலாக இயக்கப்படும் ஒவ்வொரு மேல் நிலை நீர்த்தேக்கத் தொட்டிக்கும் ஏற்கனவே வழங்கப்படும் ரூ.250 மட்டும் தொடர்ந்து வழங்கப்படும் (அரசு ஆணை எண் 71 நாள் 7-8-2012)

மதிப்பூதியம் வழங்குதல்

தற்போதுள்ள அரசு ஆணைகளின் படி கிராம ஊராட்சியில் பணிபுரியும் பணியாளர்களுக்கு, வழங்கப்பட வேண்டிய மதிப்பூதியம் பின்வருமாறு:

வானொலி தொலைக்காட்சிப் பெட்டி இயக்குபவர்

வானொலி தொலைக்காட்சிப் பெட்டிகளை இயக்கும் பணியைக் கிராம ஊராட்சிகளில் உள்ளூரில் உள்ள தன்னார்வத் தொண்டர்கள், மகளிர் மன்றங்கள் மற்றும் மேல்நிலை நீர்த்தேக்கத் தொட்டி இயக்குபவர்கள் மூலம் செய்ய வேண்டும் என்றும் இதற்கெனப் பணியாளர்களைத் தனியாக நியமனம் செய்வதோ செலவினம் ஏதும் மேற்கொள்வதோ கூடாது என்றும் அரசு ஆணையிட்டுள்ளது. மேலும் அதனை செயல்படுத்துதல், கண்காணித்தல், சம்பந்தப்பட்ட கிராம ஊராட்சித் தலைவரின் பொறுப்பு என்றும் நிர்ணயிக்கப்பட்டுள்ளது.

(அரசாணை நிலை எண் 125, ஊ.வ.துறை. திட்டமிடுதல் (3) நாள்.16.5.2000)

இரண்டு அல்லது அதற்கு மேற்பட்ட ஊராட்சிக்குப் பொதுவான உதவியாளர் நியமனம்

தமிழ்நாடு ஊராட்சி சட்டம் 1994(21/1994) இன் படி இரண்டு அல்லது அதற்கு மேற்பட்ட கிராம ஊராட்சிகளுக்கு ஒரே அலுவலரை அல்லது பணியாளரை ஊராட்சி ஆய்வாளர் (மாவட்ட ஆட்சியாளர்) நியமிக்கலாம். சம்பந்தப்பட்ட ஊராட்சிகளில் தலைவர்கள் பொதுவான பணியாளருக்குரிய ஊதியங்களை ஆய்வாளர் விதிக்கக்கூடிய விகிதாசாரத்தின் அடிப்படையில் வழங்கலாம்.

அகவிலைப்படி ஆணை பொருந்தாது

கிராம ஊராட்சி பகுதி நேரப் பணியாளர்களுக்கும் ஊராட்சி உதவியாளருக்கும் அரசு ஊரக வளர்ச்சித்துறை அவ்வப்போது ஊதியம் உயர்த்தி ஆணைகள் வெளியிடுவதால் அரசுத்துறையில் அகவிலைப்படி உயர்வு அளிக்கும்போது அரசுத்துறை தொகுப்பூதியப் பணியாளர்களுக்குத் தற்காலிக ஊதிய உயர்வு அளித்து அரசு நிதித்துறை வெளியிடும் ஆணைகள் கிராம ஊராட்சிப் பகுதி நேரப்பணியாளர்களுக்குப் பொருந்தாது. (அரசுச் செயலர், ஊரக வளர்ச்சி. நுக.27952/இ/5/99-1 நாள் 15.07.1999).

குழு காப்பீட்டுத் திட்டம்

ஊராட்சிகளில் பணிபுரியும் பணியாளர்களுக்குக் குழு காப்பீட்டுத் திட்டத்தின் கீழ் வழங்கப்படும், ஒட்டுமொத்தத் தொகை ரூ.1 லட்சம் உயர்த்தப்பட்டுள்ளது. ஒவ்வொரு பணியாளருக்கும்

ஊராட்சி பங்குத்தொகை ஒவ்வொரு மாதம் ரூ.55/- வீதமும் பணியாளர் பங்குத்தொகை மாதம் ரூ.20/- வீதமும் 01.01.1999 முதல் அரசுத் தலைப்பில் செலுத்தப்பட வேண்டும். (அரசாணை நிலை எண் 326/நிதி/நாள்: 26.06.99).

தலைவர் உறுப்பினர் பயணப்படி

1. ஊராட்சித் தலைவர்களின் மற்றும் உறுப்பினர்களின் பயணப்படி மற்றும் இதரப்படிகள்

அரசாணை நிலை எண் 258 ஊரக வளர்ச்சித் துறை நாள் 14.12.99-இல் பயணப்படி விதிகள் வெளியிடப்பட்டுள்ளன.

ஒவ்வொரு கிராம ஊராட்சியின் தலைவர் மற்றும் உறுப்பினர்களுக்கு அந்தந்த ஊராட்சி நிதியிலிருந்து அரசினால் அவ்வப்போது நிர்ணயிக்கப்படும் நிலையான மாதாந்திர பயணப்படி வழங்க வேண்டும்.

ஆட்சி எல்லைக்கு வெளியே பயணங்கள் மேற்கொள்ளும் போது தினப்படி மற்றும் பயணப்படிகள் அவ்வப்போது அரசால் நிர்ணயம் செய்யும் விகிதத்தில் வழங்கப்பட வேண்டும்.

சென்னைக்குப் பயணம் மேற்கொள்ளப்படும்போது சென்று திரும்ப தினப்படி நூறு விழுக்காடு உயர்த்தி வழங்க வேண்டும்.

2. பயணப்படி நிலையான மாதாந்திர பயணப்படி

ஊராட்சித் தலைவர்களுக்குப் பின்குறிப்பிட்டுள்ள விவரப்படி மாதாந்திர பயணப்படி அனுமதிக்கப்பட்டுள்ளது. மாதாந்திரப் பயணப்படி ஊராட்சித் தலைவர் ரூ.500/- (அரசாணை எண்.569 ஊரக வளர்ச்சித் துறை சி1 நாள் 28.09.2007)

கிராம ஊராட்சி தலைவருக்கு மாதந்தோறும் ரூ.1000- மதிப்பூதியம் வழங்கப்படும் (அரசு ஆணை எண் 54 நாள் 29-6-2012)

தினப்படி

ஊராட்சித் தலைவர் மற்றும் உறுப்பினர்கள் அலுவல் காரணமாக பயணம் மேற்கொள்ளும் போது பின் குறிப்பிட்டுள்ள விபரப்படி தினப்படி அனுமதிக்கப்பட்டுள்ளது.

பதவி	ரயில் கட்டணம்	தினப்படி	பேருந்துக் கட்டணம்
ஊராட்சித் தலைவர்	முதல் வகுப்பு	ரூ. 20	உள்ளபடி
ஊராட்சி உறுப்பினர்கள்	இரண்டாம் வகுப்பு	-	உள்ளபடி

(அரசு ஆணை எண் 362, ஊரக வளர்ச்சித் துறை (சி1) நாள் 20.12.97)

மேற்படிப் பயணக் கட்டணம் அந்தந்த மாவட்டத்திற்குள்ளே அலுவல் காரணமாக மேற்கொள்ளப்படும் பயணங்களுக்கு மட்டுமே பொருந்தும். ஊராட்சி மன்றத் தலைவர்கள் மாவட்டங்களுக்கு வெளியே அலுவல் காரணங்களுக்காகப் பயணம் செய்ய நேரிட்டால் மாவட்ட ஆட்சித்தலைவரின் முன் அனுமதி பெற வேண்டும்.

1. ஊராட்சி மன்றக் கூட்டங்களில் கலந்து கொள்ள அமர்வுப்படி

ஊராட்சித் தலைவர் மற்றும் உறுப்பினர்களுக்குப் பின் குறிப்பிட்டுள்ளபடி அமர்வுப்படி அனுமதிக்கப்பட்டுள்ளது.

1. ஊராட்சித் தலைவர் ரூ.100 (ஒரு மாதத்திற்கு இரண்டு அமர்வுகட்கு மிகாமல்)
2. ஊராட்சி உறுப்பினர்கள் ரூ.50 (ஒரு மாதத்திற்கு இரண்டு அமர்வுகட்கு மிகாமல்)

(அரசு ஆணை நிலை எண்.362 ஊரக வளர்ச்சித்துறை (சி1) நாள் 20.12.97) மற்றும் அரசு ஆணை எண் 54 நாள் 29-6-2012)

பொருட்கள் கொள்முதல்

எழுதுபொருட்கள், பொது சுகாதாரப் பொருட்கள், கைப்பம்புகள், விசைப்பம்புகள் பராமரிப்பு, கிணறு பராமரிப்பு பொருட்கள், மேல்நிலை நீர்த்தேக்கத் தொட்டி பொருட்கள், மின்சாரப் பொருட்கள், வானொலி மற்றும் தொலைக்காட்சிப் பொருட்கள், தளவாட சாமான்கள் வாங்குதல்.

அரசாணைஎண் 446 நிதித்துறை நாள் 26.09.2000-இல் வெளியிடப்பட்டுள்ள ஒளிவு மறைவற்ற ஒப்பந்தச் சட்டம் 43/1998 விதி முறைகள் பிரிவு 2(சி) அட்டவணை வ.எண்.3இன் படி பொருட்கள் கொள்முதல் செய்யும்போது பின் குறிப்பிட்டுள்ள நடைமுறைகள் முழுமையாக பின்பற்றப்பட்ட விவரத்தினைச் சரிபார்க்க வேண்டும்.

1. ஒப்பந்தப்புள்ளி இல்லாமல் பொருட்கள் கொள்முதல் செய்யக்கூடாது (பிரிவு(1)).
2. ஒப்பந்தப் புள்ளி முடிவு செய்யும்போது ஒப்பந்த ஆவணங்களில் குறிப்பிடப்பட்ட அட்டவணை விலை வீதங்கள், உள்ளூர்ச் சூழ்நிலைகள் இனங்களைக் கருத்தில் கொள்ள வேண்டும். (பிரிவு10(1)).
3. மிகக் குறைந்த ஒப்பந்தப்புள்ளி ஏற்கப்படவேண்டும் (பிரிவு (21))

4. குறைந்தபட்ச ஒப்பந்தப்புள்ளியில் குறிப்பிட்ட சில இனங்களில் தொகை மிக அதிகமாகக் குறிப்பிட்டிருந்தால் அதனைக் குறைப்பதற்கு அந்த ஒப்பந்தக்காரருடன் கலந்து பேசலாம் (பிரிவு 10(3)).

5. ரூபாய் 5 லட்சத்திற்கு மேற்பட்டு ஆனால் ரூ.25 லட்சத்திற்கு மேற்படாத இனங்களுக்கான ஒப்பந்த அறிவிப்புகள் மாவட்ட ஒப்பந்தச் செய்தி மலரிலும் ரூ.25 லட்சத்திற்கு மேற்பட்ட இனங்கள் மாநில ஒப்பந்தச் செய்தி மலரிலும் வெளியிடப்பட வேண்டும் (பத்தி 8,9).

6. அரசால் விலக்களிக்கப்பட்ட வகைகளைத் தவிர ஒப்பந்தக்காரர்களிடமிருந்து மதிப்பில் 1ரூ மிகாமல் பிணையப்பணம் பெறப்பட வேண்டும் (பத்தி (14(1)).

7. பிணை வைப்புத்தொகை 5ரூ. க்குக் குறையாமலும், நிறுத்தி வைக்கப்படும் தொகை 10ரூ மிகாமலும் இருக்க வேண்டும் (14(3)9சி).

8. ஒப்பந்தத்தினை முழுமையாக நிறைவேற்றத் தவறினால் செலுத்த வேண்டிய தண்டத்தொகை குறித்து விவரம் குறிப்பிட வேண்டும் (பத்தி 14(1)).

ஊராட்சிக்குத் தேவைப்படும் தெருவிளக்கு உபகரணங்கள் வாங்கிக்கொள்ள கீழ்க்கண்ட நெறிமுறைகள் பின்பற்றப் பட வேண்டும்

1. ஐ.எஸ்.ஐ. முத்திரை கொண்ட மின்பொருட்களை உள்ளூரில் வாங்கிக்கொள்ளலாம்.
2. அரசாணை எண். 223 ஊரக வளர்ச்சித் துறை நாள். 19.12.94 தெரிவித்துள்ள படி தெருவிளக்குகள் மாற்றுவதற்கான ஆணையினைச் சார்ந்தே பொருட்களின் தேவைகள் இருக்க வேண்டும்.
3. குழல் விளக்குகள் - ஒரு மின் கம்பத்திற்கு ஒரு ஆண்டிற்கு இரண்டு சோக்குகள்.
4. ஒரு மின்கம்பத்துக்கு ஒரு ஆண்டிற்குமூன்று ஸ்டார்ட்டர்கள்.
5. ஒரு மின்கம்பத்துக்கு ஒரு ஆண்டிற்கு மூன்று சோடியம்ஆவி மற்றும் மெர்க்குரி.
6. ஒரு மின்கம்பத்துக்கு 3 ஆண்டிற்கு இரண்டு மின்விளக்கு பொருத்துதல், உபகரணங்கள் ஒரு மின்கம்பத்துக்கு 5 ஆண்டிற்கு ஒரு முறை (ஒவ்வொரு ஆண்டும் 1/5 பங்கு மாற்றப்பட வேண்டும்)

7. ஊராட்சி மன்றத்தின் தீர்மானங்கள் பெறப்பட வேண்டும்.
8. தெருவிளக்குகள் பொருத்திகள் மற்றும் சோக்குகள் ஒரு லட்சத்திற்கு அல்லது அதற்கு அதிகமாகவோ வாங்கும்போது ஒப்பந்தப்புள்ளி மூலமாகவும், சிறுதொழில் நிறுவனங்களிடமிருந்தும் வாங்கப்பட வேண்டும்.

ஊராட்சியின் வேலைகள் செயல்படுத்தும் முறை

கிராம ஊராட்சியில் பணிகள் சம்பந்தப்பட்ட செலவினங்கள் பின்வருமாறு:

1. ஊராட்சிக் குளங்கள் பராமரிப்பு
2. ஊராட்சிக் கட்டடப் பராமரிப்பு
3. சாலைகள், சிறுபாலங்கள் பராமரிப்பு
4. ஊராட்சியின் சுடுகாடு பராமரிப்பு
5. புதிய கட்டிடங்கள் கட்டுதல்
6. புதிய சாலைகள் அமைத்தல் மற்றும் சாலை மேம்பாடு
7. புதிய சிறு பாலங்கள் அமைத்தல்
8. குடிநீர்க் குழாய்கள் விரிவுபடுத்துதல்

சிவில் கட்டுமானப் பணிகளுக்கு அந்தந்த வேலைகளுக்குரிய நிதி ஒதுக்கீட்டிற்கு ஏற்ப உரிய ஒப்பந்தப் புள்ளிகள் கோரி வேலை ஒப்படைக்க வேண்டும். தொழில்நுட்ப அலுவலர்களால் வழங்கப்படும் உரிய அளவு மற்றும் மேலளவு சான்றின் அடிப்படையில் ஊராட்சியின் செயல் அலுவலர் சம்பந்தப்பட்ட வேலைக்குத் தொகை வழங்க வேண்டும்.

அளவுகள் மற்றும் மேலளவுகள் விதிவிலக்கு

ஒரே சமயத்தில் ரூ. 2000க்கு மேற்படாத சிறிய வேலைகள் மற்றும் ஆண்டுக்கு ரூ. 5000க்கு மேற்படாத வகையில் ஊராட்சி மன்றத்தின் ஒப்புதலுடன் ஊராட்சியின் செயல் அலுவலர் சம்பந்தப்பட்ட அளவுகள் மற்றும் மேலளவுகள் இல்லாமல் துணை செலவுச் சீட்டுகளின் அடிப்படையில் தொகை வழங்கலாம்.

மதிப்பீடுகளுக்கு நிர்வாக அனுமதி மற்றும் தொழில் நுட்ப ஒப்பளிப்பு வழங்குதல்

மூலப்பணிகளுக்கான மதிப்பீடுகள், திருத்திய மதிப்பீடுகள் உட்படவும், பராமரிப்புப் பணிகள் மற்றும் மின் பணிகளுக்கு

மூலப்பணிகள்

கிராம ஊராட்சி

மதிப்பீட்டுத் தொகை	நிர்வாக ஒப்பளிப்பு வழங்குவதற்குரிய அதிகாரம்	தொழில்நுட்ப ஒப்பளிப்பு வழங்குவதற்குரிய அலுவலர்
1. ரூபாய் இரண்டு லட்சம் வரையிலான மதிப்பீடு	கிராம ஊராட்சி	1. ரூபாய் 1,00,000 வரையில் ஒன்றியப் பொறியாளர் அல்லது உதவிப் பொறியாளர் (ஊரக வளர்ச்சி) 2. ரூபாய் ஒரு லட்சத்திற்கு மேற்பட்ட ஆனால் ரூபாய் ஐந்து லட்சத்திற்குக் குறைவான வேலை உதவி செயற் பொறியாளர் (ஊரக வளர்ச்சி)
2. ரூபாய் இரண்டு லட்சத்திற்கு மேற்பட்ட மதிப்பீடு ஆனால் ரூபாய் 50 லட்சத்திற்கு மிகாமல் 3. ரூபாய் 50 லட்சத்திற்கு மேல்	மாவட்ட ஆட்சியர் ஊரக வளர்ச்சி இயக்குனர்	செயற்பொறியாளர் (ஊரகவளர்ச்சி) ரூபாய் 5 லட்சத்திற்கு மேற்பட்ட ஆனால் ரூபாய் 30 லட்சத்திற்கு மேற்படாதவை ரூபாய் 30 லட்சத்திற்கு மேற்பட்டவை கண் காணிப்பு பொறியாளர் (ஊரக வளர்ச்சி)

பராமரிப்புப் பணிகள்

மதிப்பீட்டுத் தொகை	நிர்வாக ஒப்பளிப்பு வழங்குவதற்குரிய அதிகாரம்	தொழில்நுட்ப ஒப்பளிப்பு வழங்குவதற்குரிய அலுவலர்
1. ரூபாய் 25 ஆயிரத்திற்கு மேற்படாத மதிப்பீடு	கிராம ஊராட்சி	ஒன்றியப் பொறியாளர் அல்லது உதவிப் பொறியாளர் (ஊரக வளர்ச்சி)
2. ரூ.25 ஆயிரத்திற்கு மேற்பட்ட ஆனால் ரூபாய் இரண்டு லட்சத்திற்கு மேற்படாத வேலைகள்	கிராம ஊராட்சி	உதவிப் செயற் பொறியாளர் (ஊரக வளர்ச்சி)
3. ரூபாய் இரண்டு லட்சத்திற்கு மேற்பட்ட ஆனால் ரூபாய் 10 லட்சத்திற்கு மேற்படாத மதிப்பீடு	மாவட்ட ஆட்சித்தலைவர்	செயற்பொறியாளர் (ஊரக வளர்ச்சி)
4. ரூ.10 லட்சத்திற்கு மேற்பட்ட மதிப்பீடு	மாவட்ட ஆட்சித் தலைவர்	கண்காணிப்புப் பொறியாளர் (ஊரக வளர்ச்சி)

மின்வேலைகள்

மதிப்பீட்டுத் தொகை	நிர்வாக ஒப்பளிப்பு வழங்குவதற்குரிய அதிகாரம்	தொழில்நுட்ப ஒப்பளிப்பு வழங்குவதற்குரிய அலுவலர்
1. ரூ. 25 ஆயிரத்திற்கு மேற்பாடமல் செலவு பிடிக்கும் வேலைகள்	கிராம ஊராட்சி	ஒன்றியப் பொறியாளர் அல்லது உதவிப் பொறியாளர் (ஊரக வளர்ச்சி)
2. ரூ.25 ஆயிரத்திற்கு மேற்பட்ட ஆனால் ரூ.2 லட்சத்திற்கு மேற்படாத மதிப்பீடு	கிராம ஊராட்சி	உதவிப் பொறியாளர் (ஊரக வளர்ச்சி)
3. ரூ.2 லட்சத்திற்கு மேற்பட்ட ஆனால்ரூ.10 லட்சத்திற்கு மேற்படாத மதிப்பீடு	மாவட்ட ஆட்சித் தலைவர்	செயற்பொறியாளர் (ஊரக வளர்ச்சி)
4. ரூ.10லட்சத்திற்கு மேற்பட்ட மதிப்பீடு	மாவட்ட ஆட்சித் தலைவர்	கண்காணிப்புப் பொறியாளர் (ஊரக வளர்ச்சி)

ஆதாரம்: அரசு ஆணை எண் 203 ஊரக வளர்ச்சி மற்றும் பஞ்சாயத்து ராஜ் துறை நாள் 20-12-2007

அனுமதி மற்றும் தொழில்நுட்ப அனுமதி அளிக்கத் தகுந்த அலுவலர்கள், குறிப்பிட்ட பணி அல்லது குறிப்பிட்ட நிதி அல்லது குறிப்பிட்ட வரையறை வேண்டுமென நிர்ணயிக்காத மட்டில் பின் குறிப்பிட்டுள்ளபடி அனுமதி வழங்கலாம்.

கிராம ஊராட்சியின் பணிகளை அளப்பதும், சரி பார்ப்பதும்

1. ஒப்பந்தம் மூலமாகவோ துறையினரைக் கொண்டோ செய்யப்படும் எல்லாப் பணிகளையும் அல்லது வழங்கப்படும் எல்லாப் பொருட்களையும் அளப்பதற்கும், அவற்றின் அளவைச் சரி பார்ப்பதற்கும் உரிய அலுவல்கள் பற்றிய விவரம் கீழ்க்கண்ட அட்டவணையில் கொடுக்கப்பட்டுள்ளது.

வேலையின் பெயர்	அளவிடும் அலுவலர்	அளவு சரி பார்க்கும் அலுவலர்
1. ரூ.50 ஆயிரத்திற்கு மேற்படாத மூலப்பணிகள் பராமரிப்புப் பணிகள் மற்றும் மின்சக்தி செலவு பிடிக்கும் அனைத்துப்பொதுப்பணிகள்	ஊராட்சி ஒன்றிய மேற்பார்வையாளர்	ஒன்றியப் பொறியாளர் அல்லது உதவிப் பொறியாளர் (ஊரக வளர்ச்சி)
2. ரூ.50 ஆயிரத்திற்கு மேற்பட்ட மூலப்பணிகள் பராமரிப்புப் பணிகள் மற்றும் மின்சக்தி பணிகள் அனைத்தும் பொதுப்பணிகள்	ஒன்றியப் பொறியாளர் அல்லது உதவிப் பொறியாளர் (ஊரக வளர்ச்சி)	உதவி செயற்பொறியாளர் (ஊரக வளர்ச்சி)

2. ஒன்றியப் பொறியாளர் அல்லது உதவி பொறியாளர்களால் (ஊரக வளர்ச்சி) அளவு சரி பார்க்கப்பட்ட ரூ.50 ஆயிரத்திற்கும் குறைவான மதிப்பீட்டிலான வேலைகளை உரிய சதவீதத்திற்கும் குறையாமல் உதவி செயற்பொறியாளர் (ஊரக வளர்ச்சி) மேல் சரி பார்க்க வேண்டும்.

3. உதவி செயற்பொறியாளர் (ஊரக வளர்ச்சி) ரூ.50 ஆயிரத்திற்கு மேற்பட்ட மதிப்பீட்டின் வேலைகளை முதல் பட்டியல் சம்பந்தமாகப் பணிகளின் அளவைச் சரி பார்த்து மேலொப்பமிட வேண்டும். மற்ற இடைநிலைப் பட்டியல்களில் கணக்கீட்டையும் கையாளப்பட்ட விதங்கள் சரியா என்பதையும் கூர்ந்தாய்வு செய்த பிறகு, மேலொப்பமிட வேண்டும். அவர்களின் இடைநிலை பட்டியல்களின் அட்டவணையை சரி பார்க்கும் காலத்தில் பட்டியல் சம்பந்தப்படுகிற பணியின் பாகத்தின் இயல்பையும் முக்கியத்துவத்தையும் உத்தேசித்து அல்லது உள்ளடங்கிய பெருந்தொகையை உத்தேசித்து ஏதேனும் பணி சம்பந்தமாக அளவெடுப்புகளில் எவற்றையேனும் தாங்கள் நேரில் அளவு சரி பார்ப்பது அவசியமென அவர்கள் கருதினால் அவர்கள் அவ்வாறே அளவு சரி பார்த்தல் வேண்டும்.

முதல் மதிப்பீட்டிலிருந்து கூடுதலாகும் தொகையை அனுமதிக்கத் தகுதி வாய்ந்த அலுவலர்கள்

முதல் மதிப்பீட்டிலிருந்து கூடுதலாகும் தொகையை அனுமதிக்கத் தகுதி வாய்ந்த அலுவலர்கள் பற்றிய விவரம் கீழ்க்கண்ட அட்டவணையில் கொடுக்கப்பட்டுள்ளது.

ஊராட்சி உபரிநிதி வேலைகள்

கிராம ஊராட்சி உபரி நிதியின் தொகையிலிருந்து செய்யப்படும் செலவின ஒப்புதலுக்கான நிர்வாக அனுமதி பின்வருமாறு:

1. ரூ. 2லட்சம் வரை உள்ள பணிகள் ஊராட்சி
2. ரூ.2 லட்சத்திற்கு மேல் உள்ள பணிகள் ஊராட்சி ஆய்வாளர் (மாவட்ட ஆட்சியர்)

(அரசாணை எண். 203 ஊரக வளர்ச்சித் துறை நாள்:20.12.2007)

அட்டவணை

வ. எண்	வேலைகளின் விவரம்	டெண்டர் கோரும் அலுவலர்	டெண்டர் ஒப்புதலிக்கும் அலுவலர்		
			டெண்டர் ரேட் கூடுதலாக	5% வரை கூடுதல் வேளையின் மதிப்பீடு 25 லட்சத்திற்கும்	5% மேல் கூடுதல். வேளையின் மதிப்பீடு ரூ.25 லட்சம் வரை மேல்
1.	கிராமப் பஞ்சாயத்து பொது வேலைகள்	தலைவர்	கிராமப் பஞ்சாயத்து	மாவட்ட ஆட்சித் தலைவர்	ஊரக வளர்ச்சி இயக்குநர்
2.	கிராமப் பஞ்சாயத்து தெரிவு செய்திடும் வேலைகள்	தலைவர்	கிராமப் பஞ்சாயத்து	மாவட்ட ஆட்சித் தலைவர்	ஊரக வளர்ச்சி இயக்குநர்

கணக்குப் பராமரிப்பு

கிராம ஊராட்சிக் கணக்கு எண்.3 ஒவ்வொரு கிராம ஊராட்சிக்கும் தனித்தனியாக அருகில் செயல்படும் தேசிய மயமாக்கப்பட்ட வங்கியில் கிராம ஊராட்சித்தலைவர் மற்றும் துணைத்தலைவர் அல்லது ஏதேனும் ஒரு ஊராட்சி மன்ற உறுப்பினர் ஆகியோரால் இயக்கப்படும் வண்ணம் கூட்டுக்கணக்கு துவக்கப்பட்டு பராமரிக்கப்பட வேண்டும்.

வரவினங்கள்

இக்கணக்கு எண்.3-க்கு கீழ் குறித்துள்ள மானியங்கள் வரவினமாக உள்ளன.

அ. ஜவஹர் வேலைவாய்ப்புத் திட்ட மானியம்

ஆ. இந்திரா நினைவு குடியிருப்புத் திட்ட மானியம்

இ. மத்திய ஊரக சுகாதாரத் திட்ட மானியம்

ஈ. மாவட்ட ஊராட்சியில் அளிக்கப்படும் மானியம்

உ. தொகுப்பு வீடுகள் பராமரிப்பு மானியம்

ஊ. பிற மானியங்கள்

ஊராட்சிகளுக்கான படிவங்கள்
மற்றும் பராமரிக்கப்பட வேண்டிய பதிவேடுகள்
அட்டவணை ☐ 1

ஊராட்சிகளுக்கான படிவங்களும், பதிவேடுகளும்

1.	ஊராட்சிப் படிவம் எண் 1.	வீட்டுவரி கேட்பு அறிவிப்பு
2.	ஊராட்சிப் படிவம் எண் 2.	வீட்டுவரி பற்றுச்சீட்டு (ரசீது)
3.	ஊராட்சிப் படிவம் எண் 3.	வீட்டுவரி (நிலுவை மற்றும் நடப்பு) கேட்பு பதிவேடு படிவம் காலம் 5 ஆண்டுகளுக்கு ஒரே பதிவேட்டில் பதிக்கும்படி உள்ளது)
4.	ஊராட்சிப் படிவம் எண் 4.	தொழில் வரி பற்றுச்சீட்டு
5.	ஊராட்சிப் படிவம் எண் 5.	தொழில் வரி (நிலுவை - நடப்பு)
6.	ஊராட்சிப் படிவம் எண் 6.	பல்வகை பற்றுச்சீட்டு (எம்.ஆர்)
7.	ஊராட்சிப் படிவம் எண் 7.	வரிகள் மற்றும் பல்வகை வரவு வசூல் பதிவேடு
8.	ஊராட்சிப் படிவம் எண் 8.	மானியங்கள் மற்றும் அரசு வருவாய் ஒதுக்கீடு பதிவேடு வரவு
9.	ஊராட்சிப் படிவம் எண் 9.	ஊராட்சி நிதி சிட்டா வரவு
10.	ஊராட்சிப் படிவம் எண் 10.	பல்வகை கேட்பு, வசூல் மற்றும் நிலுவை பதிவேடு
11.	ஊராட்சிப் படிவம் எண் 11.	ரொக்கப்புத்தகம் (ஊராட்சி நிதிக்கணக்கு)
12.	ஊராட்சிப் படிவம் எண் 12.	முன்பணங்கள் பிடித்த பதிவேடு வரவு
13.	ஊராட்சிப் படிவம் எண் 13.	வகைப்படுத்தப்பட்ட பணம் வழங்கும் பதிவேடு

		(அல்லது) பட்டியல் அனுமதிக்கும் பதிவேடும் வரவு
14.	ஊராட்சிப் படிவம் எண் 14.	ஒப்புதலுக்கான பதிவேடு வரவு
15.	ஊராட்சிப் படிவம் எண் 15.	ஊராட்சியில் செய்யப் படும் வேலைகளின் மதிப்பீடு மற்றும் ஒதுக்கீடு பதிவேடு வரவு
16.	ஊராட்சிப் படிவம் எண் 16. ஊராட்சிப் படிவம் எண் (அ) ஊராட்சிப் படிவம் எண் (ஆ) ஊராட்சிப் படிவம் எண் (இ) ஊராட்சிப் படிவம் எண் (ஈ) ஊராட்சிப் படிவம் எண் (உ) ஊராட்சிப் படிவம் எண் (ஊ) கட்டடங்கள் ஊராட்சிப் படிவம் எண் (எ) ஊராட்சிப் படிவம் எண் (ஏ) ஊராட்சிப் படிவம் எண் (ஐ) ஊராட்சிப் படிவம் எண் (ஒ) ஊராட்சிப் படிவம் எண் (ஓ)	ஊராட்சி சொத்துக்கள் பதிவேடு வரவு குடிநீர் கிணறுகள் கைப்பம்புகள் விசைப்பம்புகள் சாலைகள் மற்றும் சிறு பாலங்கள் ஊருணிகள் மற்றும் குட்டைகள் வருமானம் தரக்கூடிய மற்ற கட்டடங்கள் சாலையோரங்கள், பழத்தோட்டங்கள் மற்றும் சமூகக் காடுகள் திட்டத்தில் நடப்பட்ட மரங்கள் ஒப்படைக்கப்பட்ட புறம்போக்குகள் தளவாட சாமான்கள் பதிவேடு முதலீடுகள்
17.	ஊராட்சிப் படிவம் எண் 17. ஊராட்சிப் படிவம் எண் (அ) ஊராட்சிப் படிவம் எண் (ஆ)	பராமரிப்புப் பதிவேடு (தொகுப்பு பதிவேடு) கைப்பம்பு பராமரிப்பு பதிவேடு விசைப்பம்பு பராமரிப்பு பதிவேடு

	ஊராட்சிப் படிவம் எண் (இ)	தெருவிளக்குகள், எரிபவை, எரியாதவை பதிவேடு (மாதாந்திரக் கணக்கு எடுக்கப்பட்டது)
	ஊராட்சிப் படிவம் எண் (ஈ)	தெருவிளக்குகள் பராமரிப்புப் பதிவேடு
	ஊராட்சிப் படிவம் எண் (உ)	பராமரிப்பு மற்றும் தரம் உயர்த்தப்பட்ட சாலை பராமரிப்புப் பதிவேடு
18.	ஊராட்சிப் படிவம் எண் 18.	கைக்குழாய்கள் உதிரிப்பாகங்கள் பொது சுகாதாரப் பொருட்கள் இருப்பு பதிவேடு
19.	ஊராட்சிப் படிவம் எண் 19.	பற்றுச்சீட்டுப் பதிவேடு
20.	ஊராட்சிப் படிவம் எண் 20.	இருப்பு பதிவேடு பணம் மதிப்பு படிவங்கள் அளவு புத்தகங்கள் ஒப்பந்தப் படிவங்கள்
	ஊராட்சிப் படிவம் எண் (அ)	வீட்டுவரி ரசீது புத்தகங்கள்
	ஊராட்சிப் படிவம் எண் (ஆ)	தொழில் வரி ரசீதுப் புத்தகங்கள்
	ஊராட்சிப் படிவம் எண் (இ)	பலவகை ரசீதுப் புத்தகங்கள்
	ஊராட்சிப் படிவம் எண் (ஈ)	ஒப்பந்தப் படிவங்கள்
	ஊராட்சிப் படிவம் எண் (உ)	பாதுகாப்பு வைப்புகள்
	ஊராட்சிப் படிவம் எண் (ஊ)	எழுதுபொருட்கள் இருப்புப் பதிவேடு

(குறிப்பு: ஒரு தொகுப்பு பதிவே 15 பக்கங்களைக் கொண்டது. படிவம் நிர்ணயிக்கப்பட்டுள்ளது)

21.	ஊராட்சிப் படிவம் எண் 21.	பழுதடைந்த உபயோகமற்ற பொருட்கள் இருப்புப் பதிவேடு

22.	ஊராட்சிப் படிவம் எண் 22.	சிமெண்ட் இருப்பு கதவுகள், சன்னல்கள், தார் மற்றும் பொருட்கள் இருப்புப் பதிவேடு
23.	ஊராட்சிப் படிவம் எண் 23.	ரொக்கப்புத்தகம் (ஊராட்சி நிர்ணயிக்கப் பட்ட மானியங்கள் நிதிக்கணக்கு)
24.	ஊராட்சிப் படிவம் எண் 24.	வகைப்படுத்தப்பட்ட வரவுகள்-செலவுகள் பதிவேடு
25.	ஊராட்சிப் படிவம் எண் 25.	மதிப்பீடு மற்றும் ஒதுக்கீடு பதிவேடு
26.	ஊராட்சிப் படிவம் எண் 26.	ரொக்கப்புத்தகம்
27.	ஊராட்சிப் படிவம் எண் 27.	வகைப்படுத்தப்பட்ட வரவுகள், செலவுகள் பதிவேடு (திட்ட நிதிக்கணக்கு)
28.	ஊராட்சிப் படிவம் எண் 28.	திட்டவேலைகள் பதிவேடு
29.	ஊராட்சிப் படிவம் எண் 29.	திட்டப் பயனாளிகள் பதிவேடு
	ஊராட்சிப் படிவம் எண் (அ)	ஒருங்கிணைந்த ஊரக வளர்ச்சித் திட்டம் (ஐஆர்டிபி) பயனாளிகள் பதிவேடுகள்)
	ஊராட்சிப் படிவம் எண் (ஆ)	இந்திரா தொகுப்பு வீடுகள் திட்டம் (ஐஏஒய்)
	ஊராட்சிப் படிவம் எண் (இ)	மத்திய ஊரக கழிவறைத் திட்டம்
	ஊராட்சிப் படிவம் எண் (ஈ)	இதர இனங்கள்
30.	ஊராட்சிப் படிவம் எண் 30.	மாதாந்திர அறிக்கை பதிவேடு (வகைப்படுத்தப் பட்ட வரவுகள் மூன்று கணக்குகள் ஊராட்சியால்

	ஒப்புதல் அளிக்கப்பட்டு மாவட்ட ஆட்சியருக்கு அனுப்பி வைக்கப்பட்டது).
31. ஊராட்சிப் படிவம் எண் 31.	ஊராட்சி வரவு-செலவு திட்ட மாதிரிப் படிவம்

ஊராட்சியின் அனைத்து பதிவேடுகளும் (1 முதல் 3) முறைப்படி பதிவேடுகள் செய்யப்பட்டு, முறையாகப் பராமரிக்க வேண்டும். அத்துடன் புதிதாகக் கீழ்க்கண்ட பதிவேடுகள் பராமரிக்க வேண்டும் (ஊராட்சி பதிவேடு எண். 1 முதல் ஊராட்சி பதிவேடு எண்.31 ஐ- தவிர)

1. *குழுக்காப்பீட்டுத் திட்ட சந்தாப் பதிவேடு*
2. *வைப்புத்தொகை செலுத்துதல் பதிவேடு* **(Security Deposity Register)**

   (ஊராட்சியிலிருந்து மின்வாரியம், தமிழ்நாடு குடிநீர் வடிகால் வாரியம் போன்ற நிறுவனங்களுக்குச் செலுத்தப்படும் வைப்புத்தொகைகள் இந்தப் பதிவேட்டில் பதிவு செய்யப் பட வேண்டும்).
3. *வைப்புத்தொகைப் பதிவேடு* **(Deposit Register)** *(வேலைகளுக்கான வைப்புத்தொகை, வருமான வரி மேல்வரி, விற்பனை வரி, விற்பனை வரி மேல்வரி)*
4. *ஊராட்சிப் பணியாளர்கள் வருகைப் பதிவேடு*
5. *குடிநீர் வரிகேட்பு, வசூல், நிலுவைப் பதிவேடு*
6. *குடிநீர் ரொக்கப் பதிவேடு*
7. *செய்தித்தாள்கள் ஏலப் பதிவேடு*
8. *பழைய செய்தித்தாள்கள் ஏலப் பதிவேடு*
9. *தணிக்கைத்தடைகள் விவரப் பதிவேடு*
10. *தணிக்கைத்தடைகள் சுருக்கப் பதிவேடு*
11. *ஊராட்சிப் பணியாளர்களுக்கான பணிப்பதிவேடுகள்*
12. *ஊராட்சி ஒப்பந்தக்காரர்கள் பதிவேடு*

ஊராட்சித் தலைவர்கள் ஊராட்சி நிர்வாகத்தில் செய்ய வேண்டியவை மற்றும் செய்யக்கூடாதவை

வ.எண்	செய்ய வேண்டியவை	செய்யக் கூடாதவை
1.	ஊராட்சி மன்றத்தில் தலைவர், துணைத்தலைவர் மற்றும் உறுப்பினர் பதவியிடங்களில் ஏற்படும் காலியிடங்கள் பற்றிய அறிக்கையினைத் தலைவர், காலியிடம் ஏற்பட்ட நாளிலிருந்து இரண்டு நாட்களுக்குள் மாவட்டத் தேர்தல் அலுவலருக்குத் தெரிவிக்க வேண்டும். (அரசு ஆணை (நிலை) எண் 66 ஊரக வளர்ச்சி நாள்.14.03.2001)	காலியிட விவரத்தினை காலதாமதமாகத் தெரிவித்தல் கூடாது
2.	கிராம ஊராட்சிக்கூட்டம் முழுவதும் குறைந்தது மூன்று உறுப்பினர்களோ அல்லது மொத்த உறுப்பினர்களின் எண்ணிக்கையில் மூன்றில் ஒரு பங்கு உறுப்பினர்களோ இவற்றில் எது அதிகமோ அந்த அளவு உறுப்பினர்கள் கூட்டத்தில் கலந்து கொண்டால் தான் எந்த ஒரு பொருளையும் மன்றத்தில் விவாதித்து முடிவெடுக்க முடியும் (அரசு ஆணை (நிலை) எண் 167. ஊ.வ.துறை. நாள்: 09.08.99)	கூட்ட அறிவிப்பினை நிகழ்ச்சி நிரலுடன் உறுப்பினர்களுக்கு சார்பு செய்யாமல் கூட்டம் நடத்துவது கூடாது
3.	கிராமசபை: ஊராட்சியின் வரவு செலவுத் திட்டம் மற்றும் தணிக்கை அறிக்கையினை கிராம சபையில் வைத்து ஒப்புதல் பெறவேண்டும். (அரசு ஆணை (நிலை) எண் 152. ஊ.வ.துறை. நாள்: 20.07.98)	அரசு ஆணை எண் 130 ஊரக வளர்ச்சி மற்றும் பஞ்சாயத்துராஜ் உறுப்பினர் கூட்டத்திற்கு நாள் 25-9-2006ல் சொல்லப்பட்டுள்ள குறைவென வரம்பு இல்லாமல் கூட்டம் நடத்தக் கூடாது.

4.	கணக்குகள்: ஊராட்சியில் பேணப்படும் கணக்குகளுக்கு ஒவ்வொரு கணக்கிற்கும் தனித்தனியே பணக்குறிப்பேடு பேணப்பட வேண்டும் மற்றும் வங்கிக்கணக்கு ஊராட்சி பெயரில் தனித்தனி வங்கி கைச்சாந்து பராமரிப்படவேண்டும் (அரசு ஆணை 92. ஊ.வ.துறை. நாள்: 26.03.97)	ஊராட்சித் தலைவரின் சொந்தப் பெயரில் வங்கிக் கணக்குகள் பேணுதல் கூடாது. ஒரு ஊராட்சிக் கணக்கை இரண்டு வங்கியில் பராமரிக்கக்கூடாது.
5.	ஊராட்சித் தலைவர் மற்றும் துணைத்தலைவர் இருவரும் கையொப்பமிட்டுக் காசோலை வழங்க வேண்டும்	துணைத்தலைவர் கையொப்பம் இல்லாமல் ஊராட்சித் தலைவர் தன்னிச்சையாக வங்கியிலிருந்து தொகை எடுத்தல் கூடாது.
6.	ஒவ்வொரு ஆண்டும் வரவு, செலவுத் திட்ட மதிப்பீட்டினை ஜனவரி 31ஆம் தேதிக்குள் துணை வட்டார வளர்ச்சி அலுவலருக்கு அனுப்ப வேண்டும் (அரசு ஆணை 223. ஊ.வ.துறை. நாள்: 31.12.2001)	ஊராட்சி மன்றம் மற்றும் கிராம ஊராட்சியின் அனுமதி பெறாமல் வரவு, செலவுத் திட்டம் அனுப்புதல் கூடாது. (அரசு ஆணை 152. ஊ.வ.துறை. நாள்: 20.07.98)
7.	கட்டடப் பரப்பளவின் அடிப்படையில் வீட்டுவரி வருங்காலங்களில் விதிக்க வேண்டும். (அரசு ஆணை 225. ஊ.வ.துறை. நாள்: 13.12.99)	மாவட்ட ஆட்சியரின் முன் அனுமதி பெறாமல் வீட்டுவரி மதிப்பீடு செய்யப்பட்ட ஆண்டில் அதனைத் திருத்தவோ அல்லது மாற்றவோ கூடாது

8.	வீட்டுவரி அரையாண்டு தொடங்கிய முப்பது நாட்களுக்குள்ளும், ஆண்டு தொடங்கிய அறுபது நாட்களுக்குள்ளும் கேட்பு நிர்ணயிக்கப்பட வேண்டும்.	ஊராட்சித்தலைவருக்கான வீட்டுவரியைத் தலைவர் நிர்ணயிக்கக்கூடாது. ஊராட்சி முடிவு செய்ய வேண்டும்.
9.	அறச்செயல்களுக்குப் பயன்படுத்தப்படும் பொதுக்கட்டடங்களுக்கு வீட்டுவரியில் இருந்து விலக்களிக்கலாம்	பள்ளி, கல்லூரி, மருத்துவமனை, மருந்தகங்களுடன் இணைக்கப்பட்ட குடியிருப்பு விடுதிகளுக்கு வீட்டுவரி விலக்களிக்கக்கூடாது
10.	தள்ளுபடி: குத்தகைதாரர்கள் மற்றும் ஒப்பந்தக்காரர்கள் கொடுக்க வேண்டிய தொகை ரூ.50க்குள் இருந்தால் மன்றம் தள்ளுபடி செய்யலாம்	தள்ளுபடி ரூ.50 க்கு மேற்பட்டதாக இருந்தால் மாவட்ட ஆட்சியரின் முன் அனுமதி பெறாமல் தொகை தள்ளுபடி செய்யக் கூடாது (அரசு ஆணை (நிலை) எண் 244 ஊ.வ.துறை. நாள்: 21.12.99)
11.	செலவினம்: செலவுச்சீட்டுகள் மற்றும் பட்டியல்கள் அடிப்படையில் மூன்றாம் நபருக்குக் காசோலை வழங்கும்போது கோடிட்ட கணக்குப் பெறும் காசோலை மூலமாகத் தொகை வழங்க வேண்டும்	தலைவர் அவ்வப்போது ஏற்படும் அலுவலக இடை நிலை செலவுக்காகத் தனது காசோலை மூலம் ரூ.500 க்கு மேல் முன் பணம் எடுத்தல் கூடாது. ரூ.500க்கு மேல் தனது காசோலையில் எடுத்தல் கூடாது.

12.	கிராம ஊராட்சிக்குச் சொந்தமான ரூ.1000/- க்கு மேற்பட்ட மதிப்புடைய உடமை திருடப்பட்டு அல்லது காணாமல் போய் விட்டால் அதைப்பற்றித் தணிக்கையாளருக்குத் தெரிவிக்க வேண்டும். ரூ.5001/- முதல் ரூ.10000/- வரை ஊரக வளர்ச்சித் துறை ரூ.10000/- க்கு மேல் அரசுக்கு ஆணை எண் 136 ஊ.வ.(சி4)துறை நாள் : 15.05.2001	நெருப்பு அல்லது வெள்ளம் போன்றவையால் ஊராட்சிக்குச் சொந்தமான அசையாப் பொருளுக்கு ஏற்படும் இழப்பு குறித்து, மாவட்ட ஆட்சியருக்குத் தெரிவிக்காமல் அதனை நீக்குதல் கூடாது. (அரசு ஆணை (நிலை) எண் 43. ஊ.வ.துறை. நாள்: 21.10.2000)
13.	நியமனங்கள்: ஊராட்சியில் உள்ள அனைத்துப் பதவிகளும் ஊராட்சி நியமனக் குழுவால் நியமனம் செய்யப்பட வேண்டும்	அரசு ஆணையில் அனுமதிக்கப் படாமல் எந்தப் பணியாளர்களையும் அதாவது பகுதி நேர என்.எம்.ஆர் அல்லது முழுநேர, தற்காலிகப் பணியாளர்களைப் புதியதாக நியமனம் செய்தல் கூடாது (அரசு ஆணை (நிலை) எண் 93. ஊ.வ.துறை. (சி3) நாள்: 26.03.97)
14.	வானொலி மற்றும் தொலைக்காட்சிப் பெட்டிகள் இயக்கும் பணி தன்னார்வத் தொண்டர்கள் மற்றும் மகளிர் மன்றங்கள் மூலம் செய்யப்பட வேண்டும்	இதற்கெனத் தனியாக பணியாளர்களைத் தலைவர்கள் நியமனம் செய்தல் கூடாது

15.	ஊராட்சித் தலைவர்களுக்கு நிலையான மாதாந்திர பயணப்படி தற்போது மாதம் ரூ.500/- வழங்கலாம். (அரசு ஆணை (நிலை) /ஊ.வ.துறை. நாள்: 28.09.2007)	மாவட்ட ஆட்சியரின் அனுமதி பெறாமல் ஊராட்சி மன்றத் தலைவர்கள் மாவட்டங்களுக்கு வெளியே அலுவல் காரணமாகப் பயணம் செய்தல் கூடாது
16.	ஊராட்சி மன்றத்தால் தொடரப்படும் வழக்குகள் அனைத்தும் உரிய வழக்குகள் பதிவேட்டில் பதிவு செய்து நீதிமன்றத் தீர்ப்பு விவரம் குறிப்பிட வேண்டும்	நீதிமன்றத் தீர்ப்பை எதிர்த்து மாவட்ட ஆட்சியரின் அனுமதி இல்லாமல் மேல் முறையீடு செய்தல் கூடாது (அரசு ஆணை (நிலை) எண் 189. ஊ.வ.துறை. நாள்: 14.09.95)
17.	வேலைகள்: ஒரே சமயத்தில் ரூ.2000க்கு மேற்படாத சிறிய வேலைகள் மற்றும் ஆண்டுக்கு ரூ.5000க்கு மேற்படாத வகையில் ஊராட்சி மன்ற ஒப்புதலுடன், தலைவர் சம்பந்தப்பட்ட வேலைக்கு அளவுகள் மற்றும் மேல் அளவுகள் இல்லாமல் துணை செலவுச் சீட்டுகளின் அடிப்படையில் தொகை வழங்கலாம் (ஊராட்சி சட்டம் 1994 பதிவு 242)	சிவில் கட்டுமானப் பணிகளுக்கு நிதி ஒதுக்கீட்டுக;கேற்ப ஒப்பந்தப் புள்ளி கோராமல் வேலை மேற்கொள்ளுதல் கூடாது
18.	ஊராட்சியில் ஒப்பந்தக்காரரிடம் வேலையை ஒப்படைக்கும் போது வேலையின் மதிப்பீட்டில் ரூ.0.03 சதவீதம் தமிழ்நாடு கட்டுமானத் தொழிலாளர் நல நிதி சந்தா பிடித்தம் செய்து நலவாரியத்திற்குச் செலுத்தப்பட வேண்டும்	

19.	ஊராட்சியால் ஒப்பந்தக்காரருக்குப் பகுதியாகவோ அல்லது ஆண்டு முழுவதும் ரூ.1 லட்சத்திற்கு மேற்பட்டு தொகை பட்டுவாடா செய்யும்போது விற்பனை வரி பட்டியலில் பிடித்தம் செய்தல் வேண்டும். சிவில் வேலைகள் 2ரூ இதர பணிகள் 4ரூ (வணிக வரிச்சட்டம் 1957, 7 எப்-ன்படி)	விற்பனை வரி பிடித்தம் செய்யாமல் ஒப்பந்தக்காரருக்குத் தொகை வழங்குதல் கூடாது வேலைக்காக ஒப்பந்தக்காரருக்கு முன்பணம் எதுவும் வழங்குதல் கூடாது
20.	ஊராட்சித் திட்ட நிதிக்கணக்கு எண்.3 ஜவஹர் வேலைவாய்ப்புத் திட்டம் கிராம ஊராட்சிகள் துறை மூலமாக செய்யப்பட வேண்டும். ஒப்பந்தக்காரர் மூலம் செய்யக்கூடாது. (திட்டக்கையேடு பத்தி 80)	
21.	குடிநீர் திட்டக்கணக்கு வீட்டுக்கான குடிநீர் இணைப்பு கோருவோரிடமிருந்து காப்புத்தொகையாக ரூ.1000 மற்றும் மாதாந்திரக் குடிநீர் கட்டணம் ரூ.30 வசூலிக்கப் பட வேண்டும். (அரசு ஆணை 260. ஊ.வ.துறை. நாள்: 05.12.98)	காப்புத்தொகை வசூலிக்காமல் வீட்டுக் குடிநீர்க் குழாய் இணைப்பு
22.	பதிவேடுகள்: ஊராட்சியின் தொகை வசூல்கள் உடனடியாக வங்கியில் செலுத்தப்பட வேண்டும்	வசூல் தொகை வங்கியில் செலுத்தப் படாமல் தலைவர் நேரடியாக வசூல் தொகையைச் செலவிடக்கூடாது
23.	பணக்குறிப்பேட்டில் ஒவ்வொரு மாதமும் இருப்பு கணக்கிடப்பட்டு வங்கி கைச்சாந்து புத்தகத்துடன் இணக்கமாக உள்ளதா என்பதைத் தலைவர் சரி பார்க்க வேண்டும்	

24.	பணியாளர்களுக்கு விழா முன்பணம் மற்றும் பயண முன்பணம் தலைவரால் அனுமதிக்கப்படும் போது அவை முன்பணப்பதிவேட்டில் பதிவு செய்யப்பட வேண்டும்	ஊராட்சி மன்ற அனுமதி இல்லாமல் முன்பணம் வழங்குதல் கூடாது
25.	ஊராட்சி உதவியாளர்கள் ஊராட்சிக்காக வசூலிக்கப்படும் வரிகள் மற்றும் கட்டணங்கள் வசூல் செய்த மறுநாளில் ஊராட்சி நிதிக்கணக்கில் செலுத்தப்படுவதைத் தலைவர் கண்காணிக்க வேண்டும். ஊராட்சி அலுவலகத்திற்கும் வங்கிக்கும் 5 கிலோ மீட்டருக்கு மேல் தொலைவுள்ள ஊராட்சியில் ரூ.1000 வரை கையிருப்பில் வைத்துத் தொகையைப் பின்னர் வங்கியில் செலுத்தலாம்	

6

ஊராட்சி ஒன்றிய நிர்வாகம்

மக்களாட்சி கிராமங்களுக்குச் சென்று பரவவும், கிராமங்கள் வளர்ச்சியடையவும், அதிகாரங்கள் மற்றும் பொருளாதார வளங்கள் ஓரிடத்தில் குவிவதைத் தடுத்து கிராமங்கள் தோறும் சென்று அடையவும், அரசியல் நிர்வாக அமைப்புகளில் மக்கள் பங்கு கொள்வதை உறுதி செய்யவும், 73வது இந்திய அரசியல் அமைப்புச்சட்டத் திருத்தம் கொண்டு வரப்பட்டு அதன் அடிப்படையில் தமிழகத்தில் 1994 -ஆம் ஆண்டு தமிழ்நாடு ஊராட்சிகள் சட்டம் இயற்றப்பட்டது. அச்சட்டத்தின் அடிப்படையில் கிராம ஊராட்சி, ஊராட்சி ஒன்றியம் மற்றும் மாவட்ட ஊராட்சிகள் புதிதாக நிறுவப்பட்டன.

ஊராட்சி ஒன்றியங்களுக்கு ஒப்படைக்கப்பட்டு, செயல்பட்டு வந்த வட்டார வளர்ச்சிப் பணிகளையும் புதிய சட்டத்தின் மூலம் அளிக்கப் பட்ட கடமைகளையும் தற்பொழுது நிறுவப்பட்டுள்ள ஊராட்சி ஒன்றியங்கள் மூலம் நிறைவேற்றி மக்களின் வாழ்க்கைத் தரத்தை உயர்த்த நடவடிக்கைகள் மேற்கொள்ளப்பட்டு வருகின்றன.

இக்கடமைகளை நிறைவேற்றவும், அதிகாரங்களை முறையாகப் பயன்படுத்தவும், ஊராட்சி ஒன்றிய தலைவர்கள் தங்களின் கடமைகளையும் பொறுப்புகளையும் தெளிவாகத் தெரிந்து கொள்ள வேண்டும். மேலும் ஊராட்சி ஒன்றிய பொறுப்புகளையும், கடமைகளையும் முறையாகப் புரிந்து தலைவர்கள் செயலாற்றினால் மட்டுமே கிராம மக்கள் பொருளாதார மற்றும் சமூக ரீதியாக உயர்வு பெறுவார்கள்.

ஊராட்சி ஒன்றியங்களின் கட்டாய, விருப்ப, ஒப்படைப்பு ப்பணிகள்

1. கட்டாயக் கடமைகள் (பணிகள்)

1994-ஆம் ஆண்டு தமிழ்நாடு ஊராட்சிகள் சட்டத்தின் பிரிவுகளுக்கும் அதன் கீழ் இயற்றப்படும் விதிகளுக்கும் உட்பட்டு, ஊராட்சி ஒன்றிய மன்றம் தனது நிதிகளின் வரம்புக்குள் கீழ்க்கண்ட காரியங்களுக்காக நியாயமான ஒதுக்கீடு செய்ய வேண்டும்.

சாலை வசதிகள்

- ஊராட்சி ஒன்றியச் சாலைகள் என்று வகைப்படுத்தப்படும் பொதுச்சாலைகளை ஊராட்சி ஒன்றியப் பகுதியில் அமைத்தல், பழுது பார்த்தல், மற்றும் பராமரித்தல்
- அவ்வப்போது பல திட்டங்களின் மூலமாக அமைக்கப்பட்ட சாலைகளை மேம்படுத்துதல், பராமரித்தல் மற்றும்
- அச்சாலைகளில் சிறு பாலங்கள், கண் அணைகள், குழாய்ப் பாலங்கள், தாம்போதிகள் ஆகியவற்றைக் கட்டுதல், பழுது பார்த்தல் மற்றும் பராமரித்தல்

குடிநீர்

இரண்டு அல்லது மூன்று கிராம ஊராட்சிகளுக்கான கூட்டுக்குடிநீர் ஆதாரங்களை நிறுவுதலும் பராமரித்தலும்.

சுகாதாரம் மற்றும் மருத்துவ வசதி

- ஊராட்சி ஒன்றியப் பகுதிகளில் வாழும் மக்களுக்கு மருத்துவ வசதிகளை அளிக்க மருத்துவமனைகள் அமைத்து நிர்வகித்தல் மற்றும் கிராமிய மருத்துவர்களுக்கு உதவித்தொகை அளித்தல்.
- தாய்சேய் நல விடுதிகள் அமைத்துப் பராமரித்தல், மகப்பேறு சம்பந்தமான மற்றும் குடும்ப நலப் பணிகளுக்கான ஆலோசனைகளும், உதவிகளும் அளித்தல்
- மலேரியா மற்றும் தொற்றுநோய் பரவாமலிருக்க தடுப்பு நடவடிக்கைகள் மேற்கொள்ளுதல்
- அம்மை குத்துபவர்களைப் பயிற்றுவிப்பதும் அமர்த்துவதும்.
- பிறப்பு இறப்பு புள்ளிவிவரங்கள் சேகரித்தல் மற்றும் பராமரித்தல்
- ஊராட்சி ஒன்றிய பகுதிகளில் கட்டாய அம்மை குத்தும் பணிகளை மேற்கொள்ளுதல்
- ஊராட்சி ஒன்றிய அளவிலான திருவிழாக்களில் தேவையான சுகாதார ஏற்பாடுகள் செய்தல்
- ஊராட்சி ஒன்றிய மன்றத்தின் கட்டுப்பாட்டுக்குள் இருக்க வேண்டுமென ஒதுக்கப்பட்ட சந்தைகளையும் விழாக்களையும் (Fairs and Festivals) கட்டுப்படுத்துதல்

கல்வி

- ஆரம்பப் பள்ளிகளை அமைத்தல், பராமரித்தல், விரிவாக்குதல், மற்றும் நிலை மேம்படுத்துதல்

- தனியார் பள்ளி நிர்வாகத்திற்கு உதவித்தொகை மற்றும் மானியங்கள் அளித்தல்
- சத்துணவுக்கூடங்கள்,பால்வாடிகள்போன்றவற்றிற்குக்கட்டடங்கள் கட்டுதல், பராமரித்தல் மற்றும் மேற்பார்வையிடுதல்.

கால்நடை வளர்ச்சி

- கால்நடை நோய் நிவாரணம், கால்நடை வளர்ச்சிக்கான திட்டச் செயலாக்கம் செய்தல்

அங்காடிகள்

- பொதுச்சந்தைகள் ஏற்படுத்துதல், பராமரித்தல்
- ஊராட்சி ஒன்றியச் சந்தைகள் என்ற வகையிலான சந்தைகளை ஆரம்பித்து நடத்துதல்

சத்திரங்கள்

- ஏழை விடுதிகள்,அனாதை இல்லங்கள், கடைகள், விற்பனை மேடைகள், மறைப்புத் திட்டுகள் கட்டுதல் மற்றும் பராமரித்தல்

விவசாய வளர்ச்சி

- விவசாய அபிவிருத்திக்கான திட்டத்தைச் செயல்படுத்துதல்
- விவசாயத்தையும் விவசாயக் கருவிகளையும் சீர்திருத்துதல் மற்றும் விரிவாக்கம் செய்தல்
- விவசாயக் கண்காட்சி, கைத்தொழில்கள் அமைத்து நடத்துதல்

கிராமக் கைத்தொழில்கள்

- குடிசைத்தொழில்களை முன்னேற்றுதல் மற்றம் ஊக்குவித்தல்
- கிராம கைத்தொழில் வளர்ச்சித் திட்டங்களை ஊக்குவித்தல்
- கிராமக் கைத்தொழில் மேம்பாடு அடைய ஒப்படைக்கப்பட்ட பணிகளைச் செய்தல்

இவற்றைத் தவிர அவ்வப்போது அரசு ஒப்படைக்கும் பணிகளைச் செயல்படுத்துதல், மேலும் அரசு விதிமுறைகளுக் குட்பட்டு வட்டாரத்தில் செயல்படுத்தப்படும் சமூகநீதி மற்றும் பொருளாதார மேம்பாட்டிற்கான எல்லா துறைத் திட்டங்களையும் ஆய்வு செய்தல்

விருப்பப் பணிகள் அல்லது ஊராட்சி ஒன்றிய மன்ற அதிகாரம்

- 1994 ஆம் ஆண்டு தமிழ்நாடு ஊராட்சிகள் சட்டத்தின் பிரிவுகள் மற்றும் அதன் கீழ் இயற்றப்படும் விதிகளுக்கு உட்பட்டும்

- தன் நிதிகளின் வரம்புகளுக்குள்ளும்
- ஊராட்சி ஒன்றியத்தின் தேவைகளை நிறைவேற்று வதற்காகவும்
- ஊராட்சி ஒன்றியத்தில் வாழ்வோரின் பாதுகாப்பு, சுகாதாரம், முன்னேற்றம், சுகம் அல்லது வசதியைக் கருதியும்
- ஊராட்சி ஒன்றிய மன்றம் தான் தகுதி எனத் தீர்மானிக்கும் எந்தத் திட்டத்திற்கும் ஒதுக்கீடு செய்யலாம்

உதாரணமாக

1. ஓடத்துறைகளை ஏற்படுத்திப் பராமரித்தல்
2. சிறு பாசன குளங்கள் ஏற்படுத்திப் பராமரித்தல், மீன் குத்தகை வசூலித்தல்
3. சாலை ஓரங்கள், குளங்கள் முதலியவற்றில் மரங்கள் வைத்து வளர்த்து மர மகசூல் குத்தகை பெறுதல்
4. டிராக்டர், பாறை உடைக்கும் கருவி, ரோடு ரோலர் போன்ற பலன் தரும் கருவிகளை வாங்கிப் பராமரித்து வருவாய் ஈட்டுதல்
5. திருமண மண்டபம் கட்டி பராமரித்து வருவாய் ஈட்டுதல்

அரசு ஒப்படைக்கும் பணிகள்

(1) அரசு விதிக்கக்கூடிய நிபந்தனைகளுக்கும், கட்டுப் பாடுகளுக்கும் உட்பட்டு பொருளாதார வளர்ச்சிக்கான திட்டங்கள், பணிகள், வேலைகள் ஆகியவற்றை அவை அரசினாலோ அல்லது சட்டப்பூர்வமான அமைப்பினாலோ அல்லது வேறு முகமையினாலோ செயல்படுத்தப்பட வேண்டிய அல்லது நிறைவேற்றப்பட வேண்டிய திட்டங்களாகவோ, வேலைகளாகவோ அல்லது செயல்களாகவோ இருந்தபோதிலும் முழுவதுமாகவோ அல்லது ஏதாவது ஒன்றையோ செயல்படுத்து வதற்காக ஊராட்சி ஒன்றிய மன்றத்திடம் ஒப்படைக்கலாம்.

ஊராட்சி ஒன்றிய எல்லைக்குள் அரசினாலோ அல்லது சட்டப் பூர்வமான அமைப்பினாலோ அல்லது வேறு முகமையினாலோ செய்யக்கூடிய திட்டங்களை, வேலைகளை, செயல்களை, ஊராட்சி ஒன்றிய மன்றம் ஆய்வு செய்யலாம்.

இதனடிப்படையில் கீழ்க்கண்ட அரசாணைகளில் கொடுக்கப் பட்டுள்ள எல்லாத் திட்டங்களையும் ஆய்வுக்கு எடுத்துக் கொள்ளலாம். இந்த ஆய்வு குறித்து ஊராட்சி ஒன்றிய

ஆணையாளர் சம்பந்தப்பட்ட அலுவலர்களுக்கு முன்னதாகவே தகவல் அனுப்பி அறிக்கைகள் கோர வேண்டும். ஆய்வின் போது தொடர்புடைய துறைத்தலைவர்கள் அனுப்பிய அறிக்கைகளின் அடிப்படையில், இணைப்புப் பட்டியலில் குறிப்பிடப்பட்டுள்ள அதிகாரிகள் ஊராட்சி ஒன்றிய மன்றக் கூட்டத்தில் கலந்துகொள்ள வேண்டும். ஊராட்சி ஒன்றிய மன்றம் திட்டங்களை ஆய்வு செய்யும் போது அந்தத் துறையின் சம்பந்தப்பட்ட அலுவலர்கள் விவரங்களையும், விளக்கங்களையும் தெரிவிக்க வேண்டும்.

ஆய்வின் முடிவுகளை ஆணையாளர் மாவட்ட ஆட்சியாளருக்கு அறிக்கை மூலம் தெரிவித்து அதன் மேல் மாவட்ட ஆட்சியாளர் அந்தந்தத் துறைகளின் அலுவலர்கள் மேற்கொண்ட தொடர் நடவடிக்கைகளை அறிந்து குறை நிறைகளுக்கு சம்பந்தப்பட்டவர் களுக்கு அறிவுரை வழங்குவார். இது ஒரு தொடர் பணியாகும்.

இணைப்புப் பட்டியல்

துறை	அலுவலர்கள்	திட்டம்
1. வேளாண்மை	1.உதவி செயற்பொறியாளர் (வே.பொ) 2.உதவி இயக்குநர் (வே.பொ) 1. உதவி செயற் பொறியாளர் (வே.பொ) 2. உதவி செயற்பொறியாளர் (நீர்)	1. வறட்சிப்பகுதி மேம்பாடு 2. சிறு பாசன சிறப்புத்திட்டம் (முன்னாள் ஜமீன் குளங்கள் மற்றும் பொதுப்பணித்துறை குளங்கள்)
2.வனத்துறை	1. வனத்துறை சார்பு அலுவலர்கள்	1.சமூக நல தரிசு நில மேம்பாடு 2. பழங்குடி பகுதிகளில் பயிர்கள் வளர்த்தல், பள்ளிக் கட்டடம் கட்டுதல், வனச்சாலை அமைத்தல் 3.மக்கள் நாற்றங்கால் நிறுவுதல் 4.சிறிய வனப்பொருட்கள் உற்பத்தியை முறைப்படுத்துதல் 5.சிறு வனப் பொருட்கள் உற்பத்தி மேம்பாடு
3.ஊரக வளர்ச்சி (கிராம ஊராட்சிகள்)	வட்டார வளர்ச்சி அலுவலர்	சாலைகள் ஜவகர் கிராம வளர்ச்சித் திட்டத்தின் கீழ் சாலைப்பணிகள் நாடாளுமன்ற உறுப்பினர் தொகுதி மேம்பாட்டுத் திட்டம், சட்டமன்ற உறுப்பினர் தொகுதி மேம்பாட்டுத் திட்டம், ஊரக சாலைகள் மற்றும் சிறப்பு சாலைகள் திட்டம், மரபு சாரா எரிசக்தி சூரிய ஆற்றலை மேம்படுத்துதல் சாண எரிவாயுக்கலன் நிறுவுதல், ஒருங்கிணைந்த ஊரக எரிசக்தி திட்டம்

4.ஊரக வளர்ச்சி	வட்டார வளர்ச்சி அலுவலர் (கிராம ஊராட்சிகள்)	வறுமை ஒழிப்புத் திட்டங்கள் வறட்சிக்கு இலக்காகும் பகுதித் திட்டம் பொன்விழா கிராம சுய வேலை வாய்ப்புத்திட்டம் இந்திரா நினைவு குடியிருப்பு (தொகுப்பு வீடுகள்) திட்டம் பத்தாவது நிதிக்குழு மானியம் உள்ளமைப்பு மேம்பாடு மத்திய ஊரக துப்பரவுத் திட்டம் டானிடா உதவியுடன் ஒருங்கிணைந்த ஊரக துப்பரவு மற்றும் குடிநீர் வழங்குதல்
5.பள்ளிக் கல்வித்துறை	தொடக்கக்கல்வி அலுவலர் உதவிக்கல்வி அலுவலர் மாவட்ட முதியோர் கல்வி அலுவலர் உதவிக்கல்வி அலுவலர்	100 சதவீதம் மாணவர் சேர்ப்பு ஆதிதிராவிடர்களுக்கான சிறப்புக்கூறு திட்டம் வயதுவந்தோர் எழுத்தறிவுத் திட்டம் பழங்குடியினர் பகுதியில் வயதுவந்தோர் கல்வித்திட்டம் அறிவொளி இயக்கம் எழுத்தறிவு பெற்றவர்களுக்கு மேல்நிலைக்கல்வி பெறும் திட்டம்
6.மருத்துவம், பொது சுகாதாரம் மருத்துவ மனை குடும்பநலம்	ஆரம்ப சுகாதார நிலைய மருத்துவ அலுவலர், இணைஇயக்குநர், துணை இயக்குநர் (மருத்துவம்)	சுகாதாரத் துணை நிலையப்பணி ஆரம்ப சுகாதார நிலையப்பணி கூட்ட மற்றும் பிற மருத்துவமனைகளின் பணி
7.சமூகநலம், சத்துணவுத்திட்டம்	குழந்தைகள் வளர்ச்சித் திட்ட அலுவலர் வட்டார வளர்ச்சி	குழந்தைகள் நல மையங்கள் பள்ளி சத்துணவு மையங்கள்

	அலுவலர் திட்ட அலுவலர் மாவட்ட சமூகநல அலுவலர்	ஒருங்கிணைந்த குழந்தைகள் நல மையம் மகளிர் மன்றங்களின் பணி, குழந்தைகள் காப்பகங்கள், அனாதை இல்லங்கள்
8.ஆதிதிராவிடர் நலம்	1. வட்டாட்சியர் (ஆதிதிராவிடர் நலம்)	இடைநிலைப் பள்ளிகளில் ஆய்வு செய்தல், நலத்திட்டங்களை ஆய்வு செய்தல், குடியிருப்பு பள்ளிகளில் ஆய்வு செய்தல்
9.தமிழ்நாடு மின்சார வாரியம்	1. தமிழ்நாடு மின் வாரிய உதவி மின்பொறியாளர்/இளநிலை மின்பொறியாளர்	தெருவிளக்கு பேணுதல், குடிசைக்கு ஒரு மின் விளக்கு, வேளாண் இறைப்பிகளுக்கு மின்சாரம் வழங்குதல்

ஊராட்சி ஒன்றிய மன்றத்தின் அதிகாரங்கள்

- ஊராட்சி ஒன்றிய பொது நிதியிருப்பை கவனத்தில் கொண்டு ஊராட்சி ஒன்றியப் பகுதிகளில் வாழும் மக்களின் பாதுகாப்பு, சுகாதாரம், நலத்தை முன்னேற்றும் பொருட்டு, ஊராட்சி ஒன்றிய மன்றம் தான் தகுதியெனக் கருதும் நிதி ஒதுக்கீட்டைச் செய்யலாம்.
- இரண்டு அல்லது அதற்கும் மேற்பட்ட கிராம ஊராட்சிகளின் உபயோகத்திற்காகப் பொதுவான இடுகாடு மற்றும் சுடுகாட்டை அமைத்துப் பராமரிக்கலாம்.
- இரண்டு அல்லது அதற்கும் மேற்பட்ட கிராம ஊராட்சிகளில் வாழும் மக்களின் தேவைக்காக சலவை மற்றும் குளிப்பு காரியங்களுக்காகப் பொதுவான நீராதாரத்தை அமைத்துப் பராமரிக்கலாம்.
- ஊராட்சி ஒன்றியப் பகுதிகளில் பொதுவான இடங்களில் கிராம ஊராட்சிகள் விளக்கு வசதி அமைக்கவில்லையெனில், பொதுமக்களின் நலம் மற்றும் பாதுகாப்பிற்காக விளக்கு வசதி அமைத்துத் தரலாம்.
- இரண்டு அல்லது அதற்கும் மேற்பட்ட ஊராட்சி ஒன்றியங்கள் சேர்ந்து பொது மருந்தகங்கள் அமைத்துப் பராமரிக்கலாம்.
- ஊராட்சி ஒன்றிய மன்றத்திற்குச் சொந்தமான அசையா சொத்துகளை ஊராட்சி ஒன்றியத்தில் உள்ள எந்த ஒரு கிராம ஊராட்சியிடமும் ஒப்படைக்கலாம் என அறிவிக்கை செய்யலாம்.
- ஊராட்சி ஒன்றியப் பகுதியில் உள்ள எந்த ஒரு கிராம ஊராட்சியிடமும் ஒப்பந்தம் செய்து கொண்டு எந்த ஒரு ஊராட்சி நிறுவனங்களையும் அமைத்துப் பராமரிக்கலாம்.
- ஊராட்சி ஒன்றிய மன்றத்தின் வரவு செலவுத் திட்டத்திற்கு ஊராட்சி ஒன்றிய மன்றத்தின் அனுமதி பெற்ற பின்னரே செயல்படுத்தப்பட வேண்டும்.
- ஊராட்சி ஒன்றியப் பகுதிகளில் அரசின் பல்வேறு துறைகள் மற்றும் நிறுவனங்கள் செயல்படுத்தப்படும் எந்த ஒரு வளர்ச்சித் திட்டப் பணியையும் ஆய்வு செய்யலாம்.
- 1994 ஆம் ஆண்டு தமிழ்நாடு ஊராட்சிகள் சட்டம், பிரிவு 96-ல் கூறப்பட்டுள்ள நிலைக்குழுக்களைத் தவிர்த்து, ஊராட்சி ஒன்றிய மன்றத்தின் தேவையான பிற நிலைக்குழுக்களை அமைத்து, அக்குழுக்களின் ஆலோசனைகளின் அடிப்படையில் செயல்படலாம்.

- பிற ஊராட்சி அமைப்புகள் வளர்ச்சி ஒன்றியத்தின் நிதியிருப்பு குறைவாக இருக்குமாயின், வளர்ச்சிப் பணிகளை நிறைவேற்றும் பொருட்டு பிற உள்ளாட்சி அமைப்புகள், அரசு நிறுவனங்கள் மற்றும் நிதி நிறுவனங்களில் தேவையான நிதியைக் கடனாக பெறலாம்.
- ஊராட்சி ஒன்றியப் பகுதிகளில் நீர்ப்பாசன ஆதாரத்திலும் குடி மராமத்து வேலைகளை மேற்கொண்டு பொதுமக்களிடமிருந்து குடி மராமத்து கட்டணத்தை நிர்ணயித்து வசூலிக்கலாம்.
- ஊராட்சி ஒன்றிய நீர்ப்பாசன ஆதாரங்களிலும் கண்மாய்களிலும் மீன் பிடிப்பதற்கான உரிமம் வழங்கலாம்.

ஊராட்சி ஒன்றியத் தலைவர் பொறுப்புகளும், கடமைகளும்

- ஊராட்சி ஒன்றியக் கூட்டங்களைக் கூட்ட ஏற்பாடு செய்வதுடன் அக்கூட்டங்களுக்குத் தலைமை வகித்து நடத்துதல்
- ஊராட்சி ஒன்றியத்தில் பராமரிக்கப்படும் எல்லா ஆவணங்களையும் எப்போதும் பார்வையிடும் அதிகாரம் பெற்றுள்ளார்.
- ஊராட்சி ஒன்றிய தலைவருக்கென சட்டத்தில் குறிப்பிட்டுள்ள எல்லாக் கடமைகளையும் அதிகாரங்களையும் செயல்படுத்துதல்
- ஊராட்சி ஒன்றிய தலைவரிடம் ஊராட்சி ஒன்றிய நிதிக்கு ஏற்பட்ட இழப்பு குறித்து விளக்கம் கோரலாம். கூட்டங்களில் கலந்து கொண்டு விவாதங்களில் பங்கு கொண்டு வாக்களிக் கலாம்.

தீர்மானம் கொண்டு வருதல்

உறுப்பினர் தீர்மானங்கள் கொண்டு வர விரும்பினால் 10 தினங்கள் அவகாசத்தில் தலைவருக்கு எழுத்து மூலம் தகவல் தருவதுடன் தீர்மான வாசகத்தின் மாதிரி ஒன்றினையும் அனுப்பிட வேண்டும். தீர்மானம் சட்ட விதிகளுக்கு உட்பட்டிருக்குமாயின் தலைவர் அத்தீர்மானத்தை அடுத்த கூட்டத்தின் பொருட்குறிப்பில் சேர்த்திடுவார். உறுப்பினரது தீர்மானம் கூட்டத்தில் கலந்து கொண்டுள்ள ஏதாவது ஒரு உறுப்பினரால் வழிமொழியப் பட வேண்டும். இல்லையாயின் தீர்மானம் ஏற்றுக்கெள்ளப்பட மாட்டாது. ஊராட்சி ஒன்றிய கூட்டத்தில் நிர்வாகம் சம்பந்தமாக கேள்வி ஏதேனும் உறுப்பினர் கேட்க விரும்பினால் 10 நாட்கள் இடைவெளியில் அதுபற்றி தலைவருக்கு எழுத்து மூலம் தெரிவித்

திட வேண்டும். கேட்கப்படவிருக்கும் கேள்வி சட்ட திட்டங்களுக் குட்பட்டதாக இருப்பின் ஊராட்சி ஒன்றியத்தலைவர் அடுத்த கூட்டத்தின் பொருட்குறிப்பில் அக்கேள்வியினைச் சேர்த்து கூட்டத்தின்போது உரிய பதிலினை எழுத்து மூலம் அளித்திடுவார். கூட்டப் பொருட்குறிப்பிலும் கேள்வி பதிலினைச் சேர்க்க வேண்டும்.

ஊராட்சி ஒன்றிய உறுப்பினர்கள் வினா எழுப்பும் நடைமுறை

ஊராட்சி ஒன்றியத்தலைவரை உறுப்பினர் எவரும் கீழ்க்கண்ட நிபந்தனைகளுக்குட்பட்டு எழுத்து மூலம் கேள்வி கேட்கலாம்.

1. ஊராட்சி ஒன்றிய நிர்வாகத்திற்குத் தொடர்பற்ற பொருள் எதனையும் குறித்து கேள்வி எழுப்பக்கூடாது. அவ்வாறு கேட்கப்பட்ட கேள்விக்குத் தலைவர் பதில் அளிக்கவும் கூடாது.
2. உண்மை நிலையைத் தெரிந்து கொள்வதற்காக மட்டுமே, கேள்வி எழுப்பப்பட வேண்டும். பதில்களும் உண்மை நிலவரத்தைத் தெரிவிப்பதாக அமைய வேண்டும்.
3. குறைந்தது 10 நாட்கள் கால அவகாசம் உறுப்பினர் எழுத்து மூலம் கேள்வியைத் தலைவருக்கு அனுப்ப வேண்டும்.
4. எழுப்பப்படும் கேள்வி சுருக்கமாகவும் தெளிவாகவும் இருக்க வேண்டும்.
5. கேள்வியைத் தெளிவாகப் புரிந்துகொள்ளும் அளவிற்கு உதவுகின்ற அல்லது தேவையான விவரங்கள் அல்லது நபரின் பெயரை மட்டிலுமே கேள்வியில் குறிப்பிட வேண்டும். தேவையற்ற விவரங்கள் மற்றும் அறிக்கைகள் எதுவும் இருக்கக்கூடாது.
6. கேள்வியில் குறிப்பிடப்படும் அறிக்கையில் கண்டுள்ள விவரங்கள் உண்மையானவை என்று நிரூபிக்கும் பொறுப்பு கேள்வி கேட்கும் உறுப்பினரையே சாரும்.
7. வாதங்கள், அனுமானங்கள், வஞ்சப்புகழ்ச்சியான சொற்றொடர்கள், அல்லது ஒருவர் புகழுக்குப் பங்கம் ஏற்படுத்தும் அவதூறு எதுவும் கேள்வியில் இடம்பெறக்கூடாது.
8. ஆலோசனை கூறுவதாகவோ நடைமுறைக்குத் தொடர்பற்ற சட்டத்தின் நுணுக்கம் குறித்தோ அல்லது ஊகத்தின் அடிப் படையிலோ கேள்வி எழுப்பக்கூடாது.
9. ஒருவரது பொதுவாழ்க்கை அல்லது பதவிச் செயல்பாடு தவிர அவரது தனிப்பட்ட வாழ்க்கை ஒழுக்கம் அல்லது நடத்தை பற்றி கேள்வியில் குறிப்பிடலாகாது.

10. ஒருமுறை முழுமையாகப் பதில் அளிக்கப்பட்ட கேள்வியை மீண்டும் எழுப்பலாகாது.

கேள்வியை ஏற்றுக்கொள்ளல்

தலைவர், ஒரு கேள்வி ஏற்றுக் கொள்ளப்படத்தக்கதா இல்லையா என்பதைத் தீர்மானிப்பார். ஏற்றுக்கொண்ட கேள்விகளை அடுத்து வரும் ஊராட்சி ஒன்றியத்தின் கூட்டத்திற்கான நிகழ்ச்சி நிரலில் சேர்த்துக்கொள்ள வேண்டும். ஒரு கேள்வியைக் கீழ்க்கண்ட காரணங்களுக்காகத் தலைவர் ஏற்றுக் கொள்ள மறுக்கலாம்.

- கேள்வி கேட்கும் உரிமையைத் தவறாகப் பயன்படுத்தும் விதத்தில் அது கேட்கப்பட்டிருந்தால் அல்லது
- ஒரு கேள்விக்குப் பதில் அளிப்பது பொதுநலனுக்குப் பாதகமாக அமையும் என்று தலைவர் கருதினால்
- அந்நிலையில் அக்கேள்வி கூட்ட நிகழ்ச்சி நிரலில் சேர்க்கப் பட வேண்டியதில்லை. ஆனால் தலைவர் இது குறித்துக் கேள்வி கேட்ட உறுப்பினருக்கு ஒரு பதில் அனுப்ப வேண்டும்.

கேள்விகளுக்கு பதில் அளிக்கலாம்

ஊராட்சி ஒன்றியக் கூட்ட நடவடிக்கைகளில் கேள்விப் பதில் முதலில் இடம் பெறும். ஆகவே கூட்டத்தின் இதர நடவடிக்கைகளுக்கு முன், தலைவர் உறுப்பினர்கள் கேட்ட கேள்விகளை வரிசைக்கிரமமான முறையில் ஒவ்வொன்றாகப் படித்து பதில் அளிக்க வேண்டும்.

கேள்வியைத் திரும்பப் பெறுதல்

கேள்வி கேட்ட உறுப்பினர், கேள்விக்குப் பதில் அளிக்கும் முன் திரும்பப் பெற்றுக் கொள்ளலாம். அந்நிலையில் பொதுவாக அக்கேள்விக்குப் பதில் அளிக்க வேண்டியதில்லை. ஆனால் நிர்வாக நலன் கருதி தலைவர் திரும்பப் பெறப்பட்ட கேள்விக்குக் கூட பதில் அளிக்கலாம்.

துணைக்கேள்வி (அ) தொடர்கேள்விகள்

தலைவர் அளிக்கும் பதிலின் உண்மை நிலை குறித்து மேலும் விவரம் வேண்டும் எனக் கருதும் உறுப்பினர் எவரும் துணைக்கேள்வி அல்லது தொடர்கேள்வி எழுப்பலாம். தலைவர் அக்கேள்வியின் தன்மையைப் பரிசீலித்து அவற்றை அனுமதித்து பதில் அளிக்கலாம். போதிய காரணங்களுக்காகப் பதில் அளிக்க மறுக்கலாம். தொடர்பற்ற கேள்வி என்று எதனையும் மறுத்தால், உறுப்பினர் அதனை ஊராட்சி ஒன்றியத்தின் அடுத்த கூட்டத்தில் புதிய கேள்வியாக எழுப்பலாம்.

விவாதத்திற்குத் தடை

கேட்கப்பட்ட கேள்வி மற்றும் அதற்களிக்கப்பட்ட பதில் பற்றி விவாதம் எதுவும் நடைபெறலாகாது.

நடவடிக்கைக் குறிப்பு

நிகழ்ச்சி நிரலில் சேர்க்கப்பட்ட கேள்வி மற்றும் அதற்களிக்கப் பட்ட பதில் ஆகியவற்றை ஊராட்சி ஒன்றிய மன்ற செயல்முறைக் குறிப்புகளில் தலைவர் எழுதி வைக்க வேண்டும்.

ஊராட்சி ஒன்றிய கூட்ட நடவடிக்கைகளில் கேள்வி பதில் நிகழ்ச்சிக்குப் பின் நிகழ்ச்சி நிரலில் உள்ள பொருட்கள் விவாதத்திற்கு எடுத்துக்கொள்ளப்படும். உறுப்பினர்களால் கொண்டு வரப்படும் தீர்மானங்கள்அதற்கு அடுத்தபடியாக விவாதத்திற்கு எடுத்துக் கொள்ளப்படும்.

ஆவணங்களைப் பார்வையிடல்

ஊராட்சி ஒன்றிய ஆவணங்களைப் பார்வையிட உறுப்பினர் எவரேனும் விரும்பினால் முன்னதாகவே அது குறித்து ஊராட்சி ஒன்றிய ஆணையருக்குத் தெரியப்படுத்த வேண்டும். அப்படி உறுப்பினரால் கேட்கப்பட்ட ஆவணங்களை அவர்கள் பார்வைக்கு வைப்பதற்குத் தடையாக நியாயமான காரணம் எதுவும் இருப்பின், அந்த ஆவணங்களைக் கொடுப்பதற்கு இல்லையென ஆணையர் எழுத்து மூலம் அவ்வுறுப்பினருக்கு பதில் அளிக்கலாம்.

பயணப்படி, அமர்வுப்படி வழங்குதல்

ஊராட்சி ஒன்றியத்தலைவர், துணைத்தலைவர், உறுப்பினர்கள் ஊராட்சி ஒன்றிய நிதியிலிருந்து ஊதியம் எதுவும் பெற முடியாது. எனினும் ஊராட்சி ஒன்றிய நிர்வாகக் காரணம் கருதி வெளியூர் பயணம் மேற்கொண்டால் அதற்கான விதிப்படியான பயணப்படி மற்றும் நிலையான பயணப்படி, அமர்வுப்படி போன்றவற்றை விதிமுறைகளின் படி பெற்றுக் கொள்ளலாம். தற்சமயம் உள்ளபடி உறுப்பினர்கள் மற்றும் தலைவருக்கு அனுமதிக்கப்பட்டுள்ள பயணப்படி முதலியனவற்றைக் கீழே காணலாம்.

பயணப்படி மற்றும் இதர படிகள் வழங்கல்

யாருக்குப் பொருந்தும்?

1. *கிராம ஊராட்சி, ஊராட்சி ஒன்றியம் மற்றும் மாவட்ட ஊராட்சியின் தலைவர்கள், உறுப்பினர்கள்*
2. *மூன்றுநிலை ஊராட்சிக் குழுக்களின் உறுப்பினர்கள்*

என்னென்ன படிகள் வழங்கலாம்?

1. நிலையான மாதாந்திர பயணப்படி
2. பயணப்படி
3. தினப்படி
4. அமர்வுப்படி

நிலையான மாதாந்திர பயணப்படி

யாருக்கு?	1. கிராம ஊராட்சித் தலைவர்கள் 2. ஊராட்சி ஒன்றிய மன்றத்தலைவர், உறுப்பினர்கள் 3. மாவட்ட ஊராட்சித்தலைவர், உறுப்பினர்கள்
எதற்காக?	தங்களது பகுதியில் பணிநிமித்தம் பயணம் செய்யும் வகைக்காக ஒவ்வொரு மாதமும் அளிக்கப்படும்
எவ்வளவு?	அரசு அவ்வப்போது நிர்ணயிக்கும் விகிதத்தில் அளிக்கப்படும்
	1.1.2000 அன்று உள்ள நிலையில் — **மாதம் ஒன்றுக்கு** 1. கிராம ஊரட்சித்தலைவர்களுக்கு — ரூ.500 .00 2. ஊராட்சி ஒன்றிய மன்ற உறுப்பினர்களுக்கு — ரூ.400 .00 3. ஊராட்சி ஒன்றிய மன்றத் தலைவருக்கு — ரூ.750 .00 4.மாவட்ட ஊராட்சி உறுப்பினர்களுக்கு — ரூ.500 .00 5.மாவட்ட ஊராட்சித் தலைவர்களுக்கு — ரூ.1500 .00
எந்த நிதி	சம்பந்தப்பட்ட ஊராட்சிகளின் நிதியிலிருந்து அந்தந்த ஊராட்சித் தலைவருக்கும் உறுப்பினர் களுக்கும் வழங்கப்படும்

தினப்படி மற்றும் பயணப்படி

யாருக்கு?	தங்களது அலுவலகப் பணி காரணமாகத் தங்களது பகுதிக்கு வெளியே பணயம்செல்வதற்கு சில கட்டுப் பாடுகளுக்குட்பட்டு வழங்கப்படுகிறது.

கட்டுப்பாடு எவை	ஆவரது தலைமையிடத்திலிருந்து 8 கி.மீ தாண்டிய இடத்திற்கு சென்றால் மட்டுமே
எவ்வளவு?	அரசு அவ்வப்போது நிர்ணயிக்கும் விகிதத்தில் வழங்கப்படும்

தினப்படி

எதற்காக?	தலைமையிடத்திலிருந்து அலுவல் காரணமாகப் பயணம் மேற்கொண்டு வெளியிடத்தில் 12 மணிநேரம் கழித்தால் ஒவ்வொரு தினத்திற்கும் முழுப்படி
எவ்வளவு?	1. ஆறு மணி நேரத்திற்குக் குறைவாக - 30 சதவீதம் 2. ஆறு மணி நேரத்திலிருந்து 12 மணிநேரம் வரை- 70 சதவீதம் 3. 12 மணிநேரத்திற்கு மேல் - 100 சதவீதம்

தலைமையிடம் எதைக் குறிக்கிறது?

ஒருவர் குடியிருக்கும் இடமே பயணப்படி வகைக்காக அவரது தலைமையிடமாக எடுத்துக் கொள்ளப்படும்.

யாரது அனுமதி தேவை?

தனது பகுதியைத் தாண்டி அலுவல் காரணமாக மாவட்டத்தினுள் பயணம் செய்வதற்கு சம்பந்தப்பட்ட கிராமஊராட்சி, ஊராட்சி ஒன்றிய மன்றம் மற்றும் மாவட்ட ஊராட்சித் தீர்மானம் மூலம் அனுமதி வழங்க வேண்டும். மாவட்டத்தைத் தாண்டிப் பயணம் மேற்கொள்ள ஆய்வாளரின் முன் அனுமதி பெற வேண்டும்.

அமர்வுப்படி

யாருக்கு?	கிராம ஊராட்சி, ஊராட்சி ஒன்றிய மன்றம் மற்றும் மாவட்ட ஊராட்சியின் தலைவர்கள் மற்றும்	
உறுப்பினர்கள்		
எதற்காக? எவ்வளவு?	அவரவர்களுக்குத் தொடர்புடைய ஊராட்சிக்கூட்டத்தில் கலந்து கொண்டால் அளிக்கப்படும் அரசு அவ்வப்போது நிர்ணயிக்கும் விகிதத்தில் அளிக்கப்படும்.	
	1. அமர்வுப்படி உறுப்பினர்களும். தலைவரும் அந்தந்த ஊராட்சிக் கூட்டங்களில் கலந்து கொண்டால் வழங்கப்படும்.	
	2.ஒரு மாதத்தில் இரண்டு கூட்டங்களில் கலந்து கொள்வதற்கு மட்டுமே அமர்வுப்படி வழங்கப்படும் ஒரு கூட்டத்திற்கான அமர்வுப்படி	
	1. மாவட்ட ஊராட்சித்தலைவர்	ரூ.1500
	2. மாவட்ட ஊராட்சி உறுப்பினர்	ரூ.250
	3. ஊராட்சி ஒன்றிய மன்றத்தலைவர்	ரூ.750
	4. ஊராட்சி ஒன்றிய மன்ற உறுப்பினர்கள்	ரூ.250
	5.கிராம ஊராட்சித்தலைவர்	ரூ.100
	6. கிராம ஊராட்சி உறுப்பினர்கள்	ரூ.50

பயணப்படி மற்றும் தினப்படி

வ. எண்	பதவி	ரயில்	தினப்படி	பேருந்து கட்டணம்
1.	மாவட்ட ஊராட்சித்தலைவர்	முதல் வகுப்பு	50/-	செலவு செய்த தொகை
2.	மாவட்ட ஊராட்சி உறுப்பினர்	முதல் வகுப்பு	50/-	”
3.	ஊராட்சி ஒன்றிய மன்றத்தலைவர்	முதல் வகுப்பு	30/-	”
4.	ஊராட்சி ஒன்றிய மன்ற உறுப்பினர்	இரண்டாம் வகுப்பு	20/-	”
5.	கிராம ஊராட்சித் தலைவர்கள்	முதல் வகுப்பு	20/-	”
6.	கிராம ஊராட்சி உறுப்பினர்கள்	இரண்டாம் வகுப்பு	--	”

ஊராட்சி ஒன்றிய தலைவர் பொறுப்பும், கடமையும்

ஊராட்சி ஒன்றியக் கூட்டங்களைக் கூட்ட ஏற்பாடு செய்வதுடன் அக்கூட்டங்களுக்குத் தலைமை வகித்து நடத்துதல்

ஊராட்சி ஒன்றியத்தில் பராமரிக்கப்படும் எல்லா ஆவணங்களையும் எப்போதும் பார்வையிடும் அதிகாரம் பெற்றிருத்தல்.

ஊராட்சி ஒன்றிய தலைவருக்னெ சட்டத்தில் குறிப்பிட்டுள்ள எல்லா கடமைகளையும் அதிகாரங்களையும் செயற்படுத்துதல்.

பொறுப்பு துணைத்தலைவரைச் சென்றடைதல்

ஊராட்சி ஒன்றியத் தலைவர் பதவி காலியாக இருந்தால் புதிய தலைவர் தேர்ந்தெடுக்கப்படும் வரையிலும் தலைவரது பொறுப்பு முழுவதும் துணைத்தலைவரைச் சாரும்.

பதவி சார்ந்த உறுப்பினர் மற்றும் தலைவர்

ஊராட்சி ஒன்றியத் தலைவர், துணைத்தலைவர் பதவி காலியாக இருந்தாலோ அல்லது தலைவர் பதவி காலியாக இருந்து துணைத்தலைவர் 30 தினங்களுக்கு மேல் ஊராட்சி ஒன்றியப் பகுதிகளில் இல்லாமலிருக்கும் நிலைமை ஏற்பட்டாலோ அல்லது உடல் நலக்குறைவு காரணமாக 30 நாட்களுக்கு மேல் கடமையாற்ற முடியாத நிலையில் அவர் இருந்தாலோ ஊராட்சி ஒன்றியத் தலைவர் பொறுப்பினையும், கடமையினையும் மீண்டும் தலைவரோ துணைத்தலைவரோ ஏற்றுக்கொள்வது வரையிலும் சம்பந்தப்பட்ட வருவாய் கோட்டாட்சியர் தலைவர் பொறுப்பினை ஏற்று நிறைவேற்றி வருவார். அச்சமயம் அவர் ஊராட்சி ஒன்றியப் பதவி சார்ந்த உறுப்பினர் மற்றும் தலைவராகக் கருதப்படுவார்.

பொறுப்பு ஒப்பளிப்பு செய்தல்

ஊராட்சி ஒன்றியத் தலைவர் தமது பொறுப்புகளில் சிலவற்றைத் தமது விருப்பத்தின் பேரில் துணைத்தலைவருக்கு எழுத்து மூலம் ஒப்படைக்கலாம். ஆனால் ஏதாவது பொறுப்பினையோ அதிகாரத் தினையோ விட்டுக் கொடுக்கலாகாது என ஊராட்சி ஒன்றிய மன்றம் தீர்மானம் மூலம் தடுத்திருந்தால் அவ்வதிகாரம் மற்றும் பொறுப்புகளை துணைத்தலைவருக்குக் கொடுக்கக்கூடாது.

ஊராட்சி ஒன்றியத்தலைவர் 30 தினங்களுக்கு மேல் தொடர்ச்சியாக ஊராட்சி ஒன்றியப் பகுதியில் இல்லாமல் இருந்தாலோ அல்லது உடல்நலக்குறைவு காரணமாக 30 தினங்களுக்கு மேல் தம் கடமையினைச் செய்திட முடியாத நிலைமையில் இருந்தாலோ அவர் பொறுப்பும் கடமையும் துணைத்தலைவரைச் சாரும்.

தலைவரது அதிகாரம் பெற்ற உறுப்பினர்

ஊராட்சி ஒன்றியத் துணைத்தலைவர் பதவி காலியாக யிருந்தாலோ 30 தினங்களுக்கு மேல் அவர் ஊராட்சி ஒன்றியப் பகுதியில் இல்லாமல் இருந்தாலோ அல்லது உடல் நலக்குறைவு காரணமாக 30 தினங்களுக்கு மேல் தமது கடமையினைச் செய்திட முடியாத நிலையிலிருந்தாலோ ஊராட்சி ஒன்றிய தலைவர் தமது அதிகாரங்களில் சிலவற்றை ஏதேனும் ஒரு உறுப்பினருக்கு

எழுத்து மூலம் ஒப்பளிப்பு செய்யலாம். இவ்வாறு அதிகாரம் கொடுக்கப்பட்டவர் 'தலைவர் டெலிகேட்' என அழைக்கப்படுவார்.

இம்மாதிரி அதிகாரங்களை உறுப்பினர் யாருக்கேனும் கொடுத்த விவரம் அடுத்த ஊராட்சி ஒன்றியக் கூட்டத்தில் உறுப்பினர்களது தகவலுக்கு வைக்கப்பட வேண்டும். ஏற்கனவே ஒரு உறுப்பினருக்கு சில அதிகாரங்கள் கொடுக்கப்பட்டிருக்குங்கால், அப்போது வேறொரு உறுப்பினருக்கு இந்த அதிகாரத்தில் எதனையும் கொடுக்கலாகாது. மேலும் ஒரு வருடத்தில் மொத்தம் 90 நாட்களுக்கு மேல் இம்மாதிரி அதிகாரங்களைக் கொடுப்பதற்கு ஊராட்சி ஒன்றிய சிறப்பு அனுமதியினைத் தலைவர் பெற்றிட வேண்டும். உறுப்பினர் எவருக்கேனும் தலைவர் தமது அதிகாரங்களைக் கொடுக்கும்போது தேவையான வரையறை களையும் கட்டுப்பாடுகளையும் அவர் ஏற்படுத்திவிடலாம்.

ஊராட்சி ஒன்றிய உறுப்பினர் பொறுப்பும் கடமையும்

ஊராட்சி ஒன்றிய உறுப்பினர் ஊராட்சி ஒன்றிய மன்றக் கூட்டங்களில் கலந்துகொண்டு, 1) நிர்வாகத்தில் காணப்படும் குறைகளைச் சுட்டிக் காட்டவும், 2) தேவைகளை எடுத்துக் கூறவும், மற்றும் 3) தேவையான ஆலோசனைகள் வழங்கிடவும் உரிமை பெற்றுள்ளார்.

4) கூட்டங்களில் தீர்மானங்கள் கொண்டுவரவும் ஊராட்சி ஒன்றிய தலைவரிடம் ஊராட்சி ஒன்றிய நிதிக்கு ஏற்பட்ட இழப்பு குறித்தும் விளக்கம் கேட்கவும் வினா எழுப்பவும் உறுப்பினர் உரிமை பெற்றவர் ஆவார்.

5) ஊராட்சி ஒன்றியம் சம்பந்தப்பட்ட எல்லா ஆவணங்களையும் அலுவலக நேரத்தில் பார்வையிட உறுப்பினருக்கு உரிமை உண்டு.

ஊராட்சி ஒன்றிய ஆவணங்களைப் பார்வையிட உறுப்பினர் எவரேனும் விரும்பினால் முன்னதாகவே இது குறித்து ஊராட்சி ஒன்றிய ஆணையருக்குத் தெரியப்படுத்திட வேண்டும். அப்படி உறுப்பினரால் கேட்கப்பட்ட ஆவணங்களை அவர்கள் பார்வைக்கு வைப்பதற்குத் தடையாய் நியாயமான காரணம் எதுவும் இருப்பின், அந்த ஆவணங்களைக் கொடுப்பதற்கு இல்லையென ஆணையர் எழுத்து மூலம் அவ்வுறுப்பினருக்கு பதில் அளிக்கலாம்.

ஊராட்சி ஒன்றிய தலைவர், துணைத்தலைவர், உறுப்பினர் யாரும் ஊராட்சி ஒன்றிய நிதியிலிருந்து ஊதியம் எதுவும் பெற முடியாது. எனினும் ஊராட்சி ஒன்றிய நிர்வாகக் காரணம் கருதி வெளியூர் பயணம் மேற்கொண்டால் அதற்கான விதிப்படியான

பயணப்படி மற்றும் அமர்வுப்படி போன்றவற்றை விதிமுறைகளின் படி பெற்றுக் கொள்ளலாம்.

உறுப்பினர் தீர்மானங்கள் கொண்டு வர விரும்பினால் 10 தினங்கள் அவகாசத்தில் தலைவருக்கு எழுத்து மூலம் தகவல் தருவதுடன் தீர்மான வாசகத்தின் மாதிரி ஒன்றினையும் அனுப்பிட வேண்டும். தீர்மானம் சட்ட விதிகளுக்கு உட்பட்டிருக்குமாயின் தலைவர் அத்தீர் மானத்தை அடுத்த கூட்டத்தின் பொருட்குறிப்பில் சேர்த்திடுவார். உறுப்பினரது தீர்மானம் கூட்டத்தில் கலந்து கொண்டுள்ள ஏதாவது ஒரு உறுப்பினரால் வழிமொழியப் படவேண்டும். இல்லையாயின் தீர்மானம் ஏற்றுக்கெள்ளப்பட மாட்டாது. ஊராட்சி ஒன்றிய கூட்டத்தில் நிர்வாகம் சம்பந்தமாகக் கேள்வி ஏதேனும் உறுப்பினர் கேட்க விரும்பினால் 10 நாட்கள் இடைவெளியில் அது பற்றி தலைவருக்கு எழுத்து மூலம் தெரிவித்திட வேண்டும். கேட்கப்படவிருக்கும் கேள்வி சட்ட திட்டங்களுக்குட்பட்டதாக இருப்பின் ஊராட்சி ஒன்றியத்தலைவர் அடுத்த கூட்டத்தின் பொருட்குறிப்பில் அக்கேள்வியினைச் சேர்த்துக் கூட்டத்தின்போது உரிய பதிலினை எழுத்து மூலம் அளித்திடுவார். கூட்ட நடவடிக்கைக் குறிப்பிலும் கேள்வி பதிலினைச் சேர்க்க வேண்டும்.

நிர்வாக நடைமுறைக் குறிப்புகள்

ஊராட்சி ஒன்றியங்களில் தேர்ந்தெடுக்கப்பட்ட மக்கள் பிரதிநிதிகளான ஒன்றியத்தலைவரும் உறுப்பினர்களும், அரசினால் நியமிக்கப்பட்ட ஆணையாளரும், விரிவு அலுவலர்களும், அரசுப் பணியாளர்களும், ஒன்றியப் பணியாளர்களும் இணைந்து பணியாற்றி வருகின்றனர். மக்கள் பிரதிநிதி களுக்கும் அலுவலர்களுக்குமிடையே இணக்கமான மற்றும் சுமுகமாக உறவு நிலவினால் மட்டுமே நிர்வாகம் சீராகவும் சிறப்பாகவும் நடைபெறும். அந்நிலையில் தான் வளர்ச்சி பெருகி மக்களின் வாழ்வில் மலர்ச்சி ஏற்படும்.

மக்கள் பிரதிநிதிகளுக்கும் ஆணையாளர் மற்றும் அலுவலர்களுக் கிடையே இணக்கமான சூழ்நிலை உருவாகி நிலை பெற்றிட கீழ்க்காணும் இனங்களில் குறிப்பிட்ட வழிமுறைகளை சம்பந்தப் பட்டவர்கள் கடைப்பிடிக்க வேண்டும்.

1. அலுவலக நிர்வாகம்

1. அலுவலக அறை மற்றும் தளவாடச் சாமான்கள்
2. அலுவலகப் பணிக்கு உதவும் எழுத்தர், அலுவலக உதவியாளர்
3. அன்றாட அலுவல்கள், தபால் போக்குவரத்து
4. கூட்டங்கள்

1) சட்டப்பூர்வமான கூட்டங்கள்

2) அலுவலர் ஆய்வுக்கூட்டங்கள்

2. களப்பார்வை, முகாம்

1. *ஊர்தி*
2. *களப்பார்வைக்கு உதவும் விரிவாக்க மற்றும் கள அலுவலர்கள்*
3. *ஆணையாளரது பொறுப்புகள்*
4. *பொதுவானவை*

1) அலுவலக நிர்வாகம்

அலுவலக அறை மற்றும் தளவாட சாமான்கள்

ஒன்றியத் தலைவர் ஒன்றியத்தின் பணிகளை அன்றாடம் அலுவலகத்தில் கவனிக்கலாம். அதற்கென ஒன்றிய அலுவலகத்தில் அவருக்குத் தனியே அறை ஒன்று ஒதுக்கப்பட்டுள்ளது. அவ்வறையில் அவரது பணிக்குத் தேவையான தளவாடங்களும் சாதனங்களும் வழங்கப்பட வேண்டும். ஆடம்பரமில்லாத வகையிலும் அரசு நிர்ணயித்த அளவில் தேவையான தளவாடங்கள் வாங்கி நிறுவலாம். தலைவரது அறைக்குத் தனி தொலைபேசி இணைப்பு வழங்கப்பட்டு அதற்கான செலவினத்தை ஒன்றியப் பொதுநிதியிலிருந்து வழங்க உத்தரவிடப்பட்டுள்ளது. அதே போன்று ஒன்றியத் தலைவரது இல்லத்திலும் தொலைபேசி இணைப்புக் கொடுக்கப்பட்டுள்ளது.

அலுவலகப் பணிக்காகத் தொலைபேசி பயன்படுத்தப்படுவதையும் சொந்தக் காரியமாகப் பயன்படுத்துவதையும் பிரித்துக் காட்ட தொலைபேசி உபயோகப் பதிவேடு ஒன்று பராமரிக்கப்பட வேண்டும். இப்பதிவேட்டின்படி சொந்தக் காரியமாக உபயோகப் படுத்தப்பட்ட தொலைதூரத் தொலைபேசிக் கட்டணத்தை ஒன்றியத்தலைவர், ஒன்றிய அலுவலகத்தில் ஒவ்வொரு மாதமும் செலுத்தி ரசீது பெற்று அந்த ரசீதை தொலைபேசிக் கட்டணப் பட்டியலுடன் இணைத்து வைத்துக் கொள்ள வேண்டும். ஆணையாளர் தொலைபேசி உபயோகத்திற்கான பட்டியலை அனுமதிக்கும் முன்னர், ஒன்றியத் தலைவரது இல்லத்திலும் அவரது அலுவலக அறையிலும் உள்ள தொலைபேசி உபயோகப் பதிவேட்டைப் பரிசீலித்து சொந்த உபயோகத்திற்கான கட்டணம் செலுத்தப்பட்ட விபரத்தை சரி பார்த்துத் தொலைபேசிக் கட்டணப் பட்டியலை அனுமதிக்க வேண்டும்.

ஒன்றியத்தலைவருக்கும் ஆணையாளருக்கும் நெருடலை ஏற்படுத்தும் பல்வேறு இனங்களில் இதுவும் ஒன்று. நெருடல்

ஏற்படுத்துவதைத் தவிர்த்து தலைவர் முறையாக தொலைபேசி உபயோகப் பதிவேட்டில் அவ்வப்போது பதிவுகள் செய்து ஒப்பமிட வேண்டும். அலுவலகத்திற்கு ஒன்றியத்தலைவர் வருகை தரும்பொழுது மரியாதை நிமித்தமாக ஆணையாளர் அவரைச் சந்தித்து வரவேற்கலாம். முகமன் கூறலாம். தலைவர் அலுவலகத்தில் இருக்கும் பொழுது ஆணையாளர் பணி நிமித்தம் வெளியே செல்ல நேரிட்டால், தலைவரிடம் அவர் செல்லுமிடத்தையும் செல்லும் நோக்கத்தையும் தெரிவிப்பது மரியாதை ஆகும். அதே போன்று தலைவர் அலுவலகத்திலிருந்து செல்லுமுன் ஆணையாளரிடம் விடைபெற்றுச் செல்லும் வழக்கத்தையும் மேற்கொள்ளலாம்.

இருவரும் தத்தம் பொறுப்பை உணர்ந்து இந்த நடைமுறையைக் கடைபிடித்தால் இருவருக்குமிடையே இணக்கமாக உறவுமுறை நிலவும்.

2. அலுவலகப் பணிக்கு உதவும் எழுத்தர் மற்றும் அலுவலக உதவியாளர்

ஒன்றியத் தலைவரது அலுவலகப் பணிக்கு உதவுவதற்காக, அலுவலகத்தில் பணியாற்றும் எழுத்தர்களில் ஒருவரையும், அலுவலக உதவியாளர்களில் ஒருவரையும் தலைவர் தேர்ந்தெடுக்கலாம். தலைவர் தேர்ந்தெடுக்கும் எழுத்தரையும், அலுவலக உதவியாளரையும், ஆணையாளர் ஒன்றியத் தலைவரது கட்டுப்பாட்டில் வைக்க வேண்டும். அந்த அலுவலர்களுக்கு ஒன்றியத்தலைவரது இருப்பிடத்தைத் தலைமையிடமாக நிர்ணயித்து ஆணையாளர் உத்தரவிட வேண்டும். எழுத்தர், தலைவரது அலுவலகப் பணிக்கு உதவுவதுடன் ஆணையர் நிர்ணயிக்கும் பதிவேடுகளையும் பேண வேண்டும். மேலும் அவர் அலுவலகத் திற்கும் குறிப்பாக ஆணையாளருக்கும் தலைவருக்கும் பாலமாகச் செயல்பட வேண்டும்.

அலுவலக உதவியாளர் ஒன்றியத் தலைவருக்கு அலுவலகத்திலும் முகாமிலும் தேவையான உதவிகளைச் செய்ய வேண்டும். அலுவலகத்திலிருந்து தலைவரது இருப்பிடத்திற்கும், தலைவர் இருப்பிடத்திலிருந்து அலுவலகத்திற்கும் அலுவலக ஆவணங்களையும், தபால்களையும் கொண்டு சேர்ப்பிப்பது இவரது தலையாய கடமை ஆகும். அலுவலகப் பணிகளுக்கு மட்டுமே இவர்களது சேவையைத் தலைவர் பயன்படுத்திக் கொள்ள வேண்டும். ஆணையாளர் தலைவரது கட்டுப்பாட்டில் உள்ள இந்த அலுவலர்களது சேவையைச் சாதாரணமாகக் கோரக்கூடாது. மேலும் தலைவரது முன் அனுமதி பெறாமல் இவர்களை அவரது கட்டுப்பாட்டிலிருந்து எடுத்துவிட்டு வேறு பணியாளர்களை நியமிக்கவும் கூடாது.

அன்றாடத் தபால்கள் தபால் போக்குவரத்து ஒன்றிய அலுவலகத்தில் பெறப்படும் தகவல்கள்

ஒன்றிய அலுவலகத்தில் கீழ்க்கண்டவாறு முகவரியிட்ட தபால்கள் பெறப்படலாம்.

1. ஆணையாளர்
2. ஆணையாளருக்கு ஒன்றியத் தலைவர் மூலமாக
3. ஒன்றியத்தலைவர்
4. ஆணையாளர் பெயருக்கு
5. ஒன்றியத்தலைவர் பெயருக்கு

மேற்கண்டவாறு அன்றாடம் பெறப்படும் தபால்களில் ஒன்றியத்தலைவர் பெயரில் பெறப்படும் தபால்கள் தவிர, ஏனையவற்றை ஆணையாளர் அல்லது விரிவாக்க அலுவலர் (நிர்வாகம்) திறப்பார். ஒன்றியத்தலைவர் பெயருக்கு முகவரியிட்ட தபால்களைத் திறக்காமல் அப்படியே ஒன்றியத்தலைவருக்கு அனுப்ப வேண்டும். அத்துடன் ஆணையாளரால் திறக்கப்பட்ட அலுவலகம் சம்பந்தப்பட்ட அனைத்துத் தபால்களையும் ஒன்றியத்தலைவரது பார்வைக்கு அவர் அலுவலகத்திலிருந்தாலும், அவரது இருப்பிடத்திலிருந்தாலும் அனுப்ப வேண்டும். அத்தபால்களைக் கொண்டு சென்று திரும்ப அலுவலகத்தில் சேர்ப்பிக்கும் பொறுப்பை ஒன்றியத்தலைவரது கட்டுப்பாட்டிலுள்ள அலுவலக உதவியாளரிடம் ஒப்படைக்க வேண்டும். ரகசியமான, அந்தரங்கமான தபால்களை ஒன்றியத் தலைவரது பார்வைக்கு அனுப்ப வேண்டியதில்லை.

அவசரமாக நடவடிக்கை எடுக்க வேண்டிய கடிதங்களுக்கு நகல் எடுத்து அலுவ லகத்தில் நடவடிக்கை எடுப்பதற்காக வைத்துக் கொண்டு அசல் கடிதத்தைத் தலைவருக்கு அனுப்ப வேண்டும். பெறப்பட்ட கடிதங்களைப் பார்வையிட்டு தலைவர் குறிப்புகளுடன் ஒப்பமிட்டு விரைவாக அலுவலகத்திற்குத் திரும்ப அனுப்ப வேண்டும். எந்த நிலையிலும் பெறப் பட்ட கடிதங்களை 24 மணி நேரத்திற்கு மேல் தலைவர் தன்னிடம் வைத்துக் கொள்ளக்கூடாது. பொதுவாக அரசிடமிருந்து ஒன்றிய அலுவலகத்திற்கு அனுப்பப்படும் தபால்கள் அனைத்தும், ஆணையாளருக்கு முகவரியிட்டு ஒன்றியத்தலைவர் மூலமாக அனுப்பப்படும் நடைமுறை உள்ளது.

ஒன்றிய அலுவலகத்திலிருந்து அனுப்பப்படும் தபால்கள்

ஒன்றிய அலுவலகத்திலிருந்து கீழ்க்கண்டவர்களுக்கு ஆணையாளரால் சாதாரணமாக அனுப்பப்படும் தபால்களைத்

தவிர ஏனையவற்றைக் கண்டிப்பாக ஒன்றியத்தலைவர் மூலமாகவே அனுப்ப வேண்டும்.

1. அரசுச் செயலர்
2. மாவட்ட ஆட்சித்தலைவர்
3. துறைத்தலைவர்கள்

இத்தகைய கடிதங்களில் ஒன்றியத்தலைவர் தனது குறிப்பு எதனையும் சேர்க்க விரும்பினால், அவர் தனது குறிப்பைக் கடிதத்தின் அலுவலக நகலிலும், சுத்த நகலிலும் எழுதி ஒப்பமிட்டு சம்பந்தப்பட்டவருக்கு அனுப்பலாம். கடிதங்களை ஒப்பமிட்டு அனுப்புவதிலும், ஒன்றியத் தலைவர் தாமதத்தைக் கண்டிப்பாகத் தவிர்க்க வேண்டும்.

கூட்டங்கள்

ஒன்றியத்தில் நடைபெறும் கூட்டங்களில் இரண்டு வகை உள்ளது.

1. சட்டம் மற்றும் விதிகளின்படி நடத்தப்படுபவை
2. நிர்வாக ரீதியாக நடத்தப்படுபவை

இக்கூட்டங்களில் ஒன்றியத்தலைவர், ஆணையாளர், விரிவாக்க அலுவலர்கள் மற்றும் இதர அலுவலர்களது பொறுப்புகள் மற்றும் பங்கேற்பு குறித்துக் கீழே காணலாம்.

ஒன்றியக்கூட்டங்கள் (சட்ட ரீதியானவை)

ஒன்றியக் கூட்டங்களைக் கூட்டுவது, நடத்துவது, பங்கேற்பது மற்றும் தீர்மானிப்பது குறித்தும், அவற்றில் ஒவ்வொருவரது பங்கு குறித்தும் கீழே விளக்கப்பட்டுள்ளது.

கூட்டங்களைக் கூட்டுதல்

கூட்டத்திற்கான நாள், மற்றும் நேரம் நிர்ணயிக்கும் பொறுப்பு தலைவரைச் சார்ந்தது, ஆணையாளர், இது குறித்து தலைவரைக் கோர வேண்டும், எனினும் ஒரு கூட்டத்திற்கும் அடுத்த கூட்டத் திற்குமிடையே உள்ள இடைவெளி 60 நாட்களுக்கு மேல் போகாமல் கண்காணிக்கும் பொறுப்பு தலைவருக்கே உண்டு. எனவே தலைவர் தனது பொறுப்பை உணர்ந்து கூட்டங்களைக் கூட்ட வேண்டும். கூட்டத்தேதி மற்றும் நேரம் தலைவரால் நிர்ணயிக்கப்பட்டவுடன் ஆணையாளர் பொருட்குறிப்பு தயாரித்து தலைவர் ஒப்புதலுக்கு அனுப்ப வேண்டும்.

பொருட்குறிப்பு தயாரித்தல்

ஒன்றியத்தின் அனுமதி பெறவேண்டிய எல்லாப் பொருட்களுக்கும் அவ்வப்போது கோப்பில் குறிப்பு தயாரித்து

அலுவலகக் குறிப்புடன் சம்பந்தப்பட்ட எழுத்தர், விரிவாக்க அலுவலர்/பொறியாளர் ஆணையாளர் ஆகியோர் ஒப்பமிட்டு தலைவரது ஒப்புதலுக்கு அவ்வப்போது முழுக்கோப்புடன் அனுப்ப வேண்டும். தலைவர், கோப்பினைப் பரிசீலித்து தேவையாயின் ஆணையாளருடன் விவாதித்து பொருட்குறிப்பிற்கு ஒப்புதல் அளிக்க வேண்டும். பொருட்குறிப்பில் தேவையாயின் ஆணையாளர் தனது குறிப்பைத் தனியே சேர்க்கலாம். ஆணையானது குறிப்பை தலைவர் மாற்றக்கூடாது. ஆனால் பொருட்குறிப்பில் திருத்தம் செய்யலாம். இவ்வாறு அவ்வப்போது பல்வேறு பிரிவுகளிலுமுள்ள பல்வேறு கோப்புகளில் தலைவர் ஒப்புதல் பெற்ற பொருட்குறிப்புகளை ஒருங்கு சேர்த்து ஆணையாளர் நிகழ்ச்சிநிரல் தயாரித்து தலைவர் ஒப்புதலைத் தேதியுடன் பெற்று தேவையான நகல்கள் எடுத்து உறுப்பினர் களுக்குக் கூட்டத்தின் வகைக்கேற்ப கால இடைவெளி கொடுத்து சார்வு செய்ய வேண்டும். தலைவர் ஒப்புதல் பெறாத எப்பொருளையும் கூட்டத்திற்கான நிகழ்ச்சி நிரலில் ஆணையாளர் சேர்க்கக்கூடாது. நிகழ்ச்சி நிரலில் பொருளைச் சேர்க்கும் உரிமையும் பொறுப்பும் தலைவருக்கு மட்டுமே உண்டு. எனினும் தலைவர் நிர்வாகக் காரணங்களுக்காக ஒப்புதலளிக்க மறுத்த ஒரு பொருளை ஆணையாளர் சேர்க்க விரும்பினால் தனது குறிப்புடன் நிகழ்ச்சி நிரலின் இறுதியில் சேர்க்கலாம். கூட்ட அ றிவிப்பிலும் நிகழ்ச்சி நிரலிலும் தலைவர்தான் ஒப்பமிடவேண்டும். தலைவருக்காக வேறு யாரும் (ஆணையாளர் உட்பட) ஒப்பமிட்டு சார்வு செய்யக்கூடாது.

பொருட்குறிப்புடன் நிகழ்ச்சி நிரலும் தயாரிக்கும் பணி மிகவும் முக்கியமானதாகும். இப்பணியினை ஆணையாளரும் தலைவரும் இணைந்து செயல்பட்டு நடத்த வேண்டும். ஆனால் கூட்ட அறிவிப்பும், நிகழ்ச்சி நிரலையும் உறுப்பினர்களுக்கு சார்வு செய்யும் முழுப்பொறுப்பும் ஆணையாளரையே சாரும்.

கூட்டங்களை நடத்துதல், அலுவலர்கள் கலந்து கொள்ளல்

ஒன்றியக் கூட்டங்களுக்குத் தலைமையேற்று நடத்தும் பொறுப்பு தலைவருக்கே உண்டு. தலைவர் வர இயலாவிடில், துணைத்தலைவரும் அவரும் வராவிடில் தேர்ந்தெடுக்கப்பட்ட உறுப்பினர் ஒருவரும், கூட்டத்திற்குத் தலைமையேற்று நடத்தலாம். கூட்டம் நடத்தும்பொழுது தலைவருக்கென சில அதிகாரங்களும் பொறுப்புகளும் உள்ளன.

1. கூட்டத்தில் உறுப்பினர்கள் கலந்து கொள்வதை சில சந்தர்ப்பங்களில் கட்டுப்படுத்தலாம்

2. அலுவலர்கள் கூட்டத்தில் கலந்து கொள்வதையும் பொதுமக்கள் கலந்து கொள்வதையும் எப்பொழுதும் கட்டுப்படுத்தலாம்.

ஆணையாளர் கூட்டத்தில் கலந்து கொள்ளும் உரிமை பெற்றவர். அவரைக் கூட்டத்தில் கலந்து கொள்வதிலிருந்து தலைவர் தடுக்கக் கூடாது. அதே போன்று ஆணையாளர் கலந்து கொள்ள வேண்டும் எனத் தலைவர் விரும்பினால், ஆணையாளர் மறுக்க இயலாது. கண்டிப்பாகக் கலந்து கொள்ள வேண்டும். விரிவாக்க அலுவலர்களும் ஒன்றியப் பொறியாளர்களும் தலைவரும் உறுப்பினர்களும் அனுமதித்தால் மட்டுமே கூட்டத்தில் கலந்து கொள்ளவேண்டும்.

கூட்டத்தில் தலைவர் பணி

கூட்டத்தை ஒழுங்காகவும் முறையாகவும் நடத்தி அமைதியைப் பராமரிக்க வேண்டியது தலைவர் பொறுப்பாகும். உறுப்பினர்களின் வினாக்களுக்கு விளக்கமளிக்க வேண்டிய பொறுப்பும் தலைவரைச் சாரும். ஆணையாளரும், விரிவாக்க அலுவலர்களும் கூட்டத்தை முறையாக நடத்தவும், தலைவர் விளக்கம் அளிப்பதற்குத் தங்கள் கருத்துகளைத் தலைவரிடம் தெரிவித்தும் உதவ வேண்டும். உறுப்பினர்களிடம் நேரடி வாக்குவாதத்தில் ஆணையாளரோ, அலுவலர்களோ ஈடுபடக்கூடாது. கூட்டத்தில் கலந்து கொண்டுள்ள அனைவரையும் கட்டுப்படுத்தி அமைதி காக்கும் பொறுப்பு தலைவருக்கு மட்டுமே உண்டு. பொதுமக்கள் கூட்டத்தில் பார்வையாளர்களாகக் கலந்து கொண்டாலும் அவர்களைக் கூட்ட நடவடிக்கைகளில் கலந்து கொள்ளாமல் தடுக்கும் அதிகாரம் தலைவருக்கு உண்டு.

பிற துறைகளின் வளர்ச்சிப் பணிகள் ஆய்வுக்கூட்டம்

1994-ஆம் ஆண்டு தமிழ்நாடு ஊராட்சிகள் சட்டத்தின் படி ஒன்றியப் பகுதியில் பிற துறைகள் மூலம் செய்யப்படும் வளர்ச்சிப் பணிகளை ஆய்வு செய்யும் கூட்டத்தையும், தலைவர் கூட்டி அவற்றை நடத்தலாம். அத்தகைய ஆய்வுக்கூட்டங்களில் பிற துறைகளைச் சேர்ந்த செயல்படுத்தும் அலுவலர்கள் கண்டிப்பாகக் கலந்து கொள்ள வேண்டும். எனவே அத்துறைகளைச் சார்ந்த அலுவலர்களிடமிருந்து திட்ட விவரங்களையும் முன்னேற்ற அறிக்கையினையும் ஆணையாளர் பெற்று நிகழ்ச்சி நிரல் தயாரித்து தலைவர் ஒப்புதல் பெற்று இதர கூட்டங்களுக்குரிய நடைமுறைகளை அனுசரித்து உறுப்பினர்களுக்கு சார்வு செய்து கூட்ட அறிவிப்பைச் சம்பந்தப்பட்ட துறை அலுவலர்களுக்கும் முன்னதாகவே அனுப்ப வேண்டும். இக்கூட்டங்களில் அழைக்கப்பட்ட பிற துறைகளின் அலுவலர்கள் கண்டிப்பாகக்

கலந்து கொண்டு தங்கள் துறையில் நடைபெறும் பணிகளின் முன்னேற்றம் குறித்து விளக்கியும் உறுப்பினர்களின் வினாக்களுக்கு விடையளிக்கவும் வேண்டும்.

நிர்வாக ரீதியான அலுவலர் ஆய்வுக்கூடங்கள்

ஊராட்சி ஒன்றியத்தில் ஒவ்வொரு மாதமும் முதல் நாளன்று ஒரு அலுவலர் ஆய்வுக்கூட்டமும், 16ஆம் தேதியன்று ஒரு ஆய்வுக்கூட்டமும் நடைபெறுகிறது. முதல் ஆய்வுக்கூட்டம் ஆணையாளர் தலைமையிலும், இரண்டாவது ஆய்வுக்கூட்டம் ஒன்றியத்தலைவர் தலைமையில் ஆணையாளர் முன்னிலையிலும் நடைபெற வேண்டும். இக்கூட்டத்தில் பொறியாளர், மேற்பார்வையாளர் உள்ளிட்ட எல்லா விரிவாக்க அலுவலர்களும் ஊர் நல அலுவலர்களும் கலந்து கொண்டு தங்கள் பிரிவில் நடைபெறும் பணிகள் குறித்த முன்னேற்றத்தைத் தெரிவித்து அறிவுரை பெற்றுக்கொள்ள வேண்டும். இக்கூட்டத்தில் விவாதிக்கப்பட்டு முடிவு செய்யப்பட்ட பொருட்களும் திட்ட முன்னேற்ற அறிக்கையும் ஒன்றியத்தின் அடுத்த கூட்டத்தில் தகவலுக்காக வைக்கப்பட்டுத் தீர்மானம் நிறைவேற்றப்பட வேண்டும். இத்தகைய கூட்டங்கள் ஒன்றியக் கூட்டத்திற்கு முந்தைய அலுவலர் கூட்டம் என அழைக்கப்படும். இக்கூட்டங்களில் தலைவர் தவறாது கலந்து கொண்டு ஒன்றியப் பகுதியில் நடைபெறும் பல்வேறு பணிகளின் தன்மை, மற்றும் முன்னேற்றத்தைச் செயல்படுத்தும் அலுவலர்கள் களப்பணியாளர்களிடையே நேரடியாகக் கேட்டுத் தெரிந்து கொள்ளும் வாய்ப்பைப் பயன்படுத்தவேண்டும். அத்துடன் விரிவாக்க அலுவலர்களுக்குத் தலைவரின் ஆலோசனை, கருத்துகள் போன்றவற்றின் மூலம் அவரது ஒத்துழைப்பும் ஆதரவும் கிட்டும் வாய்ப்பு ஏற்படுகிறது. இத்தகைய கூட்டங்களின் மூலம் தேர்ந்தெடுக்கப்பட்ட மக்கள் பிரதிநிதியான தலைவருக்கும், அரசு அலுவலருக்கிடையே ஒருமித்த கருத்து உருவாகிப் பொது நோக்கமான ஒன்றியப் பகுதியின் வளர்ச்சி விரைவுபடுத்தப்படுகிறது.

களப்பார்வை முகாம்

ஒன்றியப் பகுதியிலுள்ள வளர்ச்சிப் பணிகளையும் ஒன்றியத்தின் கட்டுப்பாட்டிலும் நிர்வாகத்திலுமுள்ள அனைத்து நிலையங்களையும் அமைப்புகளையும். களத்தில் பார்வையிட்டு அறிவுரை மற்றும் ஆலோசனைகளைத் தலைவர் வழங்கலாம். இதற்காக அவர் முகாம் மேற்கொள்ளலாம். தலைவர் விரும்பினால் ஆணையாளரும், விரிவாக்க அலுவலர்களும் தலைவருடன் முகாம் சென்று தலைவரது களப்பார்வையின் போது திட்டச் செயலாக்கம்,

பணிகளின் முன்னேற்றம், நிலையங்களின் செயல்பாடு, நீர்ப்பாசன குளங்கள் மற்றும் சாலைகளின் நிலைமை போன்றவற்றை விளக்கி அவரது ஆலோசனைகளையும் கருத்துகளையும் பெற்றுக்கொள்ள வேண்டும். தலைவருக்கு ஒன்றிய ஊர்தியை களப்பார்வைக்காக ஒதுக்கி ஓட்டுநருக்கும் தக்க அறிவுரை வழங்குவது ஆணையாளர் பொறுப்பாகும்.

ஊர்தி உபயோகம்

ஒன்றிய ஊர்தியை தலைவர் பயன்படுத்தும் சமயம் ஊர்திக்கான 'லாக்' புத்தகத்தில் தக்க பதிவுகள் செய்து ஒப்பமிட வேண்டும். ஊர்தியை தலைவர் வீட்டிலிருந்து அலுவலகத்திற்கு வருவதற்கும் அலுவலகத்திலிருந்து வீட்டிற்குச் செல்வதற்கும் பயன்படுத்தக் கூடாது. ஒன்றியத்தின் எல்லைக்கு அப்பால் ஊர்தியைக் கொண்டு செல்ல ஓட்டுநரைப் பணிக்கவும் கூடாது. தலைவர் தவிர அலுவலக களப்பணியாளர்கள் ஊர்தியைப் பயன் படுத்தலாமே தவிர, ஏனைய எவரையும் ஊர்தியில் பயணம் மேற்கொள்ள ஆணையாளரும் தலைவரும் அனுமதிக்கக்கூடாது. ஆணையாளருக்கும் தலைவருக்கும் நெருடல் ஏற்படுத்தும் விசயங்களில் ஊர்தியை உபயோகிப்பதும் ஒன்றாகும்.

'சட்டமன்ற உறுப்பினர்கள் மாதத்தில் இரண்டு நாட்கள் ஊர்தியைப் பயன்படுத்த அனுமதிக்கப்பட்டு உள்ள நிலையில் தலைவரும், ஆணையாளரும் ஊர்தி இயக்கத்திற்கு உத்தேசப் பயணத்திட்டம் தயாரித்து இருவரும் ஒப்புதலளிக்க வேண்டும். உத்தேசப் பயணத்திட்டத்தின் நகலை ஓட்டுநருக்கு அனுப்பி அதில் அனுமதிக்கப்பட்டவாறு ஊர்தியின் உபயோகத்தைக் கட்டுப்படுத்த வேண்டும். அங்கீகரிக்கப்பட்ட உத்தேசப் பயணத்திட்டத்தைத் தவறாது கடைப்பிடிப்பதன் மூலம் பல்வேறு பிரச்சனைகளைத் தீர்க்கலாம். மேலும் இணக்கமான ஒரு சூழ்நிலையையும் உருவாக்கலாம். அரசு ஒவ்வொரு மாதமும் கீழ்க்கண்ட அளவு எரிபொருள் செலவிட அனுமதித்துள்ளது.

1. ஊராட்சி ஒன்றியத்தலைவர்	-	100 லிட்டர்
2. ஆணையாளர் மற்றும் அலுவலர்கள்	-	150 லிட்டர்
3. வட்டார வளர்ச்சி அலுவலர் (ஊராட்சிகள்)	-	150 லிட்டர்

தலைவரின் களப்பார்வைக்கு அலுவலர்கள் உதவுதல்

இயன்ற வரை தலைவரும் ஆணையாளரும் விரிவாக்க அலுவலர்களும், களப்பணியாளர்களும் சேர்ந்தே முகாம் சென்று களப்பணிகளையும் நிலையங்களையும் சாலைகளையும் நீர்ப்பாசனக் குளங்களையும் குடிநீர் ஆதாரங்களையும் பார்வையிட்டு

அறிவுரைகள் வழங்குவது சிறந்தது. திட்டங்கள், நிலையங்கள் ஆகியவற்றின் தன்மை, செயல்பாடு ஆகியவை குறித்து ஆணையாளரும் களப்பணியாளர்களும், பொறியாளரும் தலைவருக்கு விளக்க வேண்டும். இதன் மூலமாகத் தலைவருக்கு ஒன்றியப்பகுதியில் நடைபெற்ற திட்டங்கள், வளர்ச்சிப் பணிகள் குறித்தும் செயல்பட்டு வரும் மருந்தகங்கள், தொழில் நிலையங்கள் ஆகியவற்றின் நிலை குறித்தும் நேரடியாக அறிந்து கொள்ளும் வாய்ப்பு ஏற்படும். எனவே ஒன்றியக் கூட்டத்தில் இந்த இனங்கள் குறித்த பொருட்கள் விவாதிக்கப்படும் பொழுது தலைவர் ஆணித்தரமாகவும் அழுத்தமாகவும் தனது கருத்துகளை நேரடி அனுபவத்தின் மூலமாகத் தெரிவித்து முடிவு மேற்கொள்ள உதவுவார். மேலும் வெளிப்படையான நிர்வாகத் தத்துவத்தின்படி பொதுமக்களே திட்டம் மற்றும் நிர்வாகம் குறித்த எல்லாத் தகவல்களையும் கோரிப்பெறும் உரிமை பெற்றுள்ள நிலையில் தலைவரையும உறுப்பினர்களையும் நிர்வாகத்திலும் வளர்ச்சித் திட்டங்களின் செயலாக்கத்திலும் நேரடியாக ஈடுபடச் செய்வது ஆணையாளர் மற்றும் அலுவலர்களது பொறுப்பாகும்.

ஆணையாளரது பொறுப்புகள்

கிராமக் கூட்டங்கள் ஏற்பாடு செய்தல்

ஏற்கனவே தெரிவித்தபடி தலைவரும் ஆணையாளரும், விரிவாக்க அலுவலர்களும் முன்னதாகவே அறிவிப்புச் செய்து கிராமங்களுக்குச் சென்று மக்களது குறைகளைக் கேட்கலாம். பொதுமக்களுக்கும் ஒன்றிய நிர்வாகத்திற்கும் இத்தகைய கூட்டங்கள் இரு வழிப்பாதையாக அமையும். இரண்டாவது அலுவலர் ஆய்வுக் கூட்டத்தையும் ஒன்றியப் பகுதியில் உள்ள கிராமங்களில் சுழற்சி முறையில் நடத்தலாம். இதன் மூலம் ஒவ்வொரு பகுதியிலும் நடைபெற்றுள்ள, நடந்து வரும் பணி களைப் பற்றி தலைவர் உள்ளிட்ட அனைவரும் நேரில் பார்த்தறியும் வாய்ப்பும், பொதுமக்கள் கருத்தினை அறியும் வாய்ப்பும் ஏற்படும். இதன் மூலம் வளர்ச்சி நிர்வாகம் மக்களை விரைந்து அணுக முடியும் என்பதுடன் மக்களுக்கும் நிர்வாகத்திற்கும் இடையே உள்ள இடை வெளி குறைந்து மக்கள் நிர்வாகத்தில் பங்கேற்கும் நிலை அதிகரிக்கும்.

விதிகள், அரசு ஆணைகள், திட்ட நெறிமுறைகள் ஆகியவற்றை ஒன்றியக் கூட்டத்தில் வைத்தல்

அவ்வப்போது பிறப்பிக்கப்படும் சட்ட விதிகள், வெளியிடப்படும் அரசு ஆணைகள் பெறப்படும் திட்ட நெறிமுறைகள் ஆகியவற்றை ஆணையாளர் ஒன்றியத்தின் அடுத்த கூட்டத்தில் தகவலுக்காகத் தவறாது வைக்க வேண்டும். கூட்டத்தில் இவற்றை உறுப்பினர்

களுக்குப் படித்துத் காண்பித்து உறுப்பினர்களின் சந்தேகங்களுக்கு விளக்கமளிக்க வேண்டியது ஆணையாளரது பொறுப்பாகும்.

ஆணையாளரது நாட்குறிப்பை ஒன்றியக்கூட்டத்தில் வைத்துப் பதிவு செய்தல்

ஒவ்வொரு மாதமும் ஆணையாளரது நாட்குறிப்பை அடுத்துவரும் கூட்டத்தில் வைத்து அதை வாசித்துப் பதிவு செய்ய வேண்டும். நாட்குறிப்பு மீது விவாதம் எதுவும் நடைபெறுவதற்கு தலைவர் அனுமதிக்கக்கூடாது.

ஆணையாளர் மீது தலைவரின் கட்டுப்பாடு

ஒன்றிய நிர்வாகத்தில் ஆணையாளரும் தலைவரும் இரு கண்களாவார்கள். மக்களின் பிரதிநிதியான தலைவரும் அரசின் பிரதிநிதியான ஆணையாளரும் வேற்றுமையைக் களைந்து இணைந்து செயல்பட்டால் தான் நிர்வாகம் சீராகவும் சிறப்பாகவும் இயங்கும். தலைவர், ஆணையாளர் இவர்களுக்கிடையே தனிநபர் ஆணவம் இருத்தல் தகாது. பொதுநலனைக் கருதி இவர்கள் இருவரும் ஒருவரை ஒருவர் புரிந்து கொண்டு இணைந்தே செயல்பட வேண்டும். எனினும் அன்றாட நிர்வாகத்தில் ஆணையாளர் தலைவரின் கட்டுப்பாட்டில் பணியாற்ற வேண்டும்.

ஆணையாளருக்குச் சிறுவிடுப்பு அனுமதிக்கும் தலைவரது அதிகாரம்

ஆணையாளர் சிறுவிடுப்பில் மற்றும் அனுமதி விடுப்பில் செல்லு முன் தலைவரின் முன் அனுமதி பெற்றுத்தான் செல்ல வேண்டும். அவசரமாகச் செல்ல வேண்டிய கட்டாயத்தில் தலைவருக்கு நிலைமையை விளக்கிக் கடிதம் எழுதிவைத்து விட்டுத் தலைமையிடத்தை விட்டுச் செல்ல வேண்டும். சிறு விடுப்பு விண்ணப்பம் தலைவருக்கு அனுப்பப்பட்டாலும் உதவி இயக்குநருக்கு (ஊராட்சிகள்) நகல் அனுப்ப வேண்டும். ஆணையாளர் தலைவரது முன் அனுமதி பெறாமல் பணியிலிருந்து விலகி தலைமையிடத்தை விட்டுச் செல்லக் கூடாது என்பதிலிருந்து தலைவரது அதிகாரம் புலனாகும்.

ஆணையாளரது நாட்குறிப்பைத் தலைவர் மூலம் உதவி இயக்குநரது (ஊராட்சிகள்) ஆய்விற்கு அனுப்புதல்

ஒவ்வொரு மாத முடிவிலும் ஆணையாளர் தான் ஒவ்வொரு நாளும் ஆற்றிய பணி குறித்தும் முகாம் சென்ற இடம் குறித்தும் குறிப்பிட்டதொரு படிவத்தில் தயாரித்த நாட்குறிப்பு நகலை அடுத்தமாதம் 5ஆம் தேதிக்குள் உதவி இயக்குநருக்கு (ஊராட்சிகள்) ஆய்வு செய்ய அனுப்ப வேண்டும். அவ்வாறு அனுப்பும் பொழுது அவற்றைத் தலைவர் மூலமாகவே அனுப்ப வேண்டும். தலைவர் நாட்குறிப்பில் தனது குறிப்பை எழுதி அதை

மேலனுப்புவார். இதன் மூலம் ஆணையாளர் ஆற்றிய பணியும் சென்ற முகாம்கள் குறித்தும் தலைவர் அறிந்து கொள்ளும் வாய்ப்பு ஏற்படுகிறது.

ஆணையாளர் மற்றும் விரிவாக்க அலுவலர்களது உத்தேச முன் பயணத்திட்டம்

ஒவ்வொரு மாதமும் ஆணையாளரும், விரிவாக்க அலுவலர்களும் தங்களது அடுத்த மாதத்திற்கான பணியை முன்னதாகவே திட்டமிட்டு உத்தேசப் பயணத்திட்டம் ஒன்று தயாரித்து அனுப்ப வேண்டும். அதன் நகலைத் தலைவரது தகவலுக்கும் பார்வைக்கும் அனுப்ப வேண்டும். இதன் மூலம் தலைவருக்கு அலுவலர்களது பயணம் குறித்தும் அவர்களது பணி குறித்தும் முன்னதாகவே அறிந்து கொள்ளும் வாய்ப்பு ஏற்படுகிறது.

பொதுவானவை

அரசால் அறிவிக்கை செய்யப்படும் ஊராட்சிகள் சம்பந்தமான சட்டத் திருத்தங்களும் விதிகளும் அறிவிக்கைகளும் மாநில அரசிதழில் தான் வெளியிடப்படுகின்றன. இந்த அறிவிக்கைகளையும் விதிகளையும் விரைந்து பெறுவதற்கு ஒரே வழி தமிழ்நாடு அரசிதழை ஊராட்சி ஒன்றியங்கள் தங்களது நிதியிலிருந்து வாங்குவதுதான். எனவே தமிழ்நாடு அரசிதழ் பெறப்படாத ஊராட்சி ஒன்றியங்களின் ஆணையாளர்கள் அரசு அச்சகத்திடம் தொடர்பு கொண்டு அரசிதழ் வாங்கி அதிலுள்ள சட்டத்திருத்தம், விதிகள், அறிவிக்கை போன்றவற்றை ஒவ்வொரு மாதமும் கூட்டத்தின் மூலமாக உறுப்பினர்களுக்கும் சார்அலுவலர்களுக்கும் தெரிவிக்க வேண்டும்.

சட்டமன்றப் பேரவை உறுப்பினர்களுக்கு இடவசதி அளித்தல்

சட்டமன்றப் பேரவை உறுப்பினர்களுக்கு ஆணையாளர் தனியாக இடவசதி செய்து தர வேண்டியதில்லை. ஆனால் அவர்கள் பொதுமக்களின் குறைகளை நேரில் கேட்பதற்கோ அல்லது மனுக்கள் பெறுவதற்கோ ஊராட்சி ஒன்றியக் கூட்ட அறையை வாரத்தில் ஒரு குறிப்பிட்ட நாளில் பயன்படுத்திக் கொள்ள ஆணையிடப்பட்டுள்ளது. அந்நாட்களில் ஊராட்சி ஒன்றியக்கூட்டத்தை இயன்றவரை தவிர்க்கலாம்.

ஊராட்சி ஒன்றியக்குழுக்களும் அவற்றின் செயல்பாடுகளும்

ஊராட்சி ஒன்றியங்கள் தங்களுக்கு சட்டப்படி வழங்கப்பட்ட கடமைகளையும் பணிகளையும் சிறந்த முறையில் நிறைவேற்றுவதற் காகப் பல்வேறு குழுக்களை அமைத்து அவற்றின் ஆலோசனை-களையும் பரிந்துரைகளையும் பெற்றுச் செயல்படலாம். வளர்ச்சி

சம்பந்தமான பல்வேறு பிரச்சனைகளைக் கூர்ந்தாய்வு செய்து சம்பந்தப்பட்ட தொழில்நுட்பக் கருத்துகள் அடிப்படையில் ஊராட்சி ஒன்றியங்கள் நேரடியாக முடிவு செய்வது கடினம் என்பதால் இத்தகைய கூர்ந்தாய்வு பணியைக் குழுக்கள் மூலம் செய்து அதன் ஆலோசனை அடிப்படையில் முடிவு செய்யலாம். குழுக்கள் மூலமாக ஊராட்சி ஒன்றியங்கள் தங்களது கடமைகளை ஆற்றுவது கீழ்க்குறித்த காரணங்களால் விரைவானது, திறன் மிக்கது, மற்றும் எளிதானது.

1. குழுவின் உறுப்பினர்கள் மிகக் குறைவு. எனவே குழுக் கூட்டத்தில் அனைவரும் பங்கேற்றுத் தங்கள் கருத்துகளை எடுத்துரைத்து விரைவாக ஒருமித்த கருத்துக்கு வர இயலும்.
2. குழுவிற்குத் தேர்ந்தெடுக்கப்படும் உறுப்பினர்கள் பலரும், அவர்கள் பணியாற்றும் குழுவின் செயல்பாடுகளில் ஆழ்ந்த அறிவும் அனுபவமும் உடையவர்களாக அவர்களது விவாதமும் கருத்தாழமும், மேற்கொள்ளும் முடிவுகளும் சிறப்பாகவும் பிரச்சனைகளைத் தீர்க்கும் விதமாகவும் அமையும். எனவே திறன்மிக்க செயல்பாடு காணலாம்.
3. குழுக்கூட்டங்களைக் கூட்டுவதும், நடத்துவதும் எளிதானதும், விரைவானதுமாகும். மேலும் குறைந்த எண்ணிக்கையிலான வல்லுநர்கள் பிரச்சனைகளை விவாதித்து விரைவில் முடிவு எடுப்பது மிக எளிதானது.
4. இத்தகைய குழுக்கள் கிராம வளர்ச்சித் திட்டத்தைத் தயாரிக்கும்போது கிராமத் திட்டமிடுதல், துறை வாரியான விவாதம் போன்றவை மூலம் திட்டங்களைத் தயாரித்து ஒருங்கிணைக்க வழிவகை செய்யும்.

ஊராட்சி ஒன்றியத்தில் அமைக்கப்படும் பல்வேறு குழுக்கள் பற்றி கீழே காணலாம்:

ஊராட்சி ஒன்றியக் குழுக்கள்

1. நியமனக்குழு
2. வேளாண்மை உற்பத்திக்குழு
3. கல்விக்குழு
4. பொதுநோக்கக்குழு
5. அரசு உத்தரவிட்டால் அல்லது ஊராட்சி ஒன்றியம் தீர்மானித்தால் அமைக்கப்படும் ஏனைய குழுக்கள்

நியமனக்குழு

ஒவ்வொரு ஊராட்சி ஒன்றியத்திலும் ஒரு நியமனக்குழு அமைக்கப்படும். அக்குழுவில் ஒன்றியத்தலைவரும், ஒன்றிய

துணைத்தலைவரும் ஆணையாளரும், ஆக மூவர் இடம் பெறுவர். ஒன்றியத் தலைவரே இக்குழுவின் தலைவராவார்.

ஊராட்சி ஒன்றியத்தின் நிதியிலிருந்து ஊதியம் கொடுக்கப்படும். மற்றும் ஊராட்சி ஒன்றியத்திற்கு அனுமதிக்கப்பட்ட எல்லாப் பணியிடங்களுக்குமான நியமனங்கள் இக்குழுவின் ஒப்புதலுடன் செய்யப்படும். அதாவது நியமனங்களுக்கான நபர்கள் தேர்வு, நியமனக் குழுவால் தேர்வு செய்யப்பட்டு, ஆணையாளரால் நியமன உத்தரவு வழங்கப்படும். நியமனக்குழுவின் நடவடிக்கைகள், ஊராட்சி ஒன்றியக் குழுவின் அடுத்த கூட்டத்தில் தகவலுக்காக வைக்கப்படும்.

நியமனக்குழுவில் உறுப்பினர்களுக்கும் ஆணையாளருக்கும் கருத்து வேற்றுமை எழுந்தால், தீர்த்து வைக்கும் முறை

நியமனக்குழுவில் எந்த ஒரு பொருளும் ஏகமனதாக நிறைவேறினால் ஆணையாளர் உடன் அத்தீர்மானத்தின் மீது நடவடிக்கை எடுத்து உத்தரவு வழங்கலாம். சில சந்தர்ப்பங்களில் இரண்டு உறுப்பினர்கள் ஆதரவுடன் ஒரு தீர்மானம் நிறைவேறலாம். அவ்வாறாயின் அந்த இரு உறுப்பினர்களில் ஒருவர் ஆணையாளராக இருப்பின், அத்தீர்மானத்தின் மீது நடவடிக்கை எடுத்து உத்தரவு வழங்கலாம். ஆணையாளர் எதிராகவும், தலைவரும் உறுப்பினரும் ஆதரவாக விதிகளுக்குப் புறம்பாக ஒரு தீர்மானம் நிறைவேற்றினால், அதாவது ஆணையாளருடன் குழுவின் இதர இரு உறுப்பினர்களுக்கும் கருத்து வேறுபாடு ஏற்பட்டால் ஆணையாளர் இது குறித்துக் கல்வி சம்பந்தப்பட்ட பணியிடங் களுக்குப் பள்ளிக்கல்வி இயக்குநருக்கும், இதர பணியிடங்களைப் பொறுத்தவரை ஊரக வளர்ச்சி இயக்குநர் அல்லது அரசுக்கு தெரிவிதது அவர்கள் எடுக்கும் முடிவின்படி செயல்பட வேண்டும். இது விஷயத்தில் அரசு அல்லது உயர் அலுவலர்களின் முடிவு இறுதியானது.

வேளாண்மை உற்பத்திக்குழு

ஒவ்வொரு ஊராட்சி ஒன்றியத்திலும் ஒரு வேளாண்மை உற்பத்திக்குழு அமைக்கப்பட வேண்டும். ஊராட்சி ஒன்றியத் தலைவர் இக்குழுவின் தலைவராவார். ஆணையாளரும், ஒன்றியக்குழுவால் சேர்த்துக் கொள்ளப்பட மூன்று நபர்களும் இக்குழுவின் உறுப்பினர் ஆவர். ஒன்றியக் குழுவின் கருத்துப்படி வேளாண்மையில் போதிய அறிவும் அனுபவமும் உள்ளவர்களையே இக்குழுவின் உறுப்பினர்களாகச்சேர்த்துக் கொள்ள வேண்டும். ஊராட்சி ஒன்றியப் பகுதியில் வேளாண்மை உற்பத்தியைப்

பெருக்குவதற்குத் தேவையான பயனுள்ள ஆலோசனைகளை வழங்குவதே இக்குழுவின் பணியாகும்.

கல்விக்குழு

ஒவ்வொரு ஊராட்சி ஒன்றியத்திலும் கல்விக்குழு ஒன்று அமைக்கப்படும். இக்குழுவில் எத்தனை பேர் உறுப்பினர்களாக இருக்க வேண்டும் என்று ஊராட்சி ஒன்றியம் தீர்மானிக்கும். ஊராட்சி ஒன்றியத்தலைவரே இக்குழுவின் தலைவராவார். இக்குழுவின் உறுப்பினர்கள் இதற்கென பிறப்பிக்கப்பட்டுள்ள விதிகளின்படி தேர்ந்தெடுக்கப்படுவார்கள்.

ஊராட்சி ஒன்றியப் பகுதியில் நடைபெற்று வரும் ஊராட்சி ஒன்றியப் பள்ளிகளைச் செம்மையாக நிர்வகிக்க ஆலோசனை வழங்கவே இக்கல்விக்குழு அமைக்கப்பட்டுள்ளது. பிரிவு 112(இ)ன் படி ஆரம்பப்பள்ளிகளைத் திறந்து, பராமரித்து மேம்படுத்தும் கடமை ஊராட்சி ஒன்றியங்களிடம் ஒப்படைக்கப்பட்டுள்ளதால் இக்குழு அது குறித்து ஆலோசனைகளையும் பரிந்துரைகளையும் ஒன்றிய மன்றம் மூலம் சம்பந்தப்பட்ட துறை அலுவலர்களுக்கு வழங்கலாம்.

பொதுநோக்கக்குழு

ஒவ்வெரு ஊராட்சி ஒன்றியத்திலும் பொது நோக்கக்குழு ஒன்று அமைக்கப்படும். இக்குழுவிலும் எத்தனை பேர் உறுப்பினர்களாக இருக்கலாம் என்பதை ஊராட்சி ஒன்றிய மன்றம் தீர்மானிக்கும். ஏனைய குழுக்கள் போலவே இக்குழுவிற்கும் ஊராட்சி ஒன்றியத் தலைவரே தலைவராவார். இதர குழு உறுப்பினர்கள், இதற்கென பிறப்பிக்கப்பட்ட விதிகளை அனுசரித்து ஒன்றிய மன்ற உறுப்பினர் களிலிருந்து தேர்தல் மூலம் தேர்ந்தெடுக்கப்பட வேண்டும்.

இக்குழு பல்வேறு வளர்ச்சித் திட்டச் செயல்பாடுகள் குறித்தும், ஒன்றிய மன்றத்தின் பொதுவான செயல்பாடுகளை மேம்படுத்துவது குறித்தும், ஒன்றிய மன்றம் கேட்டுக் கொண்டால் குறிப்பிட்ட ஒரு பொருள் குறித்தும், ஒன்றிய மன்றத்திற்கு ஆலோசனைகளும் பரிந்துரைகளும் நல்கும்.

அரசு பிறப்பிக்கும் விதிகளுக்குட்பட்டு, ஊராட்சி ஒன்றிய மன்றம் மேற்குறித்த நான்கு குழுக்களின் கடமைகளையும், அதிகாரங் களையும் ஒழுங்கு முறை விதிகள் பிறப்பித்துத் தெளிவுபடுத்தி நெறிப்படுத்தலாம். வழி காட்டலாம்.

மேற்படி குழுக்களில், நியமனக்குழு நீங்கலாக ஏனைய குழுக்களின் கூட்ட நடவடிக்கைகள், ஒன்றிய மன்றத்தின் அடுத்த கூட்டத்தில் பரிசீலனைக்கும் ஒப்புதலுக்கும் வைக்கப்பட

வேண்டும். ஆனால் நியமனக்குழுக் கூட்ட நடவடிக்கைகளை பொறுத்தவரையில் ஊராட்சி ஒன்றிய மன்றத்தின் தகவலுக்கு வைத்தால் போதும். மேற்படி குழுவின் தீர்மானத்தை ஊராட்சி ஒன்றிய மன்றம் பதிவு செய்யலாமே தவிர, திருத்தவோ மாற்றவோ முடியாது.

கூட்டுக்குழுக்கள் அமைத்தல்

ஒன்றுக்கு மேற்பட்ட கிராம ஊராட்சிகள் இணைந்தோ அல்லது ஊராட்சி ஒன்றியத்துடன் இணைந்தோ, அவ்வமைப்புகள் சேர்ந்து நிறைவேற்ற வேண்டிய பொறுப்புகளைத் தீர்மானிப் பதற்காகக் கூட்டுக்குழுக்களை அமைக்கலாம். கூட்டுக்குழுக்களை, கிராம ஊராட்சிகள், ஊராட்சி ஒன்றியங்கள் தாங்களாகவே தீர்மானித்தும் அமைக்கலாம். ஆய்வாளர் கேட்டுக்கொண்டால் கண்டிப்பாக அமைக்க வேண்டும். ஆனால் இவற்றின் அமைப்புப் பணிகள், அதிகாரங்கள், நடைமுறைகள், அவற்றிற்கு இடையே ஏற்படும் கருத்து வேறுபாடுகளைத் தீர்த்தல் ஆகியவை, அரசு இது சம்பந்தமாகப் பிறப்பித்துள்ள விதிகளுக்குட்பட்டே இருக்க வேண்டும்.

ஊராட்சி ஒன்றிய பொது உபரி நிதியினை உபயோகப்படுத்திப் பணிகள் செய்தல்

அரசாணை நிலை எண்- 85, ஊரக வளர்ச்சித் துறை, நாள் 06.05.98 ஊராட்சி ஒன்றிய உபரி நிதியிலிருந்து நிறைவேற்றக்கூடிய தனியான (indiviaul works) பணிகளுக்கு ஒப்புதல் அளிக்க அலுவலர்களுக்கு நிதிவரம்பு பின்வருமாறு நிர்ணயிக்கப்பட்டது:

1)	ரூபாய் 5.00 லட்சம் வரை செலவழிக்கக்கூடிய தனியான பணிகளுக்கு	ஊராட்சி ஒன்றியங்கள்
2)	ரூபாய் 5.00 இலட்சத்திற்கு மேல் ரூபாய் 10.00 லட்சம் வரை செலவாகக்கூடிய தனியான பணிகளுக்கு	மாவட்ட ஆட்சித்தலைவர்
3)	ரூபாய் 10.00 இலட்சத்திற்கு மேல் ரூபாய் ஒரு கோடி வரை செலவாகக்கூடிய தனியான பணிகளுக்கு	ஊரக வளர்ச்சி இயக்குநர்
3)	ரூபாய் ஒரு கோடிக்கு மேல் செலவாகக்கூடிய தனியான பணிகளுக்கு	அரசு

உபரித் தொகையைக் கணக்கிடும் முன்னர் குறைந்தபட்சம் ரூபாய் 5 இலட்சம் பொது நிதியில் ஒதுக்கத் தொகையாக (Reserve Fund) வைக்கப்படவேண்டும். அத்தொகையினை உபரித்தொகை கணக்கீட்டில் சேர்த்துக்கொள்ளக் கூடாது.

பொதுநிதியில் உபரி நிதியைக் கணக்கிட்ட பின்னர் உள்ள உபரிநிதியை செலவு செய்ய மாவட்ட ஆட்சித்தலைவர்கள் அனுமதி அளிக்கலாம். அனுமதி அளிப்பது பற்றிய விபரங்கள் கீழே கொடுக்கப்பட்டுள்ளது.

ஊராட்சி ஒன்றிய அலுவலகங்கள்

அலுவலர்கள் குடியிருப்பு

பள்ளிக்கட்டடங்கள் மற்றும் ஊராட்சி ஒன்றியத்தின் கட்டுப் பாட்டிலுள்ள அனைத்துக் கட்டடங்கள் ஊராட்சி ஒன்றியங் களாலேயே பராமரிக்கப்படுதல்.

மாநிலம் முழுவதுமான ஊரக வேலைகளுக்கான பொறுப்பு நெடுஞ்சாலை மற்றும் ஊரக வேலைகள் துறையிடம் உள்ளதால் ஊராட்சி ஒன்றியங்களின் கட்டுப்பாட்டில் உள்ள அனைத்துக் கட்டடங்களின் பொதுவான பராமரிப்பு மற்றும் பழுது பார்க்கும் பணிகளைச் செய்வதற்கு ஏதுவாக நெடுஞ்சாலை மற்றும் ஊரகப் பணிகள் துறையின் பதிவேட்டில் பதியப்பட்டு அத்துறையின் பொறுப்பில் விடப்பட்டன.

வட்டாரத் தலைமையகத்திலுள்ள வட்டார அலுவலகம், விவசாயக் கிடங்குகள், செய்தி நிலையங்கள், அலுவலர் குடியிருப்புகள் போன்ற கட்டடங்கள் மாவட்டக் கழகம் மற்றும் ஊராட்சிகளின் நிதியிலிருந்து கட்டப்பட்ட ஆரம்பப் பள்ளிகளுக்கான பள்ளிக் கட்டடங்கள் ஊராட்சி ஒன்றியங்களின் பொறுப்பில் விடப்பட்டன.

மேலும் சமுதாய வளர்ச்சி திட்டம் மற்றும் ஊரக வளர்ச்சி வேலைகள் திட்டத்தின் கீழ் கட்டப்பட்ட மாவட்டக் கழகப் பள்ளிகளும், ஊராட்சிப் பள்ளிகளும் சம்பந்தப்பட்ட ஊராட்சி ஒன்றியங்களின பராமரிப்பில் விடப்பட்டன.

சமுதாயப் பொழுதுபோக்கு நிலையங்கள் சம்பந்தப்பட்ட ஊராட்சியின் பொறுப்பிலும் பராமரிப்பில் விடப்பட்டன.

உள்ளாட்சி நிறுவனங்கள் தங்கள் பொறுப்பில் உள்ள கட்டடங் களின் பராமரிப்பிற்கு நெடுஞ்சாலைத் துறையை அணுக வேண்டியதால் கால தாமதத்திற்கு வழிவகுக்கிறது என்பதால் ஊராட்சிகள் மற்றும் ஊராட்சி ஒன்றியங்களின் கட்டுப்பாட்டில் உள்ள அனைத்துக் கட்டடங்களும் சம்பந்தப்பட்ட உள்ளாட்சி நிறுவனங்களாலேயே பராமரிக்கப்பட வேண்டும்.

ஊராட்சி ஒன்றியங்களில் விழாக்கள் நடத்துதல்

ஊராட்சி ஒன்றியங்களில் பல்வேறு அரசு விழாக்கள் ஏற்பாடு செய்யப்பட்டு நடத்தப்படுகின்றன. பொதுவாக, இத்தகைய விழாக் களில், மாநில அரசு, மத்திய அரசு அமைச்சர்களும் உயர் அலுவலர் களும் கலந்து கொள்ள அழைக்கப்படுகின்றனர். ஆனால், இத்தகைய அரசு விழாக்களை ஊராட்சி ஒன்றியங்களின் உறுப்பினர்களும் தலைவர்களும் முறையாக ஏற்பாடு செய்து நடத்துவதில்லை. இதற்கு காரணங்கள் பலவாக விருப்பினும், அரசு விழாக்கள் முறையாகவும், ஆடம்பரமின்றி அமைதியாகவும், சீரிய முறையில் சிறப்பாகவும் நடத்தப்பட வேண்டும். அழைக்கப்பட்டு பங்கேற்கும் அமைச்சர்களும், உயர் அலுவலர்களும் விழாவில் கலந்து கொண்டு மக்களைச் சந்தித்து அரசின் கொள்கை மற்றும் கோட்பாடுகள், நலத்திட்டங்கள் போன்ற அரிய கருத்துகளைத் தங்களது சிறப்புரையில் சொல்வதற்கு ஒரு வாய்ப்பாக இவ்விழாக்கள் அமைய வேண்டுமே தவிர, மலிவான விளம்பரம் தேடும் உள்ளூர் தலைவர்கள் தங்களது பெருமைகளைப் பறைசாற்றிக் கொள்ள வாய்ப்பளிக்கும் மேடையாக அமைந்துவிடக் கூடாது. இது குறித்த நெறிமுறைகளும், தெளிவான கருத்துகளும் கீழே கொடுக்கப் பட்டுள்ளன. ஊராட்சி ஒன்றிய மன்றத்தலைவர்களும், உறுப்பினர் களும். ஆணையாளர்களும் மற்றும் விழாக்களை ஏற்பாடு செய்யும் இதர துறை அலுவலர்களும் இந்த அறிவுரைகளைக் கடைப்பிடித்து விழாக்களை ஏற்பாடு செய்து சிறந்த முறையில் நடத்த வேண்டும்.

1. அரசு விழாக்களுக்கு சம்பந்தப்பட்ட தொகுதியின் சட்டமன்ற உறுப்பினர், நாடாளுமன்ற உறுப்பினர் ஆகியோர்கள் அழைக்கப்படவேண்டும். அவர்களது ஒப்புதல் பெறப்பட்டால் மட்டுமே அவர்களது பெயரை அழைப்பிதழில் உரிய இடத்தில் சேர்த்து அச்சிட வேண்டும்.
2. மாவட்ட ஆட்சியாளரிடம் விழா சம்பந்தப்பட்ட துறை அலுவலர்கள் முன்னதாகவே கலந்து பேசி அவரது அறிவுரை பெற்று அதன் அடிப்படையில் விழா ஏற்பாடு செய்ய வேண்டும்.
3. அடிக்கல் நாட்டுதலுக்கான விழாக்களும், சிறிய மற்றும் சாதாரண வேலைகளுக்கான திறப்பு விழாக்களும் ஏற்பாடு செய்யக்கூடாது.
4. கட்சிப் பொறுப்பாளர்களுக்கும், அமைப்பாளர்களுக்கும், அரசு விழாக்களில் முக்கிய பங்கு அளிப்பது கூடாது.
5. நடப்பு நிதி ஆண்டில் அல்லது கடந்த ஆண்டின் இறுதியில் முடிக்கப்பட்ட வேலைகளுக்கு மட்டுமே திறப்பு விழாக்கள்

ஏற்பாடு செய்ய வேண்டும். காலம் கடந்து திறப்பு விழாக்கள் ஏற்பாடு செய்தலும், பயன்படுத்தப்பட்டு வரும் கட்டடங்களுக்குத் திறப்பு விழா ஏற்பாடு செய்தலும் கூடாது.

6. நீண்ட நாட்களுக்கு முன்பே முடிக்கப்பட்டுள்ள கட்டடங்களைத் திறப்பு விழா நடத்துவதற்காகத் தாமதப்படுத்தக்கூடாது. வேலை முடிந்த 30 நாட்களுக்குள் விழா ஏற்பாடு செய்ய இயலாவிடில், கட்டடங்களை நேரடியாகப் பயன்பாட்டிற்குக் கொண்டு வந்துவிடலாம்.
7. புதிய புதிய திட்டங்களை அறிமுகப்படுத்தும் பணி அரசையே சாரும், ஊராட்சி ஒன்றியங்களில் திட்டங்கள் அறிமுகப்படுத்த விழா எடுக்க வேண்டியதில்லை.
8. விழாவிற்கான அழைப்பிதழ் அச்சடித்தல் போன்றவற்றில் பெயர்களை அவர்களது தகுதிக்கும் பதவிக்குமேற்ப தக்கவாறு தகுந்த இடத்தில் அமைக்க வேண்டும்.
9. விழாவை எளிமையாகவும், சிக்கனமான செலவிலும் நடத்த வேண்டும். அதிக ஆடம்பரமான வளைவுகள், உருவபொம்மைகள், தோரணங்கள், மின்விளக்கு அலங்காரங்கள் ஆகியவற்றைத் தவிர்க்க வேண்டும்.
10. விழாவினைப் பொது இடத்தில் ஏற்பாடு செய்து நடத்த வேண்டும்
11. விழா நடைபெறுவது குறித்து செய்தித்தாளில் விளம்பரம் செய்வது கூடாது.
12. திட்டங்களில் ஒதுக்கீடு செய்யப்பட்டிருந்தால் அந்த நிதி ஒதுக் கீட்டிலும் அல்லது ஒன்றியப் பொது நிதியில் அனுமதிக்கப்பட்ட அளவிற்குள்ளும் செலவு செய்யப்படலாம்.
13. எக்காரணம் கொண்டும் விழா நடத்தப் பொது மக்களிடம் நிதி வசூல் செய்யக்கூடாது.
14. அமைச்சர்கள் கலந்து கொள்ளும் அரசு விழாக்களுக்கு ஒன்றியப் பொது நிதியிலிருந்து ரூ.2000/- செலவிடலாம்.

அரசு விழாக்களில் ஊராட்சிகளின் தலைவர் மற்றும் உறுப்பினர்களுக்கு அளிக்கப்பட்டுள்ள தகுதி மற்றும் கௌரவம் குறித்த பட்டியல் கீழே கொடுக்கப்பட்டுள்ளது. அதில் கண்டவாறு அழைப்பிதழ் மற்றும் விழாக்களில் பெயர் பொறிக்க வேண்டும். விழா மேடையிலும் இடமளித்து மரியாதை செய்ய வேண்டும். ஊராட்சிகளில் உறுப்பினர்களுக்கு மரியாதை செய்யும் பொழுது வார்டு எண் வாரியாக வரிசைப்படுத்தி மரியாதை அளிக்க வேண்டும். கிராம ஊராட்சிகளின் தலைவர்களுக்கு மரியாதை

அளிக்கும்பொழுது, எந்தக் கிராம ஊராட்சியில் விழா நடத்தப் படுகிறதோ அவருக்கு முதலிடம் அளிக்க வேண்டும். மாவட்ட ஆட்சியாளர், உள்ளாட்சிஅமைப்பின் பிரதிநிதிகளுக்கு மேலாக மரியாதை பெறுவார்.

மரபுசீர் பட்டியல்

தகுதி எண்	பதவி
4	மாநில ஆளுநர்
5	முதலமைச்சர் - மத்திய அமைச்சர்கள்
10	மத்திய அரசின் இணை அமைச்சர்கள்
15	மாநில அமைச்சர்கள் மத்திய அரசின் துணை அமைச்சர்கள்
21	நாடாளுமன்ற உறுப்பினர் - சட்டமன்ற உறுப்பினர்
28	மாவட்ட ஆட்சியாளர்
28	மாவட்ட ஊராட்சித்தலைவர் - ஊராட்சி ஒன்றியத்தலைவர் - மாவட்ட ஊராட்சி உறுப்பினர்கள்
29	கிராம ஊராட்சித்தலைவர்-ஊராட்சி ஒன்றிய உறுப்பினர்
29A	கிராம ஊராட்சி உறுப்பினர்கள்

ஊராட்சி ஒன்றியங்களின் கூட்டங்கள்

கூட்டங்களின் நோக்கம்

கூட்டங்கள் பல உறுப்பினர்கள் கூடி அவரவர்களது கருத்துகளை எடுத்துரைத்து இறுதியில் ஒருமித்த ஒரு முடிவிற்கு வருவதற்கு வகை செய்கிறது.

முதலாவதாக

தேர்ந்தெடுக்கப்பட்ட பல உறுப்பினர்கள் கூடி அவரவர்களது கருத்துகளை எடுத்துரைத்து இறுதியில் ஒருமித்த ஒரு முடிவிற்கு வருவதற்கு வகை செய்கிறது.

இரண்டாவதாக

பல நபர்கள் கூடி ஒருமித்த ஒரு முடிவிற்கு வருவதால், ஊராட்சி ஒன்றியத்தின் முடிவை மக்கள் ஏற்றுத் தங்களது ஒத்துழைப்பை நல்கத் தயாராகிறார்கள்.

மூன்றாவதாக

ஊராட்சி ஒன்றிய உறுப்பினர்கள் ஒன்று கூடித் தீர்மானிப்பதால், அத்தீர்மானத்தால் அல்லது அதன் விளைவுகளால் ஏற்படும் சாதக

பாதகங்களுக்குக் கூட்டத்தில் கலந்து கொண்ட அனைவரும் பொறுப்பாகிறார்கள்.

கூட்டங்களின் அவசியம்

ஒவ்வொரு ஊராட்சி ஒன்றியமும் தனது கடமையை நிறைவேற்று வதற்காக, தானே தீர்மானிக்கும் நாளில், ஊராட்சி ஒன்றிய அலுவலகத்தில் கூட வேண்டும். தனது கடமைகளை நிறைவேற்று வதற்காகவும், சட்டத்தின்படி தனக்களிக்கப்பட்ட அதிகாரங்களைப் பிரயோகிப்பது சம்பந்தமாகவும் ஊராட்சி ஒன்றியம் என்ற அமைப்பானது கூடிக் கலந்து பேசி, விவாதித்து முடிவுகள் எடுத்து, தீர்மானம் நிறைவேற்றித்தான் செயல்பட வேண்டும் என்பதால் கூட்டம் கூட்டுவது அவசியமாகிறது.

- ஊராட்சி ஒன்றியத்தின் கூட்டங்கள் அதன் அலுவலகத்தில் கூட்டப்பட வேண்டும்
- எந்த நாட்களில் கூட்டம் கூட்டுவது என்பதை ஊராட்சி ஒன்றிய மன்றமே தீர்மானிக்கலாம்.
- ஒவ்வொரு மாதமும் ஒரு கூட்டம் கூட்டப்படலாம். ஊராட்சி ஒன்றியத்தின் தலைவரும் அவசியத்திற்கேற்ப கூட்டங்களைக் கூட்டலாம்.
- எந்நிலையிலும் இரு அடுத்தடுத்த கூட்டங்களுக்கு இடையே உள்ள காலம் 60 நாட்களுக்கு மேற்படக்கூடாது.
- விடுமுறை நாட்களில் கூட்டங்கள் நடத்துவது கூடாது.

கூட்ட அறிவிப்பும் நிகழ்ச்சி நிரலும் தயாரித்து வழங்குதல்

ஊராட்சி ஒன்றியத்தின் கூட்ட அறிவிப்பும் நிகழ்ச்சி நிரலும் தயாரித்து உறுப்பினர்களுக்குச் சார்பு செய்யும் முறை கீழே விளக்கப் பட்டுள்ளது:

நிகழ்ச்சி நிரல் (அஜெண்டா) தயாரித்தல்

மாதந்தோறும் ஊராட்சி ஒன்றியத்தின் கூட்டம் நடத்தப் படுவதற்கு உரிய காலத்திற்கு முன்னதாகக் கூட்ட அறிவிப்பும் நிகழ்ச்சி நிரலும் (அஜெண்டா) தயாரித்து உறுப்பினர்களுக்கும், துணைத்தலைவருக்கும் சம்பந்தப்பட்டவர்களுக்கும் அனுப்ப வேண்டிய பொறுப்பு ஆணையாளரைச் சாரும்.

கூட்ட அறிவிப்பில், கூட்டம் நடைபெறும் இடம், தேதி, கிழமை, நேரம், சாதாரண கூட்டமா என்ற விவரம் தெளிவாகக் குறிப்பிடப் பட வேண்டும். அறிவிப்பில் உறுப்பினர்கள் எல்லோரும் தவறாமல் கூட்டத்தில் கலந்து கொள்ளும்படி கோரப்பட வேண்டும்.

கூட்ட அறிவிப்பும் கூட்டப்பொருள் குறிப்புப்பட்டியலும், (நிகழ்ச்சி நிரல்) ஒன்றாக உறுப்பினர்களுக்கு அனுப்பி வைக்க வேண்டும். இதில் தலைவர் தேதியுடன் கையொப்பம் இடவேண்டும்.

கூட்ட அறிவிப்பும் நிகழ்ச்சி நிரலும் எடுக்கப்பட்டு ஊராட்சி ஒன்றியத்தின் தலைவரால் கையொப்பமிடப்பட்டு எல்லா உறுப்பினர்களுக்கும் நேரில் நகல் கொடுக்கப்பட்டு இதற்கென பராமரிக்கப்படும் பதிவேட்டில் தேதியுடன் உறுப்பினர் கையொப்பம் பெறப்பட வேண்டும். நேரில் கூட்ட அறிவிப்பு கொடுக்கப்படாத உறுப்பினர்களுக்குக் கூட்ட அறிவிப்பு மற்றும் நிகழ்ச்சி நிரல் அறிவிப்பு எதனையும் சார்பு செய்யும் முறைப்படி கொடுக்கப்பட வேண்டும்.

உறுப்பினர்கள் யாருக்காவது கூட்ட அறிவிப்பு உரிய காலத்திற்கு முன்பு அனுப்பப்படாமல் கூட்டம் நடத்தப்பட்டாலும், குறித்த காலத்தில் உறுப்பினர்களுக்குக் கூட்ட அறிவிப்பு சார்பு செய்யப் படவில்லை என்றாலும் அந்தக் கூட்ட நடவடிக்கை செல்லுபடி ஆகாது.

கூட்ட அறிவிப்பு, நிகழ்ச்சி நிரல் சார்பு செய்யும் முறை

1. கூட்ட அறிவிப்பையும் நிகழ்ச்சி நிரலையும் முடிந்தவரை உறுப்பினர்களிடம் நேரில் கொடுத்துத் தேதியுடன் கையொப்பம் பெற வேண்டும்.
2. உறுப்பினர் இல்லாவிட்டால் அவர் குடும்பத்தைச் சேர்ந்த வயது வந்த நபர் யாரிடமாவது அதைத் கொடுத்து தேதியுடன் கையொப்பம் பெற வேண்டும்.
3. மேற்கூறிய இருமுறைகளும் முடியாமல் போனால் ஒப்புதலுடன் கூடிய பதிவுத்தபாலில் (Register) உரிய நாட்களுக்கு முன்னதாக உறுப்பினர்களுக்குக் கிடைக்கும் படி கூட்ட அறிவிப்பும் நிகழ்ச்சி நிரலும் அனுப்பப்பட வேண்டும். உறுப்பினர் தற்காலிகமாகச் சென்றுள்ள இடத்திற்கு அனுப்பலாம்.
4. மேற்கூறிய மூன்று முறைகளிலும் அஜெண்டா சார்பு செய்யப் பட முடியாவிட்டால் கிராம நிர்வாக அதிகாரி சாட்சியத்துடன் உறுப்பினர் குடியிருக்கும் வீட்டின் பகிரங்கமான ஒரு இடத்தில் (முன் கதவு) ஒட்டி சார்பு செய்யப்பட வேண்டும்.

கூட்டங்களின் வகைகள்

கூட்டங்களை நான்கு வகையாகப் பிரிக்கலாம். அவை:

1. சாதாரணக் கூட்டம்
2. அவசரக்கூட்டம்

3. சிறப்புக்கூட்டம்
4. வேண்டுகோள் கூட்டம்

ஒவ்வொரு வகையான கூட்டமும் ஒவ்வொரு தன்மையுடன் கூடியவையாகும். அவற்றைக் கீழே காணலாம்.

சாதாரணக்கூட்டம்

ஒவ்வொரு மாதமும் சாதாரண முறையில் வழக்கமான நிர்வாக அலுவல்கள் குறித்து முடிவு செய்வதற்காகக் கூடுவது சாதாரணக் கூட்டம். இவ்வகையான கூட்டங்கள் நடத்த ஊராட்சி ஒன்றியங்களுக்கு ஐந்து நாட்கள் கண்டிப்பாகக் காலஅவகாசம் நடத்தப்படவேண்டும்.

ஒவ்வொரு சாதாரண கூட்டத்திலும் கீழ்க்கண்ட பொருட்களை தவறாது பரிசீலனைக்கு எடுத்துக்கொள்ள வேண்டும்.

1. முந்தைய கூட்டங்களில் ஒத்தி வைக்கப்பட்ட பொருட்கள்
2. கடந்த மாத வரவுப் செலவுகளை வவுச்சர் வாரியாகப் பரிசீலனைக்கு வைத்தல்
3. பல்வேறு வரவினங்களில் கேட்பு வசூல் பாக்கி பற்றி பரிசீலனைக்கு வைத்தல்
4. சட்டப்படி அவ்வப்போது பரிசீலனை செய்ய வேண்டிய பொருட்கள், ஆய்வு செய்ய வேண்டிய திட்டங்கள் மற்றும் தகவலுக்காக வைக்க வேண்டிய அரசாணைகள், சுற்றறிக்கைகள்
5. அனைத்து வளர்ச்சித் திட்டங்களின் மற்றும் வேலைகளின் முன்னேற்ற விவரம்
6. ஆணையாளர் நாட்குறிப்பு

அவசரக்கூட்டம்

வழக்கமான முறையில் அல்லாது அவசரமாகக் கூடி அவசரமான பிரச்சனைகளைப் பரிசீலித்து முடிவு செய்யவேண்டிய அவசியம் நேர்ந்தால் ஊராட்சி ஒன்றிய மன்றம் குறைந்த கால அவகாசத்தில் கூடி முடிவுகள் எடுத்து தீர்மானம் நிறைவேற்றலாம். இவ்வகையில் நடைபெறும் கூட்டங்கள் அவசரக்கூட்டம் எனப்படும். இத்தகைய கூட்டங்களுக்கு 24 மணி நேர அவகாசத்திற்குக் குறையாமல் அறிவிப்பு கொடுக்க வேண்டும். (உ.ம்) வெள்ளம், புயல் போன்ற இயற்கைச் சீற்றத்தைத் தணிக்கும் நிவாரண வேலைகளுக்கு அனுமதியளித்தல்.

சிறப்புக் கூட்டம்

சாதாரண முறையில் இல்லாமல் ஒரே ஒரு முக்கியமான பொருள் மட்டுமே குறித்து முடிவு செய்வதற்காகக் கூட்டப்படும் கூட்டம்

சிறப்புக்கூட்டம் எனப்படும். இவ்வகையான கூட்டங்களுக்குச் சட்டத்திலும், விதிகளின் படியும் பொருட்களின் தன்மைக்கேற்பவும் 5 முதல் 15 நாட்கள் வரை கால அவகாசம் அளிக்கப்பட வேண்டும். உதாரணமாக (1) நிறைவேற்றப்பட்ட ஒரு தீர்மானத்தை மூன்று மாதங்களுக்குள் நீக்குதல் அல்லது திருத்துதல், (2) துணைத்தலைவர் தேர்தல், (3) வரிவீதம் உயர்த்துதல் போன்றவை.

வேண்டுகோள் கூட்டம்

பொதுவாகக் கூட்டம் கூட்டுவதும் கூட்டத்தில் கலந்து பேச வேண்டிய பொருட்களைக் கூட்டத்திற்கான அஜெண்டா அல்லது நிகழ்ச்சி நிரலில் சேர்க்கும் கடமையும் பொறுப்பும் தலைவரைச் சார்ந்ததாகும். ஆனால் தலைவர் ஏதாவது ஒரு காரணத்திற்காக முறையாகக் கூட்டம் கூட்டவில்லை என்றாலோ அல்லது உறுப்பினர்கள் கொடுக்கும் பொருளைச் சேர்க்க மறுத்து வந்தாலோ, அத்தகைய பொருட்கள் குறித்து விவாதித்து உறுப்பினர்களே கூட்டம் கூட்டித் தீர்மானம் நிறைவேற்ற விதிகளில் வகை செய்யப்பட்டுள்ளது. அத்தகைய கூட்டங்கள் வேண்டுகோள் கூட்டம் எனப்படும்.

1. அச்சமயம் பதவி வகிக்கும் உறுப்பினர்களில் மூன்றில் ஒரு பங்கிற்குக் குறையாதவர்கள் எழுத்து மூலம் வேண்டுகோள் கடிதம் தயாரித்து ஒப்பமிட்டு ஊராட்சி ஒன்றிய அலுவலகத்தில் தலைவரிடம் அல்லது அலுவலகப் பொறுப்பாளரிடம் நேரில் சேர்ப்பிக்க வேண்டும்.
2. கடிதத்தில் கூட்டம் எந்தத் தேதியில் கூட்டப்பட வேண்டும் என்பதையும் கூட்டத்தில் என்னென்ன பொருட்கள் விவாதத்திற்கு எடுத்துக்கொள்ளப்பட வேண்டும் என்பதனையும் குறிப்பிட வேண்டும்.
3. தலைவரிடம் அக்கடிதத்தைச் சேர்ப்பிக்கும் நாளிலிருந்து குறைந்தது 15 நாட்கள் கால அவகாசம் கொடுத்து கூட்டத்தேதி குறிப்பிடப்பட்டிருக்க வேண்டும்.

வேண்டுகோளைப் பெற்றுக்கொண்ட தலைவர் உறுப்பினர்களின் வேண்டுகோளை ஏற்றுக் கூட்டத்தினை உறுப்பினர்கள் கோரியிருந்த நாளிலோ அல்லது அதிலிருந்து மூன்று நாட்களுக் குள்ளாகவோ கூட்டலாம். ஆனால், வேண்டுகோள் பெறப்பட்ட 48 மணி நேரத்திற் குள்ளாகக் கூட்ட அறிவிப்பினை அனைத்து உறுப்பினர்களுக்கும் அனுப்பிவிட வேண்டும்.

தலைவர் அவ்விதம் கூட்ட அறிவிப்பு அனுப்பத் தவறினால், வேண்டுகோள் கடிதத்தில் ஒப்பமிட்ட அனைத்து உறுப்பினர்களும் கூட்ட அறிவிப்பு தயாரித்து, ஒப்பமிட்டு வேண்டுகோள் கடிதத்தில்

குறிப்பிட்ட தேதியில் அதில் குறிப்பிட்ட பொருட்கள் குறித்து விவாதிக்கக் கூட்ட அறிவிப்பும் நிகழ்ச்சி நிரலும் தயாரித்து, தலைவர் உட்பட அனைத்து உறுப்பினர்களுக்கும் அனுப்பலாம்.

கூட்ட அறிவிப்பு குறைந்தது 5 முழு நாட்களுக்கு முன்னர் எல்லா உறுப்பினர்களுக்கும் சார்பு செய்யப்பட வேண்டும்.

உறுப்பினர்களால் கூட்டப்பட்ட கூட்டத்தில் தலைவர் கலந்து கொண்டால் தலைவர் தலைமை வகிப்பார். தலைவர் வராவிடில் துணைத்தலைவர் அல்லது கலந்து கொள்ளும் உறுப்பினர்களில் தேர்ந்தெடுக்கப்படும் ஒருவர் தலைமை வகித்துக் கூட்டம் நடத்தலாம்.

நிகழ்ச்சி நிரலில் குறிப்பிடப்பட்ட பொருட்கள் மீது விவாதித்துக் கூட்ட நடவடிக்கைகள் மற்றும் முடிவுகளைத் தீர்மானப் புத்தகத்தில் கூட்டத்திற்குத் தலைமை வகிப்பவர் பதிய வேண்டும். தலைவர் இக்கூட்டத்திற்கு வராவிடினும், வருகைப் பதிவேடு மற்றும் தீர்மானப் புத்தகத்தைக் கூட்டத்திற்குக் கொடுக்கத்தக்க ஏற்பாடு செய்ய வேண்டும். தீர்மானப் புத்தகம் கிடைக்காவிட்டால் உறுப்பினர்கள் தனித்தாளில் தீர்மானங்களையும் நடவடிக்கைக் குறிப்புகளையும் பதிந்து நகல் தயாரித்து ஒப்பமிட்டு ஆய்வாளருக்கு விதிகளின்படி அனுப்ப வேண்டும். இவ்வாறு செய்யப்படும் நடவடிக்கைகள் செல்லுபடியாகும்.

ஊராட்சி ஒன்றிய கூட்ட நடைமுறைகள்

1. கூட்டம் நடத்தும் இடம் நாள் நேரம்	கூட்டம் நடத்தும் ஒரு தினத்தில் நடத்த நிர்ணயிக்கப்பட்ட கூட்டம் குறிப்பிட்ட நாளன்று ஒன்றிய மன்ற அலுவலகத்தில் குறித்த நேரத்தில் நடத்தப்பட வேண்டும்
2. ஊராட்சி ஒன்றிய மன்றக் கூட்டத்திற்குத் தலைமை வகித்தல்	ஊராட்சி ஒன்றிய மன்றக் கூட்டங்களுக்குத் தலைமைதாங்குவது அந்தந்த ஊராட்சி ஒன்றிய மன்றத் தலைவரது பொறுப்பாகும். தலைவர் இல்லாத போது துணைத் தலைவரும் அவரும் இல்லாதபோது கூட்டத்திற்கு வருகை தந்துள்ள உறுப்பினர்களிடையே அவர்களால் தேர்ந்தெடுக்கப்பட்ட உறுப்பினர் ஒருவர் தலைமை தாங்கிடுவார். துணைத்தலைவரோ அல்லது உறுப்பினரோ தலைமை வகித்துக் கூட்டம் நடத்தும்போது அவருக்கு ஊராட்சி ஒன்றிய மன்றத்

	தலைவருக்குரிய அனைத்து அதிகாரங்களும் வந்து சேரும். உறுப்பினர்களால் தற்காலிகமாகத் தேர்ந்தெடுக்கப்பட்ட உறுப்பினர் தலைமையில் கூட்டம் நடக்கும்போது தலைவர் கூட்டத்திற்கு வந்தாலோ முறையே துணைத்தலைவர், தலைவர் இவர்களைக் கூட்டத்திற்குத் தலைமை தாங்கிக் கூட்டத்தினை நடத்திட அனுமதித்திட வேண்டும்.
3. ஒழுங்கு பிரச்சனைகளை முடிவு செய்தல்	ஊராட்சி ஒன்றிய மன்ற கூட்டத்தில் ஒழுங்கினை நிலைநாட்டுவதும் கூட்டத்தில் எழுப்பப்படும் ஒழுங்கு பிரச்சனை களுக்கு பதிலளிப்பதும் கூட்டத்தைலைவரின் பொறுப்பாகும். உறுப்பினர்களால் எழுப்பப்படும் ஒழுங்குப் பிரச்சனைகளுக்குக் கூட்டத்தில் தலைமை வகித்திடுபவர் அளித்திடும் பதில் இறுதியானதாகும். அப்பதிலினை எதிர்த்து யாரும் வாதிடக்கூடாது.
4. குறைந்த அளவு	குறிப்பிட்ட நேரத்திற்குள் மொத்த உறுப்பினர் வருகை உறுப்பினர்களில் மூன்றில் ஒரு பங்கு உறுப்பினர்கள் வருகை தரவில்லை யெனில் தலைவர் கூட்டத்தை அரைமணி நேரம் தள்ளி வைக்கலாம். அதன் பின்னரும் தேவைப் பட்ட உறுப்பினர் வராவிட்டால் வந்திருக்கும் அனைத்து உறுப்பினர்களும் மேலும் காத்திருக்கச் சம்மதிக்காவிட்டால் கோரம் இல்லையெனக் கருதி தலைவர் பிறிதொரு தேதிக்குக் கூட்டத்தைத் தள்ளி வைக்க வேண்டும். அக்கூட்டத்திற்கு புதிதாக கூட்ட அறிவிப்புக் கொடுக்க வேண்டும்.
5. வருகைப்பதிவேடு	தலைவரும் உறுப்பினர்களும் வந்தவுடன் வருகைப்பதிவேட்டில் கையொப்பமிட வேண்டும். கூட்டத்தின் முடிவில் கூட்டத்திற்குத் தலைமை வகிப்பவர் கூட்டத்தில் கலந்து கொண்ட மொத்த உறுப்பினர்களின் எண்ணிக்கையைக் குறித்து அடியில் ஒப்பமிட வேண்டும்.

6. ஊராட்சி ஒன்றிய மன்றக் கூட்டத்தைத் தள்ளிவைத்தல்	குறைந்த அளவு உறுப்பினர்கள் கூட்டத்திற்கு வந்திருந்தால் நிர்ணயிக்கப்பட்ட தேதியன்று கூட்டத்தைத் தள்ளி வைக்க தலைவருக்கு அதிகாரமில்லை. ஊராட்சி ஒன்றிய மன்றத் தீர்மானத்தின் மீது தான் தள்ளி வைக்கலாம். கூட்டத்தில் விவாதிக்கப்படும் பொருள் மீது ஒருமித்த கருத்துடன் கூடிய முடிவு ஏற்படாவிட்டால் வாக்கெடுப்பு நடத்தி பெரும்பான்மையோர் கருத்து மீது முடிவெடுக்க வேண்டும். வாக்கெடுப்பில் சரிசமமான வாக்குகள் கிடைத்தால் தலைவர் தனக்குள்ள முடிவெடுக்கும் இரண்டாவது வாக்கை உபயோகித்து முடிவு எடுக்க வேண்டும். இதைத் தீர்மானப் புத்தகத்தில் குறிப்பிட்டுத் தீர்மானத்தை ஆதரித்தும் எதிர்த்தும் வாக்களித்தவர்களின் பெயர்களைக் குறிப்பிட வேண்டும். தீர்மானம் புத்தகத்தில் கூட்ட நடவடிக்கையை எழுதிய பின்னர் தலைவர் அடியில்கையொப்பம் செய்ய வேண்டும்.
7. உறுப்பிர்கள் கேள்வி எழுப்புதல்	ஊராட்சி ஒன்றிய மன்றக் கூட்டத்தில் ஊராட்சி ஒன்றிய நிர்வாகம் சம்பந்த மற்ற கேள்விகள் ஏதும் கேட்கக்கூடாது. கேள்வி கேட்க விரும்புபவர் தான் கேட்க விரும்பும் கேள்வியை 10 தினங்களுக்கு முன்பு தலைவருக்கு எழுத்து மூலம் கொடுக்க வேண்டும். இக்கேள்விகளைப் பரிசீலித்து இதனை அனுமதிக்கவோ மறுக்கவோ சட்ட விதிகளின்படி, தலைவருக்கு அதிகாரமுண்டு, அனுமதிக்கப்பட்ட கேள்விகள் கூட்ட நிகழ்ச்சியில் சேர்க்கப்படவேண்டும்.
8. ஊராட்சி ஒன்றிய உறுப்பினர்கள் தீர்மானம் கொண்டுவருதல்	உறுப்பினர் தீர்மானம் கொண்டு வர விரும்பினால் 10 நாட்களுக்கு முன்பு, தான் கொணரவிருக்கும் தீர்மானத்தைத் தலைவருக்கு எழுத்து மூலம் கொடுக்க வேண்டும். கொண்டு வர விரும்பும் தீர்மானத்தைக் கூட்டப்பொருளில் சேர்க்கவோ, நீக்கவோ தலைவருக்கு அதிகாரமுண்டு. தலைவர் சேர்க்கலாமென்று

	முடிவு செய்த தீர்மானத்தைக் கூட்டப்பொருளில் சேர்க்க வேண்டும். கூட்ட சமயத்தில் தீர்மானத்தைக் கொடுத்தவர் இதைத் திரும்பப் பெற்றாலும் அல்லது இதனை முன் மொழிந்தவர் வருகை தரவில்லை எனினும் வேறெந்த உறுப்பினரும் அத்தீர்மானத்தை வழி மொழிந்து பேசவில்லை என்றாலும் தீர்மானம் திரும்பப் பெற்றதாகக் கருதி விவாதிக்கப்பட மாட்டாது. கூட்டத்தில் தீர்மானத்தைத் தாக்கல் செய்ய விரும்புபவர் தனது தீர்மானம் பற்றிய விவரத்தை எடுத்துக் கூற வாய்ப்பளிக்க வேண்டும். இதன் பின்பு தீர்மானம் தாக்கல் செய்தபடியோ அல்லது உறுப்பினர்களால் கொண்டு வரப்பட்ட திருத்தங்களுடன் முடிவு செய்ய வேண்டும்.
9. உறுப்பினர் ஒரு கூட்டத்தில் கலந்து கொள்ள தடை	உறுப்பினருக்குத் தனிப்பட்ட முறையில் அக்கறை உள்ள அல்லது பணம் சம்பந்தப்பட்ட பொருள் ஏதேனும் கூட்டத்தின் ஆலோசனைக்கு வருமாயின் அப்பொருள் பற்றிய விவாதத்தில் அவ்வுறுப்பினர் கலந்துகொள்ளவும் வாக்களிக்கவும் கூடாது. அது போன்ற சந்தர்ப்பங்களில் கூட்டத்தலைவர் அவ்வுறுப்பினரை அப்பொருள் குறித்த விவாதத்தில் கலந்து கொள்ளத் தடை விதிக்கலாம். அப்பொருள் குறித்து முடிவு செய்யப்பட்டவுடன் அவ்வுறுப்பினரை மீண்டும் கூட்டத்தில் கலந்து கொள்ள அனுமதிக்க வேண்டும். அவ்வுறுப்பினர் ஆட்சேபணை தெரிவித்தால் ஊராட்சி ஒன்றிய மன்றத்தின் முடிவிற்கு விடப்பட வேண்டும். ஊராட்சி ஒன்றிய மன்ற முடிவே இறுதியான தாகும். இதே போன்று ஊராட்சி ஒன்றிய மன்றத்தலைவருக்குத் தனிப்பட்ட முறையில் அக்கறை உள்ள மற்றும் பணம் சம்பந்தப்பட்ட பொருள் ஏதேனும் ஆலோசனைக்கு வரும்பொழுது அவர் கூட்டத்திற்குத் தலைமை வகிக்கக்கூடாது. துணைத்தலைவரோ வேறு

	உறுப்பினரோ தலைமை வகித்து அப்பொருள் குறித்து விவாதிக்க வேண்டும். அப்பொருளின் மீது முடிவு செய்யப்பட்டவுடன் அவர் மீண்டும் கூட்டத்திற்குத் தலைமை வகிக்கலாம். இதர பொருட்களின் விவாதங் களிலும் கலந்து கொள்ளலாம். மீறி அவர் கலந்து கொள்வதை உறுப்பினர் எவரேனும் ஆட்சேபித் தால் ஊராட்சி ஒன்றிய மன்றத் தீர்மானத்தின் படி தலைவர் நடந்து கொள்ள வேண்டும். உறுப்பினரோ, தலைவரோ விவாதிக்கப்படும் பொருளில் நேராக அல்லது மறைமுக அக்கறைகொண்டவரா அல்லது பணம் சம்பந்தமாகத் தொடர்பு உடையவரா இல்லையா என்பதைப் பற்றி முடிவு செய்யும் தீர்மானம் சம்பந்தப்பட்ட ஊராட்சி ஒன்றிய தலைவருக்கு அவரது விளக்கத்தினை எழுத்து மூலம் அனுப்பி வைக்கலாம். அப்படி உறுப்பினர்களால் அனுப்பி வைக்கப் பட்ட ஆட்சேபணைக் குறிப்புகளையும், கூட்ட நடவடிக்கை நகலோடு இணைத்து ஆய்வாளருக்குத் தவறாது அனுப்ப வேண்டும்.
10. ஆவணங்கள் கேட்டுப் பெற ஊராட்சி ஒன்றிய மன்றத்தின் அதிகாரம்	கூட்ட நடைமுறையின் போது ஆணையாளரிடம் தேவைப்படும் ஆவணங்களைக் கேட்டுப் பெற்று பார்வையிடுவதற்கு ஊராட்சி ஒன்றிய மன்றத்திற்கு அதிகாரம் உள்ளது. ஊராட்சி ஒன்றிய நிர்வாகம் சம்பந்தப்பட்ட ஆவணங்கள் எதையேனும் கூட்டத்தின் போது பார்வைக்கு வைக்கும்படி உறுப்பினர்கள் கேட்டால் அக்குறிப்பிட்ட ஆவணத்தைக் கூட்டத்தின் பார்வைக்கு வைத்திடுவது ஆணையாளர் கடமை ஆகும். பொதுநலன் கருதி குறிப்பிட்ட ஆவணங்கள் எதையேனும் கூட்டத்தின் முன் வைக்க இயலாது என்று ஆணையாளர் கருதினால் அது பற்றி கூட்டத்தின் போது எழுத்து மூலமான பதில் அளிப்பதுடன் ஊராட்சி ஒன்றிய மன்றம் விரும்பினால் ஆய்வாளருக்கு எழுதி அவரது

	முடிவினைப் பெற்று அதன்படி நடந்திட வேண்டும்.
11. வரவு-செலவுக் கணக்கு	ஊராட்சி ஒன்றிய வரவு-செலவுக் கணக்கு விவரத்தில் ஒவ்வொரு தலைப்பின் கீழும் வரவேண்டிய நிலுவை கொடுக்கப்பட வேண்டிய நிலுவைப்பட்டியல், மற்றும் அரசு மானியங்கள், இவற்றின் நிலுவை விவரம் அவ்வாண்டின் வரும் மாதங்களில் எதிர்பார்க்கப்படும் செலவினங்கள் ஆண்டு இறுதியில் உத்தேச இருப்பு முதலிய விவரங்கள் இடம் பெற்றிருக்க வேண்டும்.
12. கூட்ட நடைமுறை விதிகள் உருவாக்கல்	ஊராட்சி ஒன்றிய மன்றக் கூட்டங்கள் நடத்துவது சம்பந்தமாக அரசு விதிகளுக் குட்பட்டுத் தேவையான நடைமுறை விதிகளை (Regulation) ஆய்வாளரின் அனுமதியுடன் ஊராட்சி ஒன்றிய மன்றம் உருவாக்கிடலாம். அந்நடைமுறை விதிகள் குறைபாட்டுடன் இருந்தால் நடைமுறை விதியினை ஊராட்சி ஒன்றிய மன்றத்திற்குத் திரும்ப அனுப்பி பரிசீலனைக்குப் பிறகு தேவையான திருத்தங்களுடன் ஆய்வாளர் அதற்கு அங்கீகாரம் வழங்கலாம்
13. தீர்மானத்தை ரத்து செய்வது அல்லது	ஊராட்சி ஒன்றிய மன்றத்தின் எல்லா நடவடிக்கைகளும் தீர்மானங்களும் நிறுத்தி வைப்பது உத்தரவுகளும், அனுமதிகளும், சட்டத்திற்கும், விதிகளுக்கும் ஏற்ப இருக் வேண்டும். அப்படியில்லை எனில் ஆய்வாளர் அந்தத் தீர்மானத்தையோ உத்திரவையோ உரிமம் அல்லது அனுமதியையோ செல்லு படியாகாமல் சிறிது காலத்திற்கு நிறுத்தி வைக்கலாம் அல்லது ரத்து செய்யலாம். ஆனால் அவ்வாறு தடையுத்தரவு பிறப்பிக்கும் முன் விளக்கம் அளிப்பதற்காக சம்பந்தப்பட்ட ஊராட்சி ஒன்றிய மன்றத்திற்கு அவகாசம் அளிக்க வேண்டும்.

7
மாவட்ட ஊராட்சி நிர்வாகம்

மாவட்ட ஊராட்சி அமைப்பு

1994 ஆம் ஆண்டு தமிழ்நாடு ஊராட்சிகள் சட்டப்பிரிவு 24ல் ஒவ்வொரு வருவாய் மாவட்டத்திற்கும் ஒரு மாவட்ட ஊராட்சி அமைக்கப்பட வேண்டும் என்று தெரிவிக்கப்பட்டுள்ளது. இதன் அடிப்படையில் ஒவ்வொரு வருவாய் மாவட்டத்திலும் மாநகராட்சி, நகராட்சி மற்றும் பேரூராட்சி பகுதிகளை நீக்கியபின் எஞ்சி நிற்கும் பஞ்சாயத்து மாவட்டப் பகுதிக்கு ஒரு மாவட்டப் பஞ்சாயத்து அமைக்கப்பட்டு அவை 13.4.95 முதல் செயல்பட்டு வருகின்றன. தற்சமயம் உள்ளபடி தமிழ்நாட்டில் 29 மாவட்டப் பஞ்சாயத்துகள் இயங்கி வருகின்றன.

மாவட்ட ஊராட்சியின் வார்டுகள்

ஒவ்வொரு மாவட்ட ஊராட்சியும் சராசரியாக 50000 மக்கள்தொகை கொண்ட பகுதிக்கு ஒரு மாவட்ட ஊராட்சி வார்டு என்ற அடிப்படையில் பிரிக்கப்பட்டுள்ளது. மாவட்ட ஊராட்சி வார்டுகளில் குறைந்த அளவாக நீலகிரி மாவட்டம் மூன்றே வார்டுகளைக் கொண்டுள்ளது. அதிக அளவாக விழுப்புரம் மாவட்டம் 47 வார்டுகளைக் கொண்டுள்ளது.

மாவட்ட ஊராட்சிக்கான தேர்தல்கள்

மாவட்ட ஊராட்சி வார்டு உறுப்பினர்கள் வாக்காளர்களால் நேரடியாகத் தேர்ந்தெடுக்கப்படுகின்றனர். மாவட்ட ஊராட்சியின் தலைவர் மற்றும் துணைத்தலைவர் மாவட்ட ஊராட்சியின் தேர்ந்தெடுக்கப்பட்ட உறுப்பினர்களால் தேர்ந்தெடுக்கப்படு கின்றனர்.

மாவட்ட ஊராட்சியின் உறுப்பமைவு

1. *மாவட்ட ஊராட்சி வார்டு உறுப்பினர்களாகத் தேர்ந்து எடுக்கப் பட்டவர்கள் அனைவரும்*
2. *மாவட்டத்தில் உள்ள அனைத்து பாராளுமன்ற உறுப்பினர்கள், சட்டமன்ற உறுப்பினர்கள், மாவட்டத்தில் வசிக்கும் மாநிலங்களவை உறுப்பினர்கள், அந்தந்த மாவட்ட ஊராட்சியின்*

பதவிவழி உறுப்பினர்களாக உள்ளனர். இவர்கள் யாவரும் மாவட்ட ஊராட்சியின் கூட்டத்தில் கலந்து கொள்ளவும், விவாதத்தில் பங்கு கொள்ளவும் வாக்களிக்கவும் உரிமை பெற்றவர்கள். ஆனால் மாவட்ட ஊராட்சி சம்பந்தப்பட்ட தேர்தலில் வாக்களிக்க உரிமை இல்லை.*

மாவட்ட ஊராட்சியின் தலைவர்

மாவட்ட ஊராட்சியின் தலைவர் மாவட்டத் திட்டக்குழுவின் தலைவராகவும், மாவட்ட ஆட்சித்தலைவர் மாவட்டத் திட்டக் குழுவின் துணைத்தலைவராகவும் சட்டப்பிரிவு 241(4)ன் கீழ் நியமிக்கப்பட்டுள்ளனர்.

செயலர்

ஒவ்வொரு மாவட்ட ஊராட்சிக்கும் ஒரு முழு நேரச் செயலர் நியமிக்கப்பட்டுள்ளார். இவர் ஊரக வளர்ச்சித்துறையின் உதவி இயக்குநர் பதவிக்குக் குறைவில்லாத தகுதியுடையவர் ஆவார். ஆரம்பகாலத்தில் மாவட்ட ஊரக வளர்ச்சி முகமையின் திட்ட அலுவலரே மாவட்ட ஊராட்சியின் முதன்மைச் செயல் அலுவலராகப் பணியாற்றினார். எனினும் அரசு மாவட்ட ஊராட்சியின் செயலர் அந்தஸ்தைக் குறைத்து உதவி இயக்குநரையே செயலராக நியமித்துள்ளது கவனிக்கத்தக்கது. மேலும் மாவட்ட ஊராட்சியின் செயலரே மாவட்டத் திட்டக்குழுவின் செயலராக அரசு நியமித்துள்ளது.

செயலர் கடமை

செயலர், முழு நேரமும் மாவட்ட ஊராட்சியின் அலுவலகத்தில் மாவட்ட ஊராட்சியின் கடமைகளைக் கவனித்து வருவார். மாவட்ட ஊராட்சி நிறைவேற்றும் தீர்மானங்களை நிறைவேற்றும் பொறுப்பு இவரது தலையாய பொறுப்பாகும். எந்த ஒரு தீர்மானமாவது சட்டம் மற்றும் விதிமுறைகளுக்குப் புறம்பானது என்று இவர் கருதினால் அத்தீர்மானத்தை உடனடியாக நிறைவேற்ற வேண்டியதில்லை. ஆனால் அது குறித்து அரசுக்கு எழுதி அறிவுரை பெற்று அரசின் அறிவுரைக்கேற்பச் செயல்பட வேண்டும். சட்டரீதியாக நிறைவேற்றப்படாத தீர்மானத்தை ரத்துச் செய்ய ஆய்வாளருக்கு அனுப்பி ரத்து செய்ய நடவடிக்கை எடுக்க வேண்டியதும் செயலரது கடமையாகும்.

---

* குறிப்பு: தமிழ்நாடு ஊராட்சிகள் சட்டம் 1994 பிரிவு 38-A இன் படி பாராளுமன்ற உறுப்பினர்களும், சட்டமன்ற உறுப்பினர்களும் மாவட்ட ஊராட்சி உறுப்பினராக இருக்க முடியாது.

செயலர் மாவட்ட ஊராட்சியின் அன்றாட நிர்வாகத்தை நடத்த வேண்டியவராவார். மாவட்ட ஊராட்சியின் கடிதப் போக்குவரத்து செயலர் பெயரில் தான் நடைபெறும். ஆனால் அரசு மற்றும் உயர் அலுவலர்களுக்கு அனுப்பும் கடிதங்களை மாவட்ட ஊராட்சித் தலைவர் மூலமாகவே செயலர் அனுப்ப வேண்டும். அது போன்றே மாவட்ட ஊராட்சியில் பெறப்படும் வாலாயமான கடிதங்கள் தவிர்த்த ஏனைய கடிதங்களை மாவட்ட ஊராட்சித் தலைவர் பார்வைக்கு அன்றாடம் செயலர் அனுப்ப வேண்டும். மாவட்ட ஊராட்சித்தலைவர் அக்கடிதங்களைப் பார்வையிட்டு எவ்வளவு விரைவில் திரும்ப அனுப்ப முடியுமோ அவ்வளவு விரைவில் செயலருக்குத் திரும்ப அனுப்ப வேண்டும். செயலரின் மற்றொரு பணி மாவட்ட ஊராட்சி அலுவலகத்தில் பணியாற்றும் அலுவலர்கள் மற்றும் பணியாளர்களின் வேலையை மேற்பார்வையிடுவதாகும். அலுவலர்களைத் தனது கட்டுப்பாட்டிலும் கண்காணிப்பிலும் வைத்து அவர்களது பணிகளைக் கண்காணிப்பது இவரது முக்கியமான கடமையாகும்.

வரவுசெலவுத்திட்டம்

ஒவ்வொரு ஆண்டும் மாவட்ட ஊராட்சியின் வரவு செலவுத் திட்டம் தயாரித்து அதற்கு ஒப்புதல் பெறுவது இவரது பணிகளில் ஒன்றாகும்.

நிர்வாக அறிக்கை

ஒவ்வொரு ஆண்டும் கிராம ஊராட்சிகள், ஊராட்சி ஒன்றியங்கள் தயாரித்து அனுப்பும் நிர்வாக அறிக்கையைப் பரிசீலித்து அதன் அடிப்படையில் மாவட்ட ஊராட்சியின் நிர்வாக அறிக்கையைத் தயாரித்து, மாவட்ட ஊராட்சியின் ஒப்புதலுடன் அரசுக்கு அனுப்ப வேண்டிய பொறுப்பும் இவரைச் சார்ந்ததே. நிர்வாக அறிக்கை மற்றும் வளர்ச்சிப் பணிகள் குறித்த மாவட்ட அளவிலான புள்ளி விவரங்கள் ஆகியவற்றைத் தொகுத்து அச்சிட்டுப் புத்தக வடிவில் வழங்கவும் இவர் நடவடிக்கை எடுக்கலாம்.

வளர்ச்சித் திட்டம் தீட்டுதல்

ஒவ்வொரு ஆண்டும் கிராம ஊராட்சிகள் தங்கள் பகுதிக்கென தீட்டும் வளர்ச்சித் திட்டத்தின் அடிப்படையில் ஊராட்சி ஒன்றியங்கள் தங்களது வளர்ச்சித் திட்டத்தைத் தயாரித்து மாவட்ட ஊராட்சிக்கு அனுப்பும். மாவட்ட ஊராட்சியின் செயலர் அத்திட்டங்களைப் பரிசீலித்துத் தொகுத்து மாவட்ட அளவிலான வளர்ச்சித் திட்டம் தயாரித்து மாவட்ட ஊராட்சியின் ஒப்புதலுடன் மாவட்டத் திட்டக் குழுவிற்கு அனுப்புவார். மாவட்டத் திட்டக்

குழுவின் பரிசீலனைக்கும் ஒப்புதலுக்கும் பின்னர் இத்திட்டம் மாநிலத் திட்டக் குழுவின் அனுமதிக்காக அனுப்பப்படும்.

பணம் பெறும் நடைமுறை

மாவட்ட ஊராட்சியின் பொது நிதியிலிருந்து பணம் பெற வழங்கப்படும் காசோலை, கணக்குப் பிரிவில் தயாரிக்கப்படும். அவ்வாறு தயாரிக்கப்பட்ட காசோலையில் செயலரும் ஒரு உதவியாளரும் கூட்டாக ஒப்பமிட்ட பின் தான் வங்கியில் அதைக் கொடுத்துப் பணம் பெற இயலும். செயலர் ஒருவர் மட்டிலும் ஒப்பம் செய்து பணம் பெற இயலாது.

அலுவலகம்

மாவட்ட ஊராட்சியின் தலைமையிடத்தில் அரசுக்குச் சொந்தமான ஏதாவது ஒரு கட்டடத்தில் மாவட்ட ஊராட்சி செயல்படும். மாவட்டக் கழகத்திற்குச் சொந்தமான கட்டடம் எதுவும் இருந்தால் அதில் மாவட்ட ஊராட்சி தனது அலுவலகத்தை நிறுவலாம். எந்தவொரு அரசுக்குச் சொந்தமான கட்டடமும் இல்லாவிட்டால் வாடகைக்கு ஒரு கட்டடத்தை அமர்த்தி அதில் தனது அலுவலகத்தை நிறுவலாம். எந்தவொரு அரசுக்குச் சொந்தமான கட்டடமும் இல்லா விட்டால் தாள வாடகைக்கு ஒரு கட்டடத்தை அமர்த்திக் கொள்ளலாம்.

அலுவலகத்திற்கு மூலதனச் செலவுகள்

ஒவ்வொரு மாவட்ட ஊராட்சியும் தங்கள் அலுவலகத்திற்கான கட்டடச் சீரமைப்பு செய்வதற்கும் தளவாடங்கள் தொலைபேசி, வாகனம் போன்றவற்றை வாங்கி நிறுவுவதற்கும் 15 லட்சம் ரூபாய் வரை செலவிட அனுமதிக்கப்பட்டு அந்த வசதிகள் ஏற்கனவே ஏற்படுத்தப்பட்டுள்ளன.

தொலைபேசி

தொலைபேசியைப் பொறுத்தவரையில் மாவட்ட ஊராட்சி அலுவலகத்தில் ஒன்றும் மாவட்ட ஊராட்சித்தலைவரின் அலுவலக அறையில் ஒன்றும் மாவட்ட ஊராட்சித்தலைவரின் இல்லத்தில் ஒன்றும் ஆக மூன்று நேரடித் தொலைபேசி இணைப்புகள் வழங்கப்பட்டுள்ளன.

வாகனம்

மாவட்ட ஊராட்சியின் உபயோகத்திற்கு முதலில் ஒரு ஜீப்பு வாங்க உத்தரவிடப்பட்டிருந்தது. பின்னர் ஜீப்பிற்குப் பதிலாக ஒரு அம்பாஸிடர் கார் வாங்க உத்தரவிடப்பட்டு அதன்படி ஒவ்வொரு

மாவட்டத்திற்கும் ஒரு கார் வாங்கப்பட்டுள்ளது. இதற்கான எரிபொருள் அளவு மாவட்டத்தின் பரப்பளவிற்கு ஏற்ப மாறுபடும்.

பணியாளர்கள்

நிர்வாகத்தைக் கவனிப்பதற்காகவும் செயலருக்கு உதவுவதற்காகவும் கீழ்க்கண்ட பணியாளர்களது சேவை மாவட்ட ஊரக வளர்ச்சி முகமையிலிருந்து மாவட்ட ஊராட்சிக்கு மாற்றப்பட்டுள்ளது.

1.	உதவித் திட்ட அலுவலர்	-	1
2.	உதவியாளர்	-	1
3.	இளநிலை உதவியாளர்	-	1
4.	சுருக்கெழுத்து தட்டச்சர்	-	1
5.	அலுவலக உதவியாளர்	-	2

மாவட்ட ஊராட்சிக்கு வாகன ஓட்டுனர் வைத்துக் கொள்வதற்கு அனுமதிக்கப் பட்டுள்ளது.

நிர்வாகச் செலவு வரம்பு

ஒவ்வொரு மாவட்ட ஊராட்சியும் அதன் நிர்வாகச் செலவினத்தைக் கட்டுப்படுத்தி நிர்வாகத்தில் சிக்கனத்தைக் கடைப்பிடிக்க வேண்டும். இதற்காக அவை பெறும் மைய நிதி ஆணைய மானியம் மற்றும் பல்வேறு திட்ட ஒதுக்கீடுகள் மூலம் பெறப்படும் நிதி ஆகியவற்றின் மொத்தத் தொகையில் அரசு அவ்வப்போது குறிப்பிடும் சதவீதத்திற்கு மேல் நிர்வாகச் செலவு செய்யக்கூடாது என்ற வரம்பு நிர்ணயிக்கப்பட்டுள்ளது. இவ்வரம்பினை மீறிச் செலவு செய்தால் தணிக்கைத் தடை எழுப்பப்பட்டு அரசின் பின்னேற்பு பெற வேண்டியதிருக்கும்,

வேலைகள் செய்தல்

மாவட்ட ஊராட்சிகளுக்கு நிதி ஆதாரங்களில் முக்கியமானவை மைய நிதி ஆணைய மானியமும் மாநில நிதி ஆணைய மானியமும் ஆகும். இவற்றில் மைய நிதி ஆணைய மானியத்திலிருந்து பணிகளை எடுத்துச் செய்ய வழங்கப்பட்ட நெறிமுறைகளைக் கீழே காணலாம்.

மாவட்ட ஊராட்சிகள் சாதாரணமாக கிராம ஊராட்சிகளாலும் ஊராட்சி ஒன்றியங்களாலும் எடுத்துச் செய்யப்பட முடியாத வேலைகளுக்கு முன்னுரிமை கொடுத்துத் தேர்வு செய்ய வேண்டும். கீழ்க்கண்ட பணிகளை இத்திட்டத்தின் கீழ் எடுத்துச் செய்யக்கூடாது.

1. சாதாரணப் பராமரிப்பு, சிறப்புப் பராமரிப்பு போன்ற பராமரிப்புப் பணிகளைத் தேர்வு செய்யக்கூடாது. பயன் தரும் மூலதனப் பணிகளை மட்டுமே எடுத்துச் செய்ய வேண்டும்.
2. தினக்கூலி அடிப்படையில் பணியாளர்களை நியமனம் செய்யக்கூடாது.
3. கருவிகள், உபகரணங்கள், தளவாடங்கள் ஆகியவற்றை வாங்கக்கூடாது.
4. ஊரகப் பகுதி தவிர்த்த பேரூராட்சிப் பகுதி நகராட்சிப் பகுதி ஆகியவற்றில் வேலைகள் எதையும் தேர்வு செய்யக்கூடாது.

செய்யப்படக்கூடியவை

தெருவிளக்குகள் அமைத்தல், தார்ச்சாலைகள் அமைத்தல் ஆகியவற்றை முன்னுரிமை அடிப்படையில் செயல்படுத்தலாம். இவை தவிர கீழ்க்கண்ட பணிகளையும் அவசியத்திற்கும் தேவைக்கும் ஏற்ப மாவட்ட ஊராட்சி தேர்வு செய்யலாம்.

1. உயர்நிலைப்பள்ளி/மேல்நிலைப் பள்ளிகளுக்குக் கட்டடம் கட்டுதல்
2. கிராமச்சாலைகள் பேருந்து செல்லும் சாலைகளைத் தார்ச்சாலையாக மாற்றி அமைத்தல்
3. குடிநீர்த் திட்டம் சம்பந்தமான வேலைகள்
4. மின்வாரியத்தின் மூலம் புதிய டிரன்ஸ்பார்மர்கள் நிறுவுதல்
5. வனத்துறை மூலம் வனப்பகுதிக்குள் வளர்ச்சிப் பணிகள்
6. அரசு மற்றும் ஊராட்சி ஒன்றிய மருத்துவமனைகளுக்குக் கட்டடம் கட்டுதல்
7. கால்நடை பராமரிப்பு மற்றும் வேளாண்மைத் துறை மூலம் புதிய வளர்ச்சிப் பணிகள்
8. வேளாண்மைப் பொறியியல் துறையின் மூலம் செய்யப்படும் வளர்ச்சித்திட்டங்கள்.

மேற்கண்ட பணிகள் எதுவும் ரூ.10.00 லட்சத்திற்கு மேல் மதிப்புக் கொண்டதாக இருக்கக்கூடாது. எந்தத் திட்டத்தை எந்தப் பகுதியில் தேர்வு செய்வது என்பதையும் எந்த அரசுத்துறை மூலம் அல்லது கிராம ஊராட்சி அல்லது ஊராட்சி ஒன்றியம் மூலம் செயல் படுத்துவது என்பதையும் மாவட்ட ஊராட்சி தீர்மானிக்கலாம்.

இத்திட்டங்களுக்கான நிர்வாக அனுமதியை மாவட்ட ஆட்சித்தலைவர் வழங்குவார்.

மாவட்ட ஊராட்சியின் கூட்டங்கள்

மாவட்ட ஊராட்சியின் கூட்டங்கள் அதன் தலைவர் குறிப்பிடும் இடங்களில் கூட்டப்பட வேண்டும். ஆனால் மாவட்ட ஊராட்சிக் கான அலுவலகம் இருந்தால் அலுவலகத்தில் கூட்டப்படலாம். எந்த நாட்களில் கூட்டம் கூட்டுவது என்பதை மாவட்ட ஊராட்சியே தீர்மானிக்கலாம். மாவட்ட ஊராட்சியின் தலைவரும் அவசியத்திற்கேற்ப கூட்டங்களைக் கூட்டலாம். இரு அடுத்தடுத்த கூட்டங்களுக்கு இடையே உள்ள காலம் 60 நாட்களுக்கு மேற்படக்கூடாது.

கூட்ட அறிவிப்பு

ஒவ்வொரு கூட்ட அறிவிப்பும் அக்கூட்டம் என்றைய தினம் எந்த நேரத்தில் எந்த இடத்தில் என்னென்ன பொருட்கள் பற்றி விவாதிப்பதற்காகக் கூட்டப்படுகிறது என்பதைத் தெரிவிப்பதாக இருக்க வேண்டும். கூட்ட அறிவிப்பு உறுப்பினர்களுக்குக் கூட்ட நாட்களுக்குப் பத்து நாட்களுக்கு முன்னதாகவே சார்வு செய்யப்பட வேண்டும். அவசரமான சந்தர்ப்பங்களில் தலைவர் 24 மணி நேரத்திற்குக் குறையாத கால அவகாசத்திலும் கூட்டம் கூட்டலாம்.

நிகழ்ச்சி நிரல் தயாரித்து சார்வு செய்தல்

கூட்டத்திற்கான நிகழ்ச்சி நிரல் செயலரால் தயாரிக்கப்பட்டு தலைவரால் ஒப்பம் பெறப்பட வேண்டும். ஒரு உறுப்பினர் தனது வார்டின் தேவைகளைக் குறித்தோ நிதி வீணடிப்பு, வேலைகளின் சுணக்கம் குறித்தோ தீர்மானம் கொண்டு வர விரும்பினால் இருபது நாட்களுக்கு முன்னதாகத் தலைவருக்கு தான் கொணர விரும்பும் பொருள்களை எழுதி ஓர் அறிவிப்பு கொடுக்க வேண்டும். போதிய கால அவகாசம் இருந்தால் தலைவர் அப்பொருளை அடுத்து வரும் கூட்டத்திற்கான நிகழ்ச்சி நிரலில் சேர்ப்பார். ஒரு பொருள் நிகழ்ச்சி நிரலில் சேர்க்கப்பட வேண்டுமா இல்லையா என்பது குறித்து தலைவர் முடிவு செய்யலாம். சட்டத்தையும் விதிகளையும் மீறிய பொருளாக இருந்தால் அதை அவர் சேர்க்காமல் விடலாம். சேர்க்கப்படும் பொருளில் தலைவர் தனது குறிப்பைப் பதிவு செய்து அதை நிகழ்ச்சி நிரலுடன் சேர்த்து உறுப்பினர்களுக்கு அனுப்பலாம் அல்லது மாவட்ட ஊராட்சியின் கூட்டத்தில் அப்பொருள் விவாதிக்கப்படும் பொழுது உறுப்பினரிடம் கொடுக்கலாம். மாவட்ட ஊராட்சியின் சாதாரண கூட்டத்தில் வாக்களிக்கும் உரிமை பெற்ற பெரும்பான்மையான உறுப்பினர்கள் கேட்டுக்கொண்டால் நிகழ்ச்சி

நிரலில் சேர்க்கப்படாத பொருட்களையும் கூட்ட நிகழ்ச்சி நிரலாகக் கருதி விவாதத்திற்கு எடுத்துக் கொள்ளலாம்.

கூட்டத்தில் தலைமை வகித்தல்

மாவட்ட ஊராட்சியின் கூட்டங்களுக்குத் தலைவரோ அவர் வரா விட்டால் துணைத்தலைவரோ தலைமை வகிக்கலாம். இருவருமே வராவிட்டால் கூட்டத்திற்கு வந்துள்ள உறுப்பினர்களில் இருந்து தேர்ந்தெடுக்கப்படும் ஒருவர் தலைமை வகிப்பார்.

குறைவெண்

மாவட்ட ஊராட்சியில் பதவி வகிக்கும் உறுப்பினர்களில் மூன்றில் ஒரு பங்குக்கு குறையாதவர்கள் கலந்து கொண்டால் தான் கூட்டம் நடத்த இயலும். அரைமணி நேரத்திற்குப் பிறகும் போதிய உறுப்பினர் கள் (குறைவெண்) வரவில்லை என்றால் கூட்டம் ஒத்தி வைக்கப்பட வேண்டும்.

தலைவரின் இரண்டாவது வாக்கு

மாவட்ட ஊராட்சியில் விவாதத்திற்கு எடுத்துக் கொள்ளப்படும் பொருட்கள் பெரும்பான்மையான வாக்குகளில் தீர்மானிக்கப்படும். ஒரு பொருளின் மீது சரிசமமான வாக்குகள் கிடைத்தால் தலைவர் அல்லது தலைமை வகிப்பவர் தனது முடிவு செய்யும் வாக்கினை அல்லது இரண்டாவது வாக்கினைப் பயன்படுத்தித் தீர்மானிப்பார்.

தீர்மானப் புத்தகம் பதிவு செய்தல்

விவாதிக்கப்படும் பொருட்கள் கூட்ட நடவடிக்கைக் குறிப்புகளாகத் தீர்மானப் புத்தகத்தில் பதியப்படும். கூட்டத்திற்குத் தலைமை வகிப்பவர் அல்லது தலைவர் தீர்மானப் புத்தகத்தில் எழுதப்பட்ட தீர்மானங்களுக்கு அடியில் ஒப்பமிட வேண்டும். கூட்ட நடவடிக்கைக் குறிப்புகளும் உறுப்பினர்கள் ஒவ்வொரு பொருளின் மீதும் தெரிவித்த கருத்துகளும் தொகுக்கப்பட்டு அதன் உண்மை நகலை மாவட்ட ஊராட்சி அலுவலக அறிவிப்புப் பலகையில் ஒட்டி விளம்பரப்படுத்த வேண்டும்.

தீர்மான நகல் மற்றும் ஆவணங்கள் வழங்குதல்

மாவட்ட ஊராட்சியின் செயலர் அல்லது அவரால் அதிகாரம் அளிக்கப்பட்டவர் கூட்ட நடவடிக்கை தீர்மானப் புத்தகம் மற்றும் ஆவணங்களைப் பாதுகாப்பாக வைத்திருக்கக் கடமைப்பட்டவர். கூட்ட நடவடிக்கைக் குறிப்பு அல்லது தீர்மான நகல் மற்றும் ஆவணங்களின் நகல் கோரும் யாரும் அரசு நிர்ணயிக்கும்

கட்டணத்தைச் செலுத்தி நகல் பெற்றுக்கொள்ளலாம். அத்தகைய நகல்களில் தலைவரோ அல்லது அவரால் அதிகாரம் அளிக்கப் பட்டவரோ சான்றொப்பம் செய்ய வேண்டும்.

அரசின் வளர்ச்சித் திட்டங்களை ஆய்வு செய்தல்

மாவட்ட ஊராட்சியின் கூட்டங்களில் அரசின் வளர்ச்சித் திட்டங்களைச் செயல்படுத்தும் அனைத்துத் துறை அலுவலர்களும் கலந்து கொள்ள வேண்டியிருப்பதால் கூட்ட நடவடிக்கைகளை இலகுவானதாகவும் விரைவானதாகவும் ஆக்க பொருட்களைக் கீழ்க்கண்டவாறு வகைப்படுத்தி விவாதிக்கலாம்.

1. உற்பத்தித் திட்டங்கள் (வேளாண்மை, கால்நடை, தொழில் மற்றும் நீர்ப்பாசனம், மின்சாரம், கூட்டுறவு முதலியன).
2. நலத்திட்டங்கள் (சமூகநலம், பொது சுகாதாரம், கல்வி, சத்துணவு, ஆதிதிராவிடர் மற்றும் பிற்படுத்தப்பட்டோர் நலம், உற்பத்தி தவிர்த்த ஏனைய வேலைகள்).
3. வளர்ச்சித் திட்டங்கள் (சாலைகள், குடிநீர் வழங்கல் அடிப்படைக் கூட்டமைப்புப் பணிகள், கட்டடங்கள் மற்றும் இதர வளர்ச்சித் திட்டங்கள்).

முதல் கூட்டம்	உற்பத்தித் திட்டங்கள் மீது விவாதம்
இரண்டாவது கூட்டம்	நலத்திட்டங்கள் மீது விவாதம்
மூன்றாவது கூட்டம்	வளர்ச்சித் திட்டங்கள் மீது விவாதம்

அலுவலர்கள் கூட்டத்தில் கலந்து கொள்ளுதல்

மாவட்டத்தின் உயர் நிலை அலுவலர்கள் அவர்களது பொருட்கள் விவாதத்திற்கு எடுத்துக் கொள்ளும் பொழுது கூட்டத்தில் கண்டிப்பாகக் கலந்து கொண்டு விவாதம் முறையாக நடைபெறுவதற்குத் துணைபுரிய வேண்டும். ஒரு மாவட்டத்தில் ஒரு துறையின் மூத்த அலுவலர் தான் இக்கூட்டத்தில் கலந்து கொள்ள வேண்டும். ஒரே நிலையில் (அந்தஸ்தில்) இரண்டுக்கும் மேற்பட்ட அலுவலர்கள் பணி புரிந்தால் அனைவருமே கலந்து கொள்ள வேண்டும்.

ஒரு அலுவலர் கூட்டத்திற்கு வர இயலாவிடில், மாவட்ட ஊராட்சித் தலைவரின் முன் அனுமதி பெற வேண்டும். மின்வாரியம், குடிநீர் வடிகால் வாரியம் போன்றவையும் அரசுத் துறைகளில் அடங்கும். ஆனால் பொதுத்துறை நிறுவனங்கள் இப்பிரிவில் சேராது.

செயலர் முன்னேற்ற அறிக்கை கோருதல்

மாவட்ட ஊராட்சியின் செயலர் வளர்ச்சித் திட்டங்களை நிறைவேற்றும் ஒவ்வொரு துறையிடமிருந்தும் திட்ட முன்னேற்ற அறிக்கைகளையும் நிதி ஒதுக்கீடு பயன்பாடு போன்ற விவரங்களையும் உரிய காலத்தில் பெற்று மாவட்ட ஊராட்சியின் ஆய்விற்கு வைத்திட வேண்டும். அரசின் துறை அலுவலர்கள் மாவட்ட ஊராட்சியின் செயலரிடமிருந்து விவரங்கள் கோரி தகவல் பெறப்பட்டால் கோரிய விவரங்களை உரிய படிவத்தில் குறித்த காலத்திற்குள் அனுப்பி வைக்க வேண்டும்.

கூட்ட நடவடிக்கைக் குறிப்புகள் மேலனுப்புதல்

மாவட்ட ஊராட்சியின் செயலர் ஒவ்வொரு கூட்டத்திற்குப் பிறகும் கூட்ட நடவடிக்கைக் குறிப்புகளையும் தீர்மானங்களையும் ஊரக வளர்ச்சி இயக்குநருக்கு அனுப்ப வேண்டும். மாநிலம் முழுமைக்குமான நடவடிக்கைக் குறிப்புகள் தொகுக்கப்பட்டு அமைச்சரவையின் முன்பாக வைக்கப்படும்.

தீர்மானங்களின் மீது மேல் நடவடிக்கை எடுத்தல்

செயலர், மாவட்ட ஊராட்சியின் தீர்மானங்களின் மீது நடவடிக்கை எடுப்பதற்காகக் கீழ்க்கண்டவாறு வகைப்படுத்த வேண்டும். (1) மாவட்ட அளவில் நடவடிக்கை எடுக்க வேண்டியது, (2) ஊரக வளர்ச்சி இயக்குநரின் அனுமதி பெற வேண்டியது, (3) அரசின் அனுமதி பெற வேண்டியது என்று வகைப்படுத்தி மேல் நடவடிக்கை எடுக்க வேண்டும். நடவடிக்கை எடுத்த விவரங்களை மாவட்ட ஊராட்சியின் அடுத்த கூட்டத்தில் பதிவு செய்ய வேண்டும்.

நிலைக்குழுக்கள்

1. மாவட்ட ஊராட்சி இச்சட்டத்தின்படி அதன் அதிகாரங்களைச் செலுத்தி வருவதிலும் அதன் கடமைகளை ஆற்றி வருவதிலும் மற்றும் அதன் செயற்பணிகளைப் புரிந்து வருவதிலும் அதற்கு உதவி புரியும் நோக்கத்திற்காகவும் பின்வருவனவற்றைக் கையாளுவதற்காகவும் நிலைக்குழுக்களை அமைக்கலாம்.

- உணவு மற்றும் வேளாண்மை
- தொழில்கள் மற்றும் தொழிலாளர்
- பொதுப்பணிகள்
- கல்வி
- மதுவிலக்கு உள்ளடங்கலாக, மக்கள் நலவாழ்வு மற்றும் நலப்பாடு

- ஒரு மாவட்ட ஊராட்சி தான் பொருத்தமெனக் கருதும் நோக்கங்களுக்காகக் கூடுதல் நிலைக்குழுக்களையும் அமைக்கலாம்.

2. ஒவ்வொரு நிலைக்குழுவிலும் மாவட்ட ஊராட்சியால் குறித் துரைக்கப்பட்டவாறும், அதன் தேர்ந்தெடுக்கப்பட்ட உறுப்பினர் களிடையேயிருந்து மாவட்ட ஊராட்சி உறுப்பினர்களால் தேர்ந்தெடுக்கப்பட்டவாறும், தலைவர் உள்ளடங்கலாக, ஐந்துக்கு மேற்படாத எண்ணிக்கையில் நபர்கள் அடங்கியிருத்தல் வேண்டும்.
3. மாவட்ட ஊராட்சியால் அமைக்கப்பட்ட எல்லா நிலைக்குழுக் களிலும், மாவட்ட ஊராட்சியின் தலைவர் பதவி வழி உறுப்பினராக இருத்தல் வேண்டும்.
4. ஒவ்வொரு நிலைக்குழுவும், மாவட்ட ஊராட்சிகளின் தேர்ந் தெடுக்கப்பட்ட உறுப்பினர்களாக உள்ள தனது உறுப்பினர் களிலிருந்து அதன் தலைவரைத் தேர்ந்தெடுத்துக் கொள்ளுதல் வேண்டும்.
5. இரண்டிற்கு மேற்பட்ட நிலைக்குழுக்களில் பணிபுரிவதற்கு எந்த ஒரு மாவட்ட ஊராட்சி உறுப்பினரும் தகுதியுடையவர் அல்லர்.
6. செயலர், நிலைக்குழுக்களுக்கு, அவர் தம் கட்டுப்பாட்டின் கீழ் உள்ள அலுவலர்களில் ஒருவரைப் பதவி வழிச் செயலராகப் பெயர் குறித்து நியமித்தல் வேண்டும். நிலைக்குழுக்களின் எல்லாக் கூட்டங்களிலும் செயலர் கலந்து கொள்வதற்குத் தகுதியுடையவராவார்.

மாவட்ட ஊராட்சியின் கடமைகளும் அதிகாரங்களும்

அரசு தேவையான பொழுது அறிவிக்கை ஒன்றைப் பிறப்பித்து

அ. கிராம ஊராட்சியின் அல்லது ஊராட்சி ஒன்றியத்தின் அல்லது அரசின் அதிகாரங்கள் மற்றும் பணிகளில் எதனையும் அல்லது

ஆ. கிராம ஊராட்சி அல்லது ஊராட்சி ஒன்றிய மன்றத்திடம் அல்லது அரசின் கட்டுப்பாட்டிலுள்ள சாலை, பாலம், கால்வாய், கட்டடம் அல்லது பிற அசையும் அல்லது அசையாச் சொத்து எதனையும் மாவட்ட ஊராட்சியின் ஒப்புதலுடனும் மற்றும் அரசு செய்யக்கூடிய கட்டுப்பாடுகளுக்கு உட்பட்டும் மாவட்ட ஊராட்சியிடம் ஒப்படைக்கலாம்.

மாவட்ட ஊராட்சியின் கட்டுப்பாட்டின் கீழ் வைக்கப்பட்டுள்ள இத்தகைய அதிகாரங்கள் பணிகள் அல்லது சொத்து எதனையும் அரசு அறிவிக்கை வாயிலாக, மீண்டும் திரும்பப் பெறலாம்.

மாவட்ட ஊராட்சியின் கடமைகள்

மாவட்ட ஊராட்சி, கிராம ஊராட்சி, ஊராட்சி ஒன்றிய மன்றங்கள் ஆகியவற்றின் நடவடிக்கைகள் தொடர்பாகவும் அம்மாவட்டத்தின் பொருளாதார வள ஆதாரங்களின் வளர்ச்சி மற்றும் அம்மாவட்டத்தில் குடியிருப்போரின் பண்பாடு மற்றும் நலப்பாடு ஆகியவற்றை மேம்படுத்துவதற்காகப் பேணி வரப்படும் பணிகள் குறித்தும், அரசுக்கு ஆலோசனை நல்குதல் வேண்டும்.

குறிப்பாக, பின்வரும் அலுவல்களை ஆற்ற வேண்டியது மாவட்ட ஊராட்சியின் கடமையாகும். அவையாவன:

மாவட்டத்திலுள்ள கிராம ஊராட்சிகள், ஊராட்சி ஒன்றிய மன்றங்கள் மற்றும் அரசின் நிர்வாகக் கட்டுப்பாட்டின் கீழ் உள்ள துறைகளாலும் முகவரமைப்புகளாலும் பேணிவரப்படும் பணிகள் மற்றும் மேற்கொள்ளப்பட்டு வரும் வளர்ச்சிப்பணிகள் குறித்து, அரசுக்கு ஆலோசனை நல்குதல் வேண்டும்.

மேற்சொன்ன பணிகள் மற்றும் வளர்ச்சித் திட்டப் பணிகள் தொடர்பாக அரசு, துறை முகவரமைப்புகள், மற்றும் கிராம ஊராட்சிகள், ஊராட்சி ஒன்றியங்களில் மேற்கொள்ளப்பட்டு வரும் நடவடிக்கைகளின் முன்னேற்றத்தைக் கண்காணித்தல் மற்றும் ஆய்வு செய்தல்.

மேற்சொன்ன பணிகள் தவிர அரசால் குறிப்பாக சுட்டிக் கேட்கப்படும் பொழுது கீழ்க்கண்ட பொருட்கள், அரசுக்கு ஆலோசனை நல்குதல், அவையாவன:

அ. சந்தைகளை, கிராம ஊராட்சி சந்தை மற்றும் ஊராட்சி ஒன்றிய சந்தை என்று வகைப்படுத்துதல் மற்றும் ஓர் அமைப்பு மற்றொன்றிற்குச் செலுத்த வேண்டிய பங்குத்தொகை வீதங்களை நிர்ணயித்தல்.

ஆ. கண்காட்சிகளையும், திருவிழாக்களையும், கிராம ஊராட்சிக் கண்காட்சி, கிராம ஊராட்சித் திருவிழாக்கள் என்றும் ஊராட்சி ஒன்றிய கண்காட்சிகள் மற்றும் ஊராட்சி ஒன்றிய திருவிழாக்களென்றும் வகைப்படுத்துதல்.

இ. பொதுச்சாலைகளை ஊராட்சி ஒன்றிய சாலைகளென்றும் ஊராட்சி கிராம சாலைகள் என்றும் வகைப்படுத்துதல்

ஈ. சாலைப் போக்குவரத்து மேம்பாடு தொடர்பாக அரசுக்கு ஆலோசனை நல்குதல்

மாவட்ட ஊராட்சியின் பொதுவான அதிகாரங்கள்

மாவட்ட ஊராட்சி ஒவ்வொன்றும், அதன் அதிகார எல்லைக் குட்பட்டு, தனது பணிகளையும் கடமைகளையும் நிறைவேற்று வதற்காக

1. அது தேவையென்று கருதும் நடவடிக்கைகளை மேற்கொள்ளலாம்
2. அது தேவையென்று கருதும் தகவல் விவரங்களைச் சேகரிக்கலாம்.
3. அம்மாவட்டத்திலுள்ள ஊராட்சி ஒன்றிய மன்றங்கள் மற்றும் கிராம ஊராட்சியின் நடவடிக்கைகளை முறைப்படுத்துதல் அல்லது முன்னேற்றம் குறித்த புள்ளிவிவரம் குறித்த அல்லது ஏனைய தகவல்களை வெளியிடலாம்.
4. ஊராட்சி ஒன்றிய மன்றம் அல்லது கிராம ஊராட்சி அதன் நடவடிக்கைகளை முறைப்படுத்துவதற்காக அல்லது மேம்படுத்துவதற்காக மேற்கொண்ட நடவடிக்கைகள் தொடர்பான தகவல்கள் அளிக்குமாறு ஊராட்சி ஒன்றிய மன்றம் எதனையும் அல்லது கிராம ஊராட்சி எதனையும் கோரலாம்.

மாவட்ட ஊராட்சியின் ஆண்டறிக்கை

1. மாவட்ட ஊராட்சி ஒவ்வோராண்டும், குறித்த படிவத்திலும், காலத்திற்குள்ளும் முந்தைய ஆண்டில் அதன் நடவடிக்கைகளைப் பற்றிய ஆண்டறிக்கை ஒன்றைத் தயாரித்து அதன் மூன்று படிகளை (நகல்களை) அரசுக்கு அனுப்பி வைத்தல் வேண்டும்.
2. அரசு அனைத்து அறிக்கைகளையும் அதன் மீதான தன் கருத்துகளுடன் சேர்த்து, சட்டமன்றப் பேரவையின் முன்வைத்தல் வேண்டும்.

மாவட்ட ஊராட்சியின் விவர அறிக்கைகளும், அறிக்கைகளும்

மாவட்ட ஊராட்சி அதன் நடவடிக்கைகள் தொடர்பாக அரசு அவ்வப்போது கோரக்கூடிய விவர அறிக்கைகள், அறிக்கைகள், புள்ளி விவரங்கள் மற்றும் பிற தகவல்களை அரசுக்கு அளித்தல் வேண்டும்.

மாவட்ட ஊராட்சியின் ஆய்வு செய்யும் அதிகாரம்

மாவட்ட ஊராட்சி மாவட்டத்திலுள்ள அரசு மற்றும் அரசு சார்ந்த நிறுவனங்கள், ஊராட்சி ஒன்றியங்கள் மற்றும் கிராம ஊராட்சிகளின் வளர்ச்சித் திட்டங்களின் செயல்பாடுகளின் முன்னேற்றத்தை ஆய்வு செய்யும் அதிகாரம் பெற்றுள்ளது. ஆய்வு செய்யும் நடைமுறை கீழே கொடுக்கப்பட்டுள்ளது.

மாவட்ட ஊராட்சியின் செயலர், ஒவ்வொரு ஆண்டும் வளர்ச்சித் திட்டங்கள் எந்தத் துறையால் நடைமுறைப்படுத்தப்படுகின்றன

என்ற விவரத்தை முதலில் சேகரிக்க வேண்டும். அவற்றை சேகரித்த பின்னர் அந்தத் துறையின் மாவட்ட அலுவலரிடமிருந்து அவரது துறை அல்லது அந்த நிறுவனத்திடம் அனைத்து வளர்ச்சி திட்டங்களுக்கான நிதி ஒதுக்கீடு, செலவு விவரங்கள், நிலுவையாக உள்ள தொகை, அந்தத் தொகை பயன்படுத்தாதற்கான காரணம், விகிதாசாரமான அளவில் செலவு செய்யப்பட்டது போன்ற விவரங்களை ஒவ்வொரு மாதமும் கோரிப் பெற செயலருக்கு அதிகாரமளித்து மாவட்ட ஊராட்சியின் கூட்டத்தில் தீர்மானம் நிறைவேற்றப்பட வேண்டும். அந்தத் தீர்மானத்தின் அடிப்படையில் செயலர் அரசுத் துறைகளிடம் இருந்தோ அரசு சார்ந்த நிறுவனங்களிடமிருந்தோ, ஊராட்சி ஒன்றியங்களிடமிருந்தோ, கிராம ஊராட்சியிடமிருந்தோ கோரும் விவரங்களைச் சம்பந்தப்பட்ட அலுவலர்கள் தவறாது அனுப்ப வேண்டும். இவ்வாறு பெறப்பட்ட அறிக்கைகளைச் செயலர் மாவட்ட ஊராட்சியின் கூட்டத்திற்கான பொருட்குறிப்பில் சேர்த்து அந்தத் திட்டத்தை மாவட்ட ஊராட்சியின் ஆய்வுக்காக வைக்க வேண்டும். இத்தகைய பொருட்குறிப்பின் நகலும், கூட்ட அறிவிப்பின் நகலும் சம்பந்தப்பட்ட துறை அலுவலருக்கு மற்றும் ஊராட்சி ஒன்றிய ஆணையர்கள் சம்பந்தப்பட்ட அலுவலர்களுக்கு 10 நாட்களுக்கு முன்பே அனுப்பி விட வேண்டும். சம்பந்தப்பட்ட அலுவலர் அல்லது ஊராட்சி ஒன்றிய ஆணையாளர் தங்களது துறை அல்லது ஒன்றியம் செயல்படுத்தும் ஒவ்வொரு திட்டத்தைப் பற்றிய கடந்த மாதம் வரையிலான முன்னேற்ற அறிக்கைகளின் நகலுடனும் மற்றும் ஆய்விற்கு பதில் அளிக்கத் தேவையான புள்ளி விவரங்களுடனும் கூட்டத்தில் கலந்து கொள்ள வேண்டும்.

மாவட்ட ஊராட்சிக் கூட்டத்தில் ஒரு துறை குறித்த பொருள் ஆய்வு செய்யப்படும்பொழுது செயலர் அத்திட்டத்தைப் பற்றியும் திட்டத்திலுள்ள நிதி ஒதுக்கீடு மற்றும் இலக்கு குறித்தும் கடந்த கூட்டத்தில் விவாதித்துப் பதிவு செய்யப்பட்ட விவரங்களையும் தற்போது ஏற்பட்டுள்ள முன்னேற்றம் குறித்தும், நடப்பு கூட்டத்தில் வைக்கப்பட்டுள்ள செலவு விவரம், முன்னேற்ற சாதனை குறித்தும் உறுப்பினர்களுக்கு விளக்க வேண்டும். உறுப்பினர்கள் ஐயப்பாடு தெரிவித்தாலோ, விவரங்கள் கோரினாலோ, அவர்களது கருத்துகளை வெளியிட்டாலோ அவற்றுக்கான விவரமான தகவல்களை அல்லது விளக்கங்களை சம்பந்தப்பட்ட துறை அலுவலர் மாவட்ட ஊராட்சியின் கூட்டத்தில் தெரிவிக்க வேண்டும். மாவட்ட ஊராட்சி யின் உறுப்பினர்கள் தெரிவிக்கும் கருத்துகளைப் பரிசீலித்து தலைவர் தீர்மானப் புத்தகத்தில் சுருக்கமாக ஆய்வுக்குறிப்பினை பதிவு செய்வார். இவ்வாறு

ஒவ்வொரு துறையிலும் உள்ள ஒவ்வொரு திட்டத்தைப் பற்றியும் அதே போன்று ஒவ்வொரு ஊராட்சி ஒன்றியத்திலும், ஒவ்வொரு கிராம ஊராட்சியிலும் நடைபெற்று வரும் ஒவ்வொரு வளர்ச்சித் திட்டப் பணிகள் குறித்தும் ஆய்வு செய்து தீர்மானப் புத்தகத்தில் தலைவர் பதிவு செய்ய வேண்டும். கூட்ட இறுதியில் தீர்மானங்களைத் தலைவர் உறுப்பினர்களுக்குப் படித்துக் காண்பித்து ஒப்பமிடுவார். இத்தீர்மான நகல்கள் சம்பந்தப்பட்ட அரசுத் துறைகளுக்கும் அரசு துறை சார்ந்த நிறுவனங்களுக்கும் ஊராட்சி ஒன்றியத்திற்கும், கிராம ஊராட்சிகளுக்கும் காலக்கிரமத்தில் செயலர் அனுப்பி வைக்க வேண்டும். அந்த நகலைப் பெற்றுக் கொண்ட துறை அலுவலர்களும், ஆணையாளர்களும் கிராம ஊராட்சி நிர்வாக அலுவலர்களும், ஆய்வுக்குறிப்பின் மேல் தக்க நடவடிக்கைகள் தொடர்ந்து அது குறித்த ஒரு அறிக்கையை மாவட்ட ஊராட்சியின் செயலருக்கு 15 நாட்களுக்குள் அனுப்பி வைக்க வேண்டும். செயலர் அடுத்த கூட்ட ஆய்விற்கு முன் இவ்வாறு பெறப்பட்ட அறிக்கையையும், சம்பந்தப்பட்ட பொருட் குறிப்பில் சேர்த்து முன்னேற்ற விவரங்களுடன் அடுத்த ஆய்விற்கு வைக்கவேண்டும். துறை அலுவலர்கள் அல்லது ஊராட்சி ஒன்றியத்தின் ஆணையாளர்கள் அல்லது கிராம ஊராட்சியின் நிர்வாக அலுவல்கள், மாவட்ட ஊராட்சியின் ஆய்வு செய்யும் அதிகாரத் திற்குக் குந்தகம் விளைவித்தாலோ (அ) அசட்டையாக இருந்தாலோ (அ) தவறான தகவல்கள் தந்தாலோ செயலர் இது குறித்து மாவட்ட ஊராட்சியின் அனுமதியுடன் ஆய்வாளரது கவனத்திற்குக் கொண்டு சென்று அவர் மூலம் சம்பந்தப்பட்டவர் மீது தக்க நடவடிக்கை எடுக்க வேண்டும்.

வளர்ச்சித் திட்டம் தயாரித்தல்

கிராம ஊராட்சியின் கடமை

ஒவ்வொரு கிராம ஊராட்சியும், ஒவ்வொரு ஆண்டும், அந்த கிராம ஊராட்சிப் பகுதியின் ஒட்டுமொத்த வளர்ச்சிக்கான திட்டத்தைக் குறிப்பிட்ட படிவத்தில் மூன்று நகல்கள் தயாரித்து ஒன்றை அலுவலக நகலாக வைத்துக்கொண்டு இரண்டு நகல்களை செப்டம்பர் 30-ம் தேதிக்குள் ஊராட்சி ஒன்றிய மன்றத்திற்கு அனுப்ப வேண்டும்.

ஊராட்சி ஒன்றிய மன்றத்தின் கடமைகள்

ஒவ்வொரு ஊராட்சி ஒன்றிய மன்றமும் தனது பகுதியிலுள்ள கிராம ஊராட்சிகளிடமிருந்து பெறப்பட்ட திட்டங்களின் இரண்டு நகல்களையும் பிரித்து ஒரு நகலைத் தனது அலுவலக நகலாக

வைத்துக்கொண்டு பிறிதொன்றைத் தொகுத்து தொகுக்கப்பட்ட திட்டத்தைத் தனது திட்டத்தில் சேர்த்துக் குறிப்பிட்ட படிவத்தில் இரண்டு நகல்கள் கிராம ஊராட்சிகளின் திட்ட நகல்களுடன் இணைத்து அக்டோபர் 31-ம் தேதிக்குள் மாவட்ட ஊராட்சிகளுக்கு அனுப்ப வேண்டும்.

மாவட்ட ஊராட்சியின் கடமை

ஒவ்வொரு மாவட்ட ஊராட்சியும் தனது பகுதியிலுள்ள ஊராட்சி ஒன்றிய மன்றங்களிலிருந்து கிடைக்கப் பெற்ற திட்டங்களின் இரண்டு நகல்களையும் பிரித்து ஒன்றைத் தனது அலுவலக நகலாக வைத்துக் கொண்டு பிறிதொன்றைத் தொகுத்து தொகுக்கப்பட்ட திட்டத்தைத் தனது திட்டத்தில் சேர்த்து ஒன்றியங்களிலிருந்து பெறப்பட்ட திட்ட நகல்களுடன் இணைத்து நவம்பர் 30-ம் தேதிக்குள் மாவட்டத் திட்டக்குழுவிற்கு அனுப்ப வேண்டும்.

மாவட்ட ஊராட்சி

நிதி நிர்வாகம்

1994 ஆம் ஆண்டு தமிழ்நாடு ஊராட்சிகள் சட்டத்தின் பிரிவு 189ன் படி ஒவ்வொரு மாவட்ட ஊராட்சியிலும், ஒரு பொது நிதிக்கணக்கு மாவட்ட ஊராட்சியின் தலைமையிடத்திலுள்ள கூட்டுறவு வங்கிக்கிளை அல்லது தேசிய மயமாக்கப்பட்ட வங்கிக்கிளையில் தொடங்கப்பட்டுள்ளது. மாவட்ட ஊராட்சியின் செயலர் அக்கணக்கினைப் பராமரித்து வருவார். மாவட்ட ஊராட்சிக்கு வரவாகும் கீழ்க்கண்ட அனைத்துத் தொகைகளும், இக்கணக்கில் தான் வரவு செய்யப்பட வேண்டும்.

அ. மாநில நிதியிலிருந்து மாவட்ட ஊராட்சியின் பொது நிதிக்கு மாற்றப்பட்ட ஒதுக்கீட்டுத் தொகை

ஆ. அரசு மானியங்கள், குறித்த வகைக்குச் செலவிட ஒதுக்கப்பட்ட தொகைகள், கிராம ஊராட்சி கடன்கள் மற்றும் ஊராட்சி ஒன்றியங்களின் பங்களிப்புத் தொகைகள்

இ. நில வாடகை மற்றும் சொத்துகளிலிருந்து கிடைக்கும் வருமானம்

ஈ. தனி நபர்களிடமிருந்து அல்லது நிறுவனங்களிடமிருந்து நன்கொடையாகப் பெற்ற தொகை மற்றும் வட்டி வரவுகள்

உ. சொத்துகள் விற்பனை மூலம் வரவுகள்

ஊ. அபராதங்களும் கட்டணங்களும்

எ. இதர பலவகையான வரவுகள்

ஏ. தலவரி, தலவரி மிகுவரி. கேளிக்கை வரி. முத்திரைக் கட்டண மிகுவரி ஆகியவற்றிலிருந்து கிடைக்கும் பங்கு (பி.169, 175-இல் 2007-ம் ஆண்டு மேற்கொண்ட சட்டத் திருத்தத்தின்படி)

2. அரசு மாவட்ட ஊராட்சியின் பணியாளர்களது செலவினை ஈடுசெய்யும் வகையில் மானியம் அளிக்க வேண்டும்.

இந்த நிதியை நிர்வகிக்கும் பொறுப்பு செயலரைச் சார்ந்ததாகும். மாவட்ட ஊரக வளர்ச்சி முகமையிலிருந்து மாற்றப்பட்ட கணக்கு அலுவலரது உதவியுடன் இது நிர்வகிக்கப்படும்.

இந்நிதியிலிருந்து மேற்கொள்ளப்படும் செலவினங்கள் மாவட்ட ஊராட்சியின் ஒப்புதல் பெற்றுத்தான் செய்யப்படும். செலவினங்கள் மேற்கொள்ள குறிப்பிட்ட படிவத்தில் பட்டியல் தயாரித்துச் செயலரால் ஒப்புதல் அளிக்கப்படும். ஒப்புதல் அளிக்கப்பட்ட பட்டியல்களுக்குக் கணக்கு அலுவலர் காசோலை தயாரித்து ரொக்கப் புத்தகத்தில் தக்க பதிவுகள் செய்து செயலர் ஒப்பம் பெறவேண்டும். செயலருடன் கணக்கு அலுவலரும் கூட்டாக ஒப்பம் செய்தால் தான் காசோலையைப் பணமாக்க இயலும்.

மாவட்ட ஊராட்சியின் வரவினங்கள் மற்றும் செலவினங்கள் வரவுகள்

மாநில நிதி ஆணைய மானியம்

மாநில நிதி ஆணையத்தின் பரிந்துரையின் மேல் அரசு அளிக்கும் மாநில நிதி ஆணைய மானியம் ஒவ்வொரு மாதமும், மாவட்ட ஊராட்சியில் பொதுநிதிக் கணக்கில் வரவு செய்யப்படும். இக்கணக்கு அரசுக் கருவூலத்தில் பராமரிக்கப்படும்.

இதர மானியங்களும், கடன் தொகைகளும், கிராம ஊராட்சிகள், ஊராட்சி ஒன்றியங்கள் மற்றும் பொதுமக்கள் அளிக்கும் பங்குத் தொகைகளும் மற்றும் இதர வருவாய்களும் இந்தப் பொது நிதிக் கணக்கில் வரவு செய்யப்படும்.

ரொக்கப்புத்தகம்

பொது நிதியிலிருந்து செய்யப்படும் வரவுகள் மற்றும் செலவுகள் இதற்கென நிர்ணயிக்கப்பட்ட படிவத்திலான ரொக்கப் புத்தகத்தில் பதிவு செய்யப்படும்.

பேரேடு

வரவுகளும், செலவுகளும் தலைப்பு வாரியாக இதற்கென நிர்ணயிக்கப்பட்ட படிவத்திலான பேரேடு ஒன்றில் அவ்வப்போது பதிவு செய்யப்பட்டு பராமரிக்கப்படும். இதனால் ஒரு தலைப்பில் எவ்வளவு தொகை செலவிடப்பட்டுள்ளது என்பதைச் சரியாக அறிந்து செலவினத்தை முறைப்படுத்த இயலும்.

பல்வகைக் கேட்புப் பதிவேடு

மாவட்ட ஊராட்சிக்குச் சேர வேண்டிய மானியங்கள் ஒதுக்கப் பட்ட வரியினங்கள் மற்றும் திட்ட நிதி ஒதுக்கீடுகள் போன்ற அனைத்து வரவுகளும் பல்வகைக் கேட்புப் பதிவேட்டின் மூலம் கண்காணித்து வரப்படும்.

செலவினங்கள்

மாவட்ட ஊராட்சி நிதியிலிருந்து வழங்கப்படும் தொகைகள் அனைத்தும் பட்டியல் தயாரித்து அளிப்பதன் மூலமே செயலரால் வழங்கப்படும். பட்டியல்கள் செயலரால் அனுமதிக்கப்பட்ட பின் தான் தொகை வழங்க இயலும். பட்டியல்களை அனுமதிக்கும் செயலர் பட்டியல்கள் அனுமதிக்கும் பதிவேட்டில் தகுந்த பதிவுகள் செய்ய வேண்டும்.

அனுமதிக்கப்பட்ட பட்டியல்களுக்கான தொகை காசோலை மூலம் வழங்கப்படும். கீழ்க்கண்ட வகைகளுக்கு மட்டுமே செயலர் தனது பெயரிலான காசோலை தயாரித்து ரொக்கமாகப் பணம் பெறலாம்.

1. *பணியாளர்களுக்கான ஊதியம்*
2. *பணியாளர்கள், தலைவர் மற்றும் உறுப்பினர்களுக்கான பயணப்படி*
3. *சில்லரைச் செலவினம்*
4. *மூன்றாம் நபர்களுக்கு வழங்கப்படும் ரூ.200/- க்குக் குறைந்த தொகை*
5. *பணியாளர்களுக்கு விழா முன்பணம்*

நிரந்தர முன்பணம்

அன்றாட நிர்வாகத்திற்கான சில்லரைச் செலவினத்திற்காக ரூ.500/-க்கு மேற்படாத தொகை நிரந்தர முன் பணமாகச் செயலருக்கு வழங்கப்படும். இவ்வகையில் செய்யப்படும் செலவுகள் நிரந்தர முன்பணப் பதிவேட்டில் பதிவு செய்யப்பட வேண்டும். செலவு செய்யப்பட்டு இந்தக் கணக்கில் இருப்புத்தொகை குறைந்தவுடன் செலவான தொகை பொது நிதியிலிருந்து மீளப் பெறப்பட வேண்டும். இதற்கென சில்லரைச் செலவினப் பதிவேடு ஒன்று பேணப்பட்டு அதில் தக்க பதிவுகள் செய்யப்பட வேண்டும்.

செயலர் பொறுப்பு மாற்றம்

ஒரு செயலர் பதவியிலிருந்து விலகி தற்காலிகமாகப் பொறுப்பை ஒப்படைக்கும் சமயம் அல்லது மாற்றப்பட்டு பொறுப்பைப் புதிதாகப் பொறுப்பேற்பவரிடம் பொறுப்பை நிரந்தரமாக

ஒப்படைக்கும் சமயம், பதவியிலிருந்து விடுபடும் செயலர், கணக்கு வைத்திருக்கும் கிளைக்கருவூலம் அல்லது வங்கிக்கு இரண்டு அலுவலர்களும் ஒப்பமிட்ட சான்று ஒன்றினை அனுப்பி வைக்க வேண்டும். காசோலைப் புத்தகங்கள் அனைத்தும் (உபயோகப் படுத்தப்பட்டது மற்றும் உபயோகத்தில் இல்லாதது) செயலரின் பொறுப்பில் இருக்க வேண்டும். இது தவிர பொறுப்பை ஒப்படைக்கும் சமயம் ரொக்கப் பதிவேட்டிலும் கடைசியாக வழங்கப்பட்ட காசோலை எண்ணையும் உபயோகப்படுத்தப்படாத காசோலை இவை குறித்தும் இருவரும் பொறுப்பு மாற்றம் செய்து கொண்டதற்குச் சான்றாக ஒப்பமிட வேண்டும்.

பணம் பெற்றதற்கு ஒப்புதல்

பணியாளர்கள், அலுவலர்கள், உறுப்பினர்கள், தலைவர் மற்றும் பணம் ரொக்கமாகப் பெறும் நபர்கள் அனைவரும் தாங்கள் பெற்றுக்கொண்ட தொகைக்குக் குறிப்பிட்ட படிவத்தில் ரசீது ஒப்பமிட்டு வழங்கி பணம் பெற்றுக்கொள்ள வேண்டும். ரூ.500/-க்கு மேற்பட்ட தொகைகளுக்கு முத்திரை ஒட்டி ஒப்பமிட வேண்டும்.

செலவினத்திற்கு அனுமதி

செயலர் அனுமதித்த பின் தான் செலவினம் அனுமதிக்கப்படும். சில சந்தர்ப்பங்களில் உயர் அலுவலர்களது நிர்வாக அனுமதி பெறப் பட வேண்டியதாக இருக்கலாம். அந்நிலையில் அத்தகைய அனுமதி பெறப்பட்டு அந்த விவரங்கள் பட்டியலில் பதியப்பட்ட பின்பு தான் தொகை அனுமதிக்கப்பட வேண்டும்.

கூடுதலாக வழங்கப்பட்ட தொகை

ஒரு பட்டியலில் அனுமதிக்கப்பட வேண்டிய தொகைக்கு மேல் கூடுதலாகத் தொகை அனுமதிக்கப்பட்டால் செயலர் மீது பொறுப்பு சுமத்தப்பட்டு அந்த இழப்பை அவர் ஈடு செய்ய வேண்டும்.

பண இழப்பு அல்லது மோசடி அல்லது திருட்டு

பொருட்கள் திருட்டு அல்லது பண மோசடி அல்லது இழப்பு எதுவும் செயலரால் அல்லது ஆய்வு செய்யும் அலுவலரால் கண்டுபிடிக்கப்பட்டால் அது குறித்து செயலர் தணிக்கையாளருக்கு அறிக்கை செய்ய வேண்டும். இயற்கைக் காரணங்களால் மாவட்ட ஊராட்சியின் சொத்துக்களுக்கு இழப்பு ஏற்பட்டால் அது குறித்தும் செயலர் தணிக்கையாளருக்கு அறிக்கை செய்ய வேண்டும்.

கணக்கிலிருந்து தள்ளுபடி செய்தல் அல்லது நீக்குதல்

ஒரு தற்காலிக கட்டுமானம் சேதமுற்றுவிட்டால் அக்கட்டடத்தைப் பழுது பார்ப்பது உகந்தது அல்ல என மாவட்ட ஊராட்சி கருதினால்

செயற்பொறியாளரின் (ஊரக வளர்ச்சி) மதிப்புச் சான்று பெற்று அத்தொகையைக் கணக்கிலிருந்து தள்ளுபடி செய்யலாம். இது சம்பந்தமான விதிகளில் அதிகாரமளிக்கப்பட்ட அதிகாரியால் தள்ளுபடி அனுமதிக்கப்பட வேண்டும்.

ஊதியம் வழங்கல்

பணியாளர்களுக்கும் அலுவலர்களுக்கும் ஒவ்வொரு மாதத்தின் இறுதி நாளில் ஊதியம் வழங்கப்படும்.

பட்டியல்களை மாவட்ட ஊராட்சி முன் வைத்தல்

மாவட்ட ஊராட்சியின் பட்டியல்கள் அனைத்தும் மாவட்ட ஊராட்சியின் அடுத்தக் கூட்டத்தில் அனுமதிக்கு வைக்கப்படும்.

மாதாந்திரக் கணக்குகள்

ஒவ்வொரு மாதமும் குறிப்பிட்டதொரு படிவத்தில் மாதாந்திரக் கணக்குகள் தயாரிக்கப்பட்டு நிர்ணயிக்கப்பட்ட அலுவலருக்கும் தணிக்கையாளருக்கும் அனுப்பப்பட வேண்டும்.

ஆண்டுக்கணக்கு

மாதாந்திரக் கணக்குகளை அடிப்படையாகக் கொண்டு ஆண்டுக் கணக்கு குறிப்பிட்ட படிவத்தில் (ஊராட்சி ஒப்புதலுடன்) தயாரிக்கப்பட்டுத் தணிக்கையாளருக்கு ஒவ்வொரு ஆண்டும் ஏப்ரல் மாதம் 15-ஆம் தேதிக்குள் அனுப்பப்பட வேண்டும்.

சொத்துக்கள் பதிவேடு

மூலதனச் செலவில் உருவாக்கப்பட்ட சொத்துக்களை சொத்துக்கள் பதிவேட்டில் பதிவு செய்ய வேண்டும்.

வரவுசெலவுத்திட்டம்

மாவட்ட ஊராட்சியின் செயலர், ஒவ்வொரு ஆண்டும் அடுத்து வரும் ஆண்டில் எதிர்பார்க்கப்படும் உத்தேச வரவுகள் மற்றும் செலவுகள் குறித்த வரவு-செலவுத் திட்டம் ஒன்றைத் தயாரித்து நவம்பர் மாத இறுதிக்குள் மாவட்ட ஊராட்சியின் கூட்டத்தில் வைத்து அத்திட்டத்திற்கு ஒப்புதல் பெற வேண்டும். அவ்வாறு ஒப்புக்கொள்ளப்பட்ட திட்டத்தை அரசால் நிர்ணயிக்கப்பட்ட அலுவலருக்கு அனுப்பி அவரது ஒப்பளிப்பைப் பெற வேண்டும்.

நிர்ணயிக்கப்பட்ட அலுவலர் வரவு-செலவுத் திட்டத்தில் மாற்றம் செய்ய வேண்டும் எனச் செயலரைக் கோரலாம். அவ்வாறு கோரினால், அத்தகைய மாற்றங்களைச் செய்து மீளவும் நிர்ணயிக்கப்பட்ட அலுவலருக்கு செயலர் அனுப்பி அத்திட்டத்திற்கு ஒப்பளிப்பு பெறவேண்டும்.

மாவட்ட ஊராட்சிக்கும் நிர்ணயிக்கப்பட்ட அலுவலருக்கு மிடையே கருத்து வேறுபாடு எழுந்தால் அரசுக்கு முறையீடு செய்ய வேண்டும். அரசின் முடிவு இது விசயத்தில் இறுதியானது.

அவ்வாறு ஒப்பளிப்புப் பெறப்பட்ட திட்டத்தை பிப்ரவரி மாதம் 28-ம் தேதிக்குள் மாவட்ட ஊராட்சியின் கூட்டத்தில் வைத்து அங்கீகாரம் பெற வேண்டும். அவ்விதம் அங்கீகரிக்கப்பட்ட திட்டத்தின் அடிப்படையில்தான் அடுத்து வரும் நிதியாண்டில் செலவு செய்யப்பட வேண்டும்.

திருத்திய வரவுசெலவுத்திட்டம்

ஒரு நிதியாண்டில், வரவு செலவுத் திட்டம் செயல்பாட்டில் இருக்கும் பொழுது, உத்தேசமாக எதிர்பார்க்கப்பட்ட வரவினங்களி லோ, அல்லது செய்ய வேண்டிய செலவினங்களிலோ, மாறுபாடு காணப்பட்டு, அந்த திட்டத்தில் மாற்றம் செய்ய செயலர் தீர்மானித்தால், நவம்பர் இறுதிக்குள் அடுத்த ஆண்டுக்கான உத்தேச வரவு-செலவுத் திட்டத்துடன் நடப்பு ஆண்டிற்கான திருத்திய வரவு-செலவுத் திட்டம் ஒன்றைத் தயாரித்து மாவட்ட ஊராட்சியின் கூட்டத்தில் வைத்து ஒப்புதல் பெற்று நிர்ணயிக்கப்பட்ட அலுவலருக்கு அனுப்பி அவரது ஒப்பளிப்பைப் பெற வேண்டும். அவ்வாறு ஒப்பளிப்பு பெற்ற திருத்திய வரவு செலவுத் திட்டத்தை பிப்ரவரி மாதம் 28-ஆம் தேதிக்குள் மாவட்ட ஊராட்சியின் கூட்டத்தில் வைத்து அங்கீகாரம் பெற வேண்டும். அவ்வாறு அங்கீகரிக்கப்பட்ட திருத்திய திட்டத்தின் அடிப்படையில் தான் வரவு-செலவுகள் செய்யப்பட வேண்டும்.

மாவட்ட ஊராட்சிகளின் கணக்குகள் மற்றும் பதிவேடுகள்

1994 -ஆம் ஆண்டு தமிழ்நாடு ஊராட்சிகள் சட்டத்தின்படி மாவட்ட ஊராட்சிகளுக்குத் திட்டச் செயலாக்கம் எதுவும் தற்சமயம் கொடுக்கப்படவில்லை. மாவட்ட ஊராட்சிகள் ஆலோசனை மற்றும் ஒருங்கிணைப்பு அளிக்கும் அமைப்புகளாகவே தற்சமயம் செயல்பட்டு வருகின்றன. எனவே அவற்றிற்கு நிதி ஆதாரங்களும் வருவாய் இனங்களும் குறைவாகவே உள்ளது. எனவே மாவட்ட ஊராட்சிகள் பராமரிக்கும் கணக்குகளும் படிவங்களும் பதிவேடுகளும் மிகக் குறைந்த அளவே ஆகும்.

கீழ்க்கண்ட மானியங்கள் மட்டுமே மாவட்ட ஊராட்சிகள் பெற்று வருகின்றன.

1. மாநில நிதி ஆணைய மானியம்
2. அரசின் வரி வருவாய் ஒதுக்கீடு

மாவட்ட ஊராட்சிகள் மானியங்களையும் திட்ட நிதி ஒதுக்கீடுகளைப் பெற்றாலும் செயல்படுத்தும் பொறுப்பு அவற்றிற்கு இல்லாததால், அவை பராமரிக்கும் பதிவேடுகள் மிகக் குறைவேயாகும்.

தணிக்கையாளர்

தல நிதிக் கணக்கு இயக்குநரை மாவட்ட ஊராட்சிக் கணக்குகளின் தணிக்கையாளராக அரசு அறிவித்துள்ளது. அவர் தனது கட்டுப் பாட்டில் உள்ள தனது துறை அலுவலர்களைக் கொண்டு தணிக்கை செய்து தணிக்கை அறிக்கை வெளியிட ஏற்பாடு செய்வார்.

8

சிற்றூராட்சி நிர்வாகத்தில் குழுக்களின் பங்கு

புதிய பஞ்சாயத்து அரசாங்கத்தின் அடிப்படை நோக்கமே மக்களை அதிகாரப்படுத்துவது, மக்களின் மேல் நம்பிக்கை வைப்பது, மக்களை மதிப்பது, மக்களுடன் சேர்ந்து பணி செய்து அவர்களுடைய தலைவிதியை அவர்களே நிர்ணயித்துக் கொள்ள உதவுவது. இன்று பொதுவாகப் பல இடங்களில் நாம் எதார்த்த நிலையில் பார்ப்பது பஞ்சாயத்துகள் பஞ்சாயத்துத் தலைவர் கையிலும் துணைத்தலைவர் கையிலும் பஞ்சாயத்து எழுத்தர் கையிலும் இருப்பதைத்தான். இவர்களைப் பற்றி வார்டு உறுப்பினர்கள், பல குற்றச்சாட்டுகளை முன்வைக்கின்றனர். அவற்றில் ஒன்று பஞ்சாயத்தில் என்ன நடைபெறுகிறது என்றே எங்களுக்குத் தெரிவதில்லை என்பதுதான். பஞ்சாயத்துத் தலைவர் என்ன செய்கிறார் என்பதே தெரிவதில்லை. பல பஞ்சாயத்துத் தலைவர்களைப் பற்றிச் சொல்லும்போது, எங்கள் பஞ்சாயத்தைப் பற்றித் தெரிய வேண்டுமானால், பஞ்சாயத்து அலுவலகத்தில் தெரிந்து கொள்ள முடியாது எல்லாம் பஞ்சாயத்துத் தலைவர் பையில்தான் இருக்கும் என்று வேடிக்கையாகவும் கூறுவது உண்டு. அது பல நேரங்களில் உண்மையாகவும் இருக்கும். இதுவும் எதார்த்த நிலைதான். சில நேரங்களில் பஞ்சாயத்துத் தலைவர்தான் அதிகாரப்படுத்தப்பட்டுள்ளார் என்று கூட எண்ணத் தோன்றும்.

கடந்த பத்து ஆண்டுகளில் பஞ்சாயத்துச் செயல்பாடுகளைக் கூர்ந்து கவனிக்கும்போது நமக்கு ஒரு செய்தி தெளிவாகத் தெரிகிறது. என்னவென்றால், சென்றமுறை பஞ்சாயத்துத் தலைவராக இருந்தவர் எந்த ஆவணங்களையும் பஞ்சாயத்தில் விட்டு விட்டுச் செல்லவில்லை. அனைத்தையும் எடுத்துக் கொண்டு சென்றுவிட்டார் என்ற குற்றச்சாட்டுதான். பஞ்சாயத்து என்பது ஒரு அமைப்பு முறையாக இல்லாமல் ஒரு சில தனிப்பட்டவர்கள் கையில் இயங்கும் ஓர் ஆயுதமாக மாறிவிட்டது. அது மட்டுமல்லாமல் பஞ்சாயத்துகள் பணம் பண்ணுவதற்கான ஓர் அற்புதமான வாய்ப்பு என்று எண்ணிப் பலரும் செயல்பட ஆரம்பித்து விட்டனர்.

பல பஞ்சாயத்துத் தலைவர்கள் நீங்கள் என்ன சாதனை செய்தீர்கள்? என்று கேட்டால், 'நான் ஏறத்தாழ 30 லட்சம் ரூபாய்க்கு பஞ்சாயத்தில் வேலை செய்துள்ளேன்' என்று கூறுகிறார்கள். ஆனால் பஞ்சாயத்தில் நீங்கள் எத்தனை முறை பஞ்சாயத்துக் கூட்டம் நடத்தினீர்கள், எத்தனை பெண்கள் அதில் கலந்துகொண்டனர், தலித் உறுப்பினர்கள் கலந்து கொண்டனரா, பஞ்சாயத்தில் போடவேண்டிய ஐந்து குழுக்கள் போடப் பட்டுள்ளனவா, கிராமசபைக் கூட்டம் எத்தனை முறை நடத்தப் பட்டது, எவ்வளவு உறுப்பினர்கள் வந்தனர். அதில் எவ்வளவு பெண்கள், எவ்வளவு தலித் உறுப்பினர்கள், அனைவருக்கும் பேச வாய்ப்புக் கிடைத்ததா, பெண்களின் பிரச்சனைகளைப் பற்றிப் பேசினார்களா? தலித்துகள் அவர்களது பிரச்சனைகளைப் பற்றிப் பேசினார்களா, அவற்றை மற்றவர்கள் உள்வாங்கிக் கொண்டார்களா? என்று பல கேள்விகளைக் கேட்டால் அதற்கு அவர்களால் சரியான பதிலை அளிக்க முடிவதில்லை. நம் பஞ்சாயத்துத் தலைவர்கள் பஞ்சாயத்தை இன்னும் காண்ட்ராக்டர் செய்யும் வேலையைத்தான் பஞ்சாயத்து வேலையாகக் கூறுகின்றனர். குறிப்பாகப் பலர் பஞ்சாயத்தை அரசாங்கமாகப் பார்ப்பதும் இல்லை, நடத்துவதும் இல்லை. பஞ்சாயத்துத் தேர்தலுக்குப் பலர் நிறையப் பணம் செலவு செய்கின்றனர். ஏன் என்றால் அதை நாம் எப்படியும் எடுத்தது விடலாம் என்ற நம்பிக்கையில்தான். ஆனால் உண்மையில் பஞ்சாயத்தில் கிராமசபையும் பறஞ்சாயத்தில் உள்ள ஐந்து குழுக்களும் செயல்பட ஆரம்பித்துவிட்டால் ஒரு ரூபாய் கூட எவராலும் எடுக்க முடியாது. பஞ்சாயத்து என்பது தலைவர் மட்டுமோ, உப தலைவர் மட்டுமோ நடத்துவது அல்ல. இது ஒரு கூட்டுச் செயல்பாடு. குழுக்களுடன் ஒரு பஞ்சாயத்து செயல்பட்டு ஓர் அற்புதமான மாற்றம், ஆளுகையின் அடிநிலையில் ஏற்படுத்த வேண்டும், ஏற்படுத்த முடியும். இதுதான் உண்மை. இந்தக் குழுக்கள் வேலை செய்ய ஆரம்பித்துவிட்டால் பஞ்சாயத்தும் வலுப்படும். ஊழல் இல்லாத நிர்வாகம் இருக்கும். பஞ்சாயத்தில் மட்டுமல்ல ஏன் அரசின் துறைகளும் கிராமங்களில் திட்டங்களை நிறைவேற்றும் போது ஊழல் ஏற்படாத வண்ணம் பார்த்துக்கொள்ள முடியும்.

பஞ்சாயத்துகள் திட்டம் தயாரித்து அத்தனை துறைகளையும் ஒன்றிணைத்துத் தயாரித்த திட்டத்தினை நிறைவேற்றச் செய்யலாம். அது மட்டுமல்ல, பஞ்சாயத்து செயல்பாடுகளையும் அரசுத்துறைச் செயல்பாடுகளையும் நன்கு கண்காணிக்கலாம். இதில் மிக முக்கியமான குழு ஒன்று உருவாக்கப்பட்டுள்ளது. அதாவது மேம்பாட்டுக் குழு. அதற்குத் தலைவரே ஓர் பெண்தான். ஒவ்வொரு

பஞ்சாயத்திலும் தமிழகத்தில் பெண்கள் மறைமுகமாக ஆட்சி செய்ய அரசு தந்திருக்கும் நல்ல வாய்ப்பு இது. பெண்கள் இதைப் பயன்படுத்திக் கொள்ள வேண்டும். அரசுத் துறையால் செய்யப்படும் வேலைகள் அனைத்தையும் பார்வை இடலாம். மருத்துவமனை, நூலகம், பள்ளிகள், சத்துணவுக்கூடம், ரேசன்கடை இவை அனைத்தையும் கண்காணிக்கலாம். அது மட்டுமல்லாமல் பஞ்சாயத்து உறுப்பினர்கள் அரசு ஊழியர்களுடன் சேர்ந்து பணியாற்றவும் ஓர் வாய்ப்பு ஏற்படுத்தப்பட்டுள்ளது. கிராமங்களில் மக்கள் மேம்பாட்டுக்காகப் பணியாற்றும் அரசு அலுவலர்கள் இந்தப் பஞ்சாயத்துகளுடன் சேர்ந்து மேம்பாட்டுப் பணியில் ஈடுபடுவர். இந்த அரசு ஆணையின் மூலம் தன்னார்வத் தொண்டு நிறுவனங்கள் சட்டரீதியாகப் பஞ்சாயத்துகளில் தங்களையும் இணைத்துக் கொள்ளலாம். இந்த வாய்ப்பினைப் பயன்படுத்தி வேலைசெய்து விளைவினைக் கொண்டு வருவதில்தான் நம் தலைவர்களின் திறமை உள்ளது.

அரசு ஆணை எண். G.O. (MS) No.102, Rural Development (C4) 12th July 2005 படி ஒவ்வொரு பஞ்சாயத்திலும் ஐந்து குழுக்கள் உருவாக்கப்படல் வேண்டும். அவையாவன:

ஐந்து குழுக்கள்

1. நியமனக்குழு
2. மேம்பாட்டுக்குழு
3. விவசாயம் மற்றும் நீர்ப்பிடிப்புக்குழு
4. பணிக்குழு
5. கல்விக்குழு

இந்தக் குழுக்களுக்கான உறுப்பினர்களை ஊராட்சி மன்றம் தேர்வு செய்ய வேண்டும். தலைவரும் வார்டு உறுப்பினர்களும் இந்தக் குழுக்களில் உறுப்பினர்களாக இருக்கலாம். எந்த உறுப்பினரும் மூன்று குழுக்களுக்கு மேல் தலைவராக இருக்கக் கூடாது. பஞ்சாயத்துத் தலைவர் எல்லாக் குழுக்களிலும் உறுப்பினராக இருப்பார்.

நியமனக்குழு

சிற்றூராட்சித் தலைவரும் மற்றும் இரண்டு வார்டு உறுப்பினர்களும் இக்குழுவில் இருக்க வேண்டும். சட்டப்பிரிவு 101-இல் கண்டுள்ளபடி கிராம ஊராட்சிக்கு அனுமதிக்கப்பட்ட பணியிடங்களில் கிராம ஊராட்சியிலிருந்து ஊதியம் வழங்கப்படும். எல்லாப் பதவிகளுக்கும் நியமனக்குழு மூலம் தேர்வு செய்யப்பட வேண்டும்.

மேம்பாட்டுக்குழு

மேம்பாட்டுக்குழுவின் தலைவராக கிராம ஊராட்சியின் பெண் உறுப்பினர்களிலிருந்து ஒருவர் தேர்வு செய்யப்பட வேண்டும். இவருடன் இரண்டு வார்டு உறுப்பினர்கள், ஒரு சத்துணவுப் பணியாளர், ஒரு பள்ளித் தலைமையாசிரியர், ஒரு தன்னார்வத் தொண்டு நிறுவன உறுப்பினர், ஒரு சுய உதவிக்குழு உறுப்பினர், ஒரு கிராம செவிலியர், ஒரு கிராம நல அலுவலர், கிராமக் கூட்டுறவு அமைப்பின் செயலர் சேர்ந்து பத்து பேர் இருப்பர்.

இவர்களுக்குக் கீழ்க்கண்ட பணிகள் ஒதுக்கப்பட்டுள்ளன:

1. சுகாதாரத் துறையிலும் குடிநீர் வழங்கலிலும் கழிப்பிடச் சேவையிலும் உருவாக்கப்பட்ட சொத்துகளைச் சமுதாயமே பாதுகாக்கவும் மேம்பாடு செய்யவும் ஊக்குவித்தல்.
2. பாதுகாக்கப்பட்ட குடிநீர் தருவதை மேற்பார்வை செய்து தண்ணீரால் பரவும் நோயைக் கட்டுப்படுத்துதல்.
3. ஆரோக்கிய வாழ்விற்கான தடுப்பூசி போடுதல், மருத்துவ முகாம்கள் ஏற்பாடு செய்தல்.
4. மக்களிடையே ஆரோக்கிய வாழ்வு பற்றிய விழிப்புணர்வு ஏற்படுத்துதல்.
5. பஞ்சாயத்து எல்லைக்குள்ளிருக்கும் மருத்துவ நிலையங்களை ஆய்வுசெய்து பஞ்சாயத்துக்கு அறிக்கை தாக்கல் செய்தல்.
6. குடிதண்ணீர் வினியோகத்தைப் பயனாளிகளே பராமரிக்க, பங்கேற்க மக்களைத் தயார் செய்தல்.
7. கழிப்பறை கட்ட, பயன்படுத்த எல்லா நிலைகளிலும் மக்களுக்கு ஊக்கமளித்தல்.
8. வார்டு குழுக்கள் தயார் செய்கின்ற தீர்மானங்களை நடைமுறைப்படுத்த முயலுதல்.
9. பெண்கள் மேம்பாடு, குழந்தைகள் மேம்பாடு, ஊனமுற்றோர் மேம்பாடு, முதியோர், ஆதரவற்றோர், விதவைகள், கொத்தடிமை ஒழிப்பு, தலித் மேம்பாடு, ஆதிவாசி மேம்பாடு செய்தல்.
10. சுயஉதவிக் குழுக்களை அமைத்தல்
11. குழந்தைத் தொழிலாளர் முறையை ஒழித்தல்
12. குடிப்பழக்கத்தைக் கட்டுப்படுத்துதல்
13. பெண் சிசுக்கொலையைத் தடுத்தல்
14. வரதட்சணை எதிர்ப்பு
15. சமுதாய நல்லிணக்கம் ஏற்படுத்துதல்
16. தீண்டாமை ஒழித்தல்

17. வறுமை ஒழிப்புத் திட்டத்தை நடைமுறைப்படுத்துதல்
18. குடிநீர் பராமரிப்புக்குப் பஞ்சாயத்துக்கு உதவுதல்
19. பொது விநியோகம் ஒழுங்காக நடைபெறப் பஞ்சாயத்திற்கு உதவுதல்
20. கிராம வளர்ச்சிக்கான திட்டம் தயாரிக்கப் பஞ்சாயத்திற்கு உதவுதல்
21. இந்தக் குழு பஞ்சாயத்துப் பகுதியில் பணி செய்யும் எல்லா நிறுவனங்களையும் மேற்பார்வையிடலாம். அதற்காக எழுத்து மூலம் கடிதத்தினை அந்த நிறுவனங்களுக்கு மூன்று நாளுக்கு முன்னதாகவே அனுப்பிவிட வேண்டும்.

விவசாயம் மற்றும் நீர்ப்பிடிப்புப் பகுதிக் குழு

இந்தக் குழுவின் உறுப்பினர்களில் யாராவது ஒருவரைத் தலைவராகத் தேர்வுசெய்து கொள்ள வேண்டும். இந்தக் குழுவில் கீழ்க்கண்டவர்கள் உறுப்பினர்களாவர்.

அ. வார்டு உறுப்பினர்களுக்குள் ஒருவர் பொதுப்பட்டியலில் இருந்து தேர்ந்தெடுக்கப்பட வேண்டும்.

ஆ. தலித் இனத்தவரிலிருந்து ஒருவர்

இ. கிராம நிர்வாக அதிகாரி

ஈ. தொண்டு நிறுவனங்களிலிருந்து ஒருவர்

உ. சுயஉதவிக் குழுவிலிருந்து ஒரு பெண்

ஊ. உதவி விவசாய அலுவலர்

எ. நீர்ப்பிடிப்புப் பகுதிச் சங்கத்திலிருந்து ஒருவர்

இந்தக் குழு கீழ்க்கண்ட பணிகளைச் செய்ய வேண்டும்

1. விவசாயம் சம்பந்தப்பட்ட அனைத்துத் திட்டங்களையும் நிறைவேற்றப் பஞ்சாயத்துக்கு உதவுதல்.
2. விவசாயிகளை ஒருங்கிணைத்துப் புதிய தொழில்நுட்பங்களைப் பயன்படுத்த உதவிடுதல்.

பணிக்குழு

பணிக்குழு உறுப்பினர்களுக்குள் ஒருவரைத் தலைவராக தேர்வு செய்து கொள்ள வேண்டும். இந்தக் குழுவில் கீழ்க்கண்டவர்கள் உறுப்பினர்களாக இருப்பர்.

அ. ஒரு வார்டு உறுப்பினர் (பொது)

ஆ. ஒரு வார்டு உறுப்பினர் (தாழ்த்தப்பட்டவர், தாழ்த்தப்பட்டவர் பெண்)

இ. தன்னார்வத் தொண்டு நிறுவனத்திலிருந்து ஒருவர்

ஈ. சுய உதவிக் குழுவிலிருந்து ஒருவர்

உ. சத்துணவு ஒருங்கிணைப்பாளர்

ஊ. பள்ளித் தலைமை ஆசிரியர்

எ. கிராமிய மேம்பாட்டு அதிகாரி

ஏ. கிராம நிர்வாக அதிகாரி

ஐ. கிராம செவிலியர்

இந்தக் குழு கீழ்க்கண்ட வேலைகளைச் செய்யும்

அ. மத்திய மாநில அரசின் திட்டங்களை அதற்கான வழிகாட்டு நெறிமுறைகளுடன் நிறைவேற்றப் பஞ்சாயத்திற்கு உதவுதல்

ஆ. இப்படிப்பட்ட திட்டங்கள் அரசுத் துறைகளால் நிறைவேற்றப் படும்போது அவற்றைக் கண்காணித்தல்

இ. கிராம மேம்பாட்டுத் திட்டம் தயாரிக்கப் பஞ்சாயத்திற்கு உதவுதல்

ஈ. வார்டு குழு மூலம் நிறைவேற்றப்படும் தீர்மானங்களை நடைமுறைப்படுத்த உதவுதல்

கல்விக்குழு

இக்குழுவின் தலைவராகக் கிராமப் பஞ்சாயத்து உறுப்பினர்களுள் ஒருவரைத் தேர்வு செய்ய வேண்டும். கீழ்க்கண்டவர்கள் இக்குழுவின் உறுப்பினர்களாக இருப்பர்.

அ. பெற்றோர் ஆசிரியர் சங்கத்திலிருந்து ஒருவர்

ஆ. சுயஉதவிக் குழுவிலிருந்து ஒருவர்

இ. தன்னார்வத் தொண்டு நிறுவனங்களிலிருந்து ஒருவர்

ஈ. பள்ளித் தலைமை ஆசிரியர்

உ. சத்துணவு ஒருங்கிணைப்பாளர்

இக்குழு கீழ்க்கண்ட பணிகளைச் செய்யும்:

அ. பள்ளிச் செயல்பாட்டைக் கண்காணித்தல்.

ஆ. மக்கள் பங்கேற்புடன் பள்ளிக்கான கட்டுமானங்களை உருவாக்கப் பாடுபடுதல்.

இ. கல்விக்கான விழிப்புணர்வை ஏற்படுத்த விழிப்புணர்வு முகாம்கள் நடத்துதல்.

ஈ. கிராம நூலகங்களைப் பராமரித்தல்.

தேவைக்கு ஏற்ப தற்காலிகக் குழுக்களை உருவாக்குதல்

கிராமப் பஞ்சாயத்து தேவைக்கு ஏற்ப தக்க அதிகாரங்களுடன் (நீர்ப்பாசனம் தவிர) குழுக்களை உருவாக்கி அதற்கெனப் பணி களையும் பொறுப்புகளையும் தந்து பஞ்சாயத்து வேலைகளை நடத்திக் கொள்ளலாம். எந்தக் குழுவும் ஆறு மாதத்திற்குமேல் இருக்கக்கூடாது. இந்தக் குழுக்கள் எந்தப் பிரச்சனையையும் ஆய்வு செய்து அறிக்கை சமர்ப்பிக்க உத்தரவிடலாம். இந்தக் குழுக்கள் ஆறு மாதத்திற்கு மேல் செயல்பட வேண்டுமாயின் பஞ்சாயத்து ஆய்வாளரின் முன் அனுமதி பெற வேண்டும்.

துணைக்குழுக்கள் உருவாக்கலாம்

ஒரு கிராமப் பஞ்சாயத்து அங்கீகரிக்கப்பட்ட ஐந்து குழுக்கள் அல்லாமல் தேவைக்கேற்ப துணைக் குழுக்களை வார்டு அளவில் உருவாக்கி, அதற்கென அதிகாரங்களையும் பொறுப்புகளையும் உருவாக்கிச் செயல்பட வைக்கலாம். இதற்கு அந்த வார்டு உறுப்பினர் தலைவராக இருப்பார். இது சிறுபாசனம் தவிர சம்பந்தப் பட்ட பிரச்சனைகள் எந்த வேலைக்காக உருவாக்கப்பட்டதோ, அந்தப் பணியைச் செய்யலாம், திட்டங்களை நடைமுறைப்படுத்தும் போது பார்வையிடலாம், கண்காணிக்கலாம். இது தன்னுடைய அறிக்கையைப் பஞ்சாயத்துக்கு அனுப்பி வைத்து முடிவு எடுக்க உதவிடலாம்.

ஆய்வு செய்தல்

பஞ்சாயத்து எல்லைக்கு உட்பட்ட மக்கள் நலப்பணி செய்யும் நிறுவனங்களை இந்தக் குழுக்கள் ஆய்வு செய்யலாம். ஆய்வு செய்யப்படும் நிறுவனத்திற்கு மூன்று நாட்களுக்கு முன் அந்தக் குழுவின் தலைவர் கடிதம் மூலம் தங்கள் வரவைத் தெரிவிக்க வேண்டும்.

இந்தக் குழுக்கள் கூட்டத்திற்கான விவாதப் பொருள்களைத் தயாரித்து பஞ்சாயத்துக் கூட்டம் போல் கூட்டி, விவாதம் செய்து, முடிவுகள் எடுத்து நிறைவேற்றச் சொல்லி பஞ்சாயத்துகளுக்குத் தந்திடலாம். நியமனக்குழு தவிர்த்து, மற்ற குழுக்கள் இரண்டு மாதத்திற்கு ஒரு முறை கூடவேண்டும்.

ஒவ்வொரு குழுவும் திட்டம் தயாரித்துப் பஞ்சாயத்திற்கு ஒருங்கிணைந்த திட்டம் தயாரிக்க உதவிடவேண்டும். எல்லாக் குழுக்களின் அறிக்கைகளும் பஞ்சாயத்துக் கூட்டங்களில் விவாதிக் கப்பட்டு முடிவுகள் எடுக்கப்படல் வேண்டும். அறிக்கைகள் அவற்றின் மேல் எடுக்கப்பட்ட நடவடிக்கைகள் எல்லாவற்றையும் கிராமசபையில் தெரிவிக்க வேண்டும்.

இப்படிப்பட்ட அற்புதமான வாய்ப்பை நாம் பயன்படுத்தத் தவறக்கூாது. முதலில் பஞ்சாயத்தில் உடனே குழுக்களை அமைத்துக்

கொள்ளவேண்டும். குழுக்கள் அமைத்தவுடன், குழுக்கூட்டங்களைக் கூட்டி கிராமச் சூழலை ஆராய வேண்டும். தேவைகளைக் கணக்கெடுக்க வேண்டும். நம் கிராமத்திற்கு வேலை செய்ய நாம் இதற்குக் கூலியை எதிர்பார்க்கக் கூடாது. ஒவ்வொரு குழுவிற்கும் ஒரு பேரேடு தயார் செய்து, குழு தீர்மானம் மற்றும் அறிக்கைகளைப் பதிவு செய்யவேண்டும். குழுக்கூட்டம் என்பது எந்த நேரத்திலும் கூட்டிக் கொள்ளலாம். தன்னார்வத் தொண்டு நிறுவனங்களுக்கு மிகப்பெரிய வாய்ப்பு, பொறுப்புகளோடு வந்திருக்கிறது. இதைத் தன்னார்வத் தொண்டு நிறுவனங்கள் பயன்படுத்திக் கொள்ள வேண்டும். அது மட்டுமல்ல, பஞ்சாயத்துகளை வழிநடத்தும் வாய்ப்பு இன்று இந்தத் தன்னார்வத் தொண்டு நிறுவனங்களுக்குக் கிடைத்துள்ளது. இதனை அந்த நிறுவனங்கள் பயன்படுத்திக் கொள்ள வேண்டும். இந்தக் குழுக்களும் கிராமசபையும் வலுவாகச் செயல்பட ஆரம்பித்துவிட்டால் பஞ்சாயத்துகள் மக்கள் கையில் இருக்கும். அது மட்டுமல்ல, இந்தப் பஞ்சாயத்துகள் பல இடங்களில் கிராமப் பஞ்சாயத்துத் தலைவர் கையில் ஒரு குட்டி இராஜ்யம் போல் செயல்பட்டுக் கொண்டிருக்கிறது. மக்கள் என்ன செய்வது என்று தெரியாமல், அந்தத் தலைவர்களிடமே மனுக்களைத் தருகின்றனர். இந்தக் குழுக்கள் செயல்பட ஆரம்பித்து விட்டால் பஞ்சாயத்துகள் ஒரு குட்டிக் குடியரசாக மாறும். இன்றும் ஆயிரக்கணக்கான பஞ்சாயத்துகள் குட்டிக் குடியரசாகச் செயல்பட ஆரம்பித்துவிட்டன. எங்கெல்லாம் நல்ல தலைமைத்துவம் வந்துவிட்டதோ அங்கெல்லாம் குடியரசு மலர ஆரம்பித்துவிட்டது. எங்கெல்லாம் அதற்கான சூழ்நிலை இல்லையோ அங்கெல்லாம் குட்டி இராஜ்யம் நடத்துகின்றனர் பஞ்சாயத்தைப் புரியாத தலைவர்கள். இதை மாற்ற இந்தக் குழுக்கள் முறையிலான செயல்பாடு உதவிகரமாக இருக்கும். அது மட்டுமல்லாமல், ஊழலற்ற ஒரு உள்ளாட்சி, மக்களாட்சியாக மலரும், மக்களும் அதிகாரம் பெறுவார்கள்.

9

சிற்றூராட்சி மற்றும் ஒன்றிய வார்டு உறுப்பினர்களின் உரிமைகளும் கடமைகளும்

1. உறுப்பினரது தலையாய கடமை
2. நிர்வாகத்தின் குறைகளைச் சுட்டிக்காட்டுதல்
3. உறுப்பினரது முக்கியமான கடமை
4. உறுப்பினர் சில சந்தர்ப்பங்களில் தலைமை வகித்தல்
5. கூட்ட அறிவிப்பு பெற்றுக்கொள்ளும் முறை
6. கூட்டத்திற்கான கால அவகாசம்
7. கூட்டப்பொருள் குறித்து வாக்காளர் கருத்து அறிதல்
8. உறுப்பினரது தீர்மானம் கொண்டு வரும் உரிமை
9. எதற்கெல்லாம் தீர்மானம் கொண்டு வரலாம்
10. தீர்மானம் கொண்டு வர நிபந்தனைகள்
11. தீர்மானத்தைச் சேர்ப்பதில் தலைவரது அதிகாரம்
12. தீர்மானம் அனுமதிப்பது சம்பந்தமாக ஆய்வாளரின் அதிகாரம்
13. உறுப்பினரது கேள்வி எழுப்பும் உரிமை
14. கேள்வி எழுப்பும் நடைமுறை
15. கேள்விகளுக்குப் பதில் அளித்தல்
16. தீர்மானம் முன்மொழிதல்
17. தீர்மானம் மீது உரையாற்றுதல்
18. தீர்மானத்திற்குத் திருத்தம்
19. வாக்கெடுப்பு நடத்துதல்
20. தலைவரின் இரண்டாவது வாக்கு
21. உறுப்பினர்கள் தீர்மானப் புத்தகத்தில் ஒப்பமிடல்
22. நிறைவேற்றப்பட்ட தீர்மானத்தை ரத்து செய்தல்

23. குறைவெண் (கோரம்) கணக்கிடும் முறை

24. ஆவணங்களைப் பார்வையிட உறுப்பினர் உரிமை

உறுப்பினர்களது உரிமைகளும் கடமைகளும்

1. உறுப்பினரது தலையாய கடமை

உறுப்பினர்கள், கிராம ஊராட்சிகளின் வார்டுகளிலிருந்து வாக்காளர்களால் நேரடியாகத் தேர்ந்தெடுக்கப்படுகிறார்கள். உறுப்பினர்களது தலையாய கடமை அவர்களது வார்டு மக்களின் நலன்களைப் பாதுகாப்பதும் தேவைகளைப் பூர்த்தி செய்வதும் ஆகும். தாழ்த்தப்பட்ட வகுப்பினர், பழங்குடியினர் ஆகிய இடங்களுக்கு ஒதுக்கீடு மூலம் தேர்ந்தெடுக்கப்படும் உறுப்பினர்கள் அவ்வகுப் பினருடைய நலன்களையும் தேவைகளையும் முக்கியமாகக் கருதிச் செயல்பட வேண்டும். குறிப்பாகப் பெண் உறுப்பினர்கள் தங்களது பதவியை வார்டிலுள்ள பெண்கள், குழந்தைகள் நலத்திற்காகப் பயன்படுத்தி அவர்களது நலன்களைப் பாதுகாக்க வேண்டும்.

இது வகைக்கு சட்டப்படியாக அவர் சில உரிமைகளைப் பெற்றுள்ளார். அவையாவன:

2. நிர்வாகத்தின் குறைகளைச் சுட்டிக்காட்டுதல்

உரிமை எண்.1	• கிராம ஊராட்சிக் கூட்டங்களில் கலந்து கொண்டு நிர்வாகத்தில் காணப்படும் குறைகளைச் சுட்டிக்காட்டி தவறுகளைத் திருத்தலாம்,
	• தனது வார்டு மக்களின் தேவைகளை தீர்மானம் வாயிலாக எடுத்துச் சொல்லலாம்
	• செம்மையான நிர்வாகத்திற்கு ஆலோசனைகளும் வழங்கலாம்

3. உறுப்பினரது முக்கியமான கடமை

ஒவ்வொரு உறுப்பினரும் கிராம ஊராட்சியின் கூட்டங்களிலும் கிராமசபையின் கூட்டங்களிலும் தவறாது கலந்து கொண்டு செம்மையான நிர்வாகத்திற்கு உதவ வேண்டும். கூட்டங்களில் கலந்துகொள்ள அவருக்கு முறையாகக் கூட்ட அறிவிப்பு கொடுக்கப்பட வேண்டும்.

4. உறுப்பினர் சில சந்தர்ப்பங்களில் தலைமை வகித்தல்

கூட்ட நாளன்று குறித்த நேரத்தில் கூட்டம் நடக்கும் இடத்திற்குச் சென்று வருகைப் பதிவேட்டில் கையெழுத்து இடவேண்டும்.

கூட்டத்திற்கு தலைவர் வராத நிலையில், துணைத்தலைவரும், துணைத்தலைவரும் வராத நிலையில் வருகை தந்துள்ள இதர உறுப்பினர்களிலிருந்து தேர்ந்தெடுக்கப்படும் ஒருவரும் தலைமை தாங்கிக் கூட்டம் நடத்தலாம்.

5. கூட்ட அறிவிப்பு பெற்றுக்கொள்ளும் முறை

கிராம ஊராட்சிக் கூட்டத்தில் கலந்து கொள்வதற்கு அவருக்கு கூட்ட அறிவிப்பும் பொருட்குறிப்பும் (அஜெண்டா) தலைவரால் கையொப்பமிடப்பட்டு அனுப்பப்படும். அதைப் பெற்றுக்கொள்ளும் சமயம், அதற்கான பதிவேட்டில் அல்லது தாளில் தனது கையொப்பத்தை தேதியுடன் இட்டு அந்த அறிவிப்பைப் பெற்றுக் கொள்ள வேண்டும். அறிவிப்பு கிடைத்த அன்றே உறுப்பினர் கூட்டத்தில் கலந்து கொள்ளவேண்டும் என்று எதிர்பார்ப்பது நியாயமல்ல. அவருக்கு நியாயமான கால அவகாசம் கொடுக்கப்பட வேண்டும்.

6. கூட்டத்திற்கான கால அவகாசம்

பொருட்குறிப்புடன் கூட்ட அறிவிப்பை உறுப்பினர்களுக்குச் சார்வு செய்யும் நாளுக்கும் கூட்டம் நடைபெற உள்ள நாளுக்கும் இடையில் எத்தனை நாட்கள் இடைவெளி இருக்க வேண்டுமென்பது கீழே கொடுக்கப்பட்டுள்ளது. இந்த அவகாசம் மூன்று நிலை ஊராட்சி களிலும் வேறுபட்டு உள்ளது என்பது குறிப்பிடத்தக்கது. அட்டவணை யைக் காண்க:

ஊராட்சியின் வகை	கூட்டத்தின் வகை	கால அவகாசம் (நாட்களில்)
கிராம ஊராட்சி (அடிநிலை)	சாதாரணக் கூட்டம்	3
	அவசரக் கூட்டம்	1
	சிறப்புக் கூட்டம்	3-15
ஊராட்சி ஒன்றியம் (இடைநிலை)	சாதாரணக் கூட்டம்	5
	அவசரக் கூட்டம்	1
	சிறப்புக் கூட்டம்	3-15
மாவட்ட ஊராட்சி (மேல்நிலை)	சாதாரணக் கூட்டம்	10
	அவசரக் கூட்டம்	1
	சிறப்புக் கூட்டம்	3-15

7. கூட்டப்பொருள் குறித்து வாக்காளர்கள் கருத்து அறிதல்

பொருட்குறிப்பினையும் கூட்ட அறிவிப்பையும் பெற்றுக் கொண்ட உறுப்பினர், தனது வார்டு சம்பந்தப்பட்ட பொருட்கள்

மீது, தான் பேச வேண்டிய கருத்துகள் மற்றும் தீர்மானிக்க வேண்டிய முடிவுகள் குறித்துப் பொருத்தமான முறையில் தகுதியான வாக்காளர்களிடம் விவாதித்து அவர்கள் கருத்தை அறிந்துகொள்ள வேண்டும்.

8. உறுப்பினரது தீர்மானம் கொண்டு வரும் உரிமை

உரிமை எண்.2	கூட்டங்களில் விவாதித்து முடிவு செய்வதற்காகத் தீர்மானங்கள் கொண்டு வரலாம்

9. எதற்கெல்லாம் தீர்மானம் கொண்டு வரலாம்?

உறுப்பினர்,

- தனது வார்டின் வளர்ச்சிக்காகவோ அல்லது நிர்வாகத்தில் ஏற்படும் நிதி வீணடிப்பு, குறைகள் குறித்தோ அல்லது
- ஊராட்சி எந்தப் பகுதியில் உள்ள மக்களின் தேவைகளை நிறைவேற்றுவதற்காகவும் தீர்மானம் கொண்டு வரலாம்.

10. தீர்மானம் கொண்டுவர நிபந்தனைகள்

தீர்மானங்கள் கொண்டு வருவதற்குச் சில விதிமுறைகளையும் நிபந்தனைகளையும் உறுப்பினர் கடைப்பிடிக்க வேண்டும். அவை கீழே கொடுக்கப்பட்டுள்ளன.

உறுப்பினர் பத்து நாட்கள் அவகாசம் கொடுத்துத் தீர்மானப் பொருளைத் தலைவருக்கு அனுப்ப வேண்டும்.

கிராம ஊராட்சி நிர்வாகத்திற்குத் தொடர்பில்லாத தீர்மானத்தைக் கொண்டு வரக்கூடாது.

ஏதாவது புகார் தெரிவித்தால் அதற்கான ஆதாரங்களைக் கொடுக்க வேண்டும்.

ஒருவரது நடத்தை பண்பாடு குறித்தும் அல்லது தனிநபர் வாழ்க்கை குறித்தும் விமர்சித்துத் தீர்மானம் கொண்டு வரக்கூடாது.

தீர்மானம் நீண்டதாக இருக்கக்கூடாது. சுருக்கமாக இருக்க வேண்டும்.

ஒருமுறை மறுக்கப்பட்ட தீர்மானத்தை மறுமுறை கொண்டுவரக் கூடாது. தீர்மானம் அரசின் சட்டதிட்டங்களுக்கும் அரசாணை களுக்கும் முரண்படுவதாக இருக்கக்கூடாது.

11. தீர்மானத்தைச் சேர்ப்பதில் தலைவரது அதிகாரம்

உறுப்பினர் கொண்டு வந்த தீர்மானத்தைத் தலைவர் பரிசீலித்து அனுமதிக்கக்கூடிய தீர்மானத்தை அடுத்த கூட்டத்திற்கான நிகழ்ச்சி

நிரலில் சேர்க்க வேண்டும். தகுதியில்லாத தீர்மானத்தைப் போதிய காரணங்களுக்காக மறுக்கலாம். ஆனால் தலைவர், அக்காரணங்களை சம்பந்தப்பட்ட உறுப்பினருக்கு எழுத்து மூலம் தெரிவிக்க வேண்டும்.

12. தீர்மானம் சம்பந்தமாக ஆய்வாளரின் அதிகாரம்

தலைவருக்கு ஒரு தீர்மானத்தை அனுமதிப்பதில் ஏதேனும் சந்தேகம் எழுந்தால் ஆய்வாளருக்கு (மாவட்ட ஆட்சித்தலைவர்) எழுதி விளக்கம் பெற்றுக் கொள்ள வேண்டும். இதில் ஆய்வாளரின் முடிவு இறுதியானது.

13. உறுப்பினரது கேள்வி எழுப்பும் உரிமை

உரிமை எண்.3	கிராம ஊராட்சி நிர்வாகம் சம்பந்தப்பட்ட எந்தப் பொருளைக் குறித்தும் உண்மை நிலையைத் தெரிந்து கொள்ள எழுத்து மூலம் கேள்வி எழுப்பலாம்

இந்த அதிகாரத்தை உறுப்பினர்கள் பயன்படுத்திக் கேள்வி கேட்பதன் மூலமாக உண்மை நிலையைத் தெரிந்து கிராம ஊராட்சியின் செம்மையான நிர்வாகத்திற்கு உதவ வேண்டும். உறுப்பினர்கள் எழுத்து மூலம் கேட்கும் கேள்விகளுக்கு தலைவர் கட்டாயம் எழுத்து மூலம் பதில் அளிக்க வேண்டும்.

14. கேள்வி எழுப்பும் நடைமுறை

- உறுப்பினர் பத்து நாட்கள் அவகாசம் கொடுத்து எழுத்து மூலம் கேள்வியைத் தலைவருக்கு அனுப்ப வேண்டும்.
- கிராம ஊராட்சியின் நிர்வாகத்திற்கு தொடர்பில்லாத கேள்விகளை எழுப்பக்கூடாது.
- யார் பெயரையும் குறிப்பிட்டுக் கேள்வி எழுப்பக்கூடாது. ஏதாவது புகார் தெரிவித்தால் அதற்கான ஆதாரங்களைக் கொடுக்க வேண்டும்.
- கேள்வி அனுமானத்தின் அடிப்படையிலோ, யூகத்தின் அடிப்படையிலோ இருக்கக்கூடாது.
- அவதூறு எழுப்புவதோ, வஞ்சப் புகழ்ச்சியாக எழுதுவதோ கூடாது.
- ஆலோசனை சொல்லுவதாகவோ சட்ட நுணுக்கம் பற்றியதாகவோ, நடைமுறைக்கு ஒவ்வாத, கற்பனைக்கு ஒட்டியதாகவோ இருக்கக் கூடாது.

- ஒருவரது நடத்தை, பண்பாடு குறித்தும், தனிநபர் வாழ்க்கை குறித்தும் கேள்வி எழுப்பக்கூடாது.
- கேள்வி நீண்டதாக இருக்கக்கூடாது. சுருக்கமாக இருக்க வேண்டும்.
- ஒருமுறை கேட்ட கேள்வியை மறுமுறை கேட்கக்கூடாது.

15. கேள்விகளுக்கு பதில் அளித்தல்

கூட்ட ஆரம்பத்தில் கேள்வியையும் அதற்கான பதிலையும் தலைவர் படிக்க வேண்டும்.

கேள்விக்கான பதிலில் திருப்தி அடையாத எந்த உறுப்பினரும் துணைக்கேள்வி எழுப்பலாம்.

தலைவர் அதற்கு உடனடியாக பதில் அளிக்கலாம்; துணைக் கேள்வி பொருத்தமற்றதாக இருந்தால் கேள்வியை அனுமதிக்க மறுக்கலாம்.

உடனடியாக பதில் அளிக்க முடியாத இனங்களுக்குத் தலைவர் புதிய கேள்வி எழுப்புமாறு உறுப்பினரைக் கோரலாம்.

கேள்வி பதில் தீர்மான புத்தகத்தில் பதிவு செய்யப்படும்.

16. தீர்மானம் முன்மொழிதல்

கூட்டப்பொருளைத் தொடர்புடைய உறுப்பினர் முன்மொழிதல் வேண்டும். தொடர்புடைய உறுப்பினர் வராத நிலையில் வேறு ஒரு உறுப்பினர் அப்பொருளை முன்மொழியலாம். முன் மொழியப்பட்ட எவ்விதத் தீர்மானத்தையும் மற்றொரு உறுப்பினர் வழிமொழிய வேண்டும். இல்லையெனில், அதன் மீது விவாதம் நடத்த முடியாது.

முன்மொழிந்த தீர்மானத்தின் மீது உறுப்பினர் எவரேனும் மாறுபட்ட கருத்து தெரிவிப்பாராயின், அக்கருத்தைக் கூட்ட நடவடிக்கைப் புத்தகத்தில் பதிவு செய்யப்பட வேண்டும்.

17. தீர்மானத்தின் மீது உரையாற்றுதல்

ஒரு உறுப்பினர் ஒரு தீர்மானத்தின் மீது 5 நிமிடம் பேசலாம். தீர்மானம் கொண்டு வந்தவர் 10 நிமிடம் பேசலாம்.

தீர்மானத்தில் கண்ட பொருள் குறித்து மட்டுமே விவாதிக்கப் பட வேண்டும். கொடுக்கப்பட்ட கூட்டப்பொருள் மீது விவாதம் நடத்தி அவை தீர்மானமாக நிறைவேற்றுவதற்கு முன்னர் திருத்தங்கள் வழிமொழியப்பட்டுத் தீர்மானம் நிறைவேற்றப்பட வேண்டும்.

18. தீர்மானத்திற்கு திருத்தம்

தீர்மானம் விவாதத்தில் இருக்கும்பொழுது குறிப்பிட்ட நிபந்தனைகளுக்குட்பட்டு அதற்குத் திருத்தங்கள் கொண்டு வரலாம்.

அவ்வாறு திருத்தங்கள் கொண்டு வரப்பட்டால் அதை ஒரு உறுப்பினர் வழிமொழிய வேண்டும்.

முன்மொழிந்து விவாதிக்கப்படுகின்ற தீர்மானத்தையோ அல்லது திருத்தத்தையோ கிராம ஊராட்சியின் அனுமதியின்றித் திரும்பப் பெற முடியாது.

19. வாக்கெடுப்பு நடத்துதல்

தீர்மானத்தைக் குறித்துக் கருத்து வேறுபாடுள்ள உறுப்பினர் கூட்ட நடவடிக்கையின்போது தமது ஆட்சேபணையைத் தெரிவிக்கலாம்.

வாக்கெடுப்பின் பேரில் தீர்மானம் முடிவு செய்யப்படும். ஒரு தீர்மானம் ஏகமனதாக நிறைவேறவில்லை என்றால், தீர்மானத்திற்கு ஆதரவாகவும் எதிர்ப்பாகவும் வாக்களித்த உறுப்பினர்களின் பெயர்களைக் கூட்ட நடவடிக்கைப் புத்தகத்தில் தலைவர் பதிவு செய்ய வேண்டும்.

20. தலைவரின் இரண்டாவது வாக்கு

கூட்டத்திற்கு வந்தவர்களில் (தலைவர் உட்பட) பாதிப்பேர் ஆதரவாகவும் பாதிப்பேர் எதிர்த்தும் வாக்களித்த நிலை வருமானால், தலைவர் தனது இரண்டாம் வாக்கை (Second or Casting vote) பயன்படுத்தி தீர்மானத்தை முடிவு செய்யலாம். இரண்டாவது வாக்கு அளிக்கும் அதிகாரம் துணைத்தலைவர் தேர்தல் மற்றும் குழு உறுப்பினர் தேர்தலுக்குப் பொருந்தாது.

21. உறுப்பினர்கள் தீர்மானப் புத்தகத்தில் ஒப்பமிடல்

கூட்ட முடிவில் நிறைவேற்றப்பட்ட தீர்மானங்களை நிகழ்ச்சி நிரல் வாரியாகத் தலைவர் உறுப்பினர்களுக்குப் படித்துக் காண்பித்த பின்னர் அடியில் ஒப்பமிட வேண்டும். உறுப்பினர்களது ஒப்பத்தையும் இப்பதிவேட்டில் பெற வேண்டும்.

22. நிறைவேற்றப்பட்ட தீர்மானத்தை ரத்து செய்தல்

ஊராட்சியால் நிறைவேற்றப்பட்ட தீர்மானத்தை 3 மாதங்களுக்குள் மாற்றவோ அல்லது ரத்து செய்யவோ வேண்டுமானால் அதற்கென ஒரு சிறப்புக் கூட்டம் நடத்தி அதில் கிராம ஊராட்சியின் மொத்த உறுப்பினர்களில் பாதிப்பேருக்குக் குறையாத ஆதரவுடன் தீர்மானம் நிறைவேற்ற வேண்டும்.

23. குறைவெண் கணக்கிடும் முறை

உதாரணமாக ஒரு கிராம ஊராட்சியில் தலைவர் தவிர அனுமதிக்கப்பட்ட உறுப்பினர்கள் 12 பேர். இதில் இரண்டு

உறுப்பினர் இடங்கள் காலியாக உள்ளன. எனவே உறுப்பினர்கள் 10 பேரும் தலைவரும் அச்சமயத்தில் பதவி வகிக்கிறார்கள். எனவே தலைவரைச் சேர்த்து மொத்த உறுப்பினர் 11 பேர் ஆவர். இதில் மூன்றில் ஒரு பங்கு என்பது 3.66 ஆகும். இதை முழு எண்ணாக மாற்றினால் நான்கு ஆகும். விதிகளின் படி உறுப்பினர்களில் மூன்றில் ஒரு பங்கினர் அல்லது மூன்றுபேர், இதில் எது அதிகமோ அந்த அளவு உறுப்பினர்கள் வந்தால் கூட்டம் நடத்தலாம். எனவே தலைவரும் மூன்று உறுப் பினர்களும் வந்திருந்தால் 'குறைவெண்' உள்ளதாகக் கருதிக் கூட்டம் நடத்தலாம். தலைவர் வராமலிருந்து துணைத்தலைவரைச் சேர்த்து நான்கு உறுப்பினர்கள் வந்தாலும் கூட்டம் நடத்தலாம். தலைவரும், துணைத்தலைவரும் வராமல் வேறு நான்கு உறுப்பினர்கள் மட்டும் வந்திருந்தாலும், 'குறைவெண்' உள்ளபடியால், வந்திருக்கும் நான்கு பேருக்குள் ஒருவரை தேர்ந்தெடுத்து அவ்வுறுப்பினர் தலைமையில் கூட்டம் நடத்தலாம். தலைவர், துணைத்தலைவர் வந்தால்தான் கூட்டம் நடத்த வேண்டுமென்பதோ, அவர்கள் வருகைக்காகக் காத்திருக்க வேண்டுமென்பதோ கிடையாது. கூட்டம் நடத்துவதற்குக் 'குறைவெண்' அதாவது குறைந்த அளவு உறுப்பினர் தொகுதி தான் தேவை என உறுப்பினர்கள் நினைவில் கொள்ள வேண்டும்.

உறுப்பினர்கள் 'குறைவெண்' இல்லாமல் கூட்டம் நடத்த இயலாது என்பதை உணர்ந்து கூட்டங்களில் தவறாமல் கலந்து கொண்டு தங்களது கடமைகளை முறையாக ஆற்ற வேண்டும்.

24. ஆவணங்களைப் பார்வையிட உறுப்பினர் உரிமை

உரிமை எண்.4	கிராம ஊராட்சி சம்பந்தப்பட்ட எல்லா ஆவணங்களையும் அலுவலக நேரத்தில் நேரில் பார்வையிட உறுப் பினருக்கு உரிமை உண்டு

கிராம ஊராட்சி ஆவணங்களைப் பார்வையிட உறுப்பினர் விரும்பினால் முன்னதாகவே செயல் அதிகாரிக்கு இது குறித்துத் தகவல் கொடுத்து ஆவணங்களைப் பார்வையிடலாம். உறுப்பினர் கோரும் ஆவணங்களைச் செயல் அதிகாரி அவரது பார்வைக்கு வைக்க வேண்டும். நிர்வாகக் காரணங்களால் ஆவணத்தை, வைக்க இயலாவிட்டால் செயல்அதிகாரி இது குறித்த விவரத்தை சம்பந்தப் பட்ட உறுப்பினருக்கு எழுத்து மூலம் தெரிவிக்க வேண்டும்.

ஒன்றிய ஊராட்சி மன்ற உறுப்பினர்களது உரிமைகளும் கடமைகளும்

1. உறுப்பினர்களது தலையாய கடமை
2. நிர்வாகத்தின் குறைகளைச் சுட்டிக்காட்டுதல்

3. கூட்டஅறிவிப்பு பெற்றுக் கொள்ளும் முறை
4. கூட்டத்திற்கான கால அவகாசம்
5. தீர்மானம் கொண்டு வருதல்
6. தீர்மானத்தைச் சேர்ப்பதில் தலைவரது அதிகாரம்
7. ஆய்வாளரின் அதிகாரம்
8. கேள்வி எழுப்பும் உரிமை
9. கேள்வி எழுப்பும் நடைமுறை நிபந்தனைகள்
10. கேள்விக்குத் தலைவர் பதிலளித்தல்
11. கூட்ட நடவடிக்கைகள் தீர்மானங்கள் நிறைவேற்றுதல்
12. குறைந்த அளவு உறுப்பினர் வருகை (கோரம்)
13. தீர்மானம் முன்மொழிதல்
14. தீர்மானம் வழிமொழிதல்
15. தீர்மானத்தின் மீது உரையாற்றுதல்
16. தீர்மானத்திற்குத் திருத்தம்
17. வாக்கெடுப்பு
18. தலைவரின் இரண்டாவது வாக்கு
19. தீர்மானப் புத்தகத்தில் ஒப்பமிடல்
20. தீர்மானத்தை ரத்து செய்தல்
21. ஆவணங்களைப் பார்வையிடுதல்

ஊராட்சி ஒன்றிய மன்ற உறுப்பினர்களது உரிமைகளும் கடமைகளும்

உறுப்பினர்களது தலையாய கடமை

உறுப்பினர்கள், ஊராட்சி ஒன்றிய வார்டுகளிலிருந்து வாக்காளர் களால் நேரடியாகத் தேர்ந்தெடுக்கப்படுகிறார்கள் உறுப்பினர்களது தலையாய கடமை, அவர்களது வார்டு மக்களின் நலன்களைப் பாது காப்பதும் குறைகளைத் தீர்ப்பதும், தேவை-களைப் பூர்த்தி செய்வதும் ஆகும்.

இதற்காக, ஒவ்வொரு உறுப்பினரும் அவரவர் பதவி வகிக்கும் ஊராட்சி ஒன்றிய மன்றக் கூட்டங்களிலும் தவறாது கலந்து கொள்ள வேண்டும். இதற்கான உரிமை அவருக்குள்ளது.

உறுப்பினர்கள் வார்டு மக்களின் பிரதிநிதிகள்

தாழ்த்தப்பட்ட வகுப்பினர், பழங்குடியினர் ஆகிய இடங்களுக்கு ஒதுக்கீடு மூலம் தேர்ந்தெடுக்கப்படும் உறுப்பினர்கள் அவ்வகுப் பினருடைய நலன்களையும், தேவைகளையும் முக்கியமாகக் கருதிச்

செயல்படவேண்டும். குறிப்பாகப் பெண் உறுப்பினர்கள், தங்களது வார்டுகளில் உள்ள பெண்கள், குழந்தைகள் நலத்தையும் பாதுகாப்பையும் முன்னுரிமை அடிப்படையில் முதலாவதாக வைத்துத் தங்கள் பணியினை ஆற்றவேண்டும்.

நிர்வாகத்தின் குறைகளைச் சுட்டிக்காட்டுதல்

உரிமை எண்.1	ஊராட்சி ஒன்றிய மன்றக் கூட்டங்களில் கலந்து கொண்டு அதன் நிர்வாகத்தில் காணப்படும் குறைகளைச் சுட்டிக்காட்டித் தவறுகளைத் திருத்தலாம். தனது வார்டு மக்களின் தேவைகளை தீர்மானம் வாயிலாக எடுத்துச் சொல்லலாம். முற்றிலும் செம்மையான நிர்வாகத்திற்கு ஆலோசனைகளும் வழங்கலாம்.

கூட்ட அறிவிப்பு பெற்றுக் கொள்ளும் முறை

ஊராட்சி ஒன்றிய மன்றக் கூட்டத்தில் கலந்து கொள்வதற்கு அவருக்குக் கூட்ட அறிவிப்பும், நிகழ்ச்சி நிரலும் (அஜெண்டா) தலை வரால் கையொப்பமிட்டு அனுப்பப்படும். அதைப் பெற்றுக்கொள்ளும் சமயம், தனது ஒப்பந்தத்தைத் தேதியுடன் இட்டு அந்த அறிவிப்பைப் பெற்றுக்கொள்ள வேண்டும்.

கூட்டத்திற்கான கால அவகாசம்

கூட்டங்கள் நான்கு வகைப்படும், விதிகளில் ஒவ்வொரு வகைக் கூட்டத்திற்கும், கூட்ட அறிவிப்பும், நிகழ்ச்சி நிரலும், சார்வு செய்யக் கால அவகாசம் குறிப்பிடப்பட்டுள்ளது. அதாவது கூட்ட அறிவிப்பும் நிகழ்ச்சி நிரலும் உறுப்பினர்களுக்குச் சார்வு செய்யும் நாளுக்கும் கூட்டம் நடைபெற உள்ள நாளுக்கும் இடையில் முழுவதுமாக எத்தனை நாட்கள் இடைவெளி இருக்க வேண்டுமென்பது கீழே கொடுக்கப்பட்டுள்ளது.

ஊராட்சியின் வகை	கூட்டத்தின் வகை	கால அவகாசம் (நாட்களில்)
ஊராட்சி ஒன்றியம்	சாதாரணக் கூட்டம்	5
	அவசரக் கூட்டம்	1
	சிறப்புக் கூட்டம்	5-15 (பொருளுக்கு ஏற்ப)

தீர்மானங்கள் கொண்டு வருதல்

உரிமை எண்.2	உறுப்பினர்களுக்கு ஊராட்சி ஒன்றிய மன்றக் கூட்டங்களில் விவாதித்து முடிவு செய்வதற்காகத் தீர்மானங்கள் கொண்டு வரும் உரிமை உள்ளது

எந்த முறையில் தீர்மானங்கள் கொண்டு வருவது என்பது கீழே கொடுக்கப்பட்டுள்ளது.

தீர்மானம் கொண்டு வர நிபந்தனைகள்

ஊராட்சி ஒன்றிய உறுப்பினர் எவரும் தனது வார்டின் வளர்ச்சிக்காகவோ அல்லது நிர்வாகத்தில் ஏற்படும் நிதி வீணடிப்பு, குறைகள் குறித்தோ அல்லது தனது வார்டின் தேவைகளை நிறைவேற் றுவதற்காகவோ தீர்மானம் கொண்டு வரலாம். அவ்வாறு தீர்மானங்கள் கொண்டு வருவதற்குச் சில விதிமுறைகளையும் நிபந்தனைகளையும் கடைப்பிடிக்க வேண்டும். அவை கீழே கொடுக்கப்பட்டுள்ளன.

உறுப்பினர் தான் கொண்டு வரவேண்டிய தீர்மானம் குறித்துப் பத்து நாட்கள் அவகாசம் கொடுத்து எழுத்து மூலம் தீர்மானப் பொருளைத் தலைவருக்கு அனுப்ப வேண்டும்.

தலைவர் பத்து நாள் அவகாசம் இருந்தால் அத்தீர்மானத்தை அடுத்து வரும் கூட்டத்திற்கான நிகழ்ச்சி நிரலில் சேர்த்து சம்பந்தப்பட்ட உறுப்பினருக்கும் ஏனைய உறுப்பினர்களுக்கும் அனுப்ப வேண்டும்.

இதர நிபந்தனைகள்

1. ஊராட்சி ஒன்றிய நிர்வாகத்திற்குத் தொடர்பில்லாத தீர்மானத்தைக் கொண்டு வரக்கூடாது,
2. குறிப்பிட்ட விசயத்தைப் பற்றிப் பொருத்தமாகத் தீர்மானிக்கும் வகையில் தெளிவாகவும், சுருக்கமாகவும் இருக்க வேண்டும்.
3. தீர்மானம் கொண்டு வருவது அனுமானத்தின் அடிப்படையிலோ யூகத்தின் அடிப்படையிலேயோ இருக்கக்கூடாது.
4. தீர்மானம் கொண்டு வருவதன் மூலமாக அவதூறு எழுப்புவதோ, வஞ்சப் புகழ்ச்சியாக எழுதுவதோ கூடாது.
5. ஆலோசனை சொல்லுவதாகவோ சட்ட நுணுக்கம் பற்றிய தாகவோ நடைமுறைக்கு ஒவ்வாத, கற்பனைக்கு ஒட்டியதாகவோ இருக்கக்கூடாது.
6. ஒருவரது நடத்தை அவருடைய பண்பாடு குறித்தும். தனிநபர் வாழ்க்கை குறித்து விமர்சித்தும் தீர்மானம் கொண்டு வரக்கூடாது.
7. ஒருமுறை மறுக்கப்பட்ட தீர்மானம் மறுமுறை கொண்டு வரக்கூடாது.

தீர்மானத்தைச் சேர்ப்பதில் தலைவரது அதிகாரம்

உறுப்பினர்கள் கொண்டு வந்த தீர்மானத்தைத் தலைவர் பரிசீலித்து அனுமதிக்கக்கூடிய தீர்மானத்தை அடுத்த கூட்டத்திற்கான நிகழ்ச்சி நிரலில் சேர்க்க வேண்டும். சேர்க்கப்படத் தகுதியில்லாத தீர்மானத்தை தலைவர் போதிய காரணங்களுக்காக மறுக்கலாம். ஆனால் தலைவர், அக்காரணங்களைச் சம்பந்தப்பட்ட உறுப்பினருக்கு எழுத்து மூலம் தெரிவிக்க வேண்டும்.

ஆய்வாளரின் அதிகாரம்

தலைவருக்கு ஒரு தீர்மானத்தை அனுமதிப்பதில் ஏதேனும் சந்தேகம் எழுந்தால் ஆய்வாளருக்கு (மாவட்ட ஆட்சித்தலைவர்) எழுதி விளக்கம் பெற்றுக் கொள்ளவேண்டும். இதில் ஆய்வாளரின் முடிவு இறுதியானது.

கேள்வி எழுப்பும் உரிமை

உரிமை எண்.3	உறுப்பினர்களுக்கு ஊராட்சி ஒன்றிய நிர்வாகம் சம்பந்தப்பட்ட எந்தப் பொருளைக் குறித்தும் உண்மை நிலையை தெரிந்துகொள்ள எழுத்து மூலம் கேள்வி எழுப்பும் உரிமை உள்ளது

இந்த அதிகாரத்தை முறையாகப் பயன்படுத்திக் கேள்வி கேட்பதன் மூலமாக சம்பந்தமான எந்த விவரத்தையும் தெரிந்து கொள்ள எழுத்து மூலம் கேள்விகள் தலைவரிடம் கேட்கலாம். அவ்வாறு கேள்விகள் கேட்பதற்குச் சில விதிமுறைகளையும் நிபந்தனைகளையும் உறுப்பினர் கடைப்பிடிக்க வேண்டும். அவை கீழே கொடுக்கப்பட்டுள்ளன.

உறுப்பினர் தான் தெரிந்து கொள்ள வேண்டிய விஷயம் குறித்துப் பத்து நாட்கள் அவகாசம் கொடுத்து எழுத்து மூலம் கேள்வியைத் தலைவருக்கு அனுப்ப வேண்டும்.

தலைவர் பத்து நாள் அவகாசம் இருந்தால் அக்கேள்வியை அடுத்து வரும் கூட்டத்திற்கான நிகழ்ச்சி நிரலில் சேர்த்து அதற்கான பதிலையும் சம்பந்தப்பட்ட உறுப்பினருக்கும் ஏனைய உறுப்பினர்களுக்கும் அனுப்ப வேண்டும்.

நிபந்தனைகள்

1. ஊராட்சி ஒன்றிய நிர்வாகத்திற்குத் தொடர்பில்லாத கேள்விகளை எழுப்பக்கூடாது.
2. யார் பெயரையும் குறிப்பிட்டுக் கேள்வி எழுப்பக்கூடாது.

3. ஏதாவது புகார் தெரிவித்தால், அந்தப் புகாரில் கண்ட விவரங்களுக்கு உறுப்பினர் பொறுப்பேற்று அதற்கான ஆதாரங்களைக் கொடுக்க வேண்டும்.
4. கேள்வி அனுமானத்தின் அடிப்படையிலோ, யூகத்தின் அடிப்படையிலோ இருக்கக்கூடாது.
5. கேள்வியின் மூலமாக அவதூறு எழுப்புவதோ, வஞ்சப் புகழ்ச்சியாக எழுதுவதோ கூடாது.
6. ஆலோசனை சொல்லுவதாகவோ சட்ட நுணுக்கம் பற்றியதாகவோ, நடைமுறைக்கு ஒவ்வாத, கற்பனைக்கு ஒட்டியதாகவோ இருக்கக்கூடாது.
7. ஒருவரது நடத்தை, பண்பாடு குறித்தும் தனி நபர் வாழ்க்கை குறித்தும் கேள்வி எழுப்பக்கூடாது.
8. கேள்வி நீண்டதாக இருக்கக்கூடாது, சுருக்கமாக இருக்க வேண்டும்.
9. ஒருமுறை கேட்ட கேள்வியை மறுமுறை கேட்கக்கூடாது. உறுப்பினர் கேட்ட கேள்வியைத் தலைவர் பரிசீலித்து அனுமதிக்கக்கூடிய கேள்வியை அடுத்த கூட்டத்திற்கான நிகழ்ச்சி நிரலில் சேர்க்கலாம். சேர்க்கப்பட தகுதியில்லாத கேள்விகளைத் தலைவர் போதிய காரணங்களுக்காக மறுக்கலாம். ஆனால் அக்காரணங்களைத் தலைவர் சம்பந்தப் பட்ட உறுப்பினருக்கு எழுத்து மூலம் தெரிவிக்க வேண்டும்.

கேள்விக்குத் தலைவர் பதிலளித்தல்

கூட்ட ஆரம்பத்தில் கேள்வியையும், அதற்கான பதிலையும் தலைவர் படிப்பார். இதர அலுவல்கள் துவங்கு முன், இது நடைபெறும்.

கேள்விக்கான பதிலில் திருப்தி அடையாத எந்த உறுப்பினரும் துணைக்கேள்வி எழுப்பலாம். தலைவர் அதற்கு உடனடியாக பதில் அளிக்கலாம். அல்லது கேள்வியை அனுமதிக்க மறுக்கலாம். உடனடியாக பதில் அளிக்க முடியாத இனங்களுக்குத் தலைவர் புதிய கேள்வி எழுப்புமாறு உறுப்பினரைக் கோரலாம்.

கேள்வி பதில் மீது விவாதம் எதுவும் அனுமதிக்கப்பட மாட்டாது. கேள்வி பதில் தீர்மானப் புத்தகத்தில் பதிவு செய்யப்படும்.

கூட்ட நடவடிக்கைகள்

கூட்ட நாளன்று குறித்த நேரத்தில் கூட்டம் நடக்கும் இடத்திற்குச் சென்று வருகைப் பதிவேட்டில் கையெழுத்து இடவேண்டும்.

குறைந்த அளவு உறுப்பினர் வருகை (குறைவெண்)

கூட்டம் நடத்துவதற்குத் தேவையான குறைந்த அளவு உறுப்பினர்கள் எவ்வளவு என்று ஊராட்சி ஒன்றிய உறுப்பினர் தெரிந்திருக்க வேண்டும். விதிகளின்படி தலைவர் மற்றும் துணைத்தலைவரையும் சேர்த்து ஊராட்சி ஒன்றிய மன்றத்தின் மொத்த உறுப்பினர்களில் மூன்றில் ஒரு பங்கு உறுப்பினர்கள் வந்தால் கூட்டம் நடத்தலாம். இதற்கு 'குறைவெண்' அல்லது ஆங்கிலத்தில் கோரம் என்று பெயர். கூட்ட நேரத்திற்கு அரைமணி நேரத்திற்குப் பிறகும் 'குறைவெண்' இல்லா விட்டால் கூட்டம் பிறிதொரு தேதிக்குத் தள்ளி வைக்கப்படும்.

உறுப்பினர்கள் 'குறைவெண்' இல்லாமல் கூட்டம் நடத்த இயலாது என்பதை உணர்ந்து கூட்டங்களில் தவறாமல் கலந்து கொண்டு தங்களது கடமைகளை முறையாக ஆற்ற வேண்டும். மேலும், வருகை தந்த அனைத்து உறுப்பினர்களும் கூட்டத்தின் இறுதிவரை கலந்து கொள்ள வேண்டும்.

தீர்மானம் முன்மொழிதல்

நிகழ்ச்சி நிரலில் இடம் பெற்ற தீர்மானத்தை ஊராட்சிக் கூட்டத்தின் போது சம்பந்தப்பட்ட உறுப்பினர் முன்மொழிய வேண்டும். அல்லது தீர்மானத்தைத் திரும்பப் பெற்றுக் கொள்ள வேண்டும்.

சம்பந்தப்பட்ட உறுப்பினர் கூட்டத்திற்கு வருகை தராவிட்டாலோ அல்லது தீர்மானத்தை முன்மொழிய விரும்பாவிட்டாலோ அல்லது பதவி இழந்து விட்டாலோ கூட்டத்தில் கலந்து கொள்ளும் எந்த உறுப்பினரும் அந்தத் தீர்மானத்தை முன்மொழியலாம். எந்த உறுப்பினரும் முன் மொழியாவிட்டால் அது திரும்பப் பெற்றுக்கொண்டதாகக் கருதப்படும்.

தீர்மானத்தை வழிமொழிதல்

முன்மொழியப்பட்ட எந்தத் தீர்மானத்தையும் ஒரு உறுப்பினர் வழிமொழிய வேண்டும். இல்லையெனில் அதன் மீது விவாதம் எதுவும் நடத்தப்படக்கூடாது.

தீர்மானத்தின் மீது உரையாற்றுதல்

ஒரு உறுப்பினர் ஒரு தீர்மானத்தின் மீது 5 நிமிடம் பேசலாம். தீர்மானம் கொண்டு வந்தவர் 10 நிமிடம் பேசலாம். தீர்மானத்தில் கண்ட பொருள் குறித்து மட்டுமே விவாதிக்கப் பட வேண்டும்.

தீர்மானத்திற்குத் திருத்தம்

தீர்மானம் விவாதத்தில் இருக்கும் பொழுது ஏற்கனவே குறிப்பிட்ட நிபந்தனைகளுக்குட்பட்டு அதற்குத் திருத்தங்கள் கொண்டு வரலாம்.

அவ்வாறு திருத்தங்கள் கொண்டு வரப்பட்டால் அதை ஒரு உறுப்பினர் வழிமொழிய வேண்டும்.

முன்மொழிந்து விவாதிக்கப்படுகின்ற தீர்மானத்தையோ அல்லது திருத்தத்தையோ ஊராட்சியின் அனுமதியின்றித் திரும்பப் பெற முடியாது.

வாக்கெடுப்பு நடத்துதல்

தீர்மானத்தைக் குறித்துக் கருத்து வேறுபாடுள்ள உறுப்பினர் கூட்ட நடவடிக்கையின்போது தமது ஆட்சேபணையைத் தெரிவிக்கலாம். வாக்கெடுப்பின் பேரில் தீர்மானம் முடிவு செய்யப்படும்.

தலைவரின் இரண்டாவது வாக்கு

ஒரு தீர்மானம் ஏகமனதாக நிறைவேறவில்லை என்றால் தீர்மானத்திற்கு ஆதரவாகவும் எதிர்ப்பாகவும் வாக்களித்த உறுப்பினர்களின் பெயர்களைக் கூட்ட நடவடிக்கைப் புத்தகத்தில் தலைவர் பதிவு செய்ய வேண்டும். வந்தவர்களில் (தலைவர் உட்பட) பாதிப்பேர் ஆதரவாகவும் பாதிப்பேர் எதிர்த்தும் வாக்களித்தால் தலைவர் தனது இரண்டாவது வாக்கைப் பயன்படுத்தி (Second or Casting vote) முடிவு செய்யலாம். இரண்டாவது வாக்கு அளிக்கும் அதிகாரம் துணைத் தலைவர் தேர்தல் மற்றும் குழு உறுப்பினர் தேர்தலுக்குப் பொருந்தாது.

உறுப்பினர்கள் தீர்மானப் புத்தகத்தில் ஒப்பமிடல்

கூட்ட முடிவில் நிறைவேற்றப்பட்ட தீர்மானங்களை நிகழ்ச்சி நிரல் வாரியாகத் தலைவர் உறுப்பினர்களுக்குப் படித்துக் காண்பித்துப் பின்னர் அடியில் ஒப்பமிட வேண்டும். உறுப்பினர்கள் ஒப்பத்தையும் இப்பதிவேட்டில் பெற வேண்டும்.

நிறைவேற்றப்பட்ட தீர்மானத்தை ரத்து செய்தல்

ஊராட்சியால் நிறைவேற்றப்பட்ட தீர்மானத்தை 3 மாதங்களுக்குள் மாற்றவோ அல்லது ரத்து செய்யவோ வேண்டுமானால் அதற்கென ஒரு சிறப்புக் கூட்டம் நடத்தி அதில் ஊராட்சியின் மொத்த உறுப்பினர்களில் பாதிப்பேர் ஆதரவுடன் தீர்மானம் நிறைவேற்ற வேண்டும்.

உறுப்பினரது ஆவணங்களைப் பார்வையிடும் உரிமை

உரிமை எண்.4	ஊராட்சி ஒன்றியம் சம்பந்தப்பட்ட எல்லா ஆவணங்களையும் அலுவலக நேரத்தில் நேரில் பார்வையிட உறுப்பினருக்கு உரிமை உள்ளது

ஊராட்சி ஒன்றிய உறுப்பினர் ஒன்றிய அலுவலகத்தில் ஆவணங்களைப் பார்வையிட விரும்பினால், ஆணையாளருக்கு இது குறித்துத் தகவல் கொடுத்து ஆவணங்களைப் பார்வையிடலாம். உறுப்பினர் கோரும் ஆவணங்களை ஆணையாளர் உறுப்பினர் பார்வைக்கு வைக்க வேண்டும். நிர்வாகக் காரணங்களால் ஆவணத்தை வைக்க இயலாவிட்டால் ஆணையாளர் இது குறித்து விவரத்தை சம்பந்தப் பட்ட உறுப்பினருக்கு எழுத்து மூலம் தெரிவிக்க வேண்டும்.

10
கிராம ஊராட்சி செயல் அதிகாரியின் அதிகாரங்கள், பொறுப்புகள், உரிமைகள், கடமைகள்

செயல் அதிகாரி:

- தமிழ்நாடு ஊராட்சிகள் சட்டத்தில் தலைவருக்கும் செயல் அதிகாரிக்கும் தனித்தனியே அதிகாரங்களும், பொறுப்புகளும் தரப்பட்டிருக்கின்றன.
- தலைவரே இரு பதவிகளிலும் செயல்பட்டாலும், தலைவர் என்ற முறையில் செயல் அதிகாரியின் அதிகாரங்களையும், செயல் அதிகாரி என்ற நிலையில் தலைவராகவும் செயல்பட முடியாது. இந்த வேறுபாட்டைத் தெரிந்து கொள்ள வேண்டியது அவசியம்.

செயல் அதிகாரியின் கடமைகள்:

1. மன்றத்தின் தீர்மானங்களைச் செயல்படுத்த வேண்டும். ஆயினும் ஒரு தீர்மானத்தின் சட்ட முறையைப் பற்றி ஐயம் எழுந்தால் அரசின் தெளிவுரையைப் பெற்றே செயல்பட வேண்டும். (பி. 84)
2. மன்றத் தீர்மானங்களைச் செயல்படுத்தியது பற்றிய முன்னேற்ற அறிக்கையை மன்றத்திற்கு அளிக்க வேண்டும்.
3. வரி வசூல் பற்றிய மாதாந்திர அறிக்கையை மன்றத்திற்கு அளிக்க வேண்டும்.
4. மன்றத்தின் அனுமதிக்குட்பட்டு சட்டத்தில் அவருக்கு அளிக்கப்பட்டுள்ள கடமைகள், பொறுப்புகள் அதிகாரங்களைச் செலுத்த வேண்டும் (பி.84)
5. சட்டத்தின் காரியங்களை (நோக்கங்களை) நிறைவேற்றுவதற்கு அவர் நேரடியாகப் பொறுப்பாவார். (பி.84)
6. மன்றத்தின் தொடர்ந்த 3 கூட்டங்களுக்கு வருகை தராத உறுப்பினர் களுக்கு அவர் பதவியிழந்ததைப் பற்றிய தகவலை எழுத்து மூலமாகத் தெரிவிக்க வேண்டும். அத்தகவலை மன்றத்தின் அடுத்த கூட்டத்தில் வைக்க வேண்டும். மூன்றாவது கூட்டத்திற்கு வராவிட்டால் பதவியிழக்க நேரிடும் என்று இரண்டு கூட்டங்களுக்குத் தொடர்ந்து

வராத சம்பந்தப்பட்ட உறுப்பினர்களுக்கு முன்னெச்சரிக்கை கொடுப்பது மரபு (பி.41)

7. கிராம ஊராட்சியின் வாக்காளர் பட்டியலை வார்டு வாரியாகப் பராமரிக்க வேண்டும். (பி.14)
8. பஞ்சாயத்தில் பணிபுரியும் பணியாளர்களைக் கட்டுப்படுத்துதல் (பி.84)
9. பஞ்சாயத்து ஆவணங்களைப் பார்வையிட கேட்கும்போது அவற்றைச் சமர்ப்பிக்க வேண்டும் (பி.93)
10. பஞ்சாயத்துப் பணியாளர்களை வேறு பஞ்சாயத்திற்கு மாறுதல் செய்யும் முன்னர் ஆய்வாளர் செயல் அதிகாரியைக் கலந்து செயல்பட வேண்டும் (பி.104)
11. மன்றத்தின் தலைவர் - உறுப்பினர் பதவி வகிக்க தகுதியை இழந்துவிட்டதாக புகார் வந்தால் அதை அவருக்கு எழுத்து மூலமாகத் தெரிவித்து விட்டு அத்தகவலை மன்றத்தின் அடுத்த கூட்டத்திற்கு வைக்க வேண்டும்.
12. மன்றம் அதனுடைய கடமைகளை ஆற்றவும் அதிகாரங்களைச் செலுத்தவும் தேவையான நடவடிக்கைகளைக் காலத்தே எடுத்து மன்றம் திறமையாகச் செயல்பட உதவுதல்
13. நிர்வாகக் குறைபாடுகள் பற்றி மன்ற உறுப்பினர்கள், செயல் அதிகாரிகள் மற்றும் பொதுமக்கள் கவனத்திற்குக் கொண்டு வந்தால் அதை உடனுக்குடன் கவனித்து நடவடிக்கை எடுத்தல் (பி.81)
14. ஏலம் விடப்பட வேண்டிய குத்தகைகளை உரிய காலத்திற்கு முன்பே ஏலம் விட்டுக் குத்தகைப் பத்திரங்களை எழுதி முடிக்க வேண்டும். பதிவு செய்ய வேண்டிய பத்திரங்களைப் பதிவு செய்த பின்தான் பெற வேண்டும் (விதிகள்)
15. மன்ற உறுப்பினர்கள் நிர்வாகத்தின் ஆவணங்களைப் பார்க்க விரும்பினால் அதை விதிகளின்படி அனுமதித்தல் (பி.81)
16. மன்ற உறுப்பினர்கள் பதவி வகிக்கத் தகுதியின்மை ஏற்படுத்தும் செயல்களில் ஈடுபட்டதை அறிந்து அதன் மீது நடவடிக்கையை எடுத்தல்
17. மன்றம் தீர்மானித்த அளவில் பல்வேறு வரிகளின் கேட்புகளைக் காலத்தில் நிர்ணயம் செய்து வரித் தொகைகளைக் காலத்தில் வசூல் செய்ய வேண்டும்
18. வரிவிலக்குப் பெற உரிமையுள்ள கட்டடங்கள் (ம) நபர்களின் தகுதியை ஆராய்ந்து முடிவு செய்தல்
19. மன்றம் - சட்டம் - விதிகளில் நிர்ணயம் செய்துள்ள பல்வேறு உரிமக் கட்டணங்கள், கட்டணங்கள் செலவுத்தொகைகள் போன்றவற்றைக் காலாகாலத்தில் வசூல் செய்து உரிமம் (அ) அனுமதிகளை வழங்குதல்

20. மன்றத்தில் இயற்றப்பட்ட எல்லாத் தீர்மானங்களையும் அமுல்படுத்த வேண்டும். இயற்றப்பட்ட தீர்மானங்களில் குறைபாடுகள் இருந்தால் மேல் அதிகாரிகளுக்குத் தெரிவித்துக் காத்திருக்கலாம்.
21. மன்றத்தின் நிதிநிலை அறிக்கையைத் தயாரித்து உரிய தேதிக்குள் மன்றத்தின் ஒப்புதலைப் பெறுதல். தேவையுள்ள நேரத்தில் துணை நிதிநிலை அறிக்கையையும் தயாரித்து மன்றத்தின் ஒப்புதலைப் பெறுதல், மாதாந்திர வரவு, செலவு பற்றிய சுருக்கத்தை மாதாந்திரக் கூட்டங்களில் தவறாமல் பார்வைக்கு வைத்தல் (பி.192 மற்றும் விதிகள்)
22. மன்றத்திற்குச் சேரவேண்டிய தொகைகள், காலாவதியாகும் முன்பே வசூல் செய்வதற்கான உரிமையியல் வழக்குகளைத் தொடுக்க வேண்டும் (விதிகள்)
23. மன்றத்தின் சொத்துக்களை சரியான முறையில் பாதுகாத்து வர வேண்டும். இவற்றில்; ஆக்கிரமிப்புகள் ஏற்பட்டால் அதை உடனே அகற்ற வேண்டும். சொத்துக்களைப் பற்றிய பதிவேட்டைப் பராமரித்து வரவேண்டும் (பி.131 மற்றும் விதிகள்)
24. மனைப் பிரிவுகளுக்கு மன்றத்தின் ஒப்புதலைப் பெறுதல் (விதிகள்)
25. பொது இடங்களில் உரிய இடங்களில் மரங்களை நடுதல்
26. மன்றத்தின் நிர்வாக அறிக்கையைத் தயாரித்து உரிய தேதிக்குள் மன்றத்தின் கருத்தைப் பெற்று ஊராட்சி ஒன்றியத்திற்கு அனுப்புதல் (பி.98)
27. தணிக்கை அறிக்கையைப் பெற்ற பின்பு 2 மாதத்திற்குள் ஆட்சேபணைகளுக்குப் பதில் எழுதி அறிக்கையையும் பதில்களையும் மன்றத்தின் பார்வைக்கும் பதிவிற்கும் வைத்தல் (விதிகள்)
28. வேலைகளுக்கான ஒப்பந்தப் புள்ளிகளைக் கோரி தகுதியான ஒப்பந்தப் புள்ளிக்கு மன்றத்தின் ஒப்புதலைப் பெற்று வேலை உத்திரவுகளை அளித்தல் (விதிகள்)
29. கட்டடங்களுக்குக் கதவிலக்கம் இடுதல், தெருக்களுக்கு எண்களும், பெயரும் இடுதல் (பி.158 மற்றும் விதிகள்)
30. நிர்வாகத்தின் ஒளிவு மறைவின்மை, பதில் சொல்லும் பொறுப்பு, கணக்குப் பொறுப்பு
31. அரசின் நலத்திட்டங்களையும் மன்றத்திடம் ஒப்படைக்கும் மற்ற திட்டங்களையும் நன்முறையில் நிறைவேற்றுதல்
32. அரசின் கடிதப் போக்குவரத்துகளை மன்றத் தலைவர் மூலமே நடத்துதல்
33. பொது மக்களிடம் குறிப்பிட்ட நாட்களில் குறைகள் கேட்டுக் குறைதீர்க்க தக்க நடவடிக்கை எடுத்தல், இதனை முறையாகக் கண்காணித்தல்

34. ஆக்கிரமிப்புகளை உடனுக்குடன் அகற்றுதல் தொடர்ந்து ஆக்கிரமிப்பு செய்பவர்கள் மீது குற்ற வழக்குத் தொடுத்தல் (பி.131)
35. மன்ற நிதியிலிருந்து இழப்பீடு தரக்கூடிய சூழ்நிலைகளைத் தவிர்க்கக் கூடிய செயல்பாடுகளை நிறைவேற்றுவதைத் தவிர்க்கலாம்
36. உரிமங்கள் வழங்குவதற்கான ஆணையை 30 தினங்களுக்குள் அனுப்ப வேண்டும்
37. நாய்களுக்கும், பன்றிகளுக்கும் உரிமம் வழங்கல்
38. விளம்பரத் தட்டி வைக்க அனுமதி வழங்கல் (பி. 131-A)
39. ஏலம் விடுவதற்கான அதிகாரம்
40. மத்திய அரசின் தகவல் அறியும் உரிமைச் சட்டத்தின் கோட்பாடுகளைப் புரிந்து அதன்படி செயலாற்றுதல்

2. செயல் அதிகாரியின் அதிகாரங்கள் (Powers)

1. கட்டடங்கள் கட்டுவதற்கு அனுமதி வழங்கி முறைப்படுத்துதல், வீட்டுமனைப் பிரிவுகளுக்கு அங்கீகாரம் வழங்குதல் (விதிகள்)
2. ஊராட்சியில் பணிபுரியும் அலுவலர்களின் செயல்பாடுகளை ஆய்வு செய்து ஒழுங்கு முறை செய்தல், நியமன அதிகாரி என்ற முறையில் ஊராட்சி நிர்வாகத்திற்குத் தேவையான ஊழியர்களை நியமனம் செய்ய விதிகளின்படி நடவடிக்கை எடுத்தல் (பி.101)
3. ஊராட்சிப் பணியாளர்கள் மீது ஒழுங்கு நடவடிக்கை மேற்கொண்டு தண்டனை வழங்குதல் (பி.106)
4. வரிகுறைப்பு மனுக்களைப் பரிசீலித்து முடிவு செய்தல்
5. சம்பந்தப்பட்ட யாதொரு இடத்திலும் சட்ட விரோதச் செயல்கள் நடைபெறுகின்றனவா என்பதை அறிய உரிய முறையில் உள்புகுந்து பார்வையிடுதல் (பி.223)
6. அவசரக் காலத்தில் மன்ற அனுமதியின்றி செய்துதான் தீரவேண்டும் என்ற காரியங்கள், சட்டப்பிரிவு 86-ன் கீழ் செய்து அடுத்த கூட்டத்தில் மன்றத்தின் தகவலுக்கு வைத்தல், மன்றம் ஏற்கனவே மறுத்துள்ளதை இந்தப் பிரிவின் கீழ் செய்யக் கூடாது.
7. அபாயகரமான கட்டடங்களைப் பாதுகாப்பாக வைக்கச் சொல்லத் தவறினால் அதை மாற்றுவதற்கான அதிகாரம் (பி.128)
8. அபாயகரமான மரங்களை மாற்றுவதற்கான அதிகாரம் (பி.129)
9. ரோடுகளின் அருகாமையில் இடைஞ்சலாக இருக்கும் புதர், செடிகளை வெட்டவும் சுவர் கட்டி பாதுகாப்பாக வைக்கும்படி பணிக்கவும் அதிகாரம் (பி.130)
10. அபாயகரமான, கிணறுகள், குளம், குட்டைகளை நிரப்புவதற்கான அதிகாரம் (பி.143)

11. சட்டப்படியான பணிகளைச் செய்யும்பொருட்டு எவரொருவருக்கும் அறிவிப்புக் கொடுக்க அதிகாரம் (பி.222)
12. சுகாதாரக்கேடு விளைவிக்கும் செடிகளை யாதொரு இடத்தில் இருந்தும் அகற்றச் சொல்வதற்கான அதிகாரம் (பி.144)
13. அபாயகரமான மரங்களை வெட்டினாலோ அல்லது கட்டடங்களை இடித்தாலோ அவற்றை விற்று செலவினத்தை மேற்கொள்ளலாம் (பி.145)
14. பொது இடங்களில் அனுமதியின்றி ஆடு, மாடுகளையோ, பொருட்களையோ விற்கத் தடைசெய்யும் அதிகாரம் (பி.150)
15. சாலை ஓரங்களில் அனுமதியின்றிப் பொருட்களை விற்கத் தடை செய்யும் அதிகாரம் (பி.151)
16. தொழில்வரி விதிப்பதற்கான அதிகாரம் (பி.198B)
17. ஊராட்சி சட்டப்படியான செயல்பாடுகளுக்கு அனுமதி வழங்கும் அதிகாரம் (பி.220)
18. எடைகளையும், அளவைகளையும் சோதனையிடும் அதிகாரம் (பி.224)
19. கிராம நிர்வாக அலுவலரிடமிருந்து தகவலைக் கேட்டுப் பெறுவதற்கான அதிகாரம் (பி.225)
20. குற்ற வழக்குகள் தொடுப்பதற்கான அதிகாரம் (பி.227)
21. குற்றச் செயல்களை இணக்கமாகத் தீர்த்துக் கொள்ள அதிகாரம் (பி.228)
22. செயல் அதிகாரியால் பார்வைக்கு வைக்கப்பட்ட அறிவிப்பை அகற்றினால் தண்டனைக்குரிய குற்றமாகும் (பி.250)

செயல் அதிகாரிக்கான பாதுகாப்புகள் (Protections)

1. தேர்தல் சம்பந்தமாக வாக்காளர் பட்டியல் தயாரித்தல் மற்றும் தேர்தல் நடத்துதல் ஆகிய நடவடிக்கைகளில் யாதொரு நீதிமன்றமும் தலையிடக் கூடாது (பி.223)
2. செயல் அதிகாரி (அ) அவரது ஊழியர் அவரது கடமையைச் செய்யும்போது அவரது கடமையைப் பாதிக்கும் வண்ணம் எவரும் தலையீடு செய்தல் கூடாது
3. செயல் அதிகாரி நல்லெண்ணத்தின்பால் செய்த காரியங்களின் பொருட்டு அவர்மீது எந்த நீதிமன்ற நடவடிக்கையும் தொடரப்படக் கூடாது (பி.232)
4. செயல் அதிகாரி அவரது சட்டப்பூர்வமான செயல்பாடுகளின் போது ஏற்பட்டதாகக் கருதப்படும் குற்றங்களின் பொருட்டு அவர் மீது குற்றவழக்கு தொடருவதற்கு அரசின் முன் அனுமதியைப் பெற வேண்டும் (பி.230)

செயல் அதிகாரியின் பொறுப்பேற்றல் (Liability)

1. *செயல் அதிகாரி ஊராட்சி சட்டத்தின்படி செயல்படும்போது பொது ஊழியராகக் கருதப்படுவார்.*
2. *செயல் அதிகாரி அலட்சியம் (அ) தவறான செயலால் ஊராட்சி நிதிக்கு இழப்பு (அ) விரயம் ஏற்பட்டால் (அ) ஊராட்சி நிதி தவறாகப் பயன்படுத்தியிருந்தால் அதற்கு அவர் பொறுப்பாவார் (பி.234)*

11
கிராம ஊராட்சித் தலைவரின் நிர்வாகப் பொறுப்பு

1. கிராம ஊராட்சியின் நிர்வாக அலுவலர் யார்?

ஒரு கிராம ஊராட்சியின் தலைவரே அக்கிராம ஊராட்சியின் நிர்வாக அலுவலராகச் செயல்பட சட்டம் அதிகாரமளித்துள்ளது.

(அரசாணை நிலை எண். 225 ஊ.வ.துறை நாள் 15.10.96)

2. சட்ட ரீதியாக கிராம ஊராட்சித் தலைவருக்கு வழங்கப்பட்டுள்ள கடமைகள் மற்றும் அதிகாரங்கள் எவை?

- ஊராட்சித் தலைவர் செயல் அலுவலராகச் செயல்பட வேண்டும்.
- கிராம சபைக் கூட்டங்களை வருடத்திற்கு நான்கு முறை (ஜனவரி 26, மே 1, ஆகஸ்ட் 15, அக்டோபர் 2) கூட்ட வேண்டும்
- கிராம ஊராட்சியின் கூட்டங்களை மாதம் ஒரு முறை கூட்ட வேண்டும்.
- கூட்டங்களில் தலைமை ஏற்று முறையாக நடத்தித் தீர்மானங்களைப் பதிவு செய்ய வேண்டும்.
- புதிதாகப் பதவியேற்கும் உறுப்பினர்களை உறுதி மொழி எடுக்கச் செய்து தீர்மானப் புத்தகத்தில் பதிவு செய்ய வேண்டும்.
- கிராம ஊராட்சிக் கூட்டங்களுக்கான தேதி மற்றும் கூட்டப் பொருள்கள் முடிவு செய்வது மற்றும் கூட்டத்தில் தீர்மானங்களைப் பதிவு செய்வது இவர் கடமையாகும்.
- கிராம ஊராட்சிக்கான வளர்ச்சித் திட்டம் தயார் செய்து கிராம சபையின் ஒப்புதல் பெற வேண்டும்.
- பொருளாதார முன்னேற்றம் மற்றும் சமூக நீதிக்கான திட்டங்களை உறுப்பினர்களுடன் இணைந்து செயல்படுத்த வேண்டும்.
- ஒவ்வொரு ஆண்டும் பிப்ரவரி மாதம் அடுத்து வரும் நிதியாண்டிற்கான வரவு - செலவுத் திட்டம் தயார் செய்து கிராம சபை மற்றும் கிராம ஊராட்சியின் ஒப்புதல் பெற வேண்டும்.
- சட்டத்தின் பல்வேறு பிரிவுகளில் தலைவருக்கென நிர்ணயிக்கப் பட்டுள்ள கடமைகளை ஆற்றுதல் மற்றும் அரசு அவ்வப்போது பிறப்பிக்கும் ஆணைகளைச் செயல்படுத்த வேண்டும்.

3. கிராம ஊராட்சித் தலைவரின் நிர்வாகப் பொறுப்புகள் யாவை?

நிர்வாக அதிகாரி என்ற முறையில் தலைவர் சில கடமைகளைச் செயல்படுத்தி, பொறுப்புகளை நிறைவேற்ற வேண்டும்.

- கிராம ஊராட்சியின் தீர்மானங்களை நிறைவேற்றுதல்
- ஆய்வாளரால் இசைவளிக்கப்பட்ட பணியிடங்களுக்கான அலுவலர்களையும், ஊழியர்களையும் நியமித்தல், கட்டுப்படுத்துதல் மற்றும் அவர்களின் பணியைக் கண்காணித்தல்.
- அலுவலக வேலைகள், கடிதப் போக்குவரத்து செய்தல், பல்வேறு பதிவேடுகள் பராமரித்தல்
- கிராம ஊராட்சியின் நிதி நிர்வாகம் கவனித்தல், வரிகளை வசூலித்தல்
- வரவு - செலவுத் திட்டம் தயாரித்தல்
- வழக்குகள் தொடர்தல், குற்றச்சாட்டு செய்தல்
- கூட்டத்திற்கான நிகழ்ச்சி நிரல் தயாரிக்க உதவுதல், நிகழ்ச்சி நிரலை உறுப்பினர்களுக்குச் சேர்ப்பித்தல்
- ஆண்டுத் திட்டம் தயாரிக்க கிராம ஊராட்சிக்கு உதவுதல்
- வளர்ச்சித் திட்டங்களையும் அரசு அளிக்கும் பிற கடமைகளையும் நிறைவேற்றுதல்
- சொத்துக்களைப் பாதுகாத்தல், பேணுதல்
- அவசர கால அதிகாரங்கள் பிரயோகித்தல்
- பிற துறை அலுவலர்கள் மற்றும் பள்ளி, கூட்டுறவு போன்ற நிறுவனங்களின் பொறுப்பாளருடன் இணைந்து கிராம முன்னேற்றத்திற்குப் பாடுபடுதல்
- உறுப்பினர்கள் தகுதியிழந்தால் அறிவிப்பு கொடுத்து மேல் நடவடிக்கை எடுத்தல்
- காலியிடங்கள் பற்றி ஆய்வாளருக்கு அறிக்கை அனுப்பி தேர்தல் நடத்த ஏற்பாடு செய்தல்

4. கிராம ஊராட்சித் தலைவரின் நிர்வாகக் கடமைகள் யாவை?

- நடந்து முடிந்த மாதத்தின் கணக்குகளைப் படிவம் எண் 30-ல் பதிவு செய்து அடுத்த மாதம் 5-ஆம் தேதிக்குள் வட்டார வளர்ச்சி அலுவலருக்கு அனுப்ப வேண்டும்.
- கிராம ஊராட்சிக்கான கீழ்க்கண்ட நான்கு கணக்குகளைப் பராமரித்தல்

1 கிராம ஊராட்சிப் பொதுக்கணக்கு

2 கிராம பஞ்சாயத்து மின்வாரியம் மற்றும் குடிநீர் வடிகால்வாரியத்திற்கு பணம் செலுத்துவதற்கான கணக்கு.

3 திட்ட நிதிக் கணக்கு

4 கிராமபஞ்சாயத்து வேலைக்கு உறுதியளிக்கும் திட்ட கணக்கு

- தலைவர் மற்றும் துணைத்தலைவர் அல்லது இரண்டாம் கையெழுத்திடுவதற்காக ஆய்வாளரால் ஒப்புதல் பெற்றுத் தேர்வு செய்யப்பட்ட உறுப்பினரின் கையொப்பத்துடன் காசோலை வழங்குதல்
- ஒரே நேரத்தில் அவசரம் கருதி ரூ.2000 வரை மதிப்பீடுள்ள பணிகளை ஓராண்டில் ரூ.5000-க்கு மிகாமல் அளவு அல்லது மேல் அளவு இல்லாமல் செய்யலாம்.
- திட்ட நிதிக் கணக்கில் மேற்கொள்ளப்படும் செலவினங்கள் பட்டியலில் வட்டார வளர்ச்சி அலுவலரால் இசைவளிக்கப்பட்ட பின்புதான் காசோலை வழங்கப்பட வேண்டும்.
- ஒதுக்கப்பட்ட நிதிக் கணக்கு மற்றும் கிராம ஊராட்சி நிதியிலிருந்து ஆண்டு வரவு - செலவுத் திட்டத்தில் இடம் பெற்ற பணிகளுக்கு மட்டும் செலவினம் மேற்கொள்ளலாம். இவ்வாறு மேற்கொள்ளப்படும் பணிகளில் ஒதுக்கப்பட்ட நிதியிலிருந்து மூலதனப் பணிகளையே மேற்கொள்ள வேண்டும்.

5. எந்தச் சந்தர்ப்பத்தில் தலைவருடன் கூட்டுக் கணக்கு வைத்துள்ள துணைத் தலைவரை நீக்க முடியும்?

துணைத்தலைவர் வேண்டுமென்றே கூட்டுக் கணக்கு வரவு செலவு சம்பந்தப்பட்ட இனங்களில் கையொப்பமிட மறுத்து, நிர்வாகத்திற்கு இடையூறு விளைவித்தால், அத்தகைய சந்தர்ப்பங்களில் தீர்மானம் நிறைவேற்றி துணைத் தலைவருக்கு பதிலாக தேர்ந்தெடுக்கப்பட்ட வேறு ஒரு உறுப்பினரை மாவட்ட ஆட்சித் தலைவரின் ஒப்பதல் பெற்று வங்கியிலிருந்து பணம் பெறலாம்.

6. இயக்கும் உரிமம் பெறாமல் இயங்கும் தொழிற்சாலைகள் மீது மேற்கொள்ளப்பட வேண்டிய நிர்வாக நடவடிக்கை என்ன?

உரிமம் பெறவேண்டிய தொழிற்சாலை ஒன்று இயக்கும் உரிமம் பெறாமலே நடத்தப்பட்டு வருமானால், அந்த நபர் மீது அறிவிப்புக் கொடுத்து, நீதிமன்றத்தில் குற்ற வழக்கு தொடரலாம்.

12
கிராம அளவிலான திட்டமிடுதல்

I. ஏன் இந்தப் புதிய திட்டம்?

இந்தியா சுதந்திரம் அடைந்த 1947-லிருந்து 2004 வரை 10 ஐந்தாண்டுத் திட்டங்களை வல்லுனர்களையும், அரசு அதிகாரிகளையும் வைத்து மக்களின் மேம்பாட்டுக்காக நம் மைய, மாநில அரசுகள் தயாரித்து அவற்றை நடைமுறைப்படுத்தியுள்ளன. இந்தத் திட்டங்களை நடைமுறைப்படுத்துவதற்கு நம் அரசாங்கம் எத்தனையோ கோடிகளை கிராமங்களில் செலவிட்டுள்ளது. இருந்தபோதிலும் பல்வேறு அடிப்படைத் தேவைகள் பூர்த்தி செய்யப்படாமல் இருப்பதை அனைவரும் அறிவர். இதில் யாருக்கும் இரட்டைக் கருத்து கிடையாது. அது மட்டுமல்ல, முன்னேற்றம் என்பது அரசாங்கம் செய்யும் வேலை என்ற உணர்வை மக்கள் மத்தியில் விதைத்து, வளர்த்து விட்டது நமது அரசாங்கம். சமுதாயத்திற்கான முன்னேற்றத்தை அரசாங்கம் கொண்டுவர முடியாது. சமுதாயத்தில் உள்ள மக்களால் மட்டுமே கொண்டுவர முடியும். அரசாங்கம் முன்னேற முயற்சிக்கும் மக்களுக்கு உதவி செய்யும், அவ்வளவுதான். ஒரு தனி மனிதனுடைய வறுமையைப் போக்க அரசு உதவி செய்யுமேயன்றி, வறுமையை அதனால் போக்க முடியாது. யார் வறுமையில் வாடுகின்றனரோ அவர்தான் வறுமையைப் போக்க முயற்சிக்க வேண்டும். எனவே இந்தச் சமுதாய மேம்பாட்டிற்கான முயற்சியை மக்கள் மேற்கொள்ள வேண்டும். அவர்களின் தேவைகள் என்ன என்பதை டெல்லியில் உள்ளவரோ சென்னையில் உள்ளவரோ தீர்மானிக்க முடியாது. கிராமத்தில் உள்ள மக்களின் தேவைகளை அவர்களே கண்டுணர்ந்து, அவைகளைப் பூர்த்தி செய்ய நடவடிக்கைகள் எடுக்கவேண்டும். இதற்கு வாய்ப்பளித்துள்ளது 73வது மற்றும் 74வது அரசியல் சாசனத்திருத்தச் சட்டங்கள், 73வது மற்றும் 74வது சட்டத் திருத்தங்கள் மாவட்ட அளவிலான திட்டங்கள் தயாரிப்பதற்கு வழிவகை செய்திருந்தும், அந்தத் திட்டமிடும் பணி தமிழகத்தில் நடைபெறாமல் இருந்த காரணத்தால், கிராம அளவிலாவது திட்டமிட்டுச் செயல்படலாம் எனச் சிந்தித்து, கிராமத் திட்டமிடல் வேலையைப் பரீட்சார்த்தமாகச் சில மாவட்டங்களில் துவங்கியதன்

விளைவாக, இந்தக் கையேட்டினைத் தயார் செய்துள்ளோம். பரீட்சார்த்தமாக புதுக்கோட்டை, தூத்துக்குடி, திண்டுக்கல் மாவட்டங்களில் சிற்றூராட்சியில் திட்டமிடும்போது, இந்த மாவட்டங்களில் ஆட்சியிலிருந்த மாவட்ட ஆட்சித்தலைவர்கள் சட்டரீதியாக கிராம ஊராட்சிக்கு உள்ள அங்கீகாரத்தையும், பலத்தையும், பலவீனத்தையும் உணர்ந்து திட்டம் தீட்டுவதற்கும், திட்டச் செயல்பாடுகளை நடைமுறைப்படுத்துவதற்கும் எல்லாவித உதவிகளையும் வழங்கி அவர்களும் பங்கெடுத்துக் கொண்டது, மாவட்ட ஆட்சியியலில் உள்ள பலத்தை நமக்குத் தெரிவிக்கிறது. இந்தக் கையேடு எங்கள் அனுபவத்தின் வாயிலாகத் தயாரிக்கப் பட்டுள்ளது. இன்னும் பல முன்னேற்றங்களை இந்தக் கையேட்டில் கொண்டு வரலாம். இந்தத் திட்டமிடுதல் பணி செய்தவன் மூலமாக, கிராமப் பணியில் மக்களை இணைத்து விடலாம். தங்கள் சமுதாய முன்னேற்றம் என்பது தங்கள் கையில் உள்ளது என்ற உணர்வை உருவாக்கலாம். தான் ஒரு பயனாளி அல்லது மனுதாரர் என்ற பார்வையை மாற்றி, தான், முன்னேற்றத்திற்கு உழைத்திடும் ஒரு பங்காளன் என்ற உணர்வினைக் கொண்டுவரலாம். கிராமங்களில் அடிப்படை வசதிகளை ஏற்படுத்தியும், இருக்கும் வசதிகளைப் புதுப்பித்தும், அவற்றை முறையாகப் பயன்படுத்த வைத்தும் சமுதாய வளர்ச்சியைக் கொண்டு வரலாம். அதே நேரத்தில் கிராமத்தில் இருக்கும் நலிந்த பிரிவினருக்கான பொருளாதாரத் திட்டத்தையும் உருவாக்கி அவர்களின் வாழ்க்கையை மேம்படச் செய்யலாம். எனவே இந்தக் கையேட்டை ஒரு கிராம வளர்ச்சிக்கு எப்படித் திட்டமிடுவது என்றும், செயல்முறை விளக்கத்திற்காக, அனுபவத்திலிருந்து தயாரித்துள்ளோம். இந்தக் கையேட்டை வைத்து அவரவர் தேவைக்கு ஏற்ப மாற்றியமைத்துத் திட்டங்களைத் தயார் செய்யலாம்.

II. திட்டமிடலின் நோக்கங்கள்

73வது அரசியலமைப்பு திருத்தச் சட்டப்பிரிவு 243ஜி மற்றும் தமிழ்நாடு ஊராட்சிகள் சட்டப்பிரிவு 240 மற்றும் 257-ன்படி, உள்ளாட்சி அமைப்புகள் தத்தம் பகுதிகளின் பொருளாதார வளர்ச்சிக்கும் சமூக நீதிக்குமான வளர்ச்சித் திட்டங்கள் தயாரிக்க வேண்டும். அவ்வாறு வளர்ச்சித் திட்டங்கள் தயார் செய்யும் போது கீழ்க்கண்ட குறிக்கோள்களை உள்ளடக்கியதாகத் திட்டங்கள் அமைய வேண்டும்.

(அ) வளர்ச்சிக்கான குறிக்கோள்

வேளாண்மை, நிலச்சீர்திருத்தம், சிறு பாசனம், கால்நடைப் பராமரிப்பு, பால் மற்றும் கோழிப்பண்ணை, மீன்வளம்,

தொழில்வளம் போன்ற உற்பத்தியைப் பெருக்கி, பொருளாதார வளர்ச்சிக்குத் தூண்டுகோலாக அமையக்கூடியதாக இருக்க வேண்டும்.

(ஆ) சமூக நீதிக்கான குறிக்கோள்

பொருளாதார வளர்ச்சி மூலம் ஏற்படக்கூடிய பலன்கள் சமுதாயத் தின் பல்வேறுபட்ட மக்களைச் சென்றடைய வேண்டும். அதிலும் குறிப்பாகப் பொருளாதாரத்திலும் மற்றும் சமூக ரீதியாகவும் நலிவடைந்த பிரிவினரைச் சென்றடைய வேண்டும். மேலும் வேலை வாய்ப்பினை வழங்குவதன் மூலம் வருமானத்தைப் பெருக்கிடும் வகையில் திட்டங்கள் வகுக்கப்பட வேண்டும்.

(இ) நலத்திற்கான குறிக்கோள்

சாலை வசதி, குடிநீர் வசதி, வீட்டு வசதி, தெருவிளக்குகள் அமைப்பு, திட, திரவக் கழிவு நீர் அகற்றல் போன்ற பொதுமக்களுக்கு நன்மை தரக்கூடிய திட்டங்களும் கல்வி, சுகாதாரம், மகளிர் நலம், குழந்தைகள் நலம், நூலகங்கள், கலை, கலாசாரம், பண்பாடு இவற்றை மேம்படுத்துதல் போன்ற சமூகத்திற்கு நலன் தரக்கூடியதாகவும் திட்டங்கள் அமைந்திட வேண்டும்.

(ஈ) சுற்றுப்புறச்சூழல் பாதுகாப்புக் குறிக்கோள்

நிலம், நீர், வானம், காடு மற்றும் அரிய விலங்கினங்கள், தாவரங்கள் போன்ற இயற்கைச் சூழலைப் பாதுகாக்கக் கூடியதாகவும் இவ்வியற்கை வளங்களைச் சீராக உபயோகித்து வருங்கால சந்ததியினரும் பயன் பெறத்தக்க வகையில் திட்டங்கள் அமைந்திட வேண்டும். பொதுச் சொத்துகள் பராமரிப்பு, பாதுகாப்பு முறையான பயன்பாடு குறித்த திட்டங்களும் அமைந்திட வேண்டும்.

(உ) திட்ட ஒருங்கிணைப்புக் குறிக்கோள்

அந்தந்தப் பகுதிக்கான வளர்ச்சித் திட்டங்கள், சம்பந்தப்பட்ட துறைகளின் வளர்ச்சித் திட்டங்கள், தனிநபர் பயன்பெறும் திட்டங்கள், அரசு மற்றும் அரசுத்துறை நிறுவனங்கள் மூலம் நிறைவேற்றப்படும் திட்டங்கள், வங்கிகள், தொண்டு நிறுவனங்கள் மற்றும் உள்ளாட்சி அமைப்புகள் மூலம் நிறைவேற்றப்படும் திட்டங்கள் அனைத்தும் ஒருங்கிணைக்கப்பட்டு கிராமத்தின் ஒட்டு மொத்த வளர்ச்சியினையும், மேம்பாட்டினையும் உறுதி செய்யும் அளவில் அமைந்திட வேண்டும்.

(ஊ) மக்களின் பங்கினை ஊக்கப்படுத்தும் குறிக்கோள்

திட்டங்கள் தயாரிப்பு, அமலாக்கம், திட்ட ஆய்வு, மற்றும் திட்ட மேற்பார்வை ஆகிய பணிகளில் மக்களின் பங்கு, நிதி, உழைப்பு,

பொருட்கள் இவற்றினை வழங்குவதன் மூலம் மக்களின் ஈடுபாட்டினை ஈர்த்துக் கொள்ளும் வகையில் திட்டங்கள் அமைந்திட வேண்டும்.

(ஏ) இதர குறிக்கோள்

வறுமை ஒழிப்பு, சமுதாயத்தின் பல்வேறு தரப்பட்ட மக்களிடையே வருமானம், ஏற்றத்தாழ்வு இல்லாமலும், பிராந்திய ஏற்றத்தாழ்வுகள் இல்லாமலும் உள்கட்டமைப்பு வசதிகளைப் பெருக்கி, பொருளாதார வளர்ச்சிக்குத் துணைபுரியக் கூடியதாகவும், பெண்களுக்கு எதிராக இழைக்கப்படும் அநீதி, சிறார்கள் பணி ஆகியவை இல்லாத சமத்துவ சமுதாயம் உருவாக்கும் வகையிலும் திட்டங்கள் அமைந்திட வேண்டும்.

III. திட்டமிடலில் கவனிக்க வேண்டிய முக்கிய அம்சங்கள்

- மக்களின் தேவைகள், விருப்பங்கள் அதிகம், அவை அனைத்தையும் நிறைவேற்றுவதற்குப் போதிய ஆதாரம், தொழில்நுட்பம், மனிதவளம் இல்லாமலிருக்கலாம். எனவே, அத்தேவைகளை உடனே 'நிறைவேற்றக்கூடிய தேவைகள்', நிதி நிலையினைக் கருத்தில் கொண்டு 'கொஞ்சம் காலந்தாழ்த்தி நிறைவேற்றக்கூடிய தேவைகள்' என இருவகையாகப் பிரித்துக் கொண்டு, உடனடித் தேவைகளை உடனுக்குடன் நிறைவேற்று வதற்கான முன்னுரிமையுடன் திட்டத்தில் சேர்த் திடல் வேண்டும்.
- திட்டமிடல் என்பது புதிதாக சமுதாயச் சொத்துகளை உருவாக்குவது மட்டுமன்று, ஏற்கனவே உருவாக்கப்பட்ட சொத்துகளைப் பேணிப் பாதுகாத்தலும் அடங்கும். அவ்வாறில்லையெனில் அச்சொத்துகளை உருவாக்க, முன்பை விட கூடுதலாக நிதி தேவைப்படும். எனவே நிதி ஒதுக்கீட்டின் ஒரு பகுதி, ஏற்கனவே உருவாக்கிய சொத்துகளைப் பராமரிக்க/புதுப்பிக்க/மாறுதல்கள் செய்ய ஒதுக்கப்படவேண்டும்.
- திட்டங்கள் வரையும் போது உள்ளூரில் கிடைக்கும் மூலப்பொருள், தொழில்நுட்பம் அங்குள்ள மக்கள் வாழ்க்கை நடைமுறை, கலை, கலாசாரம், பண்பாடு, பழக்கவழக்கம் ஆகியவற்றைப் பிரதிபலிப்பதாகவும் அமைய வேண்டும்.
- வேகமான வளர்ச்சி என்ற நோக்கில் சுற்றுச்சூழல், நிலம், நீர், காற்று, வானம், அரிய தாவரங்கள், விலங்கினங்கள் ஆகியவற்றிற்குத் தீங்கு இழைக்காமல் பார்த்துக் கொள்வதோடு, வருங்காலச் சந்ததியினரும் பயன்பெறும் அளவில் நீண்ட கால பலனளிக்கக் கூடிய வளர்ச்சிக்கான திட்டங்கள் தீட்டப்பட வேண்டும்.

IV. திட்ட நிலைகள்

முதல் நிலை: பஞ்சாயத்தைத் தயார் செய்வது

பஞ்சாயத்துத் தலைவர், துணைத்தலைவர், மற்றும் வார்டு உறுப்பினர்களுக்கு எப்படி மக்களோடு இணைந்து வேலை செய்வது என்பதைப் பற்றிய ஒரு பார்வையை உருவாக்க வேண்டும். அதற்கு முதலில் பஞ்சாயத்தில் உருவாக்க வேண்டிய குழுக்களை உருவாக்கி, அவர்களுக்கும் மக்களுடன் இணைந்து எப்படி வேலை செய்வது என்பதனைத் தெளிவுபடுத்த வேண்டும். அதன் பின் கிராமத்திற்குத் திட்டமிடுதலுக்காகவே ஒரு குழுவை உருவாக்கி அனைவருக்கும் பயிற்சி அளிக்க வேண்டும்.

இரண்டாம் நிலை: மக்களைத் தயார் செய்வது

இதுவரை நம் தேவைகளை உணர்ந்து, நம் கிராமங்களில் அரசு நடவடிக்கைகள் எடுப்பதில்லை. அரசாங்கத்தில் திட்டங்கள் மற்றும் திட்ட ஒதுக்கீடு இருப்பதால், வேலைகள் கிராமங்களில் நடை பெறுகின்றன. ஆனால் புதிய உள்ளாட்சி அமைப்புகள் உருவாக்கப் பட்ட பின், தேவைகளுக்கான திட்டங்களை கிராம அளவில் மக்களின் பங்களிப்புடன் உருவாக்க முடியும். அதற்கு மக்களைத் தயார் செய்ய வேண்டும். முதலில் கிராம அளவில் திட்டமிடுவதால் மக்களுக்கு என்ன நன்மை கிடைக்கும் என்பதை மக்களுக்கு எடுத்துச் சொல்லி, மக்களின் ஆர்வத்தைத் தூண்ட வேண்டும். இது முழுமையாகத் தலைவர் மற்றும் வார்டு உறுப்பினர்களின் கடமையாகும். அப்படி அந்தப் பணியினை அவர்களால் செய்ய முடியவில்லை என்றால், வெளியிலிருந்து அடித்தள அளவில் திட்டமிடுதலைப் பற்றித் தெரிந்த ஒருவரை அழைத்து கிராமசபைக் கூட்டத்தில் பேச வைத்து மக்களிடம் இந்தச் செய்தியைக் கொண்டு செல்லலாம். கிராமத்தில் திட்டமிடுவதால் மக்களுக்கு என்ன நன்மை என்பவற்றை எல்லாத் தரப்பு மக்களுக்கும் தெரிவிக்க வேண்டும். நம் தேவை இதன் மூலம் பூர்த்தியாகப் போகிறது என்று ஒவ்வொருவரும் நினைக்க வேண்டும். அந்த அளவுக்கு மக்களைத் தயார் செய்ய வேண்டும். இந்த முழுப்பொறுப்பும் ஊராட்சித் தலைவர் கையில் உள்ளது.

மூன்றாம் நிலை: அரசுத்துறைகளிடமிருந்து செய்திகள் வாங்குவது

கிராம வளர்ச்சிக்காக வேலை செய்யக்கூடிய அனைத்துத் துறைகளிடமிருந்தும், அவர்கள் நடைமுறைப்படுத்தும் திட்டங்கள் என்னென்ன என்பவற்றைப் பற்றிய தகவல்களைத் திரட்ட வேண்டும். இந்தத் திட்டங்கள் என்பது ஊரக வளர்ச்சிக்கான துறையிடம் மட்டுமே இருப்பதில்லை. பல்வேறு துறைகளில்

இருக்கின்றன. அவைகளைப் பெற்று வைத்துக்கொள்ள வேண்டும். மத்திய அரசும், மாநில அரசும் பல்வேறு சிறப்புத் திட்டங்கள் வைத்திருக்கின்றன. அவை அனைத்தும் திரட்டப்பட வேண்டும்.

நான்காம் நிலை: செய்திகள் சேகரிப்பு

புள்ளி விவரம் என்பது மிக முக்கியமானது. மக்களின் வாழ்க்கை நிலை, கிராமப் பொருளாதாரம், கிராமத்தில் இருக்கும் கட்டமைப்பு வசதிகள், நலிந்தோர் பற்றிய குறிப்புகள், கிராமத்திலிருக்கும் கைத்தொழில்கள் போன்ற புள்ளிவிவரங்களை இத்துடன் இணைக்கப்பட்டிருக்கும் பட்டியலின் உதவியுடன் தயாரித்து, அவற்றை ஆய்வு செய்ய வேண்டும். உதாரணமாகப் பள்ளிக்கூடம் இருக்கிறது என்றால், அது எந்த நிலையில் உள்ளது? எப்படிப்பட்ட வசதிகள் இருக்கின்றன? மாணவர்களின் கல்வித்திறன் கற்பதற்கான சூழல் எப்படி உள்ளது? அது எப்படி இருக்க வேண்டும் என்பன போன்ற பல்வேறு கோணங்களில் ஆய்வு செய்ய வேண்டும். இவ்வாறாக மக்களே அவற்றை ஆய்வு செய்து பார்க்கும் போது என்ன நிலைமை, என்ன தேவைகள் இருக்கின்றன என்பதனைக் கண்டுபிடிக்க முடியும். புள்ளிவிவரம் சேகரிக்கும் போது இந்தத் திட்டக்குழு முழுமையாக எல்லாத் தரப்பு மக்களோடும் கலந்து ஆலோசனை செய்ய வேண்டும். விவசாயம் சம்பந்தப்பட்ட பிரச்சனைகளை விவசாயிகளுடன் கலந்து பேச வேண்டும். பெண்கள் மேம்பாடு பற்றி சுயஉதவிக் குழுக்களோடு பேச வேண்டும். பள்ளிக்கூடம் பற்றி பேசவேண்டும்.

நம் கிராம வளர்ச்சி பற்றிய ஓர் கனவு

ஒவ்வொரு பஞ்சாயத்துத் தலைவரும் தங்கள் கிராமத்தைப் பற்றி ஒரு கனவு காண வேண்டும். எம் கிராமம் எப்படி இருக்க வேண்டும் என யோசிக்கவேண்டும். இதேபோல் நம் தலைவர் கிராமத்து மக்களைக் கனவு காணப் பழக்க வேண்டும். நம் கிராமம் எப்படி இருக்க வேண்டும் என்று அவர்கள் யோசிக்க வேண்டும். எங்கள் கிராமத்தின் பள்ளிக்கூடம் எல்லா வசதிகளுடனும் இருக்க வேண்டும். அதற்குச் சுற்றுச்சுவர் இருக்கவேண்டும். மரங்கள் பள்ளிக் கட்டடத்தைச் சுற்றி இருக்கவேண்டும். பள்ளி வளாகம் சுத்தமாக இருக்க வேண்டும். பள்ளியில் கழிப்பிடம் இருக்க வேண்டும். அதை மாணவர்கள் பயன்படுத்த வேண்டும். குடிக்க நல்ல தண்ணீர் இருக்க வேண்டும். பள்ளியில் வகுப்பறை சுத்தமாக இருக்க வேண்டும். வகுப்பறையில் எழுதுவதற்கு ஏதுவாக கரும்பலகை இருக்க வேண்டும். பள்ளிக்குச் செல்லும் மாணவர்களுக்கு சனிக்கிழமை தோறும் கை நகம் வெட்டிச் சுத்தப்படுத்த இளைஞர் குழு உதவ வேண்டும். மாணவர்கள் விளையாட நல்ல விளையாட்டுத் திடல்

இருக்க வேண்டும். குழந்தைகளுக்கு தியானம் சொல்லித்தர வேண்டும். யோகா சொல்லித் தரவேண்டும். எங்கள் கிராமத் தெருவில் இரண்டு பக்கமும் நல்ல மரங்கள் வளர்ந்து பசுமையாக இருக்க வேண்டும். குளங்கள் அனைத்தும் தூர்வாரி மழை பெய்தால் இவை அனைத்தும் நிரம்பி கிணறுகள் அனைத்தும் தண்ணீர் ஊற வழிவகை செய்ய வேண்டும்.

எங்கள் கிராமத்தில் பள்ளிக்குச் செல்லாத குழந்தைகளே இல்லை என்ற அளவுக்கு வர வேண்டும். எங்கள் ஊரில் பிறக்கும் குழந்தைகள் அனைத்தும் நிறைந்த எடையுடன் பிறந்துள்ளது என்று சொல்ல வேண்டும். பள்ளிக்குச் செல்லும் குழந்தைகள் அனைவரும் ஊட்டச்சத்து குறைவில் லாமல் உள்ளனர் என்ற நிலை வரவேண்டும். வளர் இளம் பெண்கள் அனைவரும் சுத்தம் சுகாதாரம் பற்றியும், பாலியல் பற்றியும் விவரம் உள்ளவர்களாக இருக்க வேண்டும். இப்படி ஒரு தரிசனம் கண்டு அதன் அடிப்படையில் இவற்றை அடைய நமக்கு என்னென்ன தேவை என்பதை வரைவு செய்ய வேண்டும். இதேபோல் ஒவ்வொரு துறையையும் பற்றி நாம் விரிவாக தரிசனம் காண வேண்டும்.

தேவைப்பட்டியல் தயாரித்தல்

பஞ்சாயத்துத் தலைவர்கள், மக்களுடன் அமர்ந்து, மக்களின் உணர்ந்த தேவைகள் என்ன என்பதை தயாரிக்கத் வேண்டும். பெரும் பாலும் மக்கள் உணர்ந்த தேவைகளாகத் தண்ணீர் தர பைப் லைன், ரோடு வசதி, மின்விளக்கு வசதி போன்ற கட்டுமானப் பணிகளையே பேசுவார்கள். இவைகளை விட சமூக மேம்பாட்டுக் கான தேவைகள், பொருளாதார மேம்பாட்டுக்கான தேவைகள் போன்றவற்றை மக்கள் சிந்தனையில் விதைக்க பஞ்சாயத்துத் தலைவர்கள் முயன்றிட வேண்டும். எனவே தேவைப்பட்டியல் ஒன்றினைத் தயார் செய்ய வேண்டும்.

தேவைகளையும், அரசுத் திட்டங்களையும் பொருத்துதல்

தேவைகளைப் பட்டியலிட்ட பின், அவற்றுக்கான தீர்வுகளைக் கண்டுபிடிக்க வேண்டும். அரசால் நிறைவேற்றப்படும் பல்வேறு வகையான திட்டங்களைத் தேவைகளுடன் பொருத்த வேண்டும். சில தேவைகளுக்கு அரசாங்கத்தில் திட்டங்களே இருக்காது. அப்போது அதை எப்படிச் சமாளிப்பது என்பதைக் கண்டுபிடிக்க வேண்டும். ஒரு சில தேவைகளை மக்களே தீர்த்துக் கொள்ள முடியும். ஒரு சில தேவைகளுக்குத் தொண்டு நிறுவனங்களின் உதவியை நாட முடியும். ஒரு சிலவற்றை நன்கொடையாளர் மூலமும் தீர்க்க முடியும்.

V. எதிர்நோக்கும் திட்ட விளைவுகள்

இப்படித் திட்டம் தீட்டி நடைமுறைப்படுத்துவதன் மூலம் என்ன விளைவினை நாம் நம் சமுதாயத்தில் எதிர்பார்க்கிறோம் என்பதனைத் தெளிவாகக் குறிப்பிட வேண்டும்.

- ஐந்து வயது நிரம்பிய அனைத்துக் குழந்தைகளையும் பள்ளியில் சேர்த்தல்
- பள்ளியில் சேர்ந்த குழந்தைகள் இடை நிறுத்தம் இல்லாமல் கல்வி தொடரச் செய்தல்
- மாணவர்கள் ஆக்கத்திறனை வெளிப்படுத்திட ஆண்டுவிழா நடத்துதல்
- பள்ளியில் குடிநீர், கழிப்பறை, விளையாட்டு மைதானம், காய்கறித் தோட்டம் போன்ற அடிப்படை வசதிகள் அமைத்தல்
- மாணவ மாணவிகள் மத்தியில் சுத்தம் மற்றும் கழிவறையைப் பயன்படுத்தும் கலாசாரத்தை உருவாக்கல் கிராமத்தில், எழுதப் படிக்கத் தெரியாதவர்களே இல்லாத நிலையை உருவாக்குதல்
- படிப்பகங்கள் அமைத்துக் கிராமத்தினரிடையே கற்கும் ஆர்வத்தைத் தூண்டுதல், அய்யன் திருவள்ளுவர் நூலகத்தைப் பயன்பாட்டிற்குக் கொண்டு வருதல்
- அங்கன்வாடியில் குழந்தைகளுக்கான கழிப்பறை வசதி, விளையாட்டுப் பொருட்கள் ஏற்பாடு செய்தல். குழந்தைகளின் நகங்களை வெட்டி, தூய்மை பேணுதல்
- இரண்டரை வயது நிரம்பிய குழந்தைகள் அனைவரையும் அங்கன்வாடியில் சேர்த்தல். தன் சுத்தம் பேணும் பழக்கத்தைக் கற்றுக்கொள்ள உதவுதல்.
- குழந்தைகளுக்கு உரிய சரிவிகித ஊட்டச் சத்துணவு வழங்கி, வயதுக்கேற்ற எடையுடன் ஆரோக்கியமாக இருக்கச் செய்தல். குழந்தை நலத்திட்டத்தில் ஊட்டச்சத்து மாவு, மதிய உணவு வழங்குதல் நடவடிக்கைகள் முறையாக நடைபெறுவதை உறுதி செய்தல்.
- கிராமத்தினரிடையே விழிப்புணர்வு ஏற்படுத்திப் பெண் சிசுக்கொலையைத் தடுத்தல்
- குழந்தைகள் அனைவரும் தடுப்பூசி திட்டத்தின் பயனை முழுமையாக முறையாகப் பெற்றிட உறுதி செய்தல் குழந்தைத் தொழிலாளி இல்லாத நிலையை உருவாக்கல்
- குழந்தை இறப்பைத் தடுக்கும் நடவடிக்கைகள் மேற்கொள்ளுதல் பாலியல் சமத்துவம் பற்றி மக்களிடம் விழிப்புணர்வு ஏற்படுத்துதல்

- அனைத்துப் பிரசவங்களும் மருத்துவமனைகளில் மட்டுமே நடைபெற உறுதிசெய்தல்
- பேறுகால மற்றும் கர்ப்பகால கவனிப்புகள் பற்றி பெண்களிடம் விழிப்புணர்வு ஏற்படுத்துதல்
- பேறுசார் குழந்தை நலத்திட்ட நடவடிக்கைகளின் பலன்களைப் பெண்கள் முழுமையாகப் பெற்றிட உதவுதல்
- கர்ப்பிணிப் பெண்கள், கர்ப்ப காலப் பராமரிப்பு, மருத்துவப் பரிசோதனை - தடுப்பூசிகள் ஊட்டச்சத்து மாவு - கர்ப்பகால உதவித்தொகை ஆகிய நலன்களை முறையாகப் பெற்றிட உதவுதல்
- துணை சுகாதார நிலையத்தில் தேவையான அடிப்படை வசதிகள் ஏற்படுத்துதல்
- கிராமச் செவிலியர் மேற்கொள்ளும் நலப்பணிகள் நன்கு நடைபெற உதவுதல்
- பெண்கள் சுகாதார வளாகங்கள் முழுமையாகப் பயன்படுத்த நடவடிக்கை எடுத்தல்
- அனைத்து மக்களுக்கும் பாதுகாப்பான குடிநீர் கிடைத்திட உறுதி செய்தல்
- திறந்த வெளிகளைக் கழிப்பிடமாகப் பயன்படுத்துவதை முற்றிலும் தடுத்தல்
- பொதுக்கழிப்பிடங்கள் ஏற்படுத்தி முறையாகப் பயன்படுத்த ஏற்பாடு செய்தல்
- சுத்தமான கிராமமாக உருவாக்க, கழிவுகளை அப்புறப்படுத்துதல்
- கிராம அளவில் மக்காப் பொருள்களான பிளாஸ்டிக், பாலிதீன் போன்ற பொருள்களினால் கிராமத்திற்கு வரும் தீமையைப் பற்றி மக்களிடம் விழிப்புணர்வு ஏற்படுத்தி, அவற்றைத் தடுகக வழிவகை செய்தல்
- பொதுக் கழிவுகளை உரமாக்கி நிதியைப் பெருக்கிக் கொள்ளுதல்
- பசுமைக் கிராமமாக மாற்றிடப் பொது இடங்களில் மரக்கன்றுகள் நட்டு, வளர்த்துக் காத்தல்
- கிராமத்தில் உள்ள அனைத்துக் குடியிருப்புப் பகுதிகளுக்கும் குறைந்த பட்ச அடிப்படை வசதிகள் பெற உறுதி செய்தல் சூரிய ஒளியில் இயங்கும் விளக்குகளை, தெருக்களில் அமைத்தல்
- குடும்ப அட்டை தகுதியுடைய அனைத்துக் குடும்பங்களுக்கும் கிடைத்திட உறுதி செய்தல், குடியிருக்க நிலமற்றவர்களுக்குப் பட்டா வழங்க ஏற்பாடு செய்தல்

- பொதுவிநியோக முறையில் அத்தியாவசியப் பொருட்கள் முறையாகக் கிடைத்திட உறுதி செய்தல் வீடு இல்லாத ஏழைகளுக்குக் குடியிருப்புகள் ஏற்பாடு செய்தல்
- தீண்டாமையை ஒழித்து, சமூக நல்லிணக்கத்தை ஏற்படுத்துதல்
- ஆதிதிராவிடர் சமூகத்திற்கு உரிய அனைத்து நலன்களும் கிடைத்திட உறுதி செய்தல்.
- ஏழைப்பெண்களை சுயஉதவிக்குழுவில் இணைத்து சமூக, பொருளாதார உயர்வினை அடைய உதவுதல்
- சுய உதவிக் குழுக்கள், பொருள்கள் உற்பத்தி செய்து வணிகம் செய்யத் தேவையான அனைத்து ஏற்பாடுகளையும் செய்தல்
- கிராமத்திலிருக்கும் கைவினைஞர்களை ஒன்று சேர்த்து சங்கமாக உருவாக்கி, அவர்களின் கைத்திறனை மேம்படுத்தி அவர்களுக்கு வேலைவாய்ப்பு கிடைக்க ஏற்பாடு செய்தல்
- இருபத்தியொரு வயது முடிந்த பிறகே பெண்களுக்குத் திருமணம் நடைபெற விழிப்புணர்வு ஏற்படுத்துதல்
- நலிவுற்ற ஆதரவற்ற முதியோர், ஏழை விதவைகள், வறுமையில் வாடும் கைவினைஞர்கள் போன்றோர்களின் குடும்பங்களைக் கண்காணித்து அவர்களின் வாழ்க்கைக்கு உத்தரவாதம் அளித்தல்
- ஊனமுற்றோர்களையும், மனவளர்ச்சி குன்றியோர்களையும் கணக்கிட்டு, அவர்களுக்குச் சென்று சேரவேண்டிய உதவிகளைக் கொண்டு சேர்த்தல்
- ஆண் மற்றும் பெண் சுய உதவிக்குழுக்கள் வலுவாகச் செயல்பட வழிகாட்டுதல், சுயஉதவிக் குழுவினர் பொதுநலப் பணிகளிலும், கிராம சபைக் கூட்டங்களிலும் முழுமையாக ஈடுபட ஆர்வத்தைத் தூண்டி வழிகாட்டுதல்
- நீர் ஆதார நிலைகளான குளங்கள், குட்டைகள், ஊருணிகள், கண்மாய்கள் அனைத்தையும் சீர்படுத்தி, பராமரித்து, மழைநீர் சேகரித்து முறையாகப் பயன்படுத்துதல் நீரின் முக்கியத்துவம் பற்றியும், நீர் மேலாண்மை பற்றியும், நீர்ப் பயன்பாடு பற்றியும் சரியான பார்வையை மக்களுக்கு உருவாக்குதல்
- இயற்கை வளங்களைக் குன்றாமலிருக்க வளப்படுத்துதல், அவற்றை யாரும் கெடுக்காமல் பாதுகாத்தல்
- கிராமங்களில் பொது இடங்களிலும் வீட்டுப் பகுதியிலும் மூலிகைச்செடிகள் வளர்த்து அவற்றைப் பயன்படுத்த மக்களிடம் விழிப்புணர்வை ஏற்படுத்துதல்

- விவசாயத்தில் சூழலுக்கு ஏற்ப மாற்றங்களைக் கொண்டுவர விவசாயிகளிடம் விழிப்புணர்வு ஏற்படுத்துதல்
- பொதுச்சொத்துகளை ஆக்கிரமிப்பிலிருந்து மீட்டெடுத்தல்
- பொதுச்சொத்துகளை முறைப்படுத்திப் பஞ்சாயத்துக்கு வருமானம் வருகின்ற அளவுக்கு வழிவகை செய்தல்
- பஞ்சாயத்துகளின் செயல்பாடுகளை, மக்களை மையப்படுத்தி, மக்களின் ஈடுபாட்டோடு நிறைவேற்றல்
- பஞ்சாயத்தை மக்கள் செயல்பாட்டுக் களமாக மாற்றுதல் பொதுமக்களைச் சமூகக் குடிமக்களாக மாற்றி பஞ்சாயத்துச் செயல்பாடுகள் அனைத்திலும் அவர்களைப் பங்கெடுக்கச் செய்தல்
- கிராம சபையைக் குறை கேட்கும் மன்றமாக உருவாக்காமல், சமூக மேம்பாட்டிற்கான மன்றமாக மாற்றுதல்
- கிராமத்தின் எல்லாச் செயல்பாடுகளிலும், பெண்களையும் தலித்துகளையும் பெருமளவில் இணைத்துக் கொள்ளுதல்
- கிராமத்தில் செயல்படும் பல்வேறு அமைப்புகளை வளர்ச்சிச் செயல்பாடுகளுக்காக ஒருங்கிணைத்தல்

VII. புள்ளிவிவரங்கள் சேகரிக்கும் படிவங்கள்

கிராமப் பஞ்சாயத்து வளர்ச்சித்திட்டம் தகவல் படிவம்

கிராம பஞ்சாயத்தின் பெயர் :

ஒன்றியத்தின் பெயர் :

பஞ்சாயத்துக்குட்பட்ட

உட்கிராமங்களின் பெயர் :

அட்டவணை 1

மொத்தவார்டுகள் எண்ணிக்ை க :

மொத்தவாக்காளர்களின் எண்ணிக்கை :

வ. எண்	வார்டு எண்	உறுப்பினர்களின் பெயர்	வயது	இட ஒதுக்கீடு தொகுதியின் வகை			
				பொது	பெண்	ஆதிதிராவிட பொது	ஆதிதிராவிட பெண்

அட்டவணை 2

வ. எண் குக்கிராமத்தின் பெயர்	குடியிருப்புகள்			
	குடிசை	ஓடு	மச்சு	காலனி

அட்டவணை 3

மக்கள் தொகை விவரம்

வ. எண் விவரம்	மொத்த மக்கள் தொகை - 2001 கணக்கின்படி		
	ஆண்	பெண்	மொத்தம்

அட்டவணை 4

கிராமக்குடியிருப்பு வீடுகள் விவரம்

மொத்த வீடுகள் ----------குடிசைகள் ----------------ஓடு ---------------- மச்சு வீடு ----------------

1. வீடுகள் கட்ட அரசு உதவி பெறத் தகுதியான ஏழைகள் எண்ணிக்கை

2. அரசு உதவி/மானியம் பெற்றுக் கட்டப்பட்ட வீடுகள் விவரம்

வ. எண்	கிராமத்தின் பெயர்	மொத்த வீடுகள்	IAY பெற்றுள்ளவர்கள்		கச்சா வீடு பெற்றவர்கள் பெறத் தகுதியான ஏழை		வீடுகட்ட அரசு உதவி		குறிப்பு
			ஆ.தி	இதரர்	ஆ.தி	இதரர்	ஆ.தி	இதரர்	

அட்டவணை 5

குடிநீர் வசதிகள் விவரம்

(குக்கிராமங்கள்வாரியாக)

வ. எண்	கிராமத்தின் பெயர்	மே.நி. தொட்டி		பொதுக்கிணறு		கைப்பம்பு	பொதுக் குழாய்கள்	வீட்டு இணைப்புகள்	மினி பவர் பம்ப்		ஆழ்குழாய்	
		எண்ணிக்கை	கொள்ளளவு லிட்டரில்	குடிநீர்	இதரவை				எண்ணிக்கை	கொள்ளளவு (லிட்டரில்)	எண்ணிக்கை	விசைத்திறன்

அட்டவணை 6

குடிநீர்வசதியை மேம்படுத்த வேண்டிய நடவடிக்கைகள்

வ. எண்	கிராமம்	என்ன பணிகள்? எந்த இடத்தில்? எத்தனை பணிகள்?	தேவையின் அவசியம்	முன்னுரிமை பட்டியல் எண்

அட்டவணை 7

தெருவிளக்குகள் வசதி விவரம்

வ. எண்	கிராமத்தின் பெயர்	சோடியம் விளக்குகள்	குழல்விளக்கு எண்ணிக்கை		சூரிய ஒளி விளக்கு		குடிசை ஒரு விளக்கு		குறிப்பு
தேவை		தற்போதுள்ள எண்ணிக்கை	தற்போது உள்ளவை	புதிய தேவை	தற்போது	புதிய	தற்போது உள்ளவை	புதிய தேவை	உள்ளவை

அட்டவணை 8

சாலை வசதிகள்

வ. எண்	கிராமம்‘	சாலையின் தன்மை	தற்போதுள்ள தூரம் (கி.மீ)	தேவைப்படும் வசதி மேம்பாடு (எந்த இடத்தில், என்ன வசதி, எவ்வளவு தூரம் போன்ற தகவல்கள்)	முன்னுரிமை பட்டியல் எண்

அட்டவணை 9

சிறுபாலங்கள், நடைபாலங்கள் விவரம்

வ. எண்	கிராமம்	சிறுபாலங்கள் (1)		நடைபாலங்கள் (2)		தடுப்புச்சுவர்கள் (3)		திட்டப்பணிகள் விவரம் (1, 2, 3, தனித்தனியாக)	முன்னுரிமை பட்டியல் எண் 1, 2, 3
		உள்ளவை	தேவை	உள்ளவை	தேவை	உள்ளவை	தேவை		

அட்டவணை 10

கிராமப்பொதுச்சுகாதாரம் விவரம்

(1) திடக்கழிவு திரவக்கழிவு மேலாண்மை விவரம்

வ. எண்	கிராமம்	குப்பைத் தொட்டிகள் (1)		உறிஞ்சு குழிகள் (2)		சாக்கடை வசதிகள் (3)		தேவைகள் 1, 2, 3, பற்றிய குறிப்பு	முன்னுரிமை பட்டியல் எண்
		உள்ளவை	தேவை	உள்ளவை	தேவை	உள்ளவை	தேவை		

அட்டவணை 11

(2) கழிப்பறை வசதிகள் விவரம்

வ. எண்	கிராமம்	வீட்டுக்கழிப்பறைகள் (1)		பொதுக்கழிப்பறை (ஆண்) (2)		பொதுக்கழிப்பறை (பெண்) (3)		முன்னுரிமைப் பட்டியல் எண் 1, 2, 3
		உள்ளவை	தேவை	உள்ளவை	தேவை	உள்ளவை	தேவை	

அட்டவணை 12

மரபுசாரா எரிசக்தி அமைப்புகள் வசதி விவரம்

வ. எண்	கிராமம்	புகையில்லா அடுப்பு (1)		சாணஎரிவாயு (2)		அடுப்புகாற்றாலை அமைப்புகள் (3)		முன்னுரிமைப் பட்டியல் எண் 1, 2, 3
		உள்ளவை	தேவை	உள்ளவை	தேவை	உள்ளவை	தேவை	

அட்டவணை - 13

பொது விநியோக முறைமை நடைமுறை விவரம்

வ, எண்	அங்காடி அமைந்துள்ள கிராமம்	அங்காடி		கட்டடம்		மொத்த குடும்ப அட்டைகள்	பொருட்கள் ஒதுக்கீடு அளவு				செயல்பாடு பற்றிய குறிப்பு
		முழு நேரமா?	பகுதி நேரமா?	சொந்தமானதா?	வாடகையா?		அரிசி (கி.கி)	கோதுமை (கி.கி)	சர்க்கரை (கி.கி)	மண்ணெண்ணெய் (லி)	

அட்டவணை 14

வ. எண்	அங்காடி அமைந்துள்ள கிராமம்	நலிவுற்றோர்களுக்கு உணவு உத்தரவாதம் AAY திட்டம் (பயனாளிகள்) முதியோர்கள் - உணவு				புதிய குடும்ப அட்டை தேவைப்படுவோர்கள்	குறிப்பு
		பெறுவோர் எண்ணிக்கை	புதிய தேவை	பெறுவோர் எண்ணிக்கை	புதிய தேவை		

அட்டவணை - 15

கல்வி வசதி விவரம்

வ, எண்	பள்ளி அமைந்துள்ள கிராமம் பள்ளியின் வகை	கட்டட வசதி		குடிநீர் வசதி		மாணவர் கழிப்பறை வசதி (ஆண்) (பெண்)		மாணவர் கழிப்பறை வசதி		சமையற்கூட வசதி		ஆசிரியர் கழிப்பறை வசதி	
		போதும்	தேவை	போதும்	தேவை	போதும்	தேவை	போதும்	தேவை	போதும்	தேவை	போதும்	தேவை

அட்டவணை 16

வ. எண்	பள்ளி அமைந்துள்ள கிராமம், பள்ளியின் வகை	மொத்த மாணவர்கள்	மொத்த ஆசிரியர்கள்	ஆசிரியர் - மாணவர் விகிதம்	விளையாட்டுச் சாமான்கள், கற்பிக்கும் கருவிகள்	கிராமக்கல்விக்குழு /பெற்றோர் ஆசிரியர் சங்கம் நடவடிக்கைகள் பற்றிய குறிப்பு

அட்டவணை - 17

இதர கட்டமைப்புகள் வசதிகள் விவரம்

வ. எண்	உட்கட்டமைப்புகள்	அமைந்துள்ள இடம் எண்ணிக்கை	புதிய தேவை எண்ணிக்கை	தேவைப்படும் பணி பற்றிய தகவல்கள் -- விளக்கமாக
1.	பேருந்து நிலையம்			
2.	பயணிகள் நிழற்குடை			
3.	சமுதாயக்கூடம்			
4.	நூலகம்			
5.	SHG கட்டடம்			
6.	VAO அலுவலகம்			
7.	களங்கள்			
8.	தொலைக்காட்சி அறைகள்			
9.	கிராமச்சந்தை			
10.	திறந்தவெளி கலையரங்கம்			
11.	சுடுகாடு			
12.	இடுகாடு			
13.	பூங்கா			
14.	இளைஞர் விளையாட்டு மையம்			

அட்டவணை 18

பொதுச்சுகாதாரம் நடைமுறை விபரம்

1. ஆரம்ப சுகாதாரம் அமைந்துள்ள இடமும், தூரமும்:
2. துணை சுகாதார நிலையம் அமைந்துள்ள இடமும், தூரமும்:
3. துணை சுகாதாரம் பயன்பாட்டில் உள்ளதா? ஆம் / இல்லை

    ஆம் எனில் செவிலியர் அங்கு தங்கியுள்ளாரா?

    இல்லை எனில் செவிலியர் எங்கு தங்கிப் பணிபுரிகிறார்?

4. துணை சுகாதார நிலையத்தைப் பயன்பாட்டிற்கு கொண்டுவரத் தேவையான நடவடிக்கைகள் குறித்த தகவல்கள் தரவும்:
5. கிராமச் செவிலியர் பணிபற்றிய குறிப்புத் தருக

    கர்ப்பிணிப் பெண்கள் பரிசோதனை/ தடுப்பூசி

    பாலூட்டும் தாய்மார்கள் பரிசோதனை

    குழந்தைகள் தடுப்பூசி

    வளர்இளம் பெண்கள் பரிசோதனை / விழிப்புணர்வுக்கூட்டம் / சத்துமாத்திரை விநியோகம்

    குடிநீர் நிலைகள் கண்காணிப்பு / குளோரின் பவுடர் கலப்பது கண்காணிப்பு

    அடிக்கடி வரக்கூடிய நோய்கள் / கட்டுப்பாடு

    (போன்ற நடவடிக்கைகள் குறித்துத் தனியாக விளக்கம் தரவும்)

அட்டவணை 19

பெண்கள் நலம் விவரம்

மாதக் கணக்கெடுப்பு

பிறப்பு விகிதம்:

இறப்பு விகிதம்:

குழந்தைகள் இறப்பு விகிதம்:

வ. எண் மருத்துவ	கிராமம்	மொத்த கர்ப்பிணிப் பெண்கள்	எத்தனையாவது கர்ப்பம்					பாலூட்டும் தாய்மார்கள் எண்ணிக்கை	வளர்இளம் பெண்கள் எண்ணிக்கை	பிரசவம் நடைபெற்ற இடம்	
			1	2	3	4	அதற்கும் மேல்			வீடு	மனை

அட்டவணை 20

குழந்தைகள் நலம் அங்கன்வாடி வசதி விவரம்

வ. எண்	அங்கன்வாடி அமைந்துள்ள கிராமம்	கட்டடவசதி		குழந்தைகள் கழிப்பறை		குடிநீர் வசதி		சமையற்கூட வசதி		பாத்திரங்கள், டம்ளர் / விளையாட்டுப் பொருட்கள் வசதி	
		போதும்	தேவை	போதும்	போதும்	தேவை	தேவை	போதும்	தேவை	போதும்	தேவை

அட்டவணை 21
அங்கன்வாடி குழந்தைகள் விவரம்
(ஒவ்வொரு அங்கன்வாடிக்கும் தனித்தனியாக)

வ. எண்	குழந்தைகள் வயது (மாதங்கள்)	மொத்த குழந்தைகள்		அங்கன்வாடியில் சேர்க்கப்பட்டோர்		அங்கன்வாடி வருகை		ஆசிரியை எண்ணிக்கை மற்றும் பணிபற்றிய தகவல்கள்	குழந்தைகள் எடை									
									சராசரி		1		2		3		4	
		ஆண்	பெண்	ஆண்	பெண்	ஆண்	பெண்		ஆண்	பெண்	ஆண்	பெண்	ஆண்	பெண்	ஆண்	பெண்	ஆண்	பெண்
1.0-5																		
2.	6-12																	
3.	13-24																	
4.	25-36																	
5.	37-48																	
6.	49-60																	
7.	61-72																	

அட்டவணை 22

பெண்கள் சுய உதவிக்குழுக்கள் விவரம் நடவடிக்கைகள் விவரம்

வ, எண்	கிராமம்	மொத்தக் குழுக்கள்	குழுவில் உள்ள மொத்த உறுப்பினர்கள்	குழுவில் புதிதாக இணைக்கப் பட்டதற்குத் தகுதியானவர்கள் எண்ணிக்கை	பொறுப்பேற்றுள்ள தொண்டு நிறுவனங்கள் எவை?பெற்றுள்ளன	எத்தனை குழுக்கள் சுழல்நிதி பெற்றுள்ளன?	எத்தனை குழுக்கள் பொருளாதாரநிதி பெற்றுள்ளன?	என்ன தொழிலில் ஈடுபடு கின்றனர்

அட்டவணை 23

பெண் சுய உதவிக்குழுக்களின் பொருளாதார நடவடிக்கைகள் (குக்கிராமம் வாரியாக)

வ. எண்	குழுவின் பெயர்	மொத்த உறுப்பினர்கள்	நிதி ஆதார விவரம்				தற்பொழுது ஈடுபட்டுள்ள பொருளாதார நடவடிக்கைகள் பற்றிய விளக்கம்
			சுழல்நிதி	வங்கிக்கடன்	நபார்டு நிதி	NGO நிதி	

அட்டவணை 24

பெண்கள் சுயஉதவிக்குழுக்கள் பயிற்சி விவரம் (குக்கிராமம் வாரியாக)

வ. எண்	குழுவின் பெயர்	பெற்ற பயிற்சி விவரம்	பயிற்சியில் பங்கேற்றவர்கள் பெயர்கள்	பயிற்சிக்குறிப்பு,	மேற்கொண்ட முயற்சிகள்

அட்டவணை 25
கிராமத்தின் தொழில் விவரம்

வ. எண்	தொழில்கள் எண்ணிக்கை	ஈடுபட்டுள்ள குடும்பங்களின் எண்ணிக்கை	தொழில் நிலைமைக் குறிப்பு
1.	விவசாயம்		
2.	விவசாயக்கூலி		
3.	கால்நடை வளர்ப்பு		
4.	கிராமக் கைத்தொழில்கள்		
5.	கிராமத்தொழில்		
6.	சிறுவணிகம் செய்வோர்		
7.	சேவைத்தொழில்கள் செய்வோர்		
8.	தனியார் நிறுவனத்தில் பணிபுரிவோர்		
9.	அரசு நிறுவனத்தில் பணிபுரிபவர்		
10.	பிழைப்புக்காக வெளியூர் குடிபெயர்ந்துள்ளவர்கள்		
11.	எந்தத் தொழிலிலும் ஈடுபடாது இருப்பவர்கள்		

அட்டவணை 26

நிலங்களின் வகைப்பாடு □ உபயோகம் நிலைமை

வ.எண்	நிலத்தின் வகைப்பாடு	மொத்த விஸ்தீரணம்		தற்போதுள்ள நிலைமை
1.	வனப்பகுதி			
2.	பயிர்செய்வதற்கு லாயக்கற்ற தரிசு			
3.	விவசாயம் தவிர இதர தேவைக்குப் பயன்படும் நிலம்			
4.	பயிர் செய்வதற்குரிய நிலம்	நன்செய்	புன்செய்	
5.	நிரந்தர புல்வெளி/மேய்ச்சல் தரை			
6.	மரங்கள் அடங்கிய நிலம்			
7.	தற்பொழுது தரிசாக உள்ள நிலப்பகுதி			
8.	இதர தரிசுப்பகுதி			
9.	தற்போது பயிரிடப்பட்டுள்ள நிலம்			

அட்டவணை 27

விவசாய நடவடிக்கைகள் விவரம்

வ. எண்	விவரம்	மொத்த விவசாயிகள் எண்ணிக்கை			
		குறு	சிறு	பெரு	குறிப்பு
1.	விவசாயிகள்				
2.	ஆதி திராவிடர் விவசாயிகள்				
3.	பாசனக்கிணறு உள்ள விவசாயிகள்				
4.	பாசனக்கிணறு + மின் இணைப்பு பெற்றுள்ளோர்				
5.	பயிர் செய்யாமல் தரிசாக நிலத்தை வைத்துள்ள விவசாயிகள்				

1. நடப்பில் உள்ள பயிர்ச்சாகுபடி விவரம் :
2. புதிய பயிர்கள் சாகுபடிக்கு வாய்ப்புகள் உள்ளதா? விபரம் :
3. விவசாயக் கூட்டுறவு வங்கி உள்ள இடமும், தூரமும் :
4. மேற்படி வங்கியில் எத்தனை பேர் நம் கிராமத்திலிருந்து உறுப்பினராகியுள்ளனர்? :
5. இயற்கை விவசாயத்தில் ஈடுபட்டுள்ள விவசாயிகள் பற்றிய விவரம் :
6. விவசாய விளைபொருட்கள் சந்தைப்படுத்துவது நடைமுறை விவரம் :
7. விவசாய விளைபொருட்கள் :
8. விவசாய உதவி அலுவலர் - பணி பற்றிய விவரங்கள் (தனியாகத் தரவும்) :

அட்டவணை 28

கால்நடை வளர்ப்பு வசதி நிலைமை விவரம்

1. கால்நடை மருத்துவமனை அமைந்துள்ள இடம், தூரம் :
2. கால்நடை மருத்துவமனை செயல்பாடுகள் பற்றிய விவரம் :
3. கால்நடை வளர்ப்போர் (பால் உற்பத்தியாளர் கூட்டுறவு சங்கம் உள்ள விவரம்) :
4. கால்நடை மேம்பாட்டிற்குத் தேவையான நடவடிக்கைகள் விவரம் :

தற்போது கிராமத்தில் உள்ள கால்நடைகள்

வ.எண்	கிராமம்	பசுக்கள்	எருமை	செம்மறி ஆடுகள்	வெள்ளாடுகள்	கோழியினங்கள்	பன்றிகள்

அட்டவணை 29

கிராமப் பொதுச்சொத்துகள்

ஊருணிகள் ☐ குளங்கள் ☐ ஏரிகள் விவரம் (குக்கிராமம் வாரியாக)

வ. எண்	நீர்நிலையின் பெயர் மற்றும் உரிமை நிறுவனம்	சர்வே எண்.	பரப்பளவு விஸ்தீரணம்	ஆயக்கட்டு விஸ்தீரணம்	மேம்படுத்த புதிய தேவைப்படும் நடவடிக்கைகள்	முன்னுரிமைப் பட்டியல் எண்.

அட்டவணை 30

வறுமைக்கோட்டிற்குக் கீழே வாழும் குடும்பங்கள் ☐ விவரம்

வ.எண்	கிராமம்	வறுமைக்கோட்டிற்குக் கீழ் உள்ளவர்				வறுமைக்கோட்டிற்கு மேல் உள்ளவர்			

அட்டவணை 31

ஆதிதிராவிடர் குடியிருப்பு விவரம்

வ.எண்	கிராமம்	மொத்தக் குடும்பங்கள்	மொத்த மக்கள் தொகை		குடியிருப்புகள்				புறம்போக்கில் குடியிருக்கும் குடும்பங்கள் எண்ணிக்கை	குடிநீர் வசதி		சமூகக்கூடம் வசதி	
			ஆண்	பெண்	குடிசை	ஓடு	காரை	காலனி		போதும்	தேவை	உள்ளது	தேவை

அட்டவணை 32

நலிவுற்ற பிரிவினர் விவரம்

(ஒவ்வொரு பிரிவினருக்கும் தனித்தனியாகப் பெயர்கள் மற்றும் தகவல் தரவும்)

1. கொத்தடிமையிலிருந்து நீக்கப்பட்டவர் விவரம்
2. சாதிச்சண்டையால் பாதிக்கப்பட்டவர் விவரம்
3. தீ, வெள்ளம் மற்றும் இயற்கைச் சீற்றங்களால் பாதிக்கப்பட்டவர் விவரம்
4. ஆதரவற்று, திருமணம் செய்யாமல் குடும்பத்தை நிர்வகிக்கும் பெண்கள் விவரம்
5. குழந்தைகளைத் தொழிலாளர்களாக அனுப்பும் குடும்பங்கள் விவரம்
6. கொடுமையான நோய்களினால் பாதிக்கப்பட்டு வருமானம் ஈட்ட வழியில்லாதவர் விவரம்
7. ஏழை விதவைகள் விவரம்
8. ஆதரவற்ற முதியோர்கள் விவரம்
9. உடல் ஊனமுற்றோர்/மன வளர்ச்சி குன்றியோர் விவரம்
10. வறுமையில் வாடும் கிராமக் கைவினைஞர்கள் விவரம்

அட்டவணை 33

மிக மிக ஏழ்மை நிலையில் உள்ளவர்கள் ☐ விவரம் (குக்கிராமம் வாரியாக)

வ.எண்	பெயர்	தெரு, கிராமம்	குடியிருப்பு		வாழ்வுரிமைத் தேவை				குறிப்பு
			சொந்தம்	புறம்போக்கு	மனைப்பட்டா	வீடு	குடும்ப அட்டை	SHG இணைப்பு	

அட்டவணை 34

கிராமப் பஞ்சாயத்து வரவு □ செலவு விவரம் (ஆண்டு வாரியாக)

(200607, 200708, 200809,20092010)

1. என்ன என்ன வரியினங்களில் பாக்கி எவ்வளவு உள்ளது?

2. பஞ்சாயத்து வருமானத்தைப் பெருக்கிட வழிமுறைகள் விவரம்

வ.எண்	வழிமுறைகள்	எங்கு	எத்தனை	எப்படி வளர்ப்பது	(உத்தேசம்) எவ்வளவு வருமானம் கிடைக்கும்
1.	மரம் நடுதல்				
2.	பழத்தோட்டங்கள்				
3.	வணிக வளாகம்				
4.	சமுதாயக்கூடம்				
5.	மீன்குட்டைகள்				
6.	சந்தை உருவாக்குதல்				
7.	இதர வழிகள்				

அட்டவணை 35

தேவைகள் கிராமம் வாரியாக, முன்னுரிமைப்படுத்தி வரிசை எண் தரவும்

வ. எண்	என்ன பணி	எந்த இடம்	எந்தத் திட்டம்	எதன் மூலம் நிறைவேற்றுவது

VIII. திட்டவரைவு அறிக்கை

திட்ட வரைவு அறிக்கையில் முதல் பகுதி அந்த கிராமத்தைப் பற்றியும், ஊராட்சியைப் பற்றியும் ஒரு வரலாற்றுக் கண்ணோட்டம். இரண்டாம் பகுதி கிராமத்தில் இருக்கும் வள ஆதாரங்கள், வசதிகள், அவற்றின் இன்றைய நிலை. இவை பற்றிய ஒரு ஆய்வு. மூன்றாம் பகுதி தேவைகள் பட்டியல். நான்காம் பகுதி தேவைகளை இன்று அரசிடம் உள்ள திட்டங்களுடன் இணைத்தல். இணைக்கும்போது, திட்டங்கள் இல்லாத தேவைகளுக்கு எப்படி நிதி ஆதாரம் கண்டுபிடிப்பது என்பதையும் அதில் குறிப்பிடுதல். கடைசியாக இதன் மூலம் என்ன விளைவினை எதிர்பார்க்கின்றோம் என்பதனை விவரித்தல்.

13
ஊராட்சியில் நல்லாட்சி

பஞ்சாயத்து அரசாங்கம் என்பது மக்கள் அமைக்கும் அரசாங்கம். இது நேரடியாக மக்கள் பங்கேற்கும் அரசாங்கம். இதில் மக்கள் ஆதரவு இருந்தால் பல்வேறு வேலைகளை அரசாங்கத்தை மட்டுமே சார்ந்து நில்லாமல் செய்து விடலாம். இன்னும் பல வேலைகளுக்கு நிதியோ, அரசாங்க உதவியோ தேவையில்லை. நமக்கு மனம் இருந்தால், மக்கள் சேவகன் என நினைத்தால் செய்து விடலாம். இந்த அடிப்படையில் ஒரு சில வேலைகளை உதாரணமாக இங்கே காட்டியுள்ளோம்.

கிராம சபை

கிராமசபையை, சம்பிரதாயமாக அல்லாமல் உறவின்முறை கூட்டம் கூட்டுவது போல், வருடத்தில் நான்கு முறை தவறாமல் கூட்டுவது. தேவை ஏற்பட்டால் அதற்கு மேலும் கிராமசபையைக் கூட்டலாம். கோவில் திருவிழா நடத்த எப்படி ஊர்க்கூட்டம் போடுவோமோ, அதே போல் கிராமசபையைக் கூட்ட வேண்டும். கிராமசபையில் குறைந்தது 50 சதவிகித மக்களின் பங்கேற்பை உறுதிசெய்ய வேண்டும். அதேபோல், 50 சதவிகிதம் பெண் கிராமசபை உறுப்பினர்களின் பங்கேற்பை உறுதி செய்ய வேண்டும். 50 சதவிகித தாழ்த்தப்பட்ட கிராமசபை உறுப்பினர்களின் பங்கேற்பை உறுதிசெய்வது. கிராமசபையில் விவாதிக்கப்படும் பிரச்சனை களைப் பஞ்சாயத்து மன்றத்தில் வடிவமைக்க வேண்டும். மாநில அரசாங்கம் மாவட்ட ஆட்சியாளர்கள் மூலம் கிராமசபையில் விவாதிப்பதற்காக பொருள்பட்டியல் தந்தாலும் அதையும் வைத்து ஊராட்சி மன்றத்தில் பொருள் பட்டியலை கிராமசபையில் விவாதிப்பதற்காக தயார் செய்ய வேண்டும். கிராமசபையில் கிராம முன்னேற்றம் பற்றிய எல்லாப் பிரச்சனைகளையும் விவாதிக்க வேண்டும். கிராமசபையில் ஏற்றத்தாழ்வு இல்லாமல் அனைவருக்கும் பேச வாய்ப்பு அளிக்க வேண்டும். கிராமசபையில் ஏற்றத்தாழ்வுக்கு இடமளிக்காமல் அனைவரையும் சரிசமமாக அமர வைக்க வேண்டும். கிராமசபையைக் குறைகேட்கும் மன்றமாகவோ, அரசுக்குத் தாக்கீது அனுப்பத் தீர்மானம் நிறைவேற்றும் மன்றமாகவோ பாவிக்காது, பிரச்சனைகளைப் பேசி அவற்றிற்குத்

தீர்வுகளை நாம்தான் காண வேண்டும் என்ற நிலைக்குக் கிராமசபையைக் கொண்டுவர வேண்டும். கிராமசபையில், வரவு - செலவுக் கணக்கை மக்களுக்குத் தெரிவித்து அனுமதி பெற வேண்டும். கிராமசபையில், கிராமங்களில் நடக்கின்ற பல்வேறு வளர்ச்சிப் பணிகளை மக்களுக்குத் தெரிவிக்க வேண்டும். அந்தப் பணிகளில் குறைகள் இருப்பின், அவற்றைப் பற்றி விவாதிக்க வேண்டும். கிராமசபையில், வல்லுநர்களை அழைத்து, வளர்ச்சி சம்பந்தப்பட்ட பிரச்சனைகளைப் பேசவைத்து, மக்களை விவாதத்தில் பங்கெடுக்க வைக்கலாம். கிராமசபையில், வளர்ச்சிக்கான திட்டத்தைப் பஞ்சாயத்துகள் தீட்டி அனுமதி பெறவேண்டும். அரசாங்கத்தில் நடைமுறையில் உள்ள மக்கள் மேம்பாட்டுத் திட்டங்களைச் சேகரித்து, அவற்றைக் கிராமசபையின் மூலம் மக்களுக்குத் தெரிவிக்க வேண்டும். கிராமசயையில், அரசியலுக்கு இடம்கொடுக்காமல் நம் கிராம வளர்ச்சிதான் பிரதானமானது என்ற மனப்பாங்கைக் கிராமத்தில் அனைவரிடமும் உருவாக்க வேண்டும். கிராம சபையில் நிறைவேற்றும் தீர்மானங்களை துறைவாரியாகப் பிரித்து சம்பந்தப்பட்ட அதிகாரிகளுக்கு அனுப்பி வைக்க வேண்டும். அதுமட்டுமல்ல, அனுப்பிய கடிதத்திற்குத் துறை அதிகாரிகளுக்கு நினைவூட்டுக் கடிதம் எழுத வேண்டும். ஒட்டுமொத்தமாக எல்லாத் தீர்மானங்களையும் மாவட்ட ஆட்சியருக்கு அனுப்பியுள்ளேன், எந்த நடவடிக்கையும் இல்லை என மாவட்ட ஆட்சியரைக் குறை சொல்லக்கூடாது.

குடிநீர்

குடிதண்ணீர் பாதுகாக்கப்பட்டு அனைவருக்கும் அளிக்க வேண்டும். அப்படிச் செய்யும்போது தாழ்த்தப்பபட்ட மக்கள் வசிக்கும் பகுதிக்குத் தண்ணீர் தேவையான அளவு தேவையான நேரத்திற்குச் செல்கிறதா என்பதைக் கவனமாக பார்த்துக் கொள்ள வேண்டும். குடிதண்ணீர் சேமிப்பு நிலையங்களை மற்றும் தொட்டிகளைச் சுத்தமாக வைத்துக் கொள்வது மிகவும் முக்கியம். பொதுமக்கள் தண்ணீர் பிடிக்கும் இடங்களைச் சுத்தமாக வைத்துக் கொள்ளப் பொதுமக்களைப் பழக்குதல். தண்ணீரைச் சிக்கனமாகப் பயன்படுத்த வேண்டியதன் அவசியத்தை மக்களிடம் கிராமசபையின் மூலம் வலியுறுத்துதல். குடிதண்ணீர் வழங்கலுக்குப் பஞ்சாயத்தில் ஒரு குழுவை ஏற்பாடு செய்வது பஞ்சாயத்தின் பணியைச் சுலபமாக்கும். தண்ணீரின் தரத்தைப் பாதுகாப்பதற்கு ஒரு மக்கள் குழுவை ஏற்படுத்தி, அவர்களுக்குப் பொறியியல் வல்லுநரைக் கொண்டு பயிற்சி அளிப்பது மிகவும் இன்றியமையாதது.

குடிதண்ணீர் வீணாகாமல் பார்த்துக் கொள்வது பஞ்சாயத்தின் கடமையாகும்.

பொதுசுகாதாரம் பேணுதல்

பொதுசுகாதாரம் மற்றும் சுத்தம் பற்றி மக்கள் மத்தியில் விழிப்புணர்வு ஏற்படுத்த வேண்டும். சமுதாயக் கழிப்பிடங்களைக் கட்டி, அவற்றை உபயோகப்படுத்த மக்களைப் பழக்க வேண்டும். கிராமங்களில் பாலிதீன் பைகளை உபயோகப்படுத்தக்கூடாது என கிராமசபையில் தீர்மானம் போட்டு நடைமுறைப்படுத்த வேண்டும். கிராமங்களில் குப்பைகளை வகைப்படுத்தி, அவற்றை உரமாக்க மக்களைத் தயார் செய்தல் வேண்டும். இல்லையெனில் தன்னார்வத் தொண்டு நிறுவனங்களிடம் இந்தப் பணியை விட்டுவிடலாம். பல பஞ்சாயத்துகளில் குப்பை மூலம் வருமானம் பெற ஆரம்பித்து விட்டனர். அனைவரும் தேவைப்படும்போது, தடுப்பூசி சரிவர போட்டுக் கொள்ள மக்களிடம் விழிப்புணர்வை ஏற்படுத்துதல் வேண்டும். மகப்பேற்றுக்கு, மருத்துவமனைகளைப் பயன்படுத்த மக்களிடம் விழிப்புணர்வை ஏற்படுத்த வேண்டும். ஆரம்ப சுகாதார மற்றும் துணை சுகாதார மையங்களின் செயல்பாட்டை மேம்படுத்த முயற்சி செய்திட வேண்டும்.

சமூக நீதி

தேநீர்க் கடையில் 'இரட்டை டம்ளர்' முறையை ஒழிக்க நடவடிக்கை எடுத்தல் வேண்டும். கிராமங்களில் உள்ள கோவில்களில் தாழ்த்தப்பட்டவர்கள் வழிபட வழிவகை செய்தல் வேண்டும். எல்லாச் சாதி மக்களுக்கும் சேர்த்து சமத்துவ மயானம் அமைத்தல். பொது விநியோக முறையில், தேவையான பொருள்களை, முதலில் ஏழை மக்களுக்கு வழங்க ஏற்பாடு செய்தல் வேண்டும். முறையாக அனைவருக்கும் கிடைக்கின்றதா என்று கண்காணிக்க வேண்டும். தாட்கோ திட்டத்தில் தாழ்த்தப்பட்டவர்களுக்கு வழங்கப்படும் எல்லா வாய்ப்புகளையும் பெற்றுத் தந்து, அவர்களின் முன்னேற்றத்திற்குப் பாடுபட வேண்டும்.

கல்வி

கிராமங்களில் ஐந்துவயது நிரம்பிய அத்தனைக் குழந்தைகளையும் பள்ளியில் சேர்க்க முனைதல் வேண்டும். பள்ளிகளிலிருந்து கல்வியைத் தொடராமல், இடையில் நிறுத்தும் மாணவர்களை மீண்டும் பள்ளிக்கு அனுப்புதல் வேண்டும். பள்ளிக்குக் குடிதண்ணீர் வழங்குதல் வேண்டும். படிக்கும் குழந்தைகளைக் குழந்தைத் தொழிலாளர்களாக அழைத்துச் செல்வதைத் தடுக்க வேண்டும். பள்ளிகளுக்குக் கழிவறை வசதி செய்து தருதல் வேண்டும்.

கழிவறைக்கு தண்ணீர் வசதி செய்து தருதல் வேண்டும். முறையாக மாணவர்கள் பயன்படுத்துகிறார்களா என்பதைக் கண்காணிக்க வேண்டும். கழிப்பறை உருவாக்கும் போது பெண்களுக்கு தனியே கழிப்பறை உருவாக்க வேண்டும். பள்ளிகளில் தோட்டம் அமைக்க முயல வேண்டும். பள்ளிகளுக்குச் சுற்றுச்சுவர் எழுப்புவதற்கு முயல வேண்டும். பள்ளி மாணவர்களுக்கு மருத்துவமுகாம் நடத்த வேண்டும். பள்ளிக்குழந்தைகளை வாரந்தோறும் கை நகங்களை வெட்டப் பழக்க வேண்டும். பள்ளிக் குழந்தைகளுக்குத் தன் சுகாதாரம் பற்றியும், பொதுச் சுகாதாரம் பற்றியும் விழிப்புணர்வு ஏற்படுத்துவது மிகவும் அவசியமாகும். பள்ளிகளில் பெற்றோர்-ஆசிரியர் சங்கம் அமைத்துப் பள்ளியைச் சீரமைப்பது அவசியமாகும். பள்ளிகளின் சுற்றுப்புறப் பகுதிகளைச் சுத்தமாக வைத்துக் கொள்ள உதவ வேண்டும். பள்ளிக்கூட வளாகத்தில் மரக்கன்றுகள் நட்டு வளர்த்திட உதவ வேண்டும். தேசிய விடுமுறை தினங்களைச் செயல்பாட்டுத் தினங்களாக மாற்றி, மாணவர்களும் பொதுமக்களும் சேர்ந்து கிராமங்களைச் சுத்தம் செய்தல், பொதுக்கூட்டம் நடத்துதல், கலை நிகழ்ச்சி நடத்துதல் போன்றவற்றைச் செய்ய வேண்டும். சத்துணவுக்கூடத்தைத் தூய்மையாக வைத்திருத்தல் வேண்டும்.

குழந்தைகள் மற்றும் பெண்கள் மேம்பாடு

பெண்கள் சுய உதவிக்குழுக்களை உருவாக்க வேண்டும். கருவுற்ற தாய்மார்களுக்குக் கர்ப்பகால கவனிப்பு மற்றும் பேறுகாலக் கவனிப்பு பற்றி விழிப்புணர்வு ஏற்படுத்துவது மிக அவசியம். எனவே கிராமச் செவிலியர்களை வைத்து நடத்த ஏற்பாடு செய்ய வேண்டும். ஏழைகள் அனைவருக்கும் மருத்துவ வசதி கிடைக்கும் வகையில் பார்த்துக் கொள்ள வேண்டும். அரசு மருத்துவமனையைப் பயன்படுத்த அவர்களுக்கு வழிகாட்ட வேண்டும். பெண்களுக்கு வேலைவாய்ப்புகளை உருவாக்க வேண்டும். பெண்கள் வெளியில் செல்லும்போது காலணி அணிந்து செல்ல வேண்டியதன் அவசியத்தை உணர்த்த வேண்டும். பஞ்சாயத்தின் திட்டங்களில் 50 ரூ நிதி ஒதுக்கீட்டைப் பெண்கள் மேம்பாட்டுக்காகச் செயல்படுத்த முனைய வேண்டும். பெண்களுக்குக் கழிவறைகளைக் கட்டி, சுயஉதவிக் குழுக்களை வைத்து அவற்றைப் பராமரிக்கச் செய்தல் வேண்டும். முற்றிலுமாக மது ஒழிப்புக்குப் பாடுபடுதல் வேண்டும். கிராம சபையில் இதற்காகத் தீர்மானம் நிறைவேற்ற வேண்டும். குடும்ப நலத்திட்டம் பற்றிய விழிப்புணர்வை ஏற்படுத்துதல்; மதுவின் தீமைகள் பற்றி கருத்துப் பிரசாரம் செய்தல் வேண்டும். ஒரு குழந்தைக்குப் பிறகு குடும்பக் கட்டுப்பாடு செய்துகொள்வதன் அவசியத்தை மக்களுக்கு உணர்த்துதல் வேண்டும்.

வறுமையை ஒழித்தல்

வறுமைக் கோட்டிற்குக் கீழ் வாழும் மக்களின் எண்ணிக்கையைக் கணக்கெடுக்க வேண்டும். அந்தப் பட்டியலைக் கிராம சபையில் வைத்து அங்கீகாரம் பெற வேண்டும். கிராமப்புறங்களில் உள்ள கைவினைஞர்களை ஒன்று சேர்த்து, சங்கமாகப் பதிவு செய்து, அவர்களுக்குத் தொழில் செய்ய வங்கி மூலம் உதவ வேண்டும். பஞ்சாயத்து வேலைகளை ஒப்பந்தக்காரர்களுக்கு வழங்குவதைத் தவிர்த்து, சுய உதவிக் குழுக்களுக்கும், இளைஞர் அமைப்பு களுக்கும் தருதல் வேண்டும். எல்லாப் பொருளாதாரச் செயல்பாடுகளிலும், பெண்களுக்கும் தாழ்த்தப்பட்டவர்களுக்கும் முன்னுரிமை தருதல் வேண்டும். எல்லாச் செயல்பாடுகளிலும் மக்களின் பங்களிப்பை உறுதி செய்தல் வேண்டும். பஞ்சாயத்துக்கு வரவேண்டிய வரிகளை 100 சதவீதம் வசூலித்தல். அப்படிச் செய்து, பஞ்சாயத்து நிதியினைப் பெருக்கிக் கொள்ள வேண்டும். படிக்காத இளைஞர்கள் மத்தியில் கைத்தொழிலை வளர்த்தல் வேண்டும். போலி ரேஷன் கார்டுகளைக் கிராமசபையின் மூலமாக ஒழித்தல் வேண்டும்.

கிராமத்திற்குத் திட்டமிடல்

கிராமங்களில், சட்ட பூர்வமாக உருவாக்க வேண்டிய ஐந்து குழுக்களை ஏற்படுத்துதல் வேண்டும். கிராமங்களில், கிராம திட்டக் குழுவை ஏற்படுத்துதல் வேண்டும். காந்தி கிராமப் பல்கலைக் கழகத்தில் உருவாக்கிய வழிகாட்டு கையேட்டைப் பெற்று கிராமத்திற்குத் திட்டமிட முயற்சிக்க வேண்டும். திட்ட நகலை மாவட்ட ஆட்சித் தலைவரிடம் கையொப்பம் இட்டு எல்லாத் துறைகளுக்கும் வழங்க வேண்டும். பஞ்சாயத்தில் கிராமம் பற்றிய புள்ளி விவரங்களைச் சேகரித்துப் பதிவு செய்தல்.

மக்கள் மையம்

பஞ்சாயத்து அலுவலகத்தைச் செய்திப் பரிமாறும் களமாக மாற்றுதல் வேண்டும். பஞ்சாயத்து அலுவலகத்தில் வளர்ச்சிக்கான பத்திரிகைகள், வார மற்றும் மாத இதழ்கள், புத்தகங்கள் தருவித்தல் வேண்டும். கிராமிய நூலகத்தை உருவாக்குதல் வேண்டும் மற்றும் பராமரித்து கிராம சமுதாயத்தைப் படிப்புச் சமுதாயமாக மாற்ற வேண்டும். MLA தொகுதி மேம்பாட்டு நிதியைப் பெற, கிராம சபையில் தீர்மானம் நிறைவேற்றல் வேண்டும். MP தொகுதி மேம் பாட்டு நிதியைப் பெற, கிராமசபையில் தீர்மானம் நிறைவேற்றல் வேண்டும். நிறைவேற்றிய தீர்மானத்தை அவர்களிடம் சென்று சேர்க்க வேண்டும்.

பஞ்சாயத்து அலுவலக நிர்வாகம்

தினம்தோறும் ஒரு குறிப்பிட்ட நேரத்தில் பஞ்சாயத்து அலுவலகத்தில் இருந்து மக்களைச் சந்தித்தல். வேண்டும். 31 வகையான பதிவேடுகள் பராமரிக்கும் விதம் பற்றி அறிந்து கொண்டு மேற்பார்வையிடல் வேண்டும். அலுவலகத்திற்கு வறும் கடிதங்களுக்கு முறையாகப் பதில் தருதல் வேண்டும். பஞ்சாயத்துப் பணியாளர்களின் அன்றாட அலுவல்களை முறைப்படுத்துதல், கண்காணித்தல் வேண்டும். அலுவலக வளாகம் சுத்தமாகவும், சுகாதராமாகவும் பேணுவதற்கு ஏற்பாடு செய்தல். அலுவலகத்திற்கு வெளியேயும், உள்ளேயும் பல்வேறு தகவல்களை எழுதி வைத்தல் வேண்டும். கடிதப் போக்குவரத்துகளை முறைப்படி நிர்வாக ரீதியில் பராமரித்தல் வேண்டும். மாத அறிக்கைகளையும், ஆண்டு அறிக்கைகளையும் தவறாது குறிப்பிட்ட தேதிக்குள் சம்பந்தப்பட்ட உயர் அலுவலருக்குச் சமர்ப்பித்தல் வேண்டும். வீட்டுவரி, தொழில்வரி, கட்டடவரைபட அனுமதி உரிமம், இட வாடகை, மர மகசூல், மீன்பாசி குத்தகை போன்ற வருமான இனங்கள் குறித்துத் தெளிவான முறையில் நிர்வாகத்தை மேற்கொள்ளுதல் வேண்டும். இதில் எந்தவித இழப்பும் ஏற்படாமல் அக்கறையுடன் இருந்து, குறிப்பிட்ட காலத்திற்குள் வசூல் நடைபெற உதவுதல் வேண்டும்.

சுற்றுச்சூழல் மற்றும் பொதுச்சொத்துகள் பராமரிப்பு

கிராமப் பொதுச்சொத்துகளை இனம்கண்டு, பராமரிப்பதற்கு உரிய ஏற்பாடு செய்தல் வேண்டும். நீர்வள ஆதார அமைப்புகளான குளம், குட்டை, ஏரி, கண்மாய் போன்றவைகளின் முறையான பராமரிப்பிற்குத் திட்டமிடல் வேண்டும். இயற்கை வள ஆதாரங்களிலிருந்து கிடைக்கப்பெறும் மூலப்பொருட்கள் குறித்தும், அவற்றினை முறையாகப் பயன்படுத்துவது குறித்தும் விழிப்புணர்வு ஏற்பட உதவுதல் வேண்டும். கிராமத்தின் வரைபடத்தை VAO விடமிருந்து வாங்கி, பொதுச் சொத்துகளைக் கண்டுபிடிக்க வேண்டும். பொதுச்சொத்துகளைப் பஞ்சாயத்துக்கு வருமானம் தரும் வகையில் செப்பனிட்டுப் பாதுகாக்க வேண்டும். ஆக்கிரமிப்புகள் இருந்தால் அகற்ற வேண்டும். அகற்றவில்லை என்றால் சட்ட பூர்வமாக நடவடிக்கை எடுக்க வேண்டும். கிராமங்களில் மணல் எடுப்பது, தாதுக்களை எடுப்பது போன்ற வற்றைத் தடுக்க வேண்டும். கிராமங்களில் வீதிகள் தோறும் மரம் நட்டு வளர்க்க வேண்டும். கிராமங்களில் உள்ள குளங்கள், குட்டைகள் அனைத்தையும் தூர்வாருவது செய்ய வேண்டும். கிராமத்தில் இருக்கும் இயற்கை வளங்களைப் பாதுகாத்தல் வேண்டும். கிராமத்தில் இருக்கும் இயற்கைச் சூழலை வளர்த்துக் காக்க வேண்டும்.

தகவல் அறியும்
உரிமைச் சட்டம்

14
தகவல் அறியும் உரிமைச் சட்டம் - 2005

வரலாறு

இந்தியாவை காலனி ஆதிக்கத்தின் கீழ் அடிமைகளாய் வைத்திருந்த ஆங்கிலேய அரசு, மக்களுக்கு உண்மைகள் தெரிந்தால் நாம் தொடர்ந்து அவர்களை அடிமைகளாய் வைத்திருக்க முடியாது என்பதை உணர்ந்து தான் அரசு ரகசியச் சட்டம் 1923 என்ற சட்டத்தை அமலில் வைத்திருந்தது. தேசம் விடுதலை அடைந்த பிறகும் இத்தகைய அடக்குமுறை சட்டங்களும் நடைமுறைக்கும் ரகசிய நடவடிக்கைகளும் தொடர்ந்தது. இதற்கு எதிராகத் தகவல் அறியும் உரிமைக்கான போராட்டங்கள் தொடர்ந்தது. இந்தியாவில் அவசர கால பிரகடனம் இருந்தபொழுது அரசின் முக்கியமான நடவடிக்கைகள் எதுவுமே தெரிய இயலாமல் ரகசியமாகவே நடைபெற்றன.

அரசின் ரகசியச் சட்டத்தை ரத்து செய்யக் கோரி போராட்டங் களும் கோரிக்கைகளும் எழுந்தன, அப்போது இது குறித்து ஆய்வு செய்து ஆலோசனை நல்க 1977 ஆம் ஆண்டில் அமைக்கப்பட்ட பணிக்குழு அரசு ரகசியச் சட்டத்தில் திருத்தம் எதுவும் தேவையில்லை என்று தெரிவித்துவிட்டது. மீண்டும் அது குறித்த பொதுவிவாதம் தொடர்ந்ததால் 1989-ஆம் ஆண்டு அமைக்கப்பட்ட பணிக்குழு சில நெகிழ்வான முறைகளை மேற்கொள்ளலாம் என பரிந்துரை செய்தது. ஆயினும் இது குறித்து எந்த விதமான முயற்சிகளிலும் அரசு நிர்வாகம் ஈடுபடவில்லை. இச்சூழலில் தகவலறியும் உரிமை சர்வதேச விவாதத்துக்குரிய பொருளாக வலுப்பெற்றது. இந்தியாவில் பத்திரிகையாளர் அமைப்பும் நுகர்வோர் மற்றும் கல்வி ஆராய்ச்சி மையமும் இணைந்து இதற்கான ஒரு சட்ட முன்வடிவு ஒன்றினை தயாரித்தன. 1997-ஆம் ஆண்டு தனிநபர் மசோதாவாக இது நாடாளுமன்றத்தில் தாக்கல் செய்யப் பட்டது, இது குறித்து ஆய்வு செய்து ஆசோசனை நல்க பணிக்குழு ஒன்று அமைக்கப்பட்டது. ஆனாலும் பெரிய மாற்றங்கள் ஏதும் நிகழ்ந்து விடவில்லை. இதற்கிடையில் உலகில் சுமார் 50-க்கும் மேற்பட்ட நாடுகளில் தகவல் அறியும் உரிமை அடிப்படை உரிமையாக அரசியல் சட்டத்தில் சேர்க்கப்பட்டது.

இந்தியாவில் 2000-ஆம் ஆண்டு நாடாளுமன்றத்தில் கொண்டு வரப்பட்ட தகவல் உரிமைச் சட்டம் நிலைக் குழுக்கு அனுப்பட்டு விட்டது. இச்சூழலில் சில மாநிலங்களில் இதற்காக மேற்கொண்ட முயற்சிகள் பலனளித்தன. தமிழகத்தில் 1997 ஏப்ரல் 17-ஆம் தேதி சட்டமன்றத்தில் தகவல் அறியும் உரிமைச்சட்டம் அறிமுகப்படுத்தப் பட்டது. பல குறைபாடுகளுடன் இச்சட்டம் வரைவு செய்யப் பட்டிருந்ததும், தகவல் பெறும் உரிமைப் போராட்டத்தில் இது ஒரு மைல் கல்லாகக் கருதப்பட்டது,

மனித உரிமை மற்றும் ஜனநாயக உரிமைக்கான இயக்கங்களின் வலுவான கூட்டு நடவடிக்கைகளினால், ஐக்கிய முற்போக்குக் கூட்டணி அரசு பதவி ஏற்கும் பொழுது தேர்தல் அறிக்கையில் தகவல் பெறும் உரிரமை குறித்து வாக்குறுதி அளித்தபடி உரிய நடவடிக்கைகள் மேற்கொள்ள வலியுறுத்தப்பட்டது. தேசிய மக்கள் தகவல் உரிமை அமைப்பு ஒன்று தன்னார்வலர்களால் உருவாக்கப்பட்டது. இந்த அமைப்பில் அருணாராய் போன்றோர்கள் இடம்பெற்று, சட்ட வரைவு ஒன்றினை 2004-ஆம் ஆண்டு நாடாளுமன்றத்தில் சமர்ப்பித்தனர். 11-05-2005 ஆம் ஆண்டு தாக்கல் செய்யப்பட்டு சட்டமாக நிறைவேற்றப்பட்டது, ஜூன் மாதம் 11-ஆம் தேதி நிறைவேற்றப்பட்ட சட்டத்திற்கு ஜூன் 15-ஆம் தேதி குடியரசுத் தலைவர் கையொப்பமிட்டார், இதன் மூலம் 1923-ல் அரசு ரகசிய சட்டம், 2002 தகவல் உரிமைச் சட்டம் ஆகிய பழைய சட்டங்கள் செயலிழந்தன.

தகவலறியும் உரிமைச் சட்டத்தின் நோக்கம்

நமது நாடு ஜனநாயக நாடு என அரசியல் சாசன சட்டத்தில் அறிவிக்கை செய்யப்பட்டுள்ளது. ஜனநாயகம் முறையாக செயல்பட குடிமக்கள் தகவல் அறித்தவராக இருப்பது அவசியம். அரசின் செயல்பாடுகள் ஒளிவு மறைவு இல்லாமல் நடைபெறுவது தான் சரியான ஜனநாயக அணுகுமுறை. அரசாங்க நடவடிக்கைகளில் லஞ்சம் மற்றும் ஊழலைக் கட்டுப்படுத்துவதற்கும், அரசும் அதன் அமைப்புகளும் மக்களுக்கு பதில் சொல்லக் கடமைப்பட்டவர்கள் என்பதை உறுதி செய்யவும் திறந்த, ஒளிவு மறைவு இல்லாததாக நிர்வாகம் அமைய வேண்டும், இவற்றைக் கருத்தில் கொண்டு தான் இச்சட்டம் கொண்டு வரப்பட்டுள்ளது.

தகவல் என்றால் என்ன?

அரசு மற்றும் அரசு உதவி பெறும் அனைத்து வகையான அலுவலகங்களிலும் பராமரிக்கப்பட்டு வரும் பதிவேடுகள், ஆவணங்கள், ஆணைகள், அலுவலகக் குறிப்புகள், பரிந்துரைகள்,

அறிக்கைகள், மின்னணு முறையில் பதிவாகியுள்ளவை என தகவல் தொடர்புக்குரிய அனைத்து விதமான தரவுகளும் தகவல்கள் என்று கருதப்படுகிறது, இத்தகவல்களை மக்கள் அறிந்து கொள்ள உரிமை உண்டு.

தகவல் பெறும் உரிமை

மேலே குறிப்பிடப்பட்டுள்ள எந்த வகையிலும் ஆவணங்களை, பதிவேடுகளை ஆய்வு செய்யும் உரிமையுண்டு,

- இவற்றில் சான்று நகல்கள் பெறும் உரிமை உண்டு,
- குறிப்புகள், சுருக்கங்கள் எடுக்கும் உரிமை உண்டு,
- மின்னணு வடிவத் தகவல் பெறும் உரிமை உண்டு,
- பொது நலன் தொடர்புடைய அனைத்து நடவடிக்கைகள் குறித்தும் தகவல் பெறும் உரிமை உண்டு,
- நாடாளுமன்றத்திற்கும் சட்ட மன்றத்திற்கும் மறுக்கப்படாத தகவல் எதையும் எந்தத் தனிநபர்களுக்கும், மறுக்காமல் தனிநபர்களும் பெற்றுக்கொள்ள உரிமைண்டு,

இச்சட்டத்தின் அதிகார வரம்புக்குள் வருபவை எவை?

- மத்திய அரசு, மாநில அரசு
- இந்த அரசுகளில் சொந்தமான, நேரடியாகவோ அல்லது நிதி, உதவி மூலமாகவோ உருவாக்கப்பட்ட அனைத்துவிதமான அலுவல்களும் இச்சட்டத்தின் கீழ் வருகிறது,
- அனைத்து உள்ளாட்சி அமைப்புகளுக்கும் இச்சட்ட வரம்புகள் கொண்டு வரப்பட்டுள்ளன,
- அரசின் நிதி உதவியை நேரடியாகவோ, மறைமுக மாகவோ பெறும் அனைத்து அரசு சாரா அமைப்புகள் மீதும் இச்சட்டம் அமலாக்கப்படும்,

அனைத்து வகையான தகவல்களையும் இச்சட்டத்தின் மூலம் பெற்றுக்கொள்ள முடியுமா?

இச்சட்டத்தின் மூலம் தகவல் பெறுவதற்குச் சில விதிவிலக்குகள் குறிப்பிடப்பட்டுள்ளன, அவற்றில் சில முக்கியமானவை கீழே தரப்பட்டுள்ளன,

1. நாட்டின் இறையாண்மை, ஒருமைப்பாடு, பாதுகாப்பு, பொருளாதார மற்றும் அறிவியல் நலன்கள், வெளியுறவு தொடர்பான தகவல்கள் போன்றவை குறித்து நாம் தகவல் பெற முடியாது,
2. குற்றம் புரிவதற்குத் துணை போகக்கூடிய தகவல்கள்

3. நீதிமன்றங்கள் மற்றும் நடுவர் மன்றங்களால் தடைசெய்யப் பட்டுள்ள தகவல்கள்
4. நாடாளுமன்றம்/ சட்டமன்றங்களின் உரிமை மீறல்களுக்கு இட்டுச் செல்லும் தகவல்கள்
5. மூன்றாம் நபரின் போட்டியிடும் தகுதியைப் பாதிக்கக்கூடிய தொழில், வர்த்தக அறிவுசார் உடமைகள் போன்றவை
6. தமது நம்பிக்கைக்குரியவர் இடையே மட்டும் பகிர்ந்து கொள்ளக்கூடிய தகவல்கள்
7. அன்னிய அரசிடமிருந்து பெறப்பட்டுள்ள ரகசியங்கள்
8. ஒருவரின் உடல் மற்றும் வாழ்க்கைப் பாதுகாப்பிற்கு ஆபத்து உருவாக்கக்கூடிய தகவல்கள்
9. சட்டத்தை அமல்படுத்திட ரகசியமாக வழங்கப்படும் தகவல்கள்
10. காவல்துறையின் விசாரணைகளைப் பாதிக்கக்கூடிய தகவல்கள்
11. அமைச்சரவைக் குறிப்புகள்
12. பெரும்பாலான மக்கள் நலனைக் கருத்தில் கொண்டு முடிவு எடுக்கப்படும் தகவல்கள்

இவ்வாறு விதிவிலக்குகள் குறிப்பிட்டிருந்தாலும், பொதுமக்கள் நலன் கருதி விதிவிலக்கினை ரத்து செய்யும் அதிகாரம் பொதுத் தகவல் தொடர்பு விசாரணை அதிகாரிகளுக்கும் வழங்கப் பட்டுள்ளது.

தகவல்களை எப்படி பெறுவது?

எழுத்துப்பூர்வமாக, மின்னணு வடிவத்திலோ ஆங்கிலம் அல்லது அங்கீகரிக்கப்பட்ட தமது மாநில மொழியில் விண்ணப்பிக்க வேண்டும், தகவல் கோருவதற்கான காரணங்களைத் தெரிவிக்க வேண்டிய கட்டாயம் இல்லை, (வறுமைக் கோட்டிற்குக் கீழ் வாழ்பவராக இல்லையெனில் உரிய கட்டணம் ரூ.10 செலுத்த வேண்டும்).

மக்கள் தகவல் அதிகாரி என்பவர் யார்?

ஒவ்வொரு துறையிலும், அதன் நிர்வாக மட்டம் அல்லது அலுவலக மட்டத்தில் இச்சட்டப்படி உருவாக்கப்பட்ட பதவியே மக்கள் தகவல் அதிகாரியாவார். ஒரு தகவல் பொதுமக்கள் நலனில் வெளியிடப்பட வேண்டியதா இல்லையா என்பதை முடிவு செய்பவர் மக்கள் தகவல் அதிகாரி என்று அழைக்கப்படுகிறார்,

துணை வட்டம் அல்லது துணை மாவட்ட அளவில் உதவி மக்கள் தகவல் அதிகாரிகள் செயல்படுவார்கள்.

தகவல்களைச் சேகரிப்பதற்காக எவரின் உதவியையாவது மக்கள் தகவல் அதிகாரி கோரினால் அந்த அதிகாரியும் மக்கள் தொடர்பு அதிகாரியாகவே கருதப்படுவார்.

உரிய தகவல்களை உரிய நேரத்திற்குள் அளிக்க வேண்டும். இதில் தவறும் பொழுதும், தவறான தகவல்களைத் தரும் பொழுதும், அல்லது திசை திருப்பும் வகையில் தகவல்களை அளிக்கும் பொழுதும் சட்டப்படி அவர் தண்டனைக்கு உரிய வராகிறார்.

மக்கள் தகவல் அதிகாரியின் பணிகள்

- விண்ணப்பங்களைத் தரமாகத் தயாரிக்க இயலாதவருக்கு இவர் உதவிட வேண்டும்
- கேட்கப்படும் தகவல் தொடர்புடைய முடிவுகளை எடுக்கும் உரிய அதிகாரி உரிய கட்டணம் எவ்வளவு? உரிய கால அவகாசம் எவ்வளவு போன்ற விவரங்களைத் தெரிவிக்க வேண்டும்.
- கேட்கப்படும் தகவல்கள் எந்த வடிவத்தில் உள்ளதோ அந்த வடிவத்தில் வழங்க வேண்டும்.
- கோரப்படும் தகவல்கள் நிராகரிக்கப்படும் பொழுது அதற்கான காரணங்களை முறையாகத் தெரிவிக்க வேண்டும். இது குறித்து மேல்முறையீடு செய்வதற்கான கால நிர்ணயத்தைத் தெரிவிக்க வேண்டும். யாரிடம் மேல் விசாரணைக்கு அனுப்ப வேண்டும் என்பதைக் குறித்தும் எழுத்துப்பூர்வமாக தெரிவிக்க வேண்டும்.
- விண்ணப்பித்த 30 நாட்களுக்குள் பதிலளிக்க வேண்டும். ஒரு நபரின் உயிர் மற்றும் உடமைகளைத் தாக்கும் தகவல்கள் கோரப்பட்டது என்றால் 48 மணி நேரத்திற்குள் உரிய தகவல்களை வழங்க வேண்டும்.
- ஒரு ஆவணத்தின் ஒரு பகுதி தகவல் மட்டுமே அளிக்க முடியும் என்று அதிகாரி கருதினால், விலக்கு அளிக்கப்பட்ட ஆவணத்தின் எப்பகுதி வழங்கப்பட அனுமதிக்கப்பட்டுள்ளது என்பதையும் அறிவிக்க வேண்டும். மேலும் இம்முடிவு எதன் அடிப்படையில் எடுக்கப்பட்டது என்பதையும் கூற வேண்டும். இம்முடிவை அறிவிக்கும் அதிகாரியின் பெயர், பதவி ஆகியவற்றையும் தெரிவிக்க வேண்டும்.
- கோரிக்கையில் உள்ள தகவல்களைப் பெற டெபாசிட் செய்ய வேண்டிய கட்டணத்தொகையை அறிவிக்க வேண்டும்.

- *முடிவை மறு பரிசீலனை செய்வதற்கு விண்ணப்பிக்க உரிமைகள் உள்ளதா? மறுபரிசீலனை கோரி விண்ணப்பிக்கச் செலுத்த வேண்டிய கட்டணம், அதற்கான கால வரம்பு ஆகிய தகவல் களுடன் தெரிவிக்க வேண்டும்.*
- *விண்ணப்பதாரர் கோரும் தகவல் மூன்றாம் நபர் அளித்த தகவலாகவோ அல்லது மூன்றாம் நபரால் ரகசியத் தகவலாகவோ கருதப்படுவதாக இருந்தால் மூன்றாம் நபருக்கு விண்ணப்பம் பெற்ற 5 நாட்களுக்குள் எழுத்துப்பூர்வமாக நோட்டீஸ் அளித்து அவரது பிரதிநிதித்துவத்தைப் பரிசீலனைக்கு ஏற்க வேண்டும். மூன்றாம் நபர் தனது கருத்தைக் கூற அவர் நோட்டீஸ் பெற்றுக்கொண்ட பிறகு அவருக்கு 10 நாட்களுக்குள் அவகாசம் அளிக்க வேண்டும்.*

அரசு அதிகாரிகளுக்கு இச்சட்டத்தில் வரையறுக்கப்பட்டுள்ள கடமைகள்

அரசுத்துறை மற்றும் அலுவலகங்களில் குறிப்பிட்ட வடிவத்தில் தகவல்களைப் பராமரிக்க வேண்டும், தகவல்கள் அனைத்தையும் கணினியில் பதிவு செய்து தழுவிய வலைப்பின்னலில் இணைத்து அனைத்து மக்களும் பயன்படுத்த வகை செய்ய வேண்டும்,

- தாமாகவே முன்வந்து வெளியிடத்தக்க தகவல்களை உடனுக்குடன் தெரிவிக்க வேண்டும்.
- பாதிக்கப்படும் நபர்களுக்கு, அது தொடர்பான நீதிமன்ற உத்தரவுகள் அல்லது நிர்வாக விதிமுறைகளை அவர்களுக்கு விளக்கிக் கூற வேண்டும்.
- முக்கியமான கொள்கை முடிவுகள் அல்லது மக்களைப் பாதிக்கும் அறிவிப்புகள் வெளியிடப்படும் பொழுது அவற்றை உடனடியாக மக்களுக்குத் தெரிவிக்கும் வகையில் பதிப்பிக்க வேண்டும்.

அரசு அதிகாரிகள் உடனுக்குடன் வெளியிட வேண்டிய தகவல்கள்

- *தமது அலுவலகம் பற்றிய தகவல்கள், நடவடிக்கைகள், கடமைகள் பற்றிய குறிப்புகள்*
- *அதிகாரிகள் மற்றும் அலுவலர்களின் கடமைகள் அதிகாரங்கள் எவை எவை என்ற தகவல்கள்*
- *முடிவுகள் எடுக்கும்பொழுது மேற்கொள்ளப்படும் நடைமுறைகள்/விதிமுறைகள்*
- *மேற்பார்வையிடும் அதிகாரிகள்/ அவர்களது பொறுப்புகள்*
- *அலுவலகவிதிமுறைகள், நடைமுறைகள், குறிப்புகள், அலுவலர்கள் பயன்படுத்தும் பதிவேடுகள் தொடர்பான தகவல்கள்*

- துறையின் நிதி ஒதுக்கீடுகள், திட்டங்கள், செலவு மதிப்பீடு, செலவினங்கள், திட்டங்களின் பயனாளிகள் உள்ளிட்ட அனைத்துத் தகவல்கள்
- ஆண்டுதோறும் தகவல்களை முறையாகப் புதுப்பித்தல்

மேல்முறையீடு வழிமுறைகள்

1. உள் மேல்முறையீடு

மக்கள் தகவல்கள் தொடர்பு அதிகாரி மேற்கொண்ட முடிவு மீது அதிருப்தி இருப்பின் அது தொடர்பாக முடிவு அறிவிக்கப்பட்ட 30 நாட்களுக்கு அந்த அதிகாரிக்கு மேல்மட்டத்தில் உள்ள அதிகாரியிடம் முறையீடு செய்ய வேண்டும்.

2.வெளி மேல்முறையீடு

முதல் மேல்முறையீடு மீது முடிவு அறிவிக்கப்பட்ட அல்லது முடிவு அறிவிக்கப்பட உள்ள 90 நாட்களுக்குள் சம்பந்தப்பட்ட மத்திய, மாநில அரசுகளின் தகவல் ஆணையத்தில் மேல்முறையீடு செய்யலாம்.

உள் மேல்முறையீடு தாக்கல் செய்யப்பட்ட 30 நாட்களுக்குள் முடிவு அறிவிக்கப்பட வேண்டும். தேவை இருப்பின் 5 நாட்கள் கூடுதல் அவகாசம் எடுத்துக் கொள்ளலாம். ஆனால் எப்படி இருந்தாலும் 45 நாட்களுக்குள் முடிவு அறிவிக்கப்பட்டாக வேண்டும்.

தகவல் ஆணையத்தின் முடிவு கட்டுப்படுத்தப்பட்டது. ஆனால் அதன் மீது உயர்நீதி மன்றத்திலோ உச்சநீதி மன்றத்திலோ முறையீடு செய்யலாம்.

மத்திய தகவல் ஆணையம்

தலைமைத் தகவல் ஆணையம் ஒருவரும் அவருக்குக் கீழ் 10 பேருக்கு அதிகம் இல்லாத தகவல் ஆணையர்களும் குடியரசுத் தலைவரால் நியமிக்கப்படுகின்றனர்.

மத்திய தகவல் ஆணையம் புதுடெல்லியில் அமைந்திருக்க வேண்டும், இதன் இணை அலுவகங்கள் நாட்டின் இதர பகுதியில் அமைய வேண்டும். அதற்கு மத்திய அரசின் அங்கீகாரம் கோரப்பட வேண்டும்.

மாநிலத் தகவல் ஆணையம்

மாநிலத் தலைமை தகவல் ஆணையர் ஒருவரும் அவருக்குக் கீழ் 10-க்கும் மேற்படாத தகவல் ஆணையர்கள் மாநில ஆணையத்திற்கு நியமிக்கப்பட வேண்டும்.

இந்நியமனத்திற்காக முதலமைச்சர் தலைமையில் நியமனக்குழு அமைக்கப்பட வேண்டும். அதில் மாநிலத்தின் எதிர்க்கட்சித் தலைவரும், கேபினட் அந்தஸ்து பெற்றுள்ள அமைச்சர் ஒருவரும் இடம்பெற வேண்டும்.

மாநில ஆணையின் ஆண்டு அறிக்கை கூட சட்ட மன்றத்திலும் மைய ஆணையத்தின் ஆண்டறிக்கை பாராளுமன்றத்திலும் தாக்கல் செய்ய வேண்டும்.

தகவல் தர மறுத்தால்

விண்ணப்பத்தைப் பெறாமல் இருப்பது, உரிய காரணம் இன்றித்தகவல் வழங்குவதில் தாமதம் ஏற்படுத்துதல்.

தீய எண்ணத்துடன் தகவல்களை மறுப்பது, தெரிந்தே திசை திருப்பும் வகையில் தகவல்களைத் தவறாகவோ, அரைகுறையாகவோ வழங்குவது, கோரப்படும் தகவல்களை எப்படியாவது அழிப்பது, இவ்வாறு செய்யும் நடவடிக்கைகளுக்காக மக்கள் தகவல் அதிகாரி மீது தினசரி ரூ.250/-வீதம் ரூ.25000/- வரை அபராதம் விதிக்க, மைய, மாநில ஆணையத்திற்கு அதிகாரம் உண்டு.

தகவல் அறியும் உரிமைச்சட்டத்தின் பயன்பாடு

மக்கள் மைய ஒருங்கிணைப்பாளர்கள் பலர் இச்சட்டத்தின் உதவியோடு நகர்ப்புற உள்ளாட்சி அமைப்புகளின் கல்வி, சுகாதார மேம்பாடுகள் குறித்து உரிய தகவல்களைப் பெற்று அவற்றைச் சரி செய்யும் பணிகளை வெற்றிகரமாக மேற்கொண்டுள்ளனர்.

குறிப்பாகப் பத்திரப் பதிவுத்துறை, மின்சாரம், கல்வி, சமூகநலம், வருவாய், நலவாழ்வு, விவசாயம், மாசுக்கட்டுப்பாடு போன்ற துறை நடவடிக்கைகள் குறித்து முறையான தகவல்களைப் பெற்று சமூக நீதியை நிலை நாடியுள்ளனர். லஞ்சம் வாங்கி வந்த அதிகாரிகளைப் பிடித்துத் தந்துள்ளனர், திட்டப் பயனாளிகளைத் தேர்வு செய்வதில் இருந்த குளறுபடிகளைச் சரிசெய்துள்ளனர்.

தகவல் அறியும் உரிமைச்சட்டம் 2005 மிகவும் நன்மை அளிக்கும் வகையில் பலர் பயன்படுத்தியுள்ளதைக் கருத்தில் கொண்டு, மக்கள் மைய ஒருங்கிணைப்பாளர்கள் தம் பகுதி குடிமக்களின் நன்மைக்காக, அரசுத துறைகளின் செயல்பாடுகள் முறையானதாக இருப்பதை உறுதி செய்ய வாய்ப்புகளை முழுமையாகப் பயன்படுத்திக் கொள்ள வேண்டும்.

தகவல் பெற விரும்புவோர் தமது தோல்வியை வெள்ளைத்தாளில் தமிழ் அல்லது ஆங்கிலத்தில் எழுதி அனுப்பலாம். ரூ.10/-

விண்ணப்பக் கட்டணமாக நேரில் பணமாகவோ கேட்பு வரை வோலையாகவோ, அரசுக் கருவூலத்திலோ கோர்ட் பீஸ் ஸ்டாம்பு ஒட்டியோ, விண்ணப்பத்தைத் தரவேண்டும்.

பொதுத்தகவல் அலுவலர்

கோர்ட் பீஸ் ஸ்டாம்ப் ஒட்டி விண்ணப்பிக்க வேண்டும், ஒருவர் ஒரு விண்ணப்பத்திலேயே எத்தனை கேள்விகள் வேண்டுமானாலும் கேட்கலாம்.

தமிழகத்தில் உள்ள அனைத்து மாவட்டங்களிலும் மாவட்ட ஆட்சியின் தனி உதவியாளர் (பொது) மாவட்ட ஆட்சியர் அலுவலகம் என்ற முகவரியில் பொது தகவல் அலுவலரைத் தொடர்பு கொள்ள முடியும்.

இச்சட்டம் குறித்த விழிப்புணர்வைத் தம் பகுதி குடிமக்களுக்கும் ஏற்படுத்தி, அவர்கள் அவர்களுக்கு வேண்டிய தகவல்களைப் பெற்று தம் முன்னேற்றத்திற்குரிய நடவடிக்கைகளில் துணிந்து பங்கேற்க மக்கள் மையம் வழிகாட்ட வேண்டும்.

இச்சட்டத்தைப் பயன்படுத்தி பெற்ற நன்மைகளை விளக்கி பலரும் இச்சட்டத்தைப் பயன்படுத்திட வழிகாட்ட வேண்டும்.

மக்கள் மையத்தின் மூலமாகத் தகவல் அறியும் உரிமை குறித்த நடவடிக்கைகள் முறையாகத் துறைவாரியாகக் கோப்பில் பராமரிக்கப்பட வேண்டும். இதன் நடைமுறை எவ்வாறு என்பதைப் பிறர் வந்து கற்றுக் கொள்ளும் வகையில் முறையாக ஆவணப்படுத்தியிருக்க வேண்டும். இதனால் மக்கள் மையம் தகவல் அறியும் உரிமைச் சட்டப் பயன்பாட்டில் ஒரு முன்மாதிரியான மையமாக விளங்க முடியும்.

தகவல் அறியும் உரிமைச் சட்டம் பிரிவு 6 (1) கீழ் தகவல் கோரும் விண்ணப்பம்

பெறுநர்

பொது தகவல் அலுவலர்

1. விண்ணப்பதாரரின் பெயர் :
2. முகவரி :
3. கோரப்படும் தகவல்

   (அ) சம்பந்தப்பட்ட துறை/அலுவலகம் :

   (ஆ)கோரப்படும் தகவல்கள் :

மேற்கண்ட அனைத்துத் தகவல்களையும் அதற்கான ஆவண நகல்களையும் அனுப்பி வைக்குமாறு கேட்டுக் கொள்கிறேன்.

கோரப்பட்ட தகவல்கள் இந்தச் சட்டத்தின் பிரிவு 8-ல் விதிவிலக்கு அளிக்கப்பட்ட தகவல் பற்றியது அல்ல என்றும் நான் கோரியுள்ள தகவல்கள் எனக்குத் தெரிந்தவரை உங்கள் அலுவலகம் சம்பந்தப்பட்டது என்பதையும் தெரிவித்துக் கொள்கிறேன்.

விண்ணப்பக் கட்டணமான ரூ.10/-க்குண்டான மனு வில்லை ஒட்டப்பட்டுள்ளது.

நான் கோரிய தகவல்களை அனுப்பக் கட்டணம் எதுவும் செலுத்த வேண்டியிருப்பின் எவ்வளவு கட்டணம் செலுத்த வேண்டும் என்பதையும் எந்தத் தலைப்பில் செலுத்த வேண்டும் என்றும் அறிவித்தால் செலுத்த சம்மதிக்கிறேன்.

உங்கள் உண்மையுள்ள,

தகவல் அறியும் உரிமைச் சட்டம் 2005ன் பிரிவு 19(1)ன்
மேல்முறையீட்டு விண்ணப்பம்

பெறுநர்

மேல்முறையீடு அலுவலர்

தகவல் அறியும் உரிமைச்சட்டம் 2005

1. மேல்முறையீடு விண்ணப்பதாரரின் பெயர் :
2. விண்ணப்பதாரரின் முகவரி :
3. பொதுத்தகவல் அலுவலரின்
   (அ) பெயர் :
   (ஆ) முகவரி :
4. பொதுத்தகவல் அலுவலருக்கு விண்ணப்பம் அனுப்பிய நாள் :
5. தகவல் கோரிய விண்ணப்பம் அனுப்பிய நாளிலிருந்து 30 நாட்கள் முடிந்த தேதி :
6. 1. பொதுத்தகவல் அலுவலரிடம் இருந்து பதில் வந்த தேதி :
   2. வரப்பெற்ற பதில் :
7. மேல்முறையீட்டுக்கான காரணங்கள் :
8. மேல்முறையீட்டு மனு தாக்கல் செய்யக் கடைசி தேதி :
9. கோரப்பட்ட விவரம் :
10. தகவலுக்காக இணைக்கப்பட்டுள்ள ஆவணங்கள் :

இவ்விண்ணப்பம் பெற்றுக் கொண்டமைக்கு ஒப்புதல் அளிக்குமாறு கேட்டுக் கொள்கிறேன்.

இடம்:

உங்கள் நம்பிக்கையுள்ள

நாள்:

தகவல் அறியும் உரிமைச் சட்டம் 2005ன் பிரிவு 19 (3)
இரண்டாம் மேல்முறையீட்டு விண்ணப்பம்

பெறுநர்

இரண்டாம் மேல்முறையீட்டு அலுவலர்
மாநில தகவல் ஆணையர்
(தகவல் அறியும் உரிமைச்சட்டம் 2005)
காமதேனு சூப்பர் மார்க்கெட் முதல் மாடி,
223/ 378, அண்ணா சாலை
தேனாம்பேட்டை, சென்னை - 600 018

1. இரண்டாம் மேல்முறையீடு
விண்ணப்பதாரரின் பெயர் :
2. முகவரி :
3. சம்பந்தப்பட்ட பொதுத்தகவல் அலுவலரின்
(அ) பெயர்
(ஆ) முகவரி
4. பொதுத்தகவல் அலுவலருக்கு விண்ணப்பம்
அனுப்பிய நாள் :
5. தகவல் கோரிய விண்ணப்பம் அனுப்பிய
நாளிலிருந்து 30 நாட்கள் முடிந்த தேதி :
6. பொதுத்தகவல் அலுவலரிடம் இருந்து
பதில் வரப்பெற்ற தேதி :
7. மேல்முறையீட்டு மனு தாக்கல் செய்ய
கடைசி தேதி :
8. மேல்முறையீட்டு மனு அனுப்பிய நாள் :
9. மேல்முறையீட்டுக்கான காரணங்கள் :
10. மேல்முறையூட்டு அலுவலர்
(அ) பெயர்
(ஆ) பதவி மற்றும் அலுவலகம் :

11. மேல்முறையீட்டு மனு அனுப்பிய நாளிலிருந்து 30 நாட்கள் முடிந்த தேதி :

12. மேல்முறையீட்டு அலுவலரிடம் இருந்து பதில் வந்த தேதி :

13. இரண்டாம் மேல்முறையீட்டுக்கான காரணங்கள் :

14. கோரப்பட்ட தகவல் பற்றிய விவரம் :

(அ) பொருள் :

(ஆ) சம்பந்தப்பட்ட துறை :

15. இணைப்பு ஆவணங்கள் :

நான் கோரிய தகவல் இந்திய தகவல் அறியும் உரிமைச் சட்டம் பிரிவு 8-ன் கீழ் விதி விலக்கு அளிக்கப்பட்ட தகவல் பற்றியது அல்ல என்பதைத் தெரிவித்துக் கொள்கிறேன்,

நான் கோரிய தகவல்கள் மற்றும் ஆவண நகல்களை விரைவில் அனுப்பத் தக்க ஆணைகள் பிறப்பிக்குமாறு, இத்தேர்வில் எனக்கு ஏற்பட்ட மன உளைச்சல், அலைக்கழிப்பு, கால விரயம், பொருட்செலவு மற்றும் தவறுகளுக்குச் சம்பந்தப்பட்டவர் மீது உரிய நடவடிக்கை எடுக்குமாறும் கேட்டுக் கொள்கிறேன்.

இடம்: உங்கள் நம்பிக்கையுள்ள

நாள்:

15
நாம் செய்கின்ற பணிகளில் வெற்றிபெற....

பொதுவாக இன்றைய சூழலில் பொது நிறுவனங்களில் வேலை செய்பவர்களும் அரசியல் அமைப்புகளில் வேலை செய்பவர்களும், வியாபார நிறுவனங்களில் வேலை செய்பவர்களும் வேகமாக மாறி வருகின்ற உலகில் நாம் எப்படி வெற்றி பெறப் போகிறோம், நாம் பெற்ற வெற்றியை எப்படிக் காப்பாற்றப் போகிறோம் என்று எண்ணுகிறவர்கள் மிகுதி. இதோ அவர்கள் பின்பற்ற வேண்டிய அணுகுமுறைகள்.

அணுகுமுறை 1

உலகம் வேகமாகச் சுழல ஆரம்பித்தது உண்மைதான். பூமி சுற்றுவதோ, சூரியன் சுற்றுவதோ, மற்ற கோளங்கள் சுற்றுவதோ அதிகரிக்கவில்லை. அது எந்த வேகத்தில் சுற்ற ஆரம்பித்ததோ அதே வேகத்தில்தான் சுற்றுகிறது. மனிதர்கள்தான் அறிவார்ந்த செயல்பாடுகளின் மூலம் சமூக, பொருளாதார, அரசியல் மாற்றங்களின் வேகத்தை அதிகரித்துவிட்டார்கள். ஒரு காலத்தில் ஒரு செயலைச் செய்வதற்குப் பத்து ஆண்டுகள் பிடித்தன என்றால் இன்றைக்குப் பத்து நொடியில் முடித்து விடுகிறார்கள். காரணம் தொழில்நுட்பமும் விஞ்ஞானமும் அந்த அளவிற்கு வளர்ந்து விட்டன. வளர்ந்து கொண்டிருக்கின்ற தொழில்நுட்பங்களைப் புரிந்துகொண்டு திறமையுடன் கையாண்டதால் அபரிமிதமான மாற்றங்கள் எல்லா நிலையிலும் வந்துவிட்டன, இந்த மாற்றங்களின் வேகம் என்பது ஒரு வெள்ளம் போல், புயல் போல் வந்து விட்டது, எனவே நம்மால் அந்த வேகத்தைத் தடுக்க முடியாது. ஆனால் அந்த வேகத்துடன் நாமும் செயல்பட்டால் நிச்சயமாக நமக்கும் நன்மை கிடைக்கலாம். சமுதாயம் வேகமாகச் சுழல்கிறது, நம்மால் அந்த வேகத்திற்கு ஈடு கொடுக்க முடியாது என்று எண்ணினால் நாம் ஒதுக்கப்பட்டு, ஓரங்கட்டப்பட்டு விடுவோம். எனவே முன்னேற்ற வேகம் எந்த அளவிற்கு இருக்கின்றதோ, அந்த வேகத்திற்கு நம்மையும் தயார்ப்படுத்திக் கொண்டு செயல்பட வேண்டும். எந்த வேலையையும் துரிதமாகச் செயல்படுத்திட நாம் நம்மைத்

தயாராக்கிக் கொள்ள வேண்டும். இன்று ஒரு பிரச்சனை என்றால் அதை இன்றே தீர்க்க முயல வேண்டும். நாளை பார்ப்போம் என்றால் அந்தப் பிரச்சனை வேறு ஒரு வடிவத்தில் இன்னும் கூடுதல் சிக்கலுடன் வரும். இன்று ஒரு வாய்ப்பு வருகிறது என்றால் அதை இன்றே பயன்படுத்த முனைய வேண்டும். நாளை பயன்படுத்தலாம் என்றால் அதை வேறு யாராவது பயன்படுத்தி முந்திக் கொள்வார்கள். எனவே எந்தப் பிரச்சனையையும், எந்த வாய்ப்பையும் உடனே பயன்படுத்த முனைய வேண்டும். நாளை பார்ப்போம் என இருந்து பிரச்சனையில் சிக்கிக் கொண்டோர் பலர் உண்டு. நாளை பார்க்கலாம் என்று அளப்பரிய வாய்ப்பைத் தவறவிட்டவர்கள் ஏராளம். எனவே மணித்துளி கூட வீணடிக்காமல் வேலை செய்துவிட வேண்டும். அதற்கு நம் திறனைக் கூட்ட வேண்டும், அதுவும் மாற்றத்தின் போக்கிற்கு ஏற்ப நம் திறனை மற்றும் ஆற்றலை மேம்படுத்திட வேண்டும்.

இதில் நாம் மிக முக்கியமாகக் கவனத்தில் கொள்ள வேண்டிய ஒரு செய்தி உள்ளது. அதாவது இன்றைய சூழலில் நாம் உடனே செயல்பட வேண்டும் என்று எண்ணும்போது அதற்குத் துணை நிற்க வளர்ந்த பல தொழில்நுட்பங்கள் நமக்குப் பக்கத்தில் உள்ளன. அவற்றை நாம் கையாளப் பழகிக்கொள்ள வேண்டும். உதாரணத்திற்கு அலைபேசி மற்றும் கணினி. இவை இரண்டும் உலகத்தையே உங்கள் இருப்பிடத்திற்குக் கொண்டுவரும். ஆனால் அவை இரண்டையும் கையாளத் தெரிந்திருக்க வேண்டும். இந்த இரண்டு சாதனங்களையும் எந்த நபர் லாவகமாகக் கையாளத் தெரிந்துள்ளாரோ அவர் அவற்றைப் பயன்படுத்தி மிகப்பெரிய சாதனைகளைச் செய்துவிடுவார். அதுமட்டுமல்ல, அந்த இரண்டு தொழில் நுட்பங்களிலும் உயர்ந்த எல்லையில் உள்ள ஆற்றல் அளவிற்கு நம் ஆற்றலைப் பெருக்கிக் கொண்டுவிட்டால் எதனையும் சமாளிக்க வல்ல நிலை வந்துவிடும். இவைதான் நம்மை உடனடியாக இயக்கும் கருவிகளாகும்.

அணுகுமுறை 2

குறித்த காலத்தில், காலத்தை வீணடிக்காமல் உடனே செய்தாக வேண்டும் என்ற அவசரத்தில் தெளிவில்லாமல் செயல்பட்டுப் பிரச்சனையில் மாட்டிக் கொள்ளக்கூடாது. எந்த வேலை செய்வதற்கும் இன்று திறன் வேண்டும், அதற்குரிய ஆற்றலை வளர்த்துக்கொள்ள வேண்டும். ஆங்கிலத்தில் இதற்கு (Professionalism) என்று கூறுவார்கள். அதாவது எதை எப்படிச் செய்ய வேண்டுமோ அதை அப்படிச் செய்யவேண்டும். எந்தச் செயலையும் நிபுணத்துவத்துடன் செய்யப் பழகிக் கொள்ள வேண்டும். ஒரு

புராதன கோவிலுக்குப் பக்கத்தில் டீக்கடைக்காரர் ஒரு கூட்டத்தைப் பார்த்தார். உடனே, பரவாயில்லை இன்று நல்ல கூட்டம் வந்து விட்டது. இதைப் பயன்படுத்தி எப்படியாவது இன்று காசு கொஞ்சம் பார்த்துவிட வேண்டும் என எண்ணி அனைவருக்கும் ஒரு கண்ணாடித் தம்ளரில் தேநீர் தயார் செய்து கொடுத்துக் கொண்டிருந்தார். அவர் கொடுத்தது தேநீர் வண்ணத்தில் காய்ச்சிய நீர் அவ்வளவுதான். ஏனென்றால் அவர் கூட்டத்தைச் சமாளிப்பதன் மூலம் பணத்தைச் சம்பாதிக்க வேண்டும் என எண்ணியிருந்தார். குடித்தவர்கள் மனம் வருந்த ஏதோ குடித்து விட்டோமே என எண்ணிக் காசைக் கொடுத்துவிட்டனர். அவர்கள் தங்கியிருந்த இடம் சென்றதும், அந்தக் கடைக்கு யாரும் செல்லாமல் இருக்க மற்றவர்களிடம் விழிப்புணர்வை ஏற்படுத்தி விட்டனர். இந்தக் கடைக்குப் பக்கத்துக் கடைக்காரர் நிதானமாக, பக்குவமாகத் தேநீர் தயாரித்துக் கொடுத்துக்கொண்டே இருந்தார். கூட்டம் வரவர வரிசையில் நின்று தேநீர் வாங்கி அருந்தியது. அந்தக் கடையில் தேநீர் குடித்தவர்கள் தாங்கள் தங்கியிருந்த இடத்திற்குச் சென்றவுடன், நல்ல தேநீர் எந்தக் கடையில் கிடைக்கிறது என்பதைச் சொல்லி அந்தக் கடைக்கு விடுதியில் தங்கியிருந்தவர்களை அனுப்பினார்கள். ஏன் என்றால் கூட்டம் கூடியது வாய்ப்புத்தான். அந்த வாய்ப்பைப் பயன்படுத்த ஒருவரிடம் ஆசை இருந்ததே தவிர நல்ல திறன் இல்லை, ஆற்றல் இல்லை. ஆனால் அடுத்தவரிடம் திறனும் நிதானமும் இருந்தது, அவர் வாய்ப்பைப் பயன்படுத்திக் கொண்டார். எனவே எந்த வேலை செய்தாலும் அதில் நிபுணத்துவத்துடன் செய்திட வேண்டும். அப்படிச் செய்தால் செய்கின்ற வேலைக்கு நல்ல பலன் கிடைக்கும்.

அணுகுமுறை 3

இன்றைய சூழலில் எந்த வேலையையும் பணியையும் நாம் தனியாகச் செய்ய முயலக்கூடாது, எதாவது ஓர் நிறுவனம் சார்ந்து செய்ய முயல வேண்டும். எந்த வேலையையும், பணியையும் நிறுவனம் அல்லது அமைப்பைச் சார்ந்து செய்யும்போது, நாம் எதிர்பார்க்கின்ற அளவை விட அதிகமான வெற்றி கிடைக்கும். அரசாங்கத்தில் ஒரு கொள்கையைக் கொண்டுவர நம்மிடம் அற்புதமான சிந்தனைகள் இருக்கலாம். நாம் தனி மனிதனாகச் செய்தால் அது அவ்வளவு வெற்றியைத் தராது, அதே நேரத்தில் அந்தச் சிந்தனைகளை அரசியல் கட்சிகள் மூலமாக அரசாங்கத்திற்கும் எடுத்துச் சென்றால் அது மிகப்பெரிய வெற்றியைப் பெற்றுத் தரும். இன்றைய சூழலில் தனி மனிதனாக இயங்காமல் அமைப்புகளுடன், நிறுவனங்களுடன் இணைந்து

செயல்பட முனைய வேண்டும். வியாபார நிறுவனங்கள் கூட தனியாக இயங்குவது இல்லை. அரசியல் கட்சிகளிலிருந்து, கம்பெனிகள் வரை கூட்டணியில் இறங்கி விட்ட காலம் இது. எனவே கூட்டுச் சேர்ந்தால் தான் வெற்றி பெறமுடியும் என்ற காலம் இது. ஆகவே நாம் தனித்துச் செயல்பட முயலக்கூடாது. நிறுவனம் சார்ந்து அல்லது அமைப்புகள் சார்ந்து செயல்பட முனைய வேண்டும். ஒரு சில மனிதர்கள் தங்களை எந்தவிதக் கட்டுப்பாட்டுக்குள்ளும் ஆட்படுத்திக் கொள்ள மாட்டார்கள், தங்கள் சுதந்திரம் போய்விடும் என்பதற்காக. அவ்வாறு இருக்கக்கூடிய மனிதர்கள் எவ்வளவு சிந்தனை பலம் இருந்தாலும் அவர்களால் வெற்றிபெற முடியாது. எனவேதான் ஒரு சிலர் தாங்கள் மற்ற நிறுவனங்களுக்குச் செல்வதைவிட தாங்களே நிறுவனங்களை உருவாக்கி அதன் மூலம் செயல்படுகின்றனர். நிறுவனம் என்பது ஒரு ஆற்றல் பெற்ற செயனே ஆகும்.

அணுகுமுறை 4

எந்த வேலையையும் ஒரு தேவையின் அடிப்படையில் செய்யக் கற்றுக்கொள்ள வேண்டும். எந்தெந்த வேலைகள் எல்லாம் தேவையின் அடிப்படையில் செய்யப்பட்டதோ அந்த வேலைகள் அனைத்தும் மிகப்பெரிய வெற்றியைப் பெற்றுத் தரும். பெரும்பாலான சந்தர்ப்பங்களில் நல்ல பணிகளை நாம் செய்ய முயற்சி செய்வோம். ஆனால் அவற்றிற்கு வரவேற்பு இருப்பதில்லை, நல்ல பலனும் கிடைப்பதில்லை. இதற்குச் சரியான உதாரணம் நம் சமுதாயத்தில் கட்டப்படும் கழிப்பறைகள். பொதுச்சுகாதாரத்தைப் பேண அரசு கோடி கோடியாய்ச் செலவழித்துக் கழிப்பறைகளைக் கட்டி வைக்கின்றது. ஆனால் அவற்றைப் பொதுமக்கள் பயன்படுத்து வதில்லை. கிராமங்கள் முழுவதும் கழிவுகளாக இருக்கின்றன. கொசு எல்லையில்லாத அளவிற்கு உற்பத்தியாகின்றது. கொசுக்கடி தாங்கவில்லை. கொசுகடித்தால் சிக்குன்குனியா நோய் வந்துவிடும் என்று கூறுகிறார்கள். உடனே கொசுவிலிருந்து நம்மைப் பாதுகாக்க அலைகிறோம். கொசு அடிப்பதற்கு, கொசுத் தொல்லையிலிருந்து நம்மைப் பாதுகாக்க எத்தனை பொருள்கள் சந்தையில் வந்துவிட்டன. யோசித்துப் பாருங்கள். வணிகம் தேவையின் அடிப்படையில் பணியைச் செய்கிறது. அரசு மக்களின் சுகாதாரத்திற்கு அடிப்படைத் தேவை கழிப்பிடம் என்ற உணர்வை மக்கள் மத்தியில் உருவாக்காத காரணத்தால் ஒரு நல்ல பணி தோற்றுப் போகிறது. எனவே எந்த வேலையையும் தேவையின் அடிப்படையில் செய்ய முயல வேண்டும். ஒரு வேளை தேவையாக சமுதாயம் கருதவில்லை என்றால், தேவை என மக்களைக் கருத வைத்து, அதன் மேல் பணி செய்ய வேண்டும். அப்பொழுது தான் வெற்றி கிட்டும்.

அணுகுமுறை 5

எந்த வேலையைச் செய்தாலும் அதை ஒரு இயந்திரத்தைப் போலச் செய்யக்கூடாது. அதை உயிரோட்டமாக வேலைகளை மனதுக்குள் உள்வாங்கி, அதில் தன்னை முழுமையாக ஈடுபடுத்தி, நிலைத்த ஆர்வத்துடன் பணிகளைச் செய்ய வேண்டும். மூச்சு விடுவது எப்படியோ அதேபோல் அந்த வேலையைச் சுவாசிக்க வேண்டும். நம்மை அந்த வேலையுடன் இணைத்துக் கொள்ள வேண்டும். கோவிலுக்குச் செல்லும் பக்தர்கள் எப்படித் தங்களைத் தெய்வத்துடன் ஐக்கியப்படுத்திக் கொண்டு இருப்பார்களோ, அதேபோல் சினிமா பார்க்கத் திரையரங்களுக்குச் செல்வோர் மூன்று மணிநேரம் எப்படித் தங்களை மறந்து படத்துடன் இணைந்து விடுவார்களோ, அப்படி நாம் செய்யும் வேலைகளில் நம்மை முழுவதுமாக ஐக்கியப்படுத்திக் கொள்ள வேண்டும். இந்த ஐக்கியமாதல் என்பது தன் முழு ஆற்றலையும் சக்தியையும் பயன்படுத்தல் ஆகும். மற்றவர்கள் எப்படிச் செய்கிறார்கள் என்று பார்க்கக்கூடாது. நாம், நம்முடைய முழுமையான சக்தியைப் பயன்படுத்த முனைய வேண்டும். நாம் செய்யும் வேலையில் நம்மை உணர்வுப்பூர்வமாக இணைத்துக் கொள்ள வேண்டும். எந்த வேலையையும் நாம் உணர்வுடன் ஏற்றுக் கொண்டு செய்ய ஆரம்பித்தோம் என்றால் மிகப்பெரிய வெற்றியை நம்மால் பெற முடியும். அப்படிச் செய்வதன் மூலம் நாம் தவிர்க்க இயலாத மனிதர்களாக மாறி விடுவோம். எனவே நிறுவனத்துடன், வேலையுடன் ஒருமித்து இணைந்து பணியாற்ற வேண்டும். இதற்கு ஆங்கிலத்தில் (organically and integrally) என்று கூறுவார்கள்.

அணுகுமுறை 6

எந்த வேலையைச் செய்யும் பொழுதும் மற்றவர் சந்தேகப்படும்படி மறைமுகமாக வைத்துச் செயல்படக்கூடாது. நம்முடைய வேலைகள், அணுகுமுறைகள், செயல்பாடுகள் அனைத்தையும் ஒளிவு மறைவின்றி வைத்துக் கொள்ள வேண்டும். எப்பொழுதும் நம்மைத் திறந்த புத்தமாக வைத்துக் கொள்ள வேண்டும். இது ஒரு பெரிய காரியமும் அல்ல. இதற்குத் தேவை ஒன்றே ஒன்றுதான். உண்மை. உண்மையாக நாம் இருக்க வேண்டும் என்று முடிவெடுத்துவிட்டால் நாம் எதையும் மறைக்க முயலமாட்டோம். நம்மை யாரும் சந்தேகப்படாத அளவிற்கு நம் வேலைகளைத் திறந்த புத்தகம் போல் ஆக்கிக் கொள்ள வேண்டும். தன்னுடன் பணியாற்றுபவர்கள், தனக்கு மேலே உள்ளவர்கள், தனக்குக் கீழ் உள்ளவர்கள் யாரும் நம்மைப் பார்த்து சந்தேகிக்கக் கூடாது. அந்த அளவிற்கு நம்முடைய செயல்பாடுகளை வெளிப்படையாக்கிக்

கொள்ள வேண்டும். இன்றைக்கு எந்த வேலை செய்தாலும் அதற்கு உள்நோக்கம் கற்பிக்கும் காலமாக இருப்பதால், அதற்கு இடம் தராமல் நாம் எல்லா நேரங்களிலும் எல்லாச் செயல்பாடுகளிலும் வெளிப்படையாகச் செயல்படப் பழகிக் கொள்ளவேண்டும். அது நம்மைப் பாதுகாக்கும், நம் அமைப்பைப் பாதுகாக்கும், நம் பெயரைக் காப்பாற்றும்.

அணுகுமுறை 7

பொதுவாக நாம் நம்முடைய வேலையைத் திறம்படச் செய்வதில் நன்றாகக் கவனம் செலுத்துவோம். ஆனால் அது மட்டும் போதாது. ஏனென்றால் இன்றைய சூழலில் நாம் செய்யும் வேலைகள் அனைத்தும் குழு சார்ந்த வேலைகள். ஆங்கிலத்தில் (Team work) என்று கூறுவார்கள். எந்த இடத்தில் நல்ல குழு, ஒற்றுமையான குழு, ஒருங்கிணைக்கப்பட்ட குழு உருவாக்கப்பட்டுள்ளதோ அந்த இடத்தில் வெற்றி நிச்சயம். பெரும்பாலான நேரங்களில் வெற்றியைப் பெற்றால்தான் குழுவில் உள்ள உறுப்பினர்களின் மேம்பாடு உள்ளது என்றால் அத்தனை பேரும் அதற்காக உழைப்பார்கள். ஒரு முறை நெப்போலியன் போருக்காகக் கடல் மூலம் தன் படைகளைக் கொண்டு சென்றார். கடலைக் கடந்து கரையில் நின்றபோது அத்தனை சிப்பாய்களும் கடலில் உள்ள கப்பலையே பார்த்துக் கொண்டிருந்தனர். நெப்போலியனுக்கு உள்ளுக்குள் ஏதோ ஒன்று தோன்றியது. எனவே அந்தக் கப்பலைத் தீயிட்டுக் கொளுத்தும்படி ஆணையிட்டான். கப்பல் எரிந்தது. உடனே போருக்கு ஆயத்தப்படுத்திப் போரைத் துவக்கினான். போரில் வெற்றியும் அடைந்தான். வெற்றியடைந்தவுடன் அந்த நாட்டுக் கப்பலில் வெற்றிக்களிப்புடன் பயணித்தனர், அப்போது ஓர் செய்தியைச் சொன்னான், என் சிப்பாய்கள் அனைவரும் ஏன் உயிரைக் கொடுத்துப் போரிட்டனர் என்றால், நான் அவர்கள் வந்த கப்பலை தீயிட்டு அழிக்கச் செய்து ஒரு செய்தியை அவர்களுக்குக் கொடுத்தேன், போரிட்டு வென்றால் சிறப்புடன் திரும்பலாம், இல்லையென்றால் அழிவதைத் தவிர வேறு வழியில்லை என்று சொன்ன செய்திதான் உயிரைவிட்டு அவர்கள் அனைவரையும் போராட வைத்தது என்றார். அதுபோல் நாம் வேலை செய்யக் கற்றுக்கொள்ள வேண்டும். மேற்குறிப்பிட்ட ஏழு அணுகுமுறை களைப் பின்பற்றி வரும், எந்தத் தனிநபரும் குழுச் செயல்பாட்டிற்குத் தகுந்தவராகவே இருப்பார். இதற்குத் தேவை தன்னை இழந்து குழுவைத் தானாகப் பாவிக்கின்ற மனோபாவம் தான். பெரும்பாலும் தனிமனிதர்கள் நிறுவனங்களும் அமைப்புகளும் வெற்றி பெறுவதைப் பார்த்த பின்பு தன்னை இழக்கத் தயாராகி விடுவார்கள்.

ஏனெனில் தன்னை இழப்பதால் தனக்கு லாபம் கிடைக்கிறது என்பது உறுதியாகி விடுகின்றது. அது மட்டுமல்ல, தான் நிறுவனத்தின் பெயரில் உள்ளோம். தனக்கு உள்ள அடையாளம் நிறுவனம்தான் என்று உறுதியாகத் தெரிந்து கொண்டுவிட்டால் தன்னை முன்னிலைப்படுத்திக் கொள்ள யாரும் முன்வர மாட்டார்கள்.

எனவே இந்த ஏழு அணுகுமுறைகளையும் கடைப்பிடித்துப் பணிகளைச் செய்தால் இன்றுள்ள சூழலில் எந்தப் பிரச்சனைகளையும் நாம் வென்றெடுக்கலாம். எந்தச் சவாலையும் சமாளிக்கலாம். எல்லாவற்றிலும் வெற்றி பெறலாம். இது அரசியல் கட்சிகளுக்கும் வியாபார நிறுவனங்களுக்கும் மேம்பாட்டுப் பணிகளில் ஈடுபடுகின்ற நிறுவனங்களுக்கும் அரசுத்துறை நிறுவனங்களுக்கும் மற்றும் எல்லா நிறுவனங்களுக்கும் மிகச் சரியாகப் பொருந்தும்.

16

வளமான வாழ்வுக்கோர் சிந்தனை

பொதுவாக இன்றைய உலகப்போக்கு என்பது வேகமானதாகவும் புதிய திசைகளை நோக்கிச் செல்லக் கூடியதாகவும் உள்ளது. எனவே சூழலைப் புரிந்து கொண்டு, அதற்கு ஏற்றாற்போல் நம்மைத் தயார்செய்து கொண்டு வாய்ப்புகளைப் பயன்படுத்தி வரக்கூடிய காலங்களில் நாம் முன்னேற முயல வேண்டும். மேம்பாடு அடைவதற்கும் முன்னேற்றம் கொண்டு வருவதற்கும் முக்கியமான தேவை ஒன்று உள்ளது. அதுதான் மாற வேண்டிய மனோபாவம். அதாவது புதுமைகளை வரவேற்கும் மனோபாவம். இயற்கையாகவே நமக்கு ஒரு சிந்தனைப் போக்கு உண்டு. அதாவது மாற்றங்களை உடனே ஏற்றுக் கொள்வது இல்லை. அது மட்டுமல்ல, மாற்றங்களை உள்வாங்கக்கூடிய மனோபாவமும் இல்லை. அப்படிப்பட்ட மனோபாவத்தை வளர்த்துக் கொள்ள வேண்டும் என்ற ஆர்வமும் கடப்பாடும் இல்லை. மாற்றங்களைக் கண்டு அஞ்சும் நிலையே உள்ளது. முன்னேறிய மேற்கத்திய நாட்டு மக்களுக்கு இந்தப் புதுமைகளை வரவேற்கும் மனோபாவம் உண்டு. இம்மக்களுக்கு மாற்றங்களை நோக்கிச் செல்லக்கூடிய, மாற்றங்களை விரும்பக்கூடிய, எதிர்நீச்சலுக்குத் தயாரான, புதுமைகளை நோக்கிச் செல்லக்கூடிய மனோபாவம் அதிகம் உண்டு. நாம் ஒன்றைத் தெளிவாகத் தெரிந்து கொள்ள வேண்டும். அதாவது எந்தச் சமூகம் கருத்துகளை உருவாக்கி உள்வாங்கி அவற்றைச் சமூகத்தில் அங்கீகரிக்க வைக்கின்றதோ அந்தச் சமூகம் இருக்கக்கூடிய நாடுகள்தான் உலக சமுதாயத்தை வழிநடத்தி இருக்கின்றன; வருகின்றன.

தொழில் புரட்சியாக இருந்தாலும் சரி, மக்களாட்சிக்கான, சமூக மாற்றத்திற்கான போராட்டமாக இருந்தாலும் சரி, சந்தைக்கான போட்டியாக இருந்தாலும் சரி, எந்தச் சமுதாயம் முன்னின்று நடத்தியதோ அது வெற்றிமேல் வெற்றி குவித்ததை நாம் வரலாறாகப் பாாத்திருக்கின்றோம். எனவே புதுமைகளைக் கொண்டு வருவதில், வீரதீரச் செயல்களில் ஈடுபடுவதில் எந்தச் சமுதாயம் துணிவுடன் செயல்படுகிறதோ அது விரைவில் முன்னேறிவிடும். உலக வளர்ச்சி வரலாறு இதைத்தான் நமக்கு எடுத்துக் காட்டுகின்றது. ஒவ்வொரு காலகட்டத்திலும் மானுட

சமுதாயத்திற்குச் சவால்களாக வாய்ப்புகள் வந்து கொண்டே இருக்கும். அந்தச் சவால்களை வாய்ப்புகளாக ஏற்றுக்கொண்டு சமாளிக்க வல்ல சமுதாயம் மிகப்பெரிய வளர்ச்சியை அடைந்து விடும். இன்றைக்கு அப்படிப்பட்ட ஒரு வாய்ப்பை உலக சமுதாயம் சந்திக்கின்றது. அதுதான் புதிய பொருளாதாரம். இந்தப் புதிய பொருளாதாரத்தை உலகில் உள்ள எல்லா நாடுகளும் உருவாக்க வில்லை. ஒரு சில நாடுகள் ஒன்று சேர்ந்தே உருவாக்குகின்றன. மற்ற நாடுகளைப் பின்பற்ற வைக்கப் பல்வேறு உத்திகளைக் கண்டுபிடித்து அவற்றின் மூலம் நடைமுறைப்படுத்த முயற்சிக் கின்றன. அது இன்று வெற்றியும் பெற்றுவிட்டது. இந்தப் புதிய செயல்பாடு இதுவரை இல்லாத அளவிற்கு நாடுகளுக்கு இடையில் இருந்த தடைகளை உடைத்துவிட்டது. இதனால் திறமை, ஆற்றல், புரிதல், சக்தி, புதிய பார்வை உள்ளவர்கள் மிகப்பெரிய வெற்றியைக் குவிப்பார்கள். அந்த விதத்தில் இந்தியாவிற்கும் ஒரு வாய்ப்புக் கிடைத்துள்ளது. இந்த வாய்ப்பு இந்தியாவின் தொழில் நுட்பத்திற்கோ, மூலதனத்திற்கோ அல்ல. அது இந்தியாவின் இளைஞர்களுக்கானதாகும். இந்தியாவை உலகம் வியந்து பார்த்துக் கொண்டிருக்கின்றது. ஏனென்றால் அதிக எண்ணிக்கையில் இளைஞர்களைக் கொண்ட நாடு இந்தியா. இந்த இளைஞர்கள் அனைவரும் முறைப்படி தயார் செய்யப்பட்டால் இந்தியாவிற்கு மக்கள் தொகையே பெரும் செல்வமாக மாறிவிடும். ஆற்றல் கூட்டப் பட்ட, திறமைகள் பெறப்பட்ட மக்களாக இந்த இளைஞர்கள் உருவானால் மட்டுமே இது நிகழும் சாத்தியம் உண்டு. இல்லை யென்றால் நம் மக்கள் தொகை செல்வமாக மாறுவதற்குப் பதில் பாரமாக மாறிவிடும். நமக்கு இருக்கும் பெரும் குறை என்னவென்றால், புதுமையைக் கண்டால் பயம். நாம், போட்ட ஏற்கனவே உள்ள பாதையில் நடக்க ஆசைப்படுவோமேயன்றி புதிய பாதைகளைப் போடுவதில் நமக்கு மகிழ்ச்சி இல்லை. புதுமையை அனுபவிப்பதில் இருக்கும் மகிழ்ச்சி புதுமையைச் செய்வதில் நமக்கு இல்லை. குறிப்பாக அலுவலகமானாலும் சரி, நிறுவனங்கள் ஆனாலும் சரி, மாற்றங்கள் வரப்போகிறது என்றால் நம்மையறியாத பயம் ஒன்று நமக்கு உருவாகிவிடுகிறது. ஆனால் ஒரு பொருளைத் தயார் செய்து விற்பனை செய்கின்றவர் அப்படி இருப்பது இல்லை. தொடர்ந்து தன் பொருள் சந்தையில் எப்படி விற்கிறது என்று கவனித்து, நுகர்வோரின் தேவைக்கு ஏற்ப மாற்றிக்கொண்டே இருக்கின்றார். ஒவ்வொரு நாளும் அவர்களுக்குச் சவால்கள் நிறைந்த நாளாகவே இருக்கிறது. சவால்களை சமாளிப்பதற்குத் தொடர்ந்து அவர்கள் தயாராகிக் கொண்டே இருக்கிறார்கள். அப்படி வாழப் பழகிக் கொள்ளவில்லை என்றால் அவர்கள் வாழ்க்கையில் வெற்றி பெற

முடியாது. அவர்கள் மூலதனத்தையே இழந்துவிடக்கூடும். வணிக உலகத்தில் பார்க்கும் இந்தப் புதுமைகளை நம் பொது நிறுவனங்களில், அரசுத் துறைகளில் நம்மால் பார்க்க இயலவில்லை. வணிக உத்தியில் எந்தெந்தத் துறைகள் செல்கின்றனவோ அவை அனைத்தும் வெற்றியைப் பெறுகின்றன.

இன்றைய உலகமயமான பொருளாதாரத்தில் நினைத்துப் பார்க்க முடியாத மாற்றத்தினை மக்கள் மத்தியில் சந்தை ஏற்படுத்துகிறது. உலகமயமான பொருளாதாரம் எல்லையில்லா அளவிற்குச் செல்வம் குவிக்க வாய்ப்புத் தந்துவிட்டது. நுகர்வுக் கலாசாரத்தை உச்சத்துக்கு எடுத்துச் சென்றுவிட்டது. எதையும் பொருளாகப் பார்க்கும் நிலை வந்துவிட்டது. மனித உறவுகள் கூட பணத்தின் அடிப்படையில் நிர்ணயம் பெற ஆரம்பித்துவிட்டன. இந்தச் சூழல், எந்தத் திறனும் ஆற்றலும் இன்றி இருக்கும் மக்களின் வாழ்க்கை நிலையைத்தான் இன்றைக்குக் கேள்விக்குறியாக்கி விட்டது. எனவே இன்றைய நிலையில் உழைக்கும் வர்க்கத்தை இந்தச் சூழலில் இருந்து காப்பாற்ற பல வழிமுறைகளை நாம் கடைப்பிடித்தாக வேண்டும். ஒன்று உழைக்கும் மக்களை ஒன்று திரட்டி அரசுடன் போராட வைத்து அரசிடமிருந்து ஏழைகளுக்குச் சலுகைகளைப் பெற்றுத் தருவது. அதேபோல் உழைக்கும் மக்களுக்கு வாழ்வாதாரம் பாதிக்கப்படும்போது அதிலிருந்து தப்பிக்க அரசை நிர்ப்பந்தித்து வாழ்வாதாரத்தைப் பாதுகாத்துக் கொள்வது. ஆனால் அவற்றையும் தாண்டி நாம் சிந்திக்க ஆரம்பிக்க வேண்டும். அப்படிச் சிந்திப்பதன் மூலம்தான் ஏழைகளை நாம் பாதுகாக்க முடியும். வாழ்வாதாரப் பாதுகாப்பிலிருந்து வளர்ச்சிக்கான சிந்தனையை நாம் உருவாக்க வேண்டும். அப்போதுதான் நாம் அவர்களையும் முன்னேற்றத் தடத்தில் கொண்டு செல்ல முடியும். ஏழைகளை வறுமையிலிருந்து வெளியேற வைப்பது மட்டும் அல்ல நம் வேலை; அவர்களை வளர்ச்சிக்கு இட்டுச் செல்லுவதும் நமது தலையாய கடமையாகும். அதற்குப் பல்வேறு அணுகுமுறைகளையும் கடைப்பிடிக்க வேண்டும்.

கிராமங்களில் உள்ள கூலித் தொழிலாளர்களை எல்லாக் கிராமங்களிலும் ஒருங்கிணைத்துச் சங்கம் அமைக்க வேண்டும். அந்தச் சங்கம் பதிவு செய்யப்படுதல் வேண்டும். அதேபோல் வீட்டுவேலை செய்வோர்களையும் (ஆண்கள், பெண்கள்) ஒருங்கிணைத்துப் பதிவு செய்தல் வேண்டும். தொழில்திறன் உள்ள அத்தனை பேரையும் அவரவர் செய்கின்ற வேலைகளை வைத்துக் குழுவாகப் பிரித்துப் பதிவு செய்துவிட வேண்டும். அது தச்சராக இருக்கலாம், கொல்லராக இருக்கலாம், பாய் முடைபவராக இருக்கலாம், பனை ஓலை வைத்து வீட்டு உபயோகச் சாமான்கள்

தயாரிப்பவராக இருக்கலாம். அந்தந்தத் தொழிலுக்குத் தக்க குழுவை உருவாக்கிப் பதிவு செய்ய வேண்டும். இந்தப் பணியை நம் பஞ்சாயத்துகளே செய்யலாம். ஒவ்வொரு பஞ்சாயத்திலும் ஒரு தொழிலாளர் வரவு -செலவுத் திட்டத்தினைத் (Labour Budgetting) தயார் செய்யலாம். நம் கிராமத்தில் உள்ள வேலை நாட்கள் எவ்வளவு, நமக்குத் தேவை எத்தனை ஆட்கள், நம்மிடம் உபரியாக இருக்கும் ஆட்கள் எத்தனை என்று சரியான புள்ளிவிவரத்துடன் செயல்பட்டால், உபரியாக இருக்கும் நபர்களைத் தேவையான இடங்களுக்கு அனுப்பி அங்கு உள்ள தேவைகளைப் பூர்த்தி செய்யலாம். இன்று எல்லா மாவட்டங்களிலும் வேலைக்கு உறுதியளிப்புத் திட்டம் நடைமுறைப்படுத்தப்பட உள்ளதால், அந்தக் கிராமங்களில் விவசாய வேலைகள் எத்தனை நாட்களுக்கு இருக்கும், மீதமுள்ள நாட்களில் நூறு நாட்களுக்கு வேலையைத் திட்டமிட்டுச் செயல்பட்டால் குறைந்தபட்சம் ஆண்டுக்கு 250 நாட்களுக்கு வேலையைக் கண்டுபிடித்து விடலாம். எந்தத் தொழிலும் தெரியாத ஏழைக் கூலித் தொழிலாளர்களுக்குத்தான் இந்த வேலை உறுதியளிப்புத் திட்டம்.

அதேபோல் கிராமங்களில் இருக்கும் கைத்திறன் தெரிந்தவர்களை ஒன்றிணைத்துச் சங்கமாக உருவாக்க வேண்டும். அப்படி உருவாக்கிய பின் அவர்களுக்குத் தேவையான பயிற்சியினை ஏற்பாடு செய்து கொடுக்க வேண்டும். இன்றைய சூழலில் கைத்திறன் உள்ளவர்களைச் சந்தைக்குப் பொருள் உற்பத்தி செய்யாமல் மேம்படுத்த முடியாது. அப்படிச் செய்ய வேண்டும் என்றால் அவர்களின் திறன் கூட்டப்பட வேண்டும். பயிற்சி தருவதற்குக் கூட இன்றைக்கு வங்கிகளே ஏற்பாடு செய்கின்றன. பயிற்சியைச் சிறப்பாக எடுத்துக் கொண்டால் இன்றைய சூழலில் வங்கிகளிலே கடன் பெறுவது மிகப்பெரிய காரியம் அல்ல. புதிய சூழலில் சந்தைக்குத் தேவையான பொருள்களை நாமே உற்பத்தி செய்யமுடியும். அதேபோல் கைத்திறன் உள்ளவர்கள் பணி செய்யத் தயாராக இருந்தால் எங்கு பணிக்கு ஆட்கள் தேவை இருக்கின்றதோ அங்கு பணிக்குச் சென்று விடலாம். ஒரு சில நகரங்களில் குறிப்பாக மின்னியல் ஆய்வாளர் (Electrician) உதவி தேவை ஏற்பட்டால் உடனே ஒரு தொலைபேசி எண்ணுக்குத் தொடர்பு கொள்கின்றனர். அதற்குரிய ஆள் வருகின்றார், அந்த வேலைகளைச் செய்துவிட்டு, அதற்கு ஒரு இரசீது தருகின்றார். அவர் வைத்திருக்கும் கம்பெனி பட்டியலின்படி பணத்தினைப் பெற்றுச் சென்று விடுகிறார். வேலைகளின் தன்மைக்குத் தகுந்தாற்போல் பட்டியல் வைத்திருக் கின்றார். ஏனென்றால் அவர் ஒரு கம்பெனியாகச் செயல்படுவதால். அதேபோல் தண்ணீர் வரும் குழாய் பழுது அடைந்துவிட்டால்

அதனைச் சரிசெய்ய நமக்கு ஆள் தேவை. அதற்கு ஒரு தொலை பேசி எண்ணைத் தொடர்பு கொண்டு அழைத்தால், ஆள் வருகிறார், வேலைகளைச் செய்து முடிக்கின்றார், பட்டியலைப் பார்த்துச் செய்த வேலைக்கு இரசீது தருகின்றார். அதன்படி பணத்தைப் பெற்றுச் செல்கின்றார். அதேபோல் தங்கள் வீட்டில் வயதானவர்கள் இரண்டுபேரைப் பார்த்துக் கொள்ள ஆள் தேவை என்றால் ஒரு தொலைபேசி எண்ணைக் கூப்பிட்டால் ஆள் வருகிறார், வேலைகளின் விவரத்தைத் தெரிந்து, எவ்வளவு நேரம் அவர்களுடன் இருக்க வேண்டும் என்பதனையும் தெரிந்து அதற்கு ஒரு தொகை நிர்ணயிக்கப்பட்டு ஒப்புக் கொண்டால் உடன் ஆள் அனுப்பப்படு கிறது. அதன் அடிப்படையில் வீட்டுக்காரர் அந்தக் கம்பெனியில் அந்த வீட்டில் வேலை செய்யும் நபரின் பெயரில் பணம் கட்டி விட வேண்டும். அதேபோல் சமைக்க ஆள் வேண்டுமா, குழந்தைகளைப் பார்த்துக்கொள்ள ஆள் வேண்டுமா, கார் ஓட்ட ஆள் வேண்டுமா, கழிப்பிடத் துப்புரவிற்கு ஆள் வேண்டுமா, எதற்கானாலும் சரி, ஒரு கம்பெனி இருக்கிறது. அதன் தொலைபேசி எண்ணைக் கூப்பிட்டால் செய்தால் ஆள் வருவார்கள், வேலையைப் பார்ப்பார்கள் என்ற சூழல் வந்துவிட்டது. என்ன தேவையென்றால் எல்லா நகரங்களுக்கும் இந்தச் சூழல் வர வேண்டும். எப்படித் தொலைபேசி மூலம் தெரிவித்தவுடன் மளிகைச் சாமான் வீட்டிற்கே வருகிறதோ, தொலைபேசி மூலம் தெரிவித்தவுடன் பட்டுப்புடவை வீட்டிற்கே வருகிறதோ, தொலைபேசி மூலம் தெரிவித்தவுடன் எந்தப் பொருளும் வீட்டிற்கு வந்து சேர்கிறதோ, அப்படித் தேவையான ஆட்களும் வந்து சேரும் வகையில் ஒருங்கிணைக்கப்பட்டு அமைப்புகள் மூலமாகச் செயல்பட வைத்துவிட்டால், நம் நாட்டில் ஏழை மக்களுக்கும் தரமான வாழ்வு கிடைக்கும். அதற்கு நம் பஞ்சாயத்துகள் தன்னார்வத் தொண்டு நிறவனங்களுடன் சேர்ந்து இப்படிப்பட்ட வேலைகளில் ஈடுபட்டால் நம் மக்களுக்கு மிகச் சிறந்த வாய்ப்புகள் ஏற்படும்.

எல்லாத் தொழிலிலும் நேர்த்தி வந்துவிட்டது. வீட்டில் வேலை செய்யும் பெண்களுக்கு, வீட்டைக் கூட்டுவதற்கு இயந்திரம் வந்துவிட்டது, பாத்திரம் கழுவுவதற்கு இயந்திரம் வந்துவிட்டது, துணிகள் துவைப்பதற்கு இயந்திரம் வந்துவிட்டது. எனவே இந்த இயந்திரங்களைப் பயன்படுத்த இவர்களுக்குப் பயிற்சி அளிக்க வேண்டும். இல்லையென்றால் இவர்களால் இந்த வாய்ப்புகளைப் பெற முடியாது. எலக்ட்ரீசியன் என்றால் நவீன இயந்திரங்களைப் பயன்படுத்தி வீடுகளில் வேலைசெய்யும் சூழலுக்கு அவர்களுக்குப் பயிற்சி அளிக்க வேண்டும். தச்சர்கள் என்றால் மேம்படுத்தப்பட்ட இயந்திரங்களைப் பயன்படுத்தும் சூழலுக்கு நல்ல பயிற்சியைப்

பெற்றவராகத் தயார் செய்தால்தான் சந்தைக்கு அவர்களால் பொருள்களைத் தயாரிக்க முடியும், மண்பாண்டம் செய்யக்கூடியவர் டெரகோட்டா பொருள்களைச் செய்யக்கூடிய அளவிற்குத் தொழில் நுட்பம் அவர்களுக்குத் தெரிந்தால்தான் அவர்களால் சந்தைக்குப் பொருள்கள் தயாரிக்க முடியும். பாய் முடையக் கூடியவர்கள் கூட புதிய சூழலுக்குப் பாய்களை எப்படி உருவாக்க வேண்டும் என்ற உத்தியைத் தெரிந்துகொண்டால் சந்தைக்குப் பொருள் உற்பத்தி செய்து விடலாம். எனவே கைத்தொழில் திறன் தெரிந்தவர்களை ஒன்றிணைத்துச் சந்தையின் தேவைக்குத் தயார் செய்துவிட்டால் நிச்சயம் ஏழைகளின் வாழ்வு என்பது பிரகாசமாகவே இருக்கும்.

இதற்கு மிகப்பெரிய எடுத்துக்காட்டுகள் நமக்கு இன்று எல்லா தேசங்களிலும் கிடைக்கின்றன. வங்கதேசத்தில் நோபல் பரிசுபெற்ற முகமது யூனுஸ் சாதாரணப் பெண்களை வைத்துக்கொண்டே ஒரு செல்போன் கம்பெனி ஆரம்பித்து வெற்றி கண்டார். அப்படி அந்த ஏழைகளை ஒன்றிணைத்து வேலை செய்து அவர்களை ஏழ்மையிலிருந்து காப்பாற்ற இன்னும் பல நடவடிக்கைகளை எடுத்தார். என்னவென்றால் பணம் தருவது மட்டும் உதவியாக இல்லாமல், அவர்களின் மனோபாவத்தில், நடத்தையில், செயல்பாடுகளில் மாற்றங்களைக் கொண்டு வந்தார். குடிப்பதை ஒழிப்பது, குழந்தைகளைப் படிக்க வைப்பது, சுகாதாரமாக இருப்பது, தனக்கென்று ஒரு வீடு அமைத்துக் கொள்வது போன்ற பல்வேறு திட்டங்களையும் ஏழைகளுக்குத் தந்து அவர்கள் முன்னேற உதவி வருகிறார். அதேபோல் இந்த ஏழைகளை ஒருங்கிணைப்பது, அவர்களின் மனோபாவத்தில் மாற்றங்களைக் கொண்டு வருவது, நடத்தையில் மாற்றங்களைக் கொண்டு வருவது, செயல்பாடுகளில் மாற்றங்களைக் கொண்டு வருவது போன்ற மாற்றுச் சிந்தனை ஏழைகளை வாழ வைக்கும். அதுதான் நமது மக்களுக்கு இன்றைய தேவை. இதற்கு நமது பஞ்சாயத்துகளும் தன்னார்வத் தொண்டு நிறுவனங்களும் இணைந்து செயல்பட வேண்டியது அவசியமாகும்.

17

பருவநிலை மாற்றமும் உள்ளாட்சியும்

உலகம் முழுவதும் அறிஞர்களால் தீவிரமாக விவாதிக்கப்படும் பல பொருள்களில் 'பருவநிலை மாற்றம்' என்பது மிகவும் முக்கியமானதாகும். இது குறித்து இரண்டு சர்வதேச மாநாடுகளில் (க்யோட்டோ 1997, பாலி 2007) மிக ஆழமாக சிந்தித்து நடைமுறைப்படுத்த வேண்டிய பல்வேறு நடவடிக்கைகள் தீர்மானங்களாக வடிவமைக்கப்பட்டு நிறைவேற்றப்பட்டுள்ளன. குறிப்பாக இந்தோ னேசியாவின் பாலித்தீவில் 2007 ஆம் ஆண்டு டிசம்பர் மூன்றிலிருந்து பதினான்காம் தேதி வரை நடைபெற்ற ஐக்கிய நாடுகளின் பருவநிலை மாநாட்டில் எல்லா அம்சங்களையும் உள்ளடக்கிய தீர்மானங்கள் எல்லா நாடுகளிலும் செயல்படுத்தக் கூடிய அளவில் நிறைவேற்றப்பட்டன. இந்தத் தீர்மானங்களின் அடிப்படையில் வளர்ந்த நாடுகள், வளரும் நாடுகள், சர்வதேச அமைப்புகள், உள்ளாட்சி அமைப்புகள் அத்தனையும் எப்படிச் செயல்பட வேண்டும் என்பதற்கான அடிப்படையினைக் கோடிட்டுக் காட்டியுள்ளன. இந்த வகையில், நாடுகள் பின்பற்றும் முறைகள் பற்றி விரிவாக விளக்கப்பட்டுள்ளன. அதன் அடிப்படையில் சர்ச்சைகள் வந்த வண்ணம் உள்ளன. ஆனால் இந்தத் தீர்மானங்கள் அனைத்தும் செயல்படுத்தப்படுவது மக்கள் வாழும் சமுதாயத்தில்தான் என்பதில் யாருக்கும் எந்தச் சந்தேகமும் இல்லை. ஆனால் இந்தத் தீர்மானங்களை யார் நடைமுறைப் படுத்துவது என்பதுதான் மிகப்பெரிய கேள்வி. அது மட்டுமல்ல, வளர்ந்த நாடுகள் வளரும் நாடுகளின் பிரச்சனைகளைப் பகிர்ந்து கொள்ள வேண்டும். பருவநிலை நீதி, வளர்ந்த நாடுகளிடமிருந்து வளர்முக நாடுகளுக்குக் கிடைக்க வேண்டும் என்றும் கோரிக்கைகள் வைக்கப்பட்டுள்ளன. வளர்ந்த நாடுகளில்தான் வளங்களை உபயோகப்படுத்துவதில் தாராளமயம் கடைப்பிடிக்கப்பட்டு பசுமைக்குடில் வாயு அதிக அளவில் வெளியேற்றப்படுகின்றன. எனவே வளர்ந்த நாடுகள் அனுபவிக்கும் சுகத்திற்கு அவர்கள்தான் அதிக அளவில் வளர்கின்ற நாடுகளுக்கு உதவி செய்ய வேண்டும். ஏனென்றால் இந்த பருவநிலை மாற்றத்தில் வளர்ந்த நாடுகள்தான் மிகப்பெரிய பாதிப்புக்கு உள்ளாகின்றன. இந்த நிலையில்

அடிமட்டத்தில் மக்கள் மத்தியில் கடுமையாகப் பணிபுரிந்து சூழலை மாற்றினாலன்றி இந்தப் பிரச்சனைக்கு முடிவு கிடையாது.

எனவே, பஞ்சாயத்துகளும் நகராட்சிகளும், மாநகராட்சிகளும் எந்த அளவில் பருவநிலை மாற்றத்தின் விளைவுகள் மக்களைப் பாதிக்காமல் இருக்க பணியாற்ற முடியும் என்று விவாதிப்பதற்காகச் சமீபத்தில் சென்னையில் ம.சா. சுவாமிநாதன் ஆராய்ச்சி மையத்தில் அறிஞர்கள், ஆராய்ச்சியாளர்கள், உள்ளாட்சித் தலைவர்கள் மற்றும் தன்னார்வத் தொண்டு நிறுவனங்களின் தலைவர்கள் அடங்கிய ஒரு குழு கூடியது. பொதுவாகவே பேராசிரியர் சுவாமிநாதன் தரம் வாய்ந்த அறிஞர்களை ஒன்றுகூட்டுவதில் எப்போதும் கைதேர்ந்தவர், எந்தப் பிரச்சனையையும் ஆழமாகச் சிந்திப்பதற்குத் தகுதியான ஆட்களை உலக அளவில் கண்டுபிடித்துக் கருத்துப் பரிமாற்றத்திற்கு அழைத்து வருவார். அதேபோல் இந்தக் கலந்துரையாடலுக்கும் நல்ல கருத்தாளர்களைக் கொண்டு வந்திருந்தார். இந்தக் கலந்துரையாடலில் பஞ்சாயத்தின் பங்குபணி என்ன என்பதை விளக்குவதற்காக என்னையும் அழைத்திருந்தார்.

பருவநிலை மாற்றம் நாம் கண்டிராத அளவுக்கு மாறுதல்களை சமூகத்தில் எந்தெந்த நிலைகளில் ஏற்படுத்தும் என்று விரிவாக அறிஞர்கள் எடுத்து வைத்தனர். மிக வேகமான வளர்ச்சி என்ற அடிப்படையில் நாம் செய்யும் செயல்பாடுகள் அனைத்தும் இயற்கையை மிகப்பெரிய அளவில் பாதித்துக் கொண்டுள்ளன. நம்முடைய வளர்ச்சிச் செயல்பாடுகள் என்பன கிட்டத்தட்ட இயற்கை மேல் தொடுத்திருக்கும் ஒரு மிகப்பெரிய போர் என்று விளக்கினார்கள். இயற்கையை அளவுக்கு மீறி துன்புறுத்துவதால், அது தன் சீற்றத்தை பல்வேறு வழிகளில் மக்கள் மேல் காண்பிக்கிறது. இதன் விளைவும் மீண்டும் இயற்கையைத்தான் பாழ்படுத்துகிறது. அப்படி இயற்கையைப் பாழ்படுத்துவதன் மூலம் சமுதாயத்தில் மக்கள் வாழ்க்கையைச் சீரழிக்கிறது. எண்ணற்ற செடி கொடிகள், தாவர இனங்கள், விலங்கினங்கள் இந்தப் பருவ நிலை மாற்றத்தால் பாதிப்புக்கு உள்ளாகி விட்டன. இன்னும் பாதிப்புக்கு உள்ளாகப் போகின்றன. குறிப்பாக மழையின் அளவு கூடி வெள்ளம் ஏற்படுத்துவதும், வறட்சி ஏற்படுத்துவதும், அடிக்கடி மழை பெய்வதும், வெயிலின் அளவு கூடுவதும், மண்ணின் தன்மை மாறி பயிர் விளைச்சல் குறைவதும், புதிய புதிய வகை நோய்கள் பரவுவதும் பருவநிலை மாற்றத்தின் விளைவுகளாகும் என்பதைத் தெளிவாக்கினார்கள். இந்தியாவைப் பொறுத்தவரையில் 25 டிகிரி சென்டிகிரேடு முதல் 5 டிகிரி சென்டிகிரேடு வரை பூமியின் வெப்பம் கூடியதன் விளைவாக வட இந்தியா முழுவதும் கூடுதல் வெப்பம் காணப்படும். கோடைக்கால மழைப்பொழிவு 20சதவீகிதம்

அதிகரிக்கும். வறட்சி மற்றும் வெள்ளத்தின் கடுமை மேலும் உயரும். கிருஷ்ணா, நர்மதை, தப்தி நதிப்படுகைகள் கடுமையான நீர்த்தட்டுப்பாட்டுக்கு ஆட்படும். மகாநதி, கோதாவரி, பிராமணி நதிப்படுகைகளில் கடுமையான வெள்ளம் நிகழும். குஜராத், மகாராஷ்டிரா கடற்கரையோர விவசாயம் அதிக பாதிப்புக்கு உள்ளாகும். பயிர்கள் மோசமாக பாதிக்கப்படும். கடற்கரையை ஒட்டிய பகுதிகளில் உள்ள விவசாய நிலங்களில் கடல்தண்ணீர் புகுந்து விவசாயத்திற்குத் தகுதியற்றதாக மாற்றிவிடும். கடல்மட்ட உயர்வினால் பாதிக்கப்படும் 27 நாடுகளில் இந்தியாவும் ஒன்று.

இந்தப் பருவநிலை மாற்றம் என்பது 20ஆம் நூற்றாண்டின் கடைசி பத்தாண்டிலேயே தொடங்கிவிட்டது, இதன் உச்சகட்டம் என்பது சமூகத்தில் 2020-ஆம் ஆண்டு தெரியும் என்று விஞ்ஞானிகள் கணிக்கின்றனர், வெப்பஅலை வீசத் தொடங்கும். அதிக அளவில் வெப்ப அலை வீசினால் வெள்ளத்திற்கும் மழைக்கும் பலியாவது போல் மக்கள் மடிவார்கள். அதுவும் குறிப்பாக ஏழை மக்களைத்தான் இந்த வெப்ப அலைகள் அதிக அளவில் தாக்கும். அதே போல் குளிர்க் காற்றும் உச்சகட்ட அளவில் அடிக்க ஆரம்பிக்கும். இதன் விளைவாக ஏழை மக்கள் அதிக அளவில் மடிவார்கள். கடந்த 10 ஆண்டுகளில் ஆறு லட்சம் மக்கள் இயற்கைப் பேரழிவால் மாண்டுள்ளார்கள். இந்த இறப்பில் 95சதவீகிதம் முன்னேறுகின்ற நாடுகளில் மடிதல் ஏற்பட்டுள்ளது. ஒருவிதமான மலேரியா இந்தப் பருவநிலை மாற்றத்தால் ஏற்படும். காடுகள் அழியும்; மீன்கள் மடியும்; மீன்பிடித் தொழிலில் உள்ளோருக்கான வாழ்வாதாரம் அற்றுப் போகும்; நெல் விளைச்சல் குறையும்; உப்பு விளைவது குறையும்; தானிய விளைவு குறையும். இதில் இன்னொரு செய்தியும் உள்ளது. அதாவது விவசாய உற்பத்தி மேற்கத்திய நாடுகளிலும், வடதிசை நாடுகளிலும் அதிகரிக்கும். எனவே பருவநிலை மாற்றத்தின் விளைவுகளிலிருந்து மக்களைப் பாதுகாக்க மக்களின் வாழ்வாதாரங்களைப் பாதுகாக்க, பூமித்தாயை பாதுக்காக்க, குறிப்பாக ஏழைகளைப் பாதுகாக்க சரியான அணுகுமுறையும் செயல்பாடுகளும் அடிமட்டத்தில் எடுக்க வேண்டும் என்பதை அனைவரும் உணரும் வகையில் இன்று உலகில் கருத்தரங்குகள் நடைபெறுகின்றன.

உலகளாவிய அமைப்புகளில் எத்தனை தீர்மானங்கள் நிறைவேற்றினாலும் அவற்றை நடைமுறைப்படுத்தப் பல்வேறு மட்டங்களில் முயல வேண்டும். மிகக் குறிப்பாக நம் உள்ளாட்சிகள் இதில் எப்படிப் பங்காற்ற முடியும் என்பதுதான் மிக முக்கியம். பருவநிலை மாற்றத்தால் வரும் விளைவுகள் என்னென்ன என்பதை விளக்கினாலும், பருவநிலை மாற்றத்தின் தாக்கத்திலிருந்து விடுதலை

பெற என்ன செய்ய வேண்டும் என்பதை நோக்கியே விவாதத்தை அந்த வல்லுநர்கள் கொண்டு சென்றார்கள்.

இதில் நாம் கவனமாக ஒன்றைப் பார்க்க வேண்டும். மேற்கத்திய நாடுகளும், வட அமெரிக்க நாடுகளும் உலகத்தில் நிகழப்போகின்ற செயல்பாடுகளை முன்கூட்டியே அறிந்து உடன் செயல்பட முனைவார்கள். உதாரணமாக 1992- ஆம் ஆண்டு ஐக்கிய நாடுகள் சபையின் வரையறைப்படியும் 1997-ல் க்யோட்டா தீர்மானத்தின் அடிப்படையிலும், உலக நாடுகள் பருவநிலை மாற்றத்தைப் பற்றிய புரிதலுக்கும், செயல்பாடுகளுக்கும் தயாராகிவிட்டன. ஜெர்மனி, இங்கிலாந்து போன்ற நாடுகளில் குறிப்பாக நகர்ப்புற உள்ளாட்சி மூலம் செயல்திட்டங்களை வடிவமைத்துச் செயலாக்க ஆரம்பித்து விட்டன. இந்த அளவுக்கு அந்த நாடுகளில் உள்ளாட்சி அரசாங்கத்திற்கு அதிகாரங்கள் வழங்கப்பட்டுள்ள காரணத்தால் இன்று அந்த நாடுகள் எல்லாம் வழிகாட்டும் நாடுகளாகவும், முன்மாதிரி நாடுகளாகவும் உருவாகிவிட்டன.

முதலில் இயற்கை வளத்தைப் பாதுகாப்பதும், பல்லுயிர்ப் பெருக்கத்தைப் பேணிக்காத்து மேம்படுத்துவதும், மக்கள் செயல்பாடுகளை இயற்கையுடன் இணைந்ததாக மாற்றிக் கொள்ளச் செய்வதும், உணவுப் பாதுகாப்பு ஏற்பாடு செய்வதும், உயரிய வகை தாவரங்களைத் தற்காத்துக் கொள்ளச் செய்வதும், விதைகளைப் பாதுகாப்பதும், சமுதாயத்தைச் சுகாதாரம் பேண தயார் செய்வதும், பேரழிவு முன்னெச்சரிக்கை நடவடிக்கைகள் எடுப்பதும், பாதுகாப்பான குடிநீர் வழங்கி தண்ணீர் மூலம் நோய் பரவாமல் மக்களைப் பாதுகாப்பதும், மண் வளப் பாதுகாப்பு செய்வதும், கரியமில வாயு குறைக்கப்படுவதும், காடுகளைப் பாதுகாப்பதும் உள்ளாட்சிகளின் கடமைகளாகும். இந்தச் செயல்பாடுகள் அனைத்தையும் செய்திட நம் உள்ளாட்சிகளுக்கு இன்றைய சட்டத்தில் இடம் உள்ளது. தேவை, நம் தலைவர்களுக்கு ஒரு புரிதல். நம் பஞ்சாயத்துத் தலைவர்கள் இந்தப் பருவநிலை மாற்றம், அதன் தாக்கங்கள் என்னென்ன என்பதைப் புரிந்துகொண்டு அவர்களுக்குக் கொடுக்கப்பட்டிருக்கும் பொறுப்புகளையும் அதிகாரங்களையும் தெரிந்து கொண்டு ஒரு சரியான பார்வையும் அணுகுமுறையும் கொண்டு செயல்பட்டால் நிச்சயமாகப் பல்வேறு மாற்றங்களை நம் நாட்டில் கொண்டு வந்துவிடலாம் என்ற விவாதம் இந்தக் கூட்டத்தில் வலுவாக வைக்கப்பட்டது.

அடிப்படையில் இன்றைய வளர்ச்சி செயல்பாடு என்பது அதிக பொருள் உற்பத்தி, அதிக பொருள் விற்பனை, அதிக லாபம், எல்லையில்லா அளவுக்குப் பொருள்களை நுகர்வது என்பதுதான்.

நாம் இயற்கையின் மேல் தொடுக்கும் போரும் இதுதான். எனவே நாம் ஆசைகளின் அடிப்படையில் செயல்படாமல் தேவைகளின் அடிப்படையில் செயல்படுவதற்கு முயலவேண்டும். எனவே, இந்தப் பருவநிலை மாற்றத்தைச் சரிசெய்ய, முதலில் நாம் செய்யவேண்டியது நுகர்வுக் கலாசாரத்தைக் குறைப்பது. இதைவிட மேலாக மக்களை இந்த நுகர்வுக் கலாச்சாரத்திலிருந்து வெளியில் கொண்டு வருவதும் இந்த உள்ளாட்சி அமைப்புகளின் தலையாய கடமையாகும். இதில் மிக முக்கியமாக இந்த வெப்பமயமாதலைத் தடுக்கவும், பருவநிலை மாற்றத்தின் விளைவுகளைத் தடுக்கவும் அரசாங்கங்கள் எந்தெந்த நிலையில் எப்படி நடந்து கொள்ள வேண்டும் எனச் சட்டமும், திட்டமும் அரசால் தயாரிக்கப்படல் வேண்டும். அதற்கான விதிமுறைகளும் உருவாக்கப்படல் வேண்டும். இன்றுள்ள சுற்றுச்சூழல் பாதுகாப்புச்சட்டம் என்பது இந்தப் பருவநிலை மாற்றத்தால் உருவாகும் பிரச்சனைகளை எதிர்கொள்ள சக்தியற்றதாக உள்ளது, எனவே ஒரு விரிவான சட்டத்தினைக் கொண்டுவர வேண்டியது காலத்தின் கட்டாயமாகும். அப்படிச் செயல்படும்போது எல்லா நிலைகளிலும் பருவநிலை மாற்றத்தைச் சரி செய்வதற்கான ஓர் மக்கள் இயக்கம் போல் உள்ளாட்சியில் செயல்படுவார்கள். அத்துடன் இயற்கை வள மேம்பாட்டுக்கும் பஞ்சாயத்துகள் செயல்படுவதை உறுதி செய்ய வேண்டும். அதற்கான திட்டங்களைத் தயார் செய்ய வேண்டும். இன்றைய நிலையில் தேசிய ஊரக வேலைவாய்ப்புத் திட்டம் இதற்கு ஓர் அற்புதமான வாய்ப்பினைக் கொண்டு வந்து தருகிறது. இந்தத் திட்டத்தினை இயற்கை வள மேம்பாட்டுக்கு ஏற்ற வகையில் திட்டமிட்டு ஒவ்வொரு கிராமமும் செயல்பட்டால், மிகப்பெரிய விளைவினை நாம் பெறமுடியும். நம் தலைவர்கள் இதனைப் புரிந்து கொண்டு செயல்பட வேண்டும்.

இது மட்டுமல்லாது கிராமப் பஞ்சாயத்து நிலையில் கிராமத்திற்கு இரண்டு பேர் ஒரு ஆண் மற்றும் ஒரு பெண் பருவநிலை மேலாளர்களாகப் பயிற்சியளிக்கப்பட்டு பஞ்சாயத்துகளுடன் வேலை செய்யத் தயார் செய்ய வேண்டும். எப்படி பெண்கள் மேம்பாட்டுக்கான செயல்பாடுகளில் ஈடுபட பாலியல் பற்றி உணர்வூட்டப்பட்டவர் தான் தகுதியானவர் என்று சொல்கிறோமோ, எப்படி மானுட உரிமைக்கான வேலை செய்ய மானுட உரிமை பற்றிய உணர்வூட்டப் பட்டவர்களைப் பணிக்கு எடுக்கின்றோமோ, அதே நிலையில் பருவநிலை மேலாளர்களையும் தயார் செய்ய வேண்டும். அவர்கள் பஞ்சாயத்துப் பணிகளுக்குப் பங்களிப்பைச் செய்வார்கள். குறிப்பாக பஞ்சாயத்துத் தலைவரையும், வார்டு உறுப்பினர்களில் ஒரு பெண் வார்டு உறுப்பினரையும் இந்தப் பணிக்காகப்

பயிற்சியளித்துத் தயார் செய்து விட்டால் பருவநிலை மாற்றத்தால் வரும் விளைவுகளைச் சந்திக்க நம் பஞ்சாயத்துகள் தயாராகி விடும். ஒவ்வொரு கிராமப் பஞ்சாயத்திலும் இருவர் (ஆண் + பெண்) முழுமையாகப் பருவநிலை மாற்றம் பற்றி தெரிந்து கொள்ள பயிற்சி அளிக்க வேண்டும். அந்த இருவரும் கிராமசபை மூலமாக கிராமத்து மக்கள் அனைவருக்கும் பருவநிலை மாற்றம், உலக வெப்பமயமாதல், பேரிடர் மேலாண்மை போன்ற செய்திகளைக் கொண்டு சேர்த்து விடுவார்கள். இந்தப் பயிற்சி என்பது இன்றியமையாததாகும்.

கிராமப் பஞ்சாயத்துகள் பல்லுயிர் பெருக்கச் சட்டம், பேரிடர் மேலாண்மைச் சட்டம், விவசாயிகள் பாதுகாப்புச் சட்டம் போன்றவைகளை முழுமையாகத் தெரிந்து கொள்வது கட்டாயமாகும். பஞ்சாயத்துத் தலைவர்களுக்குப் பஞ்சாயத்து ஆளுகை நிர்வாகம், திட்டமிடுதல் போன்றவற்றுக்குப் பயிற்சியளிக்கும்போது, இந்தப் பருவநிலை மாற்றம் உலக வெப்பமயமாதல், பேரிடர் மேலாண்மை, பல்லுயிர் பெருக்கம், விவசாயிகள் மேம்பாடு மற்றும் உரிமைகள் போன்றவற்றையும் உள்ளடக்கியதாகப் பயிற்சியளிக்க வேண்டும். இதற்குப் பஞ்சாயத்து அமைச்சகமும், சுற்றுச்சூழல் அமைச்சகமும், கிராமிய மேம்பாட்டு அமைச்சகமும் இணைந்து நிதி ஒதுக்கீடு செய்து பஞ்சாயத்துகளைத் தயார் செய்வது காலத்தின் கட்டாயம் என்று விவாதிக்கப்பட்டது. எனவே நம் உள்ளாட்சித் தலைவர்கள் இந்தப் புதிய சூழலுக்குத் தயாராக வேண்டும். பயிற்சி நிறுவனங்கள் நம் தலைவர்களைத் தயார் செய்ய வேண்டும். இதற்கான உதவிகளைச் செய்திட ம.சா. சுவாமிநாதன் ஆராய்ச்சி நிலையம் தயாராக உள்ளது. அதனைப் பயன்படுத்திக் கொள்ளவேண்டும்.

18

அதிகாரப் பரவல் அரசியல்

பொருளாதாரம் குவிக்கப்படுகின்ற போது, அதிகாரத்தை மட்டும் எப்படி பரவலாக்க முடியும் என்று பலர் கேட்கின்றனர். இந்த இரண்டு செயல்பாடுகளும் ஒன்றுக்கொன்று எதிர்மறையானவையா அல்லது இரண்டும் ஒரு திசை நோக்கிச் செல்லக் கூடியவையா என்ற கேள்விகளும் கேட்கப்படுகின்றன. அதிகாரப்பரவல் என்பது இன்று இந்த உலகமயமான பொருளா-தாரச் சூழலில் அரசு இயந்திரத்தைப் பலவீனப்படுத்தி அதிகார மையங்களைக் கீழ்நிலைக்குக் கொண்டு சென்று பன்னாட்டுக் கம்பெனிகளுக்கு உதவிடுவதற்காக உருவாக்கப்பட்ட உலக வங்கித் திட்டம் என்ற ஒரு விவாதமும் முன் வைக்கப்பட்டுள்ளது. அது மட்டுமல்ல, சந்தைப் பொருளாதாரத்திற்கு எல்லாத் தரப்பு மக்களையும் தொடர்புபடுத்துவதற்காகத்தான் இந்த அதிகாரப் பரவலே வந்துள்ளது என்ற மற்றொரு வாதமும் வைக்கப்பட்டுள்ளது. இவற்றைத் தாண்டி உலகில் எந்த நிகழ்வு நடந்தாலும் அந்த நிகழ்வினால் நன்மைகள் மட்டுமே கிடைக்கும் என்று நாம் கருதமுடியாது. நன்மைகளும் இருக்கும் தீமைகளும் வரும். எனவே நன்மைகளைப் பயன்படுத்தவும் தீமைகளை விலக்கவும் மானுட சமுதாயம் தெரிந்து வைத்திருக்க வேண்டும். அப்படித் தெரிந்து நடந்து கொள்கிற சமுதாயம் மட்டுமே வெற்றி பெறுகிறது. இந்த உலகமயமான பொருளாதாரத்தில் நல்ல வாய்ப்புகள் வரும்போது பயன்படுத்தவும் தீமைகள் வரும்போது தவிர்க்கவும்தான் இந்த அதிகாரப்பரவல் வந்துள்ளது என்ற வாதத்தினையும் பலர் முன்வைக்கின்றனர். இந்த அதிகாரப்பரவல் என்பது பொதுவாக ஒடுக்கப்பட்ட மக்களையும் தாழ்த்தப்பட்ட சமூகங்களையும் ஆளுகையிலும் முன்னேற்றச் செயல்பாடுகளிலும் பங்கேற்கச் செய்வதன் மூலம் கீழ்த்தட்டு மக்களின் விழிப்புணர்வையும் ஆற்றலையும் திறனையும் மேம்படுத்தலாம் என்ற நோக்கத்துடனும் கொண்டு வரப்படுகிறது என்ற பலமான வாதமும் முன்வைக் கப்படுகிறது. மேல்நிலையில் உலகமயமான பொருளாதாரச் செயல் பாடுகளுக்குத் தடைகளாக இருந்த நிர்வாகக் கட்டமைப்பு களையும், ஆளுகைக் கட்டமைப்புகளையும் உடைத்தெறிந்துவிட்டனர். ஆளுகை நிர்வாகம் அனைத்தும் பொருளாதாரச் செயல்பாடுகளுக்கு

முன்னுரிமை தந்து தங்கு தடையின்றி மாற்றியமைக்கப்பட்டு வருகின்றன. எனவே சந்தைச் செயல்பாட்டிற்காக அரசுகள் அசுரவேகத்தில் செயல்பட்டுக் கொண்டிருக்கின்றன. ஏனென்றால் வெளிநாட்டு மூலதனத்தை ஈர்த்து அதிக அளவில் பொருளாதாரச் செயல்பாடுகளுக்கு வழிவகை செய்து பொருளாதார வளர்ச்சியை அதிகாரப்படுத்துவதற்காகத்தான். அதிகமான பொருளாதார வளர்ச்சி வரும்போது, மேம்பாட்டிற்குத் தேவையான நிதியினை அதிக அளவில் பெற்று சமூக மேம்பாட்டிற்கும் வறுமைக் குறைப்பிற்கும் செயல்படலாம் என்ற அடிப்படையும் இந்த அதிவேகச் செயல்பாடுகளுக்குக் காரணம் எனலாம். ஆனால் இப்படிப்பட்ட அதிவேகமான சீர்திருத்தங்கள் அதிகாரப் பரவலுக்காகச் செயல்பட்டுள்ளனவா என்று கேட்டால் இல்லை என்பதுதான் நம் பதில். இதற்கான காரணம் என்ன என்பதையும் நாம் புரிந்துகொள்ள வேண்டும். உலகமயமான பொருளாதாரத் திற்கு வேலை செய்தால் அதிகாரக் கட்டிலில் அமர்ந்துள்ள அத்தனை பேருக்கும் வருமானம் கிடைக்கும். அதிகாரப் பரவலுக்காகச் செயல்பட்டால், அது யாருக்குப் பயன் அளிக்கும் என்றால், இன்றைக்கு அதிகாரங்களில் உள்ளவர்களுக்கு அல்ல, ஏழைகளுக்கு, தலித்துகளுக்கு, பெண்களுக்கு, ஆதிவாசிகளுக்கு. இதனால் இன்றைக்கு அதிகாரத்தில் உள்ளவர்கள் அதிகாரங்களை இழப்பார்கள். எனவே பதவியையும் அதிகாரங்களையும் இழக்கக் கூடியவர்கள் எப்படி அதிகாரப் பரவலுக்காக வேலை செய்ய முன்வருவார்கள். அதேநேரத்தில் சமூகத்தில் நிகழும் நிகழ்வுகளையும் நாம் புறக்கணித்து விட முடியாது. அதாவது உலகம் முழுவதும் மக்களாட்சிக்காகப் போராடும் மக்களின் எண்ணிக்கை அதிகரித்துக் கொண்டே வருகிறது. அதேபோல் எல்லோருக்கும் முன்னேற்றத்தின் அல்லது வளர்ச்சியின் பயன் கிட்ட வேண்டும். தாங்களும் மேம்பாடு அடையவேண்டும் என்று எண்ணிப் போராடுகின்ற மக்களின் எண்ணிக்கையும் அதிகரித்து வருகின்றது. அதேநேரத்தில் மக்களின் சமூக மேம்பாட்டுக்காக மேல்நிலை அரசுகள் இப்படிப்பட்ட நிர்வாகச் சீரமைப்போ, ஆளுகைச் சீரமைப்போ செய்துள்ளனவா என்று நாம் சற்று யோசித்துப் பார்த்தால் இல்லை என்றுதான் சொல்ல வேண்டும். ஆனால் உலகமயமாகிக் கொண்டிருக்கின்ற இந்தப் பொருளாதாரச் செயல்பாடுகளுக்கு ஏற்றவகையில் நிர்வாகமும் ஆளுகையும் மாறிக்கொண்டு வருகின்றன என்பதை நாம் கண்கூடாகப் பார்த்து வருகின்றோம். இது ஒரு வரலாற்றுப் போக்கு என்பதையும் நாம் மறுக்க இயலாது. உலகம் முழுவதும் தேங்கிக் கிடக்கின்ற மூலதனத்தை உற்பத்திக்காகவும் அளவில்லாத நிலைக்கு வளர்ந்து

விட்ட தொழில்நுட்பங்களைப் பயன்பாட்டுக்குக் கொண்டு வரவும் எல்லையில்லா அளவிற்குத் தனி மனித ஆற்றல் வளர்ந்த நிலையில், அவற்றைப் பயன்படுத்தவும்தான் இந்த உலகமயப் பொருளாதாரச் செயல்பாடுகள் என்பதை நாம் தெளிவாகப் புரிந்துகொள்ள வேண்டும். மேற்சொன்ன அத்தனைக்கும் ஆணிவேராக, மையப்பொருளாக வைக்கப்பட்டுள்ள சக்தி 'நுகர்வு'. எல்லா நிலைகளிலும் நுகர்வுக்கான ஒரு கலாசாரத்தை உருவாக்குவது பிரதான செயலாகக் கருதப்பட்டுவிட்டது. சந்தைக்கான இந்த செயல்பாட்டு விரிவாக்கத்திற்குத் தடைகளாக இருக்கின்ற அரசாங்க அமைப்புகள் செயல்பாட்டு முறைகளைத் தகர்ப்பது என்பது இன்றியமையாததாக இருக்கின்றது. இந்த நிலையில் மேற்கூறிய சந்தைக்கான செயல் பாடுகளைச் செய்ய அரசாங்கத்தின் இன்றைய பலவீனத்தைப் பயன் படுத்த முனைந்தனர். எனவே புதிய பொருளாதாரச் செயல்பாடுகளை நியாயப்படுத்த அரசாங்கத்தின் தோல்விகளைப் படம் பிடித்துக் காண்பிப்பதை மையப்படுத்தினர். அந்தத் தோல்விகளையும் கூட அரசாங்கத்தை வைத்தே மக்களுக்குத் தெரிவிக்கின்றனர். சந்தையில் பங்குபெறும் நிறுவனங்கள் அரசுக்கும் அரசை நடத்தும் தனிநபர்களுக்கும் அதிகாரிகளுக்கும் பல்வேறு வகையில் அரசாங்கத்தின் தோல்விகளை அவர்களை வைத்துக்கொண்டே சொல்ல வைக்கப் பல்வேறு விதமான சலுகைகளையும் உதவிகளையும் செய்து வருகின்றன. இந்தச் செயல்பாடுகள் அனைத்திற்கும் உதவக்கூடிய அத்தனை பேருக்கும் நன்மைகள் கிடைக்கும் வகையில் இந்தப் புதிய உலகமயப் பொருளாதாரச் செயல்பாட்டுத் திட்டங்களில் வழிவகை செய்யப்பட்டுள்ளது.

அரசு நிறுவனங்களில் ஊழல் மலிந்துவிட்டது. எனவே ஊழலைக் குறைக்க அரசு நடத்தும் நிறுவனங்களைக் குறைத்துவிட்டுத் தனியாரிடம் பல செயல்பாடுகளை விட்டுவிடலாம் அல்லது தனியாரும் அரசும் கூட்டாகச் சேர்ந்து நிறுவனங்களை நடத்தலாம் என்பதை அரசுத்துறைத் தலைவர்கள் ஒப்புக்கொண்டு பொது நிறுவனங்களைக் குறைக்கும் செயல்பாட்டில் ஈடுபட ஆரம்பித்தனர். இந்தச் செயல்பாடுகளுக்கு வலுச்சேர்க்கத்தான் அதிகாரப்பரவல் உலகம் முழுவதும் பேசப்பட்டு நடவடிக்கைகள் எடுக்கப்பட்டன என்ற வாதமும் வைக்கப்பட்டுள்ளது. இதற்கு மேலும் உலகமயமான பொருளாதாரச் சூழல்தான் ஊழலை இன்னும் அதிகரிப்பதற்கான வாய்ப்புகளை உருவாக்குகின்றது. எனவே அதனைக் குறைத்து அரசாங்கத்தை மக்களுக்குக் கடமைப்பட்டதாக மாற்றி, மக்களாட்சியை விரிவுபடுத்தி மக்களை அதிகாரப்படுத்தி மக்களை அரசுச் செயல்பாடுகளைக் கண்காணிக்கவும் கட்டுப்படுத்தவும்

பங்கேற்கவும் வழிவகை செய்வதற்கான ஒரு முடிவாகத்தான் அதிகாரப்பரவல் என்ற வாதத்தை அறிஞர்கள் முன் வைக்கின்றனர்.

கடந்த ஐம்பது அல்லது அறுபது ஆண்டுகளாக அரசாங்க அமைப்புகள் எல்லையில்லா அளவிற்கு வளர்ந்து மக்கள் செயல்பாடுகளைக் குறைத்து எல்லாம் அரசாங்கம் செய்யும் என்ற மனோபாவத்தை மக்கள் மனதில் விதைத்து மக்களை அரசு தரும் பயன்களைப் பெறுபவராக மாற்றிவிட்டு அரசாங்கம் தன்னை எஜமானனாக ஆக்கிக்கொண்டு விட்டது. எனவே இந்தச் சூழலில் சாமானிய மக்கள் அரசு இயந்திரத்தைக் கண்டு அஞ்சும் சூழல் உருவாகியுள்ளது. அதே நேரத்தில் நம் நாட்டில் சுதந்திரத்திற்குப் பிறகு உருவாக்கப்பட்ட அரசாங்கத்தின் ஆளுகைச் செயல்பாடுகளும் நிர்வாகச் செயல்பாடுகளும் வெள்ளையர் சமுதாயத்தைச் சுரண்டுவதற்கு உருவாக்கப்பட்ட கட்டமைப்புகளை அடியொற்றி இருந்து வருகின்ற காரணத்தால் ஆளுகை என்பதும் நிர்வாகம் என்பதும் புரியாத ஒன்றாக மாறி மக்களை அரசாங்கத்திடமிருந்து அன்னியப்படுத்திச் சுரண்டுவதற்கு வந்துவிட்டது. அதிகாரவர்க்கம் தங்களின் மேல்நிலை அதிகாரிகளுக்குக் கடமைப்பட்டவர்களாக இருக்கிறார்களேயன்றி மக்களுக்குக் கடமைப்பட்டவர்களாக இருப்பதில்லை. எனவே மக்களுக்கு முறையாக அரசாங்கத்தால் அறிவிக்கப்பட்ட உரிமையுடன் கூடிய சலுகைகளைக் கூட லஞ்சம் இன்றிப் பெற முடியாத நிலைக்கு மக்கள் தள்ளப்பட்டு விட்டனர். மக்களுடைய அறியாமையைப் பயன்படுத்திச் சுரண்டிப் பிழைக்கும் கூட்டம் ஒன்று உருவாகி வெள்ளையர்கள் செய்த அதே வேலையை வெள்ளையர்களைவிட மிகக் கொடிய முறையில் செய்து வருகின்றது.

எனவே இந்தச் சூழலையும் நிகழ்வுகளையும் பார்த்து அனுபவித்துச் சலிப்புற்று மக்கள் அரசாங்கத்தின் மேல் மரியாதையும் நம்பிக்கையும் அற்றவர்களாக மாறிவிட்டனர். இதன் காரணமாகத்தான் மக்களாட்சி நடைபெறுகின்ற நாடுகளில் பொதுமக்கள் பெருவாரியாக வாக்களிக்க முன்வருவது இல்லை, வாக்களிக்கவும் செல்வதும் இல்லை. எல்லா நாடுகளிலும் கணிசமான அளவிற்கு வாக்களிக்கும் மக்களின் எண்ணிக்கை குறைந்து கொண்டே வருகிறது. அத்துடன் அரசாங்கத்தின் மீது உள்ள மதிப்பும், மரியாதையும், நம்பிக்கையும் மக்கள் மத்தியில் குறைந்துகொண்டே வருகின்றது என்பதனைச் சமீபகாலத்திய அறிக்கைகள் தெரிவிக்கின்றன. எனவே பொதுவாழ்க்கையும், அரசியலும் மதிக்கத்தக்கதாக இல்லாமல் அவமானத்திற்கு உரியதாக மாறிவிட்ட நிலையில், மக்களை அரசாங்கத்தில் பங்கேற்க வைக்க

வேண்டும், மக்களைப் பொறுப்புகள் நிறைந்தவர்களாக மாற்ற வேண்டும், மக்களை அரசாங்கத்தைப் பற்றியும் நிர்வாகத்தைப் பற்றியும் விவரம் தெரிந்தவர்களாக மாற்ற வேண்டும் என்ற அடிப்படையில், அரசுச் செயல்பாடுகளைக் குறைத்து, மக்கள் செயல்பாடுகளை அதிகரித்து மக்களை அதிகாரப்படுத்த வேண்டும். அதன் மூலம் ஊழலைக் குறைக்க வேண்டும். எனவே இந்தப் புதிய ஏற்பாடுகளைச் செய்வதற்கு மக்களுக்கு அருகாமையில் ஆளுகைக்கான ஒரு அலகு உருவாக்கப்பட வேண்டும் என்ற அடிப்படையில் உலகம் முழுவதும் அதிகாரப்பரவல் மற்றும் மக்களை அதிகாரப்படுத்துதல் என்ற முழக்கத்தோடு எண்பது நாடுகளில் இந்த அதிகாரப்பரவல் நடைமுறைப்படுத்தப்பட்டு வருகின்றது. இந்த அதிகாரப்பரவல் மூலம் ஒரு சில மாற்றங்களை எதிர்பார்க்கின்றனர். அதாவது இன்றைய பிரதிநிதித்துவ ஜனநாயகத்தில் ஏற்பட்டிருக்கக்கூடிய தேக்கத்திற்கு வடிகால் உருவாக்கும் வகையில் ஒரு புதிய ஆளுகையை உருவாக்க வேண்டும். அது அனைத்துத் தரப்பு மக்களையும் சமுதாயத்தையும் உள்ளடக்கியதாக இருக்க வேண்டும். குறிப்பாக ஒடுக்கப்பட்டவர் களையும் பெண்களையும் உள்வாங்கிக் கொண்ட ஆளுகையாக மாறவேண்டும். அனைத்துத் தரப்பு மக்களின் பிரச்சனைகளையும் அந்தந்த நிலைகளிலேயே தீர்க்கக் கூடியதாகவும் இருக்க வேண்டும். அது மட்டுமல்ல, மக்களை ஆள்வதற்குப் பதில் வழிநடத்துகின்ற ஓர் ஆளுகையாக உருவாக்க வேண்டும். வளர்ச்சியும், மேம்பாடும் மக்கள் பங்கேற்பின் மூலம் உருவாக்கக் கூடியதாக அடித்தளத்தில் ஆளுகை உருவாக்கப்படல் வேண்டும். இந்த அதிகாரப்பரவலுக்கான நடைமுறைகள் நாட்டுக்கு நாடு வித்தியாசமான முறையில் நிகழ்ந்து கொண்டுள்ளன. இந்த நிகழ்வுகள் பல்வேறு தாக்கங்களை உலகத்தில் ஏற்படுத்தியுள்ளன. அதாவது அதிகாரப்பரவல் மூலம் சந்தைக்கான இணைப்புகள் கீழ்மட்டத்தில் உள்ள கிராமங்களுடன் இணைக்கப் பட்டு உலகமயமாதலால் பயன்தரும் வாய்ப்புகள் கிராமங்களுக்கு வருமேயானால் அதனை அடித்தளத்து மக்களுக்குப் பயன்படுத்திக் கொள்ளலாம். ஒருவேளை பாதகமான சூழல் வரும்போது அதைத் தவிர்க்க, எதிர்க்க, முறியடிக்கப் பரவலாக்கப்பட்ட அதிகாரத்தை உள்ளாட்சி அமைப்புகள் பயன்படுத்த வேண்டும். இந்த அதிகாரப் பரவலில் உள்ளாட்சி எப்பொழுது சிறப்பாகச் செயல்படும் என்றால் மக்கள் விழிப்புணர்வுடன் தேர்ந்தெடுக்கப்பட்ட மக்கள் பிரதிநிதிகளைக் கண்காணித்துக் கட்டுப்படுத்தும் நிலையில் இருந்தால்தான் என்பது உலகளவில் முடிவாகக் கண்ட உண்மையாகும். நம் நாட்டிலேயே பார்க்கின்றோம், பன்னாட்டுக் கம்பெனிகள் இயற்கை வளங்களைச் சூறையாட வரும்போது

அதனை எதிர்த்து மக்களைத் திரட்டிப் போராடும் தலைவர்களும் உள்ளனர். அதேநேரத்தில் பன்னாட்டுக் கம்பெனியிடம் கையூட்டுப் பெற்று பஞ்சாயத்திலும் கிராமசபையிலும் தீர்மானம் நிறைவேற்றிக் கொடுத்த நிகழ்வுகளும் இல்லாமல் இல்லை. எனவே அதிகாரப் பரவலால் முழுமையாக நன்மைகள்தான் கிடைக்கும் என்று அறுதியிட்டுக் கூறிவிட முடியாது. பொதுவான கோட்பாடு என்னவென்றால், மக்கள் விழிப்புணர்வுடன் இருக்கும்போது பரவலாக்கப்பட்ட அதிகாரம் நன்மையைத்தான் செய்ய முடியும் என்பதுதான். ஆனால் பெரும்பான்மையான நாடுகளில் இந்த அதிகாரப்பகிர்வு என்பது மக்கள் போராடிக் கிடைத்தது அல்ல. மத்திய அரசு அல்லது மாநில அரசுகள் தங்களுடைய சுமையைக் குறைப்பதற்காகக் கீழ்நிலையில் உள்ள அமைப்புகளை வலுப்படுத்தி மக்களுக்குச் செய்யும் சேவையை திறம்படச் செய்வதற்கு வழிவகை செய்கின்ற போது நடைபெற்றதுதான் இந்த அதிகாரப்பரவல். ஏனென்றால் மைய, மாநில அரசுகள் செய்த பணிகள் எதிர்பார்த்த விளைவுகளைத் தராத நிலையில் இப்படிப்பட்ட அமைப்புகளை உருவாக்கினால் மக்களுக்கான பணிகள் சிறப்பாக நடைபெறும் என்ற எதிர்பார்ப்பால் உருவாக்கப்பட்டன என்பதும் நாம் கண்ட உண்மை. எனவே அதிகாரப்பரவல் என்பது மேலிடத்தில் முடிவு எடுத்துத் திணிக்கப்பட்ட ஒன்றுதானே தவிர மக்கள் போராடிக் கேட்ட முடிவு அல்ல. இருந்த போதிலும் இந்தப் புதிய வாய்ப்பினை மக்கள் எப்படிப் புரிந்துகொண்டு பயன்படுத்துகிறார்களோ அந்த அளவிற்குப் பலன்களைப் பெற்றுத் தரும் என்பதும் அனைவரும் அறிந்த ஒன்றே.

உலகத்தில் இந்த அதிகாரப்பரவல் எந்தச் சூழலில் வெற்றியைத் தருகின்றது என்று அனுபவத்தில் ஆராயும்போது, எந்தச் சமுதாயத்தில் படித்தவர் எண்ணிக்கை அதிகமாக இருக்கிறதோ அந்த நாடுகளில், பிராந்தியங்களில் அதிகாரப்பரவல் சிறப்பான விளைவுகளை ஏற்படுத்தும், ஏற்படுத்தியுள்ளது. அதேபோல் எந்தச் சமுதாயத்தில் அரசியல் அல்லாத மக்கள் அமைப்புகள் அதிக எண்ணிக்கையில் செயல்படுகிறதோ அங்கு அதிகாரப்பரவல் நல்ல விளைவுகளை ஏற்படுத்தும், எந்தச் சமுதாயத்தில் மத்தியதர வர்க்கம் அதிகமாக இருக்கின்றதோ அங்கும் அதிகாரப்பரவல் சிறப்பான விளைவுகளை ஏற்படுத்தும், அதேபோல் எந்தச் சமுதாயத்தில் வாழ்வாதாரங்கள் அதிக அளவில் பாதுகாக்கப்பட்டு ஏழை மக்களுக்கும் பங்கிடப்பட்டுத் தரப்பட்டுள்ளனவோ (அதாவது நிலச்சீர்திருத்தம் செய்யப்பட்டு ஏழைகளுக்கு வழங்கப் பட்டுள்ளனவோ) அங்கும் இந்த அதிகாரப் பரவல் குறிப்பிடத்தக்க விளைவுகளை ஏற்படுத்தியுள்ளது. எங்கெல்லாம் அதிகாரங்கள்

பணிகளிலும் பணியாளர்களிலும் பணிகள் செய்ய நிதி ஆதாரங்களிலும் பகிர்மானம் தெளிவாகச் செய்யப்பட்டு கீழ்நிலைகளில் உள்ள ஆளுகை மற்றும் நிர்வாகக் கட்டமைப்புகளுக்குக் கொண்டு செலுத்தப்பட்டனவோ, அங்கும் எதிர்பார்த்த விளைவுகளை இந்த அதிகாரப்பகிர்வு ஏற்படுத்தியிருக்கின்றது, அதேபோல் எங்கு மக்களும், மக்கள் பிரதிநிதிகளும் விழிப்புணர்வு பெற்றுச் சரியான தலைமைத்துவத்திற்கு ஆட்படுத்தப்படுகின்றனரோ அங்கும் இந்த அதிகாரப் பரவல் நல்ல விளைவுகளை ஏற்படுத்தியுள்ளது. இந்த அடிப்படைக் கோட்பாடுகளை உலக ஆளுகை அனுபவங்களிலிருந்து சமூக அறிவியலாளர்கள் உரு வாக்கியிருக்கிறார்கள்.

உலகளவில் இந்த அதிகாரப் பகிர்விற்கு பல்வேறு வழிகளில் செயல்வடிவம் கொடுத்துள்ளனர். ஒரு சில நாடுகளில் அரசியல் சாசனச் சட்டத்திலேயே இந்த அமைப்புகளை உருவாக்கி உள்ளனர். இதற்கு பிரேசில், டென்மார்க், பிரான்ஸ், இத்தாலி, ஜப்பான் மற்றும் இந்தியா போன்ற நாடுகள் உதாரணம். ஒரு சில நாடுகள் அதிகாரப்பரவலை அந்த நாட்டுப் பிராந்திய அரசியல் சாசனச் சட்டத்தின் மூலம் அமைப்புகளை உருவாக்கி அதற்கு அதிகாரங்களைப் பகிர்ந்தளித்துள்ளன. இதற்கு அமெரிக்கா மற்றும் ஆஸ்திரேலியா சிறந்த உதாரணமாகும். அதேபோல் பல நாடுகள் இதற்கான சட்டத்தினைத் தேசிய பாராளுமன்றத்திலேயே உருவாக்கி அதன் மூலம் இந்த அமைப்புகளைத் தயார்செய்து அதிகாரங்களைத் தந்துள்ளனர். நியூசிலாந்து, இங்கிலாந்து போன்ற நாடுகள் இதற்கு உதாரணம், கனடா மற்றும் பாகிஸ்தான் போன்ற நாடுகள் பிராந்திய சட்டமன்றங்களில் உள்ளாட்சிக்கான சட்டங்களை உருவாக்கி அதிகாரப்பரவலை நடைமுறைப் படுத்தியுள்ளன. இன்னும் சில நாடுகளில் ஒரு அமைச்சர் குழுவில் முடிவெடுத்து அதன் மூலம் உள்ளாட்சியை உருவாக்கி, அதற்கான நிதியையும் அதிகாரங்களையும் தந்து செயல்படுத்திக் கொண்டுள்ளனர். இதற்கு மிகச் சிறந்த உதாரணம் சீன நாடாகும். சீன நாட்டை நாம் பின்பற்றினாலே மிகப்பெரிய மாற்றங்களை நம்மால் ஏழைகள் வாழ்வில் உருவாக்க முடியும். பொருளாதாரச் செயல்பாடுகளுக்காக உள்ளாட்சியை ஒருங்கிணைத்து விட்டார்கள். அந்த அடிப்படையைப் பார்த்துத்தான் நம் பாரதப் பிரதமர் பஞ்சாயத்து வணிக மையம் (Panchayat Business Hub) என்ற ஒரு புதிய திட்டத்தினை உருவாக்கினார். இதனை இன்றும் முழுமையாக உயர்நிலையில் உள்ளவர்கள் புரிந்து கொள்ளவில்லை. இந்த உள்ளாட்சி அமைப்புகள் உருவாக்கப்பட்டு வளர்த்தெடுக்கப் படுவதும் செயல்படுவதும் நல்ல விளைவுகளைத் தருவதும் அரசியல் சாசனச் சட்டத்தால் உருவாக்கப்படுவதால் மட்டுமல்ல. அரசியல்

சாசனச் சட்டத்தால் உருவாக்கப்பட்டு விட்டாலே, அந்த நாட்டில் நல்ல உள்ளாட்சிகள் உருவாக்கப்பட்டு விட்டதாக அர்த்தம் அல்ல. அதேபோல் ஒரு நாட்டில் அமைச்சரவை முடிவின் மூலமாக (Executive Order) உள்ளாட்சி உருவாக்கப்பட்டதாலேயே அந்த நாட்டின் உள்ளாட்சிகள் சிறப்பாகச் செயல்பட முடியாத அளவிற்கு முக்கியத்துவம் இழந்ததாக இருக்கும் எனவும் கருதக்கூடாது. இந்தியாவில் அரசியல் சாசனத்தின் அடிப்படையில்தான் உள்ளாட்சி உருவாக்கப்பட்டுள்ளது. ஆனால் அதிகாரங்கள் உரியமுறையில் கீழ்த்தட்டிற்குச் செல்லவில்லை. மக்களை அதிகாரப்படுத்த வேண்டும். அரசை மக்களுக்குக் கடமைப்பட்டதாக ஆக்க வேண்டும் என்று எண்ணுகின்ற இடதுசாரிக் கட்சிகள் மட்டும்தான் இந்த அதிகாரப் பரவலை முன்னெடுத்துச் செல்கின்றன. மற்ற கட்சிகள் ஆளும் மாநிலங்களில் பல்வேறுபட்ட சிக்கலில் மாட்டித் தவிக்கின்றது உள்ளாட்சி அரசாங்கம். நம்நாட்டில் அரசுகள் செய்யும் செலவில் 3 ரூ மட்டும்தான் உள்ளாட்சியின் மூலம் வளர்ச்சிக்காக செலவிடப் படுகிறது. ஆனால் சீனாவில் 45ரூ-லிருந்து 50ரூ-வரை உள்ளாட்சியின் மூலம் செலவிடப்படுகிறது.

சீனாவில் உள்ளாட்சி ஒரு மந்திரி சபையின் ஆணையின் மூலம்தான் உருவாக்கப்பட்டுள்ளது. நார்வே நாட்டின் மொத்த மக்கள் தொகை நம் நாட்டின் உள்ளாட்சிப் பிரதிநிதிகளின் மொத்த எண்ணிக்கையை விடக் குறைந்தது. ஆனால் அந்த நாட்டில் 40-ரூ மேம்பாட்டுச் செலவுகள் உள்ளாட்சியின் மூலம் நடைபெற்று வருகின்றன. இந்த அதிகாரப்பரவல் மூலம் உள்ளாட்சிச் செயல்பாடுகள் என்பது ஒவ்வொரு நாட்டிலும் அந்த நாட்டின் தேவைகளின் அடிப்படையில் மற்றும் சூழலின் அடிப்படையில் நடைபெற்று வருகின்றது. மிக முக்கியமாக அந்த நாட்டின் அரசியல் தலைமையின் உறுதியான பார்வையின் அடிப்படையில் இந்த நிகழ்வுகள் நடைபெறுகின்றன. நம் நாட்டில் வெளியில் சொல்லிக் கொள்வதற்கு வரலாறு படைத்தது போல் அரசியல் சாசனச் சட்டத்தின் மூலம் உள்ளாட்சியை உருவாக்கி விட்டோம். ஆனால் அதை எப்படி நடைமுறைப்படுத்துகின்றோம் என்று பார்த்தால் நம் பலவீனம் தெரிந்துவிடும்.

ஆனால் நம் நாட்டில் இது ஒரு சிக்கலுக்கு ஆட்பட்டு நடைபெற்று வருகிறது என்பது அனைவரது கவனத்தையும் ஈர்க்கிறது. நம் நாட்டில்தான் இந்த அதிகாரப் பரவல் பல்வேறு தடைகளைத் தகர்த்துப் பல்வேறு நிலைகளுக்குச் சென்று அடிப்படையான வேலைகளைச் செய்ய வேண்டி உள்ளது. எனவே நம் நாட்டில் இந்த அதிகாரப் பகிர்வு பல்வேறு சிக்கலுக்கு உள்ளாகி உள்ளது. ஏனென்றால் நம் நாட்டில்தான் சமூக அமைப்புகள்

பல்வேறு ஏற்றத்தாழ்வுகள் நிறைந்ததாகக் கட்டமைக்கப்பட்டுள்ளது. அதேபோல் ஆண் ஆதிக்கம் என்பதும் சமூகத்தில் வலுவாகக் கட்டமைக்கப்பட்டுள்ளது.

எனவே நம் நாட்டில் அதிகாரப் பகிர்வு என்பது மேட்டுக்குடி மக்களிலிருந்து மத்திய தர வர்க்கத்திற்கும், மத்திய தர வர்க்கத்திலிருந்து உழைக்கும் வர்க்கத்திற்கும், ஆண்களிடமிருந்து பெண்களுக்கும் நடைபெறுகிறது. இதுவரை இந்த அதிகாரங்களை யார் யார் வைத்துப் பயன்பெற்றார்களோ அவர்களெல்லாம் அதை இழந்து விடவேண்டிய சூழல் வந்துவிட்டது. யார் யாரெல்லாம் அதிகாரம் இல்லாது இருந்தார்களோ அவர்களுக்கு இப்போது அதிகாரம் வருகிறது. இந்த நிகழ்வு சட்டம் போட்டு விட்டதால், அல்லது அரசியல் சாசனச் சட்டத்தை திருத்தியதால் நடந்துவிடாது. ஏனென்றால் போட்ட சட்டங்களை முறைப்படி நடைமுறைப்படுத்த வேண்டியது சட்டம் போட்டவர்கள் கையில்தான் உள்ளது. இதில் நாம் கவனமாகப் பார்க்க வேண்டியது என்னவென்றால், அதிகாரத்தை இழக்கக் கூடியவர்கள் அப்படியே சட்டம் வந்துவிட்டது என்று அதிகாரங்களைக் கொடுத்துவிட்டு நம் மக்களாட்சி மலர்வதைக் கண்டு மகிழ்வோம் என்று இருக்கமாட்டார்கள். அவர்கள் வேறு ஏதாவது ஒரு வடிவத்தில் அதிகாரத்தினைக் கைப்பற்றிக்கொள்ள முனைவார்கள். ஒரு தொகுதி பெண்களுக்கு ஒதுக்கப்பட்டு விட்டால் அந்தத் தொகுதியில்தான் போட்டியிடலாம் என்ற ஆண், தன் மனைவியை அல்லது சகோதரியைப் போட்டியிடச் செய்து வெற்றி பெறவைத்து அவரை வீட்டில் வைத்துவிட்டுத் தான் அந்த அதிகாரத்தை மறை முகமாகக் கைப்பற்றி விடுகிறார். அதற்கும் ஆணாதிக்க சமுதாயம் எல்லா நிலைகளிலும் சட்ட விரோதம் என்று தெரிந்தும், இந்தச் சட்ட விரோதச் செயலுக்கு அங்கீகாரம் அளிக்கிறது. அதைவிட முக்கியம், அரசுத்துறை அதிகாரிகளும் அலுவலர்களும் கூட இந்த நடைமுறைகளை நிராகரிக்காமல் ஏற்றுக் கொள்கின்றனர். அதேபோல் ஒரு தாழ்த்தப்பட்டவருக்கு ஒரு தொகுதி ஒதுக்கப்பட்டு விட்டால், அந்தத் தொகுதியில் தான் போட்டியிடலாம் என்று எண்ணிய மேட்டுக்குடி ஆண்மகன் தன் பண்ணையில் வேலைசெய்யும் ஒருவரைத் தயார்செய்து போட்டியிட வைத்து வெற்றியும் பெறச் செய்து வெற்றி பெற்றவரைத் தோட்டத்தில் வேலை செய்ய வைத்துவிட்டு அதிகாரத்தை மேட்டுக்குடி மக்கள் இப்படி மாறுவேடங்களில் அதிகாரங்களைப் பிடித்து வைத்துக் கொள்வதை இந்திய சமுதாயத்தில் நாம் பார்க்கின்றோம். இவை நாம் பார்த்த நிகழ்வுகள், அனுபவங்கள். எனவே இந்தச் சட்டத்தின் மூலம் யார் பயன் பெறப் போகிறார்களோ அவர்கள் விழித்துக்

கொண்டு, அதிகாரத்தைப் பறித்தாலன்றி அதிகாரங்கள் பரவலாக்கப்பட மாட்டாது என்பது உறுதியாகி விட்டது. இந்தியா சட்டங்களுக்கும் திட்டங்களுக்கும் பஞ்சமில்லாத நாடு. இவற்றை நடைமுறைப்படுத்துவதற்குத்தான் நம் அரசாங்கங்களுக்கு வலுவில்லை. ஏனென்றால் எப்படி நம் நாட்டில் அரசியல் சட்டங்கள் உள்ளனவோ அப்படி நம் நாட்டில், சமுதாயத்தில் சமூகச் சட்டங்கள் மக்கள் மத்தியில் இன்னும் பயன்பாட்டில் இருந்து வருகின்றன. அரசியல் சாசனச் சட்டம் தாழ்த்தப்பட்டவர்களுக்கும் ஒடுக்கப் பட்டவர்களுக்கும் பெண்களுக்கும் முன்னேறுவதற்கான வாய்ப்பு களைத் தந்தாலும் நம் சமூக அமைப்புகள் அவற்றைத் தடுக்கின்றன. அதேபோல் இந்த மாதிரியான வாய்ப்புகள் வருகின்ற போது அவற்றை எடுத்துக் கொள்வதற்கு, ஒதுக்கப்பட்டவர்களும் தாழ்த்தப் பட்டவர்களும் பெண்களும் முன் வர வேண்டும். இந்தச் செயல் சாதாரணமாக நடைபெற முடியாது. அதிகாரப் பரவல் அதுவும் நம்முடைய நாட்டில் மிகப் பெரிய போராட்டங்களைச் சந்தித்த பின்புதான் நடைபெறும். இதற்கு மக்களைத் தயார் செய்ய வேண்டும். மக்கள் என்று கூறும்போது இந்தச் சட்டத்தினால் பயன் பெறப்போகும் ஒடுக்கப்பட்ட மக்களை, தாழ்த்தப்பட்ட மக்களை, ஏழைகளை, பெண்களைத்தான் குறிக்கும். எனவே அவர்களைத்தான் நாம் தயார் செய்ய வேண்டும்.

இந்தப் போராட்டம் என்பது அதிகாரக் கட்டமைப்பிற்கு வெளியில் நடத்துவது அல்ல. அமைப்புகளில் இருந்துகொண்டே நடத்த வேண்டிய ஒன்று. பஞ்சாயத்துகளில் உள்ள பதவிகளை, வாய்ப்புகளைப் பயன்படுத்திப் பிடித்துக்கொண்டு தலைவர்களாக வந்தவுடன் சமூக நீதிக்கும், நலிந்த மக்களின் பொருளாதார மேம்பாட்டிற்கும், சமூக மேம்பாட்டிற்கும் வேலைகள் செய்ய வேண்டும். இந்தியாவில் பதினைத்து ஆண்டுகால அனுபவத்தில் பஞ்சாயத்துகளைப் பொருளாதார மேம்பாட்டுக்கான வேலை செய்யத் திட்டம் தயாரிக்க அனுமதிக்கவும் இல்லை. அதேபோல் சமூகநீதி வழங்க அவர்கள் முயற்சிக்கின்ற போது பஞ்சாயத்துகளைப் பாதுகாக்கவும் இல்லை. இந்த இரண்டு வேலைகள்தான் பஞ்சாயத்தின் பிரதான வேலைகள். ஆனால் இவற்றைத் தவிர்த்து விட்டு ஒப்பந்தக்காரர் செய்யும் வேலைகளைச் செய்யச் சொல்லி பஞ்சாயத்துகளை மத்திய மாநில அரசுகளின் திட்டங்களை நிறைவேற்றுகின்ற ஒப்பந்தக்காரராகப் பஞ்சாயத்துத் தலைவர்கள் மாறிவிட்டனர். வளர்ச்சி வேண்டி போராடுகின்றவர்கள் வங்கி நோக்கிச் செல்வார்கள், வறுமையில் இருக்க நினைப்பவர்கள் அரசுத்துறைகள் நோக்கிச் சென்று சலுகைகளும் பயன்களும் பெறுவார்கள். எனவே இன்றைய பஞ்சாயத்துகள் சலுகையைப்

பெற்றுக் கொடுக்க அரசுத்துறைகளை நோக்கி ஓடுகின்றன. மாறாக வளர்ச்சிக்குத் திட்டம் தயாரித்து வங்கிகளுக்குச் செல்ல வேண்டும். அதற்கு நம் சமூகச் சூழல், அரசியல் சூழல், அலுவலகச் சூழல் ஆதரவாக இருக்காது. இதுதான் இன்று நாம் பார்த்த யதார்த்தம். இதற்குப் போராட வேண்டும். அது மட்டுமல்ல, யாருக்காக நாம் பாடுபட நினைக்கின்றோமோ அவர்களையும் நம்முடன் தயார்செய்து இணைத்துக் கொள்ள வேண்டும். அவர்கள் (தலித்துகள், பெண்கள், இளைஞர்கள்) கிராமசபை உறுப்பினர்களாக இருக்கின்றார்கள். அவர்கள் மத்தியில் விழிப்புணர்வை ஏற்படுத்தி நம்முடன் போராட்டத்திற்குத் தயார்படுத்த வேண்டும். அப்படிச் செய்யும்போதுதான் அதிகாரப்பரவல் நடைபெற இயலும். இல்லையென்றால் அது பெயரளவிற்குச் செயல்படும் ஓர் அமைப்பாகவே இருந்து இதுவரை யாரிடம் அதிகாரங்கள் இருந்தனவோ அவர்களிடமே இருந்து கொள்ளும். எனவே அதிகாரத்தைப் பிடிப்பதற்கு ஓர் மக்கள் இயக்கத்தை உருவாக்க வேண்டும். அதிகாரத்திற்காக மனுக்கள் தருவதை நிறுத்திவிட்டு மக்களைத் தயார் செய்து போராட வேண்டும். இரண்டாவது சுதந்திரப் போராகக் கூட இது மாறலாம். எனவே தடைகளை உடைத்தெறிந்து வெற்றிக்கு நாம் செய்ய வேண்டியது மக்கள் இயக்கத்தை உருவாக்குவதுதான்.

தேசிய ஊரக வேலை உறுதிச் சட்டம் – 2005
தேசிய ஊரக வேலை உறுதித் திட்டம் –
தமிழ்நாடு திட்ட விளக்கக் குறிப்புகள்

ஆதாரம்

1. *சென்னை ஊரக வளர்ச்சி மற்றும் பஞ்சாயத்து ராஜ் இயக்குநர் அவர்களது நே.மு.க. எண். 43857/2006* TNREGS - *1, நாள். 07.08.2006*
2. *அரசாணை எண். 153 ஊரக வளர்ச்சி மற்றும் பஞ்சாயத்து ராஜ்* (CGS-1) *துறை, நாள். 20.10.2006.*
3. *சென்னை ஊரக வளர்ச்சி மற்றும் பஞ்சாயத்து ராஜ் இயக்குநர் அவர்களது நே.மு.க. எண். 43857 /2006* TNREGS - *1 நாள் 08.03.2007.*
4. *அரசாணை எண். 101 ஊரக வளர்ச்சி மற்றும் பஞ்சாயத்து ராஜ்* (CGS-1) *துறை, நாள். 27.06.2008.*
5. *சென்னை ஊரக வளர்ச்சி மற்றும் பஞ்சாயத்து ராஜ் இயக்குநர் அவர்களது நே.மு.க. எண். 43857 /2006* TNREGS - *1 நாள் 25.06.2007.*
6. *அரசாணை எண். 174 ஊரக வளர்ச்சி மற்றும் பஞ்சாயத்து ராஜ்* (CGS-1) *துறை, நாள். 15.10.2007.*

தேசிய ஊரக வேலை உறுதிச் சட்டம் 2005
தேசிய ஊரக வேலை உறுதித் திட்டம் தமிழ்நாடு

அறிமுகம்

- *கிராமப்புறங்களில் வாழும் மக்களின் வாழ்க்கை ஆதாரத்தை உயர்த்தும் பொருட்டு வேலை வாய்ப்பை நல்கும் திட்டம். இத்திட்டம் மாண்புமிகு பாரதப் பிரதமரால் 02.02.2006 அன்று தொடங்கி வைக்கப்பட்டு நடைமுறைப்படுத்தப்பட்டு வருகிறது.*

நோக்கம்

1. *கிராமப்புறங்களில் ஒவ்வொரு குடும்பத்திற்கும் ஓராண்டிற்குக் குறைந்தது 100 நாட்களுக்கு சாதாரண உடல் உழைப்பு தேவைப்படும் வேலை வாய்ப்பினை ஏற்படுத்திக் கொடுத்தல்.*

2. கிராமப்புறங்களில் வாழும் குடும்பங்களின் வாழ்க்கைத் தரத்தை மேம்படுத்துதல்.
3. நிலைத்து நிற்கக் கூடிய சொத்துக்களை உருவாக்குதல்.
4. உட்கட்டமைப்பு வசதிகளை மேம்படுத்துதல்.

பயன் பெறுவோர்

கிராமப்புறங்களில் வாழும் குடும்பங்களைச் சார்ந்த 18 வயது நிரம்பிய, எந்த ஒரு சாதாரண ஊதிய வேலையும் செய்யத் தயாராக உள்ள அனைவரும் இத்திட்டத்தின் கீழ் பயன் பெறலாம்.

பணி மேற்கோள்ளப்படும் இடம்

வேலை வேண்டுவோரின் இருப்பிடத்திலிருந்து சொந்த கிராமத்தில் 5 கி.மீ. சுற்றளவுக்குள் வேலை கொடுக்கப்படும். அவ்வாறு இயலாத நிலையில் அந்த வட்டார எல்லைக்குள் அப்பணியினை நல்கலாம். 5 கி.மீக்கு அப்பாற்பட்டு வேலை செய்ய நேர்ந்தால் அதற்கென 10 சதவீத ஊதியம் கூடுதலாக வழங்க வேண்டும்.

மேற்கோள்ளப்படும் பணிகள்

- மனித உழைப்பைச் சார்ந்த சமுதாய சொத்துக்களை உருவாக்கக் கூடிய பணிகள்.
- நிலம் மற்றும் நீர்வள பாதுகாப்புப் பணிகள்.
- இணைப்புச் சாலைகள் அமைத்தல்.
- அரசு அறிவிக்கும் இதர பணிகள்.
- புதிய பணியைத் தொடங்க குறைந்த பட்சம் 50 தொழிலாளிகள் இருத்தல் வேண்டும்.
- வாரத்திற்கு 6 நாட்களுக்கு மிகைப்படாமலும் தொடர்ந்து குறைந்தபட்சம் 14 நாட்கள் தொடர்ந்து பணியாற்ற வேண்டும்.
- 50 சதவீதத்திற்குப் பணிகளை கிராம ஊராட்சியே மேற்கொள்ளும்.
- கிராம ஊராட்சி மேற்கொள்ளும் பணிகளைத் தேவையெனில் அரசின் பிற துறையிடமோ அல்லது சுய உதவிக் குழுக்களிடமோ ஒப்படைக்கலாம்.
- இதர 50 சதவீத பணிகளை அரசுத் துறை மேற்கொள்ளும்.

கிராம ஊராட்சியின் பொறுப்புகள்

பதிவு செய்தல்

- விருப்பமுள்ள குடும்பத்தின் தலைவர் அல்லது வயது வந்த நபர்களைப் பதிவு செய்தல்.

- பதிவு செய்த நபர்களுக்கு அடையாள அட்டை வழங்குதல்.
- பெறப்படும் விண்ணப்பத்தின் அடிப்படையில் வேலைக்கான ஒதுக்கீடு வழங்குதல்.
- வேலை கொடுக்க இயலாத நிலையில் வேலையில்லாப் படி வழங்குதல்
- திட்டப்பணிகளைத் தேர்வு செய்தல்.
- பணிகளைச் செயல்படுத்துதல்.

வேலை ஒதுக்கீடு

- அடையாள அட்டை வைத்திருப்போர் வேலை கோரி விண்ணப்பிக்க வேண்டும்.
- விண்ணப்பித்த 15 நாட்களுக்குள் வேலை ஒதுக்கீடு வழங்கப்படும்.
- வேலைக்கான தகவல் எழுத்து மூலமாக விண்ணப்பதாரருக்குத் தெரிவிக்கப்படும். இதன் விவரம் ஊராட்சித் தகவல் பலகையில் வெளியிடப்படும்.
- வேலை அளிக்கப்பட்ட பின் தொடர்ந்து ஆறு நாட்களுக்கு மிகாமலும் 14 நாட்களுக்குத் தொடர்ந்தும் பணி செய்ய வேண்டும்.
- வேலைக்கு வந்த பின் தொடர்ந்து பணியாற்ற வேண்டும். இடையில் வராமல் இருக்கக்கூடாது.
- வேலைக்கு வர இயலவில்லையெனில் முன் அனுமதி பெற வேண்டும்.
- முன் அனுமதி பெறாமல் தொடர்ந்து ஒரு வாரத்திற்கு மேற்பட்டு வராமல் இருந்தாலோ அல்லது
- தகவல் தெரிவித்த 15 நாட்களுக்குள் வேலைக்கு வரவில்லை யென்றாலோ அல்லது
- வேலைக்கான ஆணை வழங்கப்பட்டு அதனை ஏற்றுக் கொள்ள வில்லை என்றாலும் விண்ணப்பதாரர் வேலை இல்லாப்படி பெற தகுதியற்றவராகிறார்.

வேலையில்லாப்படி (Unemployment Allowance)

- விண்ணப்பித்த 15 நாட்களுக்குள், வேலை கொடுக்கவில்லை யென்றால் முதல் 30 நாட்களுக்கு 25 சதவீத ஊதியமும் அதற்கு மேல் 50 சதவீத ஊதியமும் வேலையில்லாப் படியாக வழங்கப்படல் வேண்டும்.
- ஒவ்வொரு ஊராட்சியிலும் அந்தந்த ஊராட்சியில் முறையே நிறைவேற்றக்கூடிய பணிகள் குறித்த விவரம் தோராயமான நிதி

ஒதுக்கீடு மற்றும் வேலை வேண்டி விண்ணப்பித்துள்ள நபர்கள் குறித்த விவரம் ஆகியவற்றை அட்டவணைப்படுத்தி வைத்திருக்க வேண்டும்.

ஊதியம்

- வேலை கோரும் ஒவ்வொரு நபருக்கும் நாள் ஒன்றுக்கு அரசு நிர்ணயித்தக் குறைந்த பட்ச ஊதியம் ரூ. 80/- வழங்கப்படும்.
- ஊதியம் வாரம் ஒரு முறை வழங்கப்படல் (அ) 15 நாட்களுக்குள் பட்டுவாடா செய்யப்படல் வேண்டும்.
- ஊதியம் - நேர்முகமாகவோ, உள்ளூர் வங்கி அல்லது தபால் நிலையங்கள் மூலமாகவோ வழங்கப்படும்.

இதர சிறப்பு அம்சங்கள்

- ஆண், பெண் இருவருக்கும் சமமான ஊதியம்.
- வேலையின் போது காயமுற்றால் இலவச மருத்துவ உதவி.
- சிகிச்சை காலத்தில் 50 சதவீத ஊதியம்.
- வேலையின் போது விபத்து ஏற்பட்டு முழுமையாக ஊனமுற்றாலும் அல்லது உயிர் இழக்க நேரிட்டாலும் இழப்பீட்டுத் தொகையாக ரூ. 25.000/- வழங்கப்படும்.
- வேலை செய்யும் இடத்தில் குடிநீர் வசதி, ஓய்விடம், முதலுதவி வசதி மற்றும் தொழிலாளர்களுடன் வரும் குழந்தைகளை கவனிக்க இலவச ஏற்பாடு.
- வெளிப்படையான நிர்வாகம் (பணிகள் தேர்வு, செயலாக்கம் ஆகியவை தகவல் பலகையில் வெளியிடப்படல் வேண்டும்).
- தகவல் பெறும் உரிமைச் சட்டத்தோடு ஒருங்கிணைந்து செயல்டுத்தப்பட வேண்டும்.
- ஒப்பந்த முறையில் பணிகளை ஒப்படைக்கக் கூடாது.
- இயந்திரங்களைப் பயன்படுத்தக் கூடாது.
- 3-ல் 1 பங்கு வேலை வாய்ப்புகள் மகளிர்க்கு ஒதுக்கீடு செய்யப்பட வேண்டும்.
- சமுதாயத் தணிக்கை - வேலைப் பட்டியல் மற்றும் ஆவணங்களை கிராம சபையில் சமர்ப்பிக்க வேண்டும்.
- முதியவர்கள் மற்றும் உடல் ஊனமுற்றவர்களுக்கு அவர்களின் தகுதி அடிப்படையில் பணிகள் ஒதுக்கீடு செய்யப்படும்.

திட்ட செயலாக்க அலுவலர்கள்

ஊரக வளர்ச்சி இயக்குநர்	-மாநில திட்ட ஒருங்கிணைப்பாளர்

மாவட்ட ஆட்சித் தலைவர் - மாவட்ட திட்ட ஒருங்கிணைப்பாளர்

திட்ட அலுவலர் - மாவட்ட இணை திட்ட ஒருங்கிணைப்பாளர்

வட்டார வளர்ச்சி அலுவலர் (கி. ஊ) - வட்டார திட்ட ஒருங்கிணைப்பாளர்

கிராம அளவில் திட்டத்தினைச் செயல்படுத்துபவர் - ஊராட்சி மன்றத் தலைவர்/செயல் அலுவலர்

தேசிய ஊரக வேலை உறுதிச் சட்டம் 2005

தேசிய ஊரக வேலை உறுதித் திட்டம் தமிழ்நாடு

துணை வழிகாட்டு நெறிமுறைகள்

இத்திட்டச் செயலாக்கம் தொடர்பாகக் கீழ்க்கண்ட துணை வழிகாட்டு நெறிமுறைகள் தமிழக அரசால் வெளியிடப் பட்டுள்ளது.

1. **ஐந்தாண்டு திட்டம்** (Perspective plan)

முன்னதாகத் தயாரிக்கப்பட்ட இந்தத் திட்டம் தற்போது வெளியிடப்படும் துணை வழிகாட்டும் நெறிமுறைகளுக்கு ஏற்ப திருத்தம் செய்யப்பட வேண்டும்.

2. **ஆண்டுத்திட்டம்**

ஐந்தாண்டுத் திட்டத்திலிருந்து ஆண்டுத் திட்டம் வரைவு செய்யப் பட வேண்டும். அதைப்போலவே ஆண்டுத் திட்டத்திலிருந்து திட்டத் தொகுப்பு (Shelf of Project) தயாரிக்கப்பட வேண்டும்.

3. தேசிய ஊரக வேலை உறுதிச் சட்டத்தின் கூறுகள் முறையாகப் பின்பற்றப்பட வேண்டும்.

4. **திட்டத் தொகுப்பு** (Shelf of Project)

ஒவ்வொரு பணியும் ரூபாய் மூன்று இலட்சத்திற்குக் குறையாமல் திட்டத் தொகுப்பில் இடம் பெற வேண்டும். ஒரு ஊராட்சிக்கு ரூபாய் மூன்று இலட்சத்திற்குக் குறைவாக நிதி ஒதுக்கீடு செய்யப்படுமானால் அந்தத் தொகைக்கு ஏற்ப ஒரு வேலையை மேற்கொள்ள வேண்டும். சிறு, சிறு பணிகளை மேற்கொள்வதைக் காட்டிலும் ஒட்டு மொத்தமான, நிரந்தர சொத்துக்களை உருவாக்கத்தக்க, எளிதாக நிறைவேற்றக் கூடிய, சிறப்பான

கண்காணிக்கத்தக்க, எண்ணிக்கையில் குறைவான ஆனால் நிறைவான பணிகள் மேற்கொள்ளப்பட வேண்டும் என்பது இன்றியமையாததாகும். நிர்வாக அனுமதிக்கு அனுப்பப்படும் திட்டத் தொகுப்புகள் விரிவான தொழில்நுட்ப மதிப்பீட்டுடன் கிராம சபையால் ஒப்புதல் அளிக்கப்பட்டிருக்க வேண்டும்.

5. முன்னுரிமைப் பணிகள்

தமிழகத்தில் நிலவும் ஊரக களச் சூழ்நிலையைக் கருத்தில் கொண்டு கீழ்க்கண்டவாறு முன்னுரிமைப் பணிகளை வரிசைப் படுத்தலாம்:

1. புதிய குளங்கள் அமைத்தல்.
2. தற்போதுள்ள குளங்கள், குட்டைகள், ஊருணிகள் மற்றும் கோவில் குளங்கள் முதலியவைகளைப் புனரமைத்தல்.
3. கால்வாய்களைத் தூரெடுத்தல்.
4. பாசனக் குளங்களைத் தூரெடுத்தல் மற்றும் கரைகளைப் பலப்படுத்துதல்.
5. புதிய சாலைகள் அமைத்தல் மற்றும்
6. நீர்வள / மண்வள பாதுகாப்புப் பணிகள் மற்றும் வெள்ளத் தடுப்புப் பணிகள்.
7. கட்டடப் பணிகளை இத்திட்டத்தின் கீழ் மேற்கொள்ளக் கூடாது.

6. பதிவு

மாநிலம் முழுவதிலும் உள்ள ஊரகக் குடும்பங்களில் வறுமைக் கோட்டிற்குக் கீழே உள்ள குடும்பங்களின் எண்ணிக்கை ஏறக்குறைய 29 விழுக்காடுகள் ஆகும். எனவே ஊரகப் பகுதிகளில் உள்ள ஒவ்வொரு கிராம ஊராட்சியிலும் 30 விழுக்காட்டிற்குக் குறையாமல், வறுமைக் கோட்டிற்குக் கீழ் உள்ள குடும்பங்கள் இத்திட்டத்தின் கீழ் பதிவு செய்யப்பட வேண்டும். கிராம ஊராட்சி வாரியாகப் பதிவு விவரங்கள் மாவட்ட ஆட்சித் தலைவரால் கூர்ந்து கண்காணிக்கப்படும். இதன் மூலம் மாவட்டம் முழுமையிலும் உள்ள வேலையற்றோருக்கு இத்திட்டத்தின் கீழ் பயன்தர ஏதுவாகும்.

7. வேலை ஒதுக்கீடு

மக்கள் தொகை அடிப்படையில் கிராம ஊராட்சிகளுக்கு உள் ஒதுக்கீடுகள் செய்யப்படும். நிதி கிடைக்கப் பெற்ற ஏழு தினங்களுக்குள் 90 விழுக்காடு நிதி ஒதுக்கீட்டினை ஊராட்சிகளுக்கு பிரித்து வழங்கவேண்டும். எஞ்சிய 10 விழுக்காடு இத்திட்டத்தின்

கீழ் பணியாற்றும் தகுதியான கிராம ஊராட்சிகளுக்குப் பிரித்து வழங்கப்படும்.

8. கூலி வழங்குதல்

ஒவ்வொரு வாரமும் வேலைக்கான கூலி வழங்கப்பட வேண்டும். (மாவட்டம் முழுவதிலும் ஒரே சீராக வாரத்தில் குறிப்பிட்ட நாளில் வழங்குவதாக இருக்க வேண்டும்) எவ்வகையில் கூலி வழங்கப்பட வேண்டும் என்பதைத் தொழிலாளர்களின் விருப்பத்திற்கே விட வேண்டும். தொழிலாளர்கள் கூலியைப் பணமாக வழங்கக் கேட்பின் அதை அனுமதிக்க வேண்டும்.

9. பணி செயல்பாடு

இத்திட்டச் செயல்பாட்டை கிராம ஊராட்சியிடம் ஒப்படைக்க வேண்டும். எந்தச் சூழ்நிலையிலும், ஒப்பந்தக்காரர்கள் அல்லது இடைத்தரகர்கள் அல்லது தொழிலாளர்களுக்கு பதிலாக இயந்திரங்களைப் பயன்படுத்துவதை அனுமதிக்கக்கூடாது. ஒப்பந்தக்காரர்கள் அல்லது இடைத்தரகர்கள் அல்லது தொழிலாளர் களுக்குப் பதிலாக இயந்திரங்களைப் பயன்படுத்தியதாகக் கண்டறியப்படுமானால் தொடர்புடைய அலுவலர்கள், அலுவலர் அல்லாத இதர நபர்கள் மீது கடுமையான ஒழுங்கு நடவடிக்கை மற்றும் குற்றவியல் நடவடிக்கை தொடரப்படும். அனைத்துப் பணிகளுக்கும் முன் அளவுகள் பணி முடிந்த பின் அளவுகள் எடுப்பதுடன் பணி தொடங்குவதற்கு முன் / பணி நடைபெறும்போது / பணி முடிந்த பின் உள்ள நிலையைக் காட்டும் நிழற்படங்கள் எடுக்கப்பட்டு உரிய ஆவணத்துடன் இணைக்கப்பட வேண்டும்.

10. ஆய்வு மற்றும் கண்காணித்தல்

மாவட்ட ஆட்சித் தலைவரின் கட்டுப்பாட்டின் கீழ் உள்ள மாவட்ட / வட்டார அளவில் உள்ள அலுவலர்களை ஒருங்கிணைத்து, இத்திட்டத்தின் கீழ் மேற்கொள்ளப்பட்டுள்ள ஒவ்வொரு பணியையும் சுழற்சி முறையில் தினமும் பணி ஆய்வு செய்ய கால அட்டவணை ஒன்றைத் தயாரித்து, அதன் அடிப்படையில் அனைத்துப் பணிகளும் வெவ்வேறு அலுவலர் களால் ஆய்வு செய்யப்பட வேண்டும். ஆய்வுகள் முறையாக நடைபெற்று வருவதை மாவட்ட ஆட்சித் தலைவரால் கண்காணிப்பு செய்யப்படும்.

கிராம ஊராட்சி அலுவலகத்தில் ஒவ்வொரு பணிக்கும் தொடர் ஆய்வு பதிவேடு ஒன்று பராமரிக்கப்பட வேண்டும். மேலும் ஆய்வு செய்யும் அனைத்து அலுவலர்களின் ஆய்வுக் குறிப்புகள் இதில் பதிவு செய்யப்பட வேண்டும். பணி ஆய்வு செய்யும் தேசிய

அளவிலான ஆய்வு அலுவலர்களின் குறிப்பையும் இதில் பதிவு செய்யக் கேட்டுக் கொள்ளலாம். இப்பதிவேட்டில் இவ்வாறான குறிப்புகள் ஏதும் இடம் பெறவில்லை எனில் அப்பணியை அலுவலர்கள் எவருமே ஆய்வு செய்யவில்லை என்றே பொருள் கொள்ளப்படும். ஆய்வுக் குறிப்புகள் சுருக்கமாக இருத்தல் கூடாது. முறையாக இத்திட்டச் செயலாக்கத்தின் கீழ்க்கண்ட கூறுகளை உள்ளடக்கியதாக ஆய்வுக் குறிப்புகள் அமைய வேண்டும்.

(அ) பதிவு செய்யப்பட்டவர்களின் எண்ணிக்கை

(ஆ) வேலை அடையாள அட்டை வழங்கப்பட்ட எண்ணிக்கை

(இ) வருகைப் பதிவேடு மற்றும் தினக்கூலி பதிவேடு (மஸ்டர் ரோல்)

(ஈ) தினசரி சராசரி வேலை அளவு மற்றும் தரம்

(உ) சராசரி தினக்கூலி

(ஊ) கூலி வழங்கும் கால இடைவெளி

(எ) வேலையின் தரம்

(ஏ) பதிவேடுகள் பராமரிப்பு

தற்போது அரசினால் வெளியிடப்பட்டுள்ள ஊரக விலைப்புள்ளி பட்டியல் தமிழ்நாடு ஊரக வேலை உறுதித்திட்டப் பணிகளுக்கு மட்டுமே பொருந்தும். இதர அரசுத் திட்டப்பணிகளுக்கு இந்த விலைப்புள்ளி பட்டியல் பொருந்தாது.

பயிற்சி

தேசிய ஊரக வேலை உறுதித் திட்டம் தமிழ் நாட்டில் 2005 - 06 ஆம் ஆண்டில் முதற்கட்டமாக கடலூர், நாகப்பட்டினம், திண்டுக்கல் உள்ளிட்ட 6 மாவட்டங்களிலும் 2007-08 ஆம் ஆண்டில் இரண்டாம் கட்டமாக திருநெல்வேலி, கரூர் உள்ளிட்ட 4 மாவட்டங்களிலும், மூன்றாவது கட்டமாகத் தமிழ்நாட்டில் எஞ்சியுள்ள 20 மாவட்டங்களிலும் செயல்படுத்தப்படுகிறது. அனைத்து நிலை பணியாளர்களுக்கும் பயிற்சி அளித்தல் மூலம் இத்திட்டத்தினைச் சிறப்பாகச் செயல்படுத்த இயலும். மாவட்ட நிலை அலுவலர்களான உதவித் திட்ட அலுவலர்கள், தொகுதி அலுவலர்கள், செயற்பொறியாளர்கள், உதவி செயற் பொறியாளர்கள், வட்டார அளவிலான வட்டார வளர்ச்சி அலுவலர்கள் (வ.ஊ.கி.ஊ), உதவி செயற்பொறியாளர்கள், பணி மேற்பார்வையாளர்கள் மற்றும் சாலை ஆய்வாளர்கள் உள்ளிட்ட ஊராட்சி ஒன்றிய அலுவலர்கள் மற்றும் ஊராட்சித் தலைவர், துணைத் தலைவர், வார்டு உறுப்பினர்கள், ஊராட்சி எழுத்தர் மற்றும் மக்கள் நலப் பணியாளர்கள் உள்ளிட்ட அனைத்து பணியாளர் களுக்கும் பயிற்சியில் தெரிவிக்கப்பட்டுள்ளது.

தேசிய ஊரக வேலை உறுதிச் சட்டம் - 2005

தேசிய ஊரக வேலை உறுதித் திட்டம் - தமிழ்நாடு

ஊரக விலைப்புள்ளி பட்டியல்

அரசாணை எண். 101 ஊரக வளர்ச்சி மற்றும் பஞ்சாயத்து ராஜ் துறை, நாள். 27.06.2008 -ன் படி
திருத்தியமைக்கப்பட்ட தரவிலை அட்டவணை பட்டியல்

வ. எண்	பணியின் விவரம்	பொதுப்பணித்துறை தரவிலை அட்டவணையின் படி ரூ. 80 /-க்கு 2008 - எண். 2009		தேசிய ஊரக வேலை வாய்ப்புத்திட்ட தரவிலை அட்டவணையின் படி ரூ. 80 /- க்கு	
		விலைவிகிதம்	குறைந்த பட்சம் செய்ய வேண்டிய பணிகள்	விலைவிகிதம்	குறைந்த பட்சம் செய்ய வேண்டிய பணிகள்
I	**சாதாரண மண்ணில் தோண்டுதல்**				
1	**வகை I** சம உயர வரப்பு அமைத்தல், சாலைகள், உடைகல் தடுப்பணைகள், குளங்கள் ஆழப்படுத்துதல்	21.10 /கன மீ	3.79 கன மீ	33.76 /கன மீ	2.37 கன மீ

2.	**வகை** II பண்ணைக்குட்டைகள், மரம் நடுவதற்காக தோண்டும் குழிகள்	21.10 /கன மீ	3.79 கன மீ	33.76 /கன மீ	2.37 கன மீ
3.	**வகை** III மற்ற இதர வேலைகள்	21.10 /கன மீ	3.79 கன மீ	33.76 /கன மீ	2.37 கன மீ
II	**கடினமான மண்ணில் தோண்டுதல்**				
1	**வகை** I சம உயர வரப்பு அமைத்தல், சாலைகள், உடைகல் தடுப்பணைகள், குளங்கள் ஆழப்படுத்துதல்	30.60 /கன மீ	2.61 கன மீ	48.96 /கன மீ	1.64 கன மீ
	வகை II பண்ணைக்குட்டைகள், மரம் நடுவதற்காக தோண்டும் குழிகள்	30.60 /கன மீ	2.61 கன மீ	48.96/ கன மீ	1.64 கன மீ
	வகை III மற்ற இதர வேலைகள்	30.60 /கன மீ	2.61 கன மீ	48.96 /கன மீ	1.64 கன மீ
III	**கல் பதித்தல்**				
1	பண்ணைக்குட்டைகள்	190.00 /கன மீ	0.422 கன மீ	304.00 /கன மீ	0.264 கன மீ
2	சிறிய கசிவுநீர் குட்டை	190.00 /கன மீ	0.422 கன மீ	304.00 /கன மீ	0.264 கன மீ

IV	**உடைகல் பதித்தல்**				
1	உடைகல் தடுப்பணை	190.00 /கன மீ	0.422 கன மீ	304.00 /கன மீ	0.264 கன மீ
2	சம உயர வரப்புகள் அமைத்தல்	190.00 /கன மீ	0.422 கன மீ	304.00 /கன மீ	0.264 கன மீ
V	**முட்புதர் அகற்றுதல்**				
1	புல் செடிகளை அகற்றுதல்	1.55 / ச.மீ	51.61 ச.மீ	2.48 / ச.மீ	32.26ச.மீ
	சிறுவனம் அகற்றுதல்	1.65 / ச.மீ	48.48 ச.மீ	2.64 ச.மீ	30.30 ச.மீ
2	நடுத்தர வனம் அகற்றுதல் அடர்த்தியான	1.65 / ச.மீ	48.48 ச.மீ	2.64 / ச.மீ	30.30 ச.மீ
	வனம் அகற்றுதல்	2.20 / ச.மீ	36.36 ச.மீ	3.52 / ச.மீ	22.73 ச.மீ
3	கருவேல முட்புதர்களை வேருடன் அகற்றுதல்	2.40 / ச.மீ	33.33 ச.மீ	3.84 / ச.மீ	20.83 ச.மீ
VI	சரளைப்பாறை (வெடி தேவையற்ற) மண் வெட்டி கரையில் சேமித்து கரை பலப் படுத்தும் வேலை (SDR(Not require Blasting)	42.90 / க.மீ	1.86 க.மீ	68.64 / க.மீ	1.17 க.மீ

வேலை அட்டை வழங்குதல் மற்றும் பராமரித்தல்

1. உடல் உழைப்பு செய்ய விருப்பமுள்ள, தகுதியுள்ள நபர்களிடமிருந்து எழுத்து மூலமோ, வாய்மொழி வேண்டுகோள் பெற்று அவர்களை இத்திட்டப் பணியாளர்களாகப் பதிவு செய்து அவர்களுக்கு வேலை அடையாள அட்டை வழங்கப்பட வேண்டும். இதற்கு ஊராட்சித் தலைவர் உரிய நடவடிக்கை மேற்கொள்ள வேண்டும்.
2. பதிவு செய்த குடும்பத்திலுள்ள தகுதியான ஒவ்வொரு நபர்களுக்கும் தனித்தனியே புகைப்படத்துடன் கூடிய வேலை அட்டை இலவசமாக வழங்கப்பட வேண்டும்.
3. வேலை அட்டையில் மாநிலம், மாவட்டம், ஊராட்சி ஒன்றியம் மற்றும் ஊராட்சியின் இரண்டு இலக்கக் குறியீட்டு எண் (Code No.) குறிப்பிட்டிருக்க வேண்டும்.
4. வேலை அட்டை ஒவ்வொரு நபருக்கும் தனித்தனியாக வழங்கப்படுவதால் இதற்கென 'விண்ணப்ப பதிவுப் மற்றும் வேலை அட்டை வழங்குதல் பதிவேடு' பராமரிக்கப்பட வேண்டும்.
5. வேலை அட்டையில் மாநில, மாவட்ட, ஊராட்சி ஒன்றிய ஊராட்சிக்கான குறியீடுகளைத் தொடர்ந்து குடும்ப எண் (4 இலக்க எண்) மற்றும் குடும்ப உறுப்பினர் குறியீடு (A,B,C,D,E.....) குறிக்கப்பட வேண்டும். இதில் 'ஏ'குடும்பத் தலைவருக்கும் மற்ற உறுப்பினர்களுக்கு 'பி' 'சி' 'டி' 'இ' ஒதுக்கப்படும். ஒவ்வொரு வேலை அட்டைக்கும் தனித்தனி எண் வழங்கப்பட வேண்டும்.
6. வேலை அட்டை 4 ஆண்டு காலத்திற்குப் பயன்படுத்த வேண்டியுள்ளதால் தரமான காகிதத்தில் அச்சடித்து வழங்கப்பட வேண்டும்.
7. பதிவு செய்த நபர்களுக்கு வேலை அட்டை வழங்கப்படும் போது அவர்களது அஞ்சல் தலை அளவு புகைப்படம் (Stamp Size photo) வேலை அட்டையில் ஒன்றும் அதற்கான பதிவேட்டில் ஒன்றும் ஒட்டப்பட வேண்டும்.
8. பணியாளர் தினசரி வருகை, வாராந்திர பணப்பட்டுவாடா, வேலையில்லா படி ஏதேனும் இருப்பின் அது குறித்த விவரங்களை வேலை அட்டையில் பதிவு செய்ய வேண்டும்.
9. பதிவு பெற்ற நபர்களின் பட்டியல் கிராம சபையின் பார்வைக்கு வைக்கப்பட வேண்டும்.
10. வேலை அட்டை பெறும்போது விண்ணப்பதாரர் பதிவேட்டில் கையொப்பமிட வேண்டும்.

11. வேலை அட்டை வழங்கல் மற்றும் இருப்புப் பதிவேடு கிராம ஊராட்சி, ஊராட்சி ஒன்றியம் மற்றும் மாவட்ட ஊரக வளர்ச்சி முகமை அலுவலகங்களில் பராமரிக்கப்பட வேண்டும்.

12. மாவட்ட ஊரக வளர்ச்சி முகமை அனைத்துக் குறியீடுகளுடன் கூடிய வேலை அட்டை அச்சடித்து ஊராட்சிகளுக்கு விநியோகிக்க வேண்டும்.

13. வேலை அட்டைகளின் தேவை மாவட்டத்தில் உள்ள ஊராட்சிப் பகுதிகளில் பதிவு செய்யப்பட்ட வாக்காளர் பட்டியலில் உத்தேசமாக 70 சதவீத வாக்காளர் எண்ணிக்கையை அடிப்படையாகக் கொண்டு கணக்கிடப்பட வேண்டும்.

தினசரி வருகைப் பட்டியல் (என்.எம்.ஆர்)

1. ஒவ்வொரு தினசரி வருகைப் பட்டியலிலும் அந்தந்த மாவட்டக் குறியீடு மற்றும் வரிசை எண் குறிப்பிடப்பட்டிருக்கும் (ஐந்து இலக்கங்களுடன் (உ-ம்) 06-00001)

2. ஒவ்வொரு தினசரி வருகைப் பட்டியலும் ஒரு புத்தக வடிவில் இருக்கும். வாராந்திர அடிப்படையில் ஊதியம் வழங்கப்பட வேண்டியுள்ளதால், ஒவ்வொரு வாரத்திற்கும் ஒரு தினசரி வருகைப்பட்டியல் புத்தகம் பயன்படுத்தப்பட வேண்டும்.

3. 100 நபர்களுக்காக தினசரி வருகைப் பட்டியல் மற்றும் 200 நபர்களுக்காக தினசரி வருகைப் பட்டியல் என இரண்டு தினசரி வருகைப் பட்டியல் இருக்கும்.

4. மாவட்டத்திற்குத் தேவையான தினசரி வருகைப் பட்டியல் எண்ணிக்கை பின்வருமாறு கணக்கிடப்பட வேண்டும்.

5. ஒரு வருடத்திற்குத் தேவையான வருகைப்படிவங்கள் மாவட்ட ஊரக வளர்ச்சி முகமையிலும் 3 மாதத்திற்குத் தேவையான படிவங்கள் ஊராட்சி ஒன்றிய அலுவலகத்திலும் ஒரு மாதத்திற்குத் தேவையான படிவங்கள் ஊராட்சி ஒன்றிய அலுவலகத்திலும் எப்பொழுதும் இருக்கக்கூடிய வகையில் தேவையைக் கணக்கிட்டு தினசரி வருகைப்பட்டியல் படிவங்கள் அனைத்து மாவட்ட ஊரக வளர்ச்சி முகமை மூலம் அச்சிடப்பட்டு வைக்கப்பட வேண்டும். ஊராட்சி ஒன்றிய அலுவலகத்தில், தினசரி வருகைப் பட்டியல் (என்.எம்.ஆர்) இருப்புப் பதிவேடு, வட்டார வளர்ச்சி அலுவலர் (கி.ஊ)யால் பாராமரிக்கப்படும். ஒவ்வொரு வருகைப்பதிவேட்டுப் புத்தகமும் முறையாகக் கணக்கு வைக்கப்படுதலை வட்டார வளர்ச்சி அலுவலர் (கி.ஊ) உறுதி செய்ய வேண்டும்.

6. மாவட்ட ஊரக வளர்ச்சி முகமையிலும் தினசரி வருகைப் பட்டியல் இருப்புப் பதிவேடு பராமரிக்கப்பட வேண்டும்.

படிவங்கள் மற்றும் பதிவேடுகள்

ஊராட்சி, ஊராட்சி ஒன்றியம் மற்றும் மாவட்ட ஊரக வளர்ச்சி முகமைக்கானது என தனித்தனியாக பராமரிக்கப்பட வேண்டிய கீழ்க்காணும் 13 பதிவேடுகள், கிராம ஊராட்சிக்கு (5) ஊராட்சி ஒன்றியத்திற்கு (4) மற்றும் மாவட்ட ஊரக வளர்ச்சி முகமைக்கு (4) நிர்ணயிக்கப்பட்டுள்ளன.

கிராம ஊராட்சி

1. விண்ணப்பப் பதிவு மற்றும் அடையாள அட்டை வழங்குதல் பதிவேடு
2. வரவு - செலவுப் பதிவேடு
3. குடும்பவாரியான வேலை வழங்கும் பதிவேடு
4. வேலை அடையாள அட்டை இருப்புப் பதிவேடு
5. வருகைப் பட்டியல் இருப்புப் பதிவேடு

ஊராட்சி ஒன்றியம்

1. பட்டியல் அனுமதிக்கும் பதிவேடு
2. ஊராட்சி வாரியாக நிதி விடுவிப்பு மற்றும் செலவுப் பதிவேடு
3. வேலை அடையாள அட்டை இருப்புப் பதிவேடு
4. வருகைப்பட்டியல் இருப்புப் பதிவேடு

மாவட்ட ஊரக வளர்ச்சி முகமை

1. வாராந்திர செலவினப் பதிவேடு
2. ஊராட்சி ஒன்றியம் வாரியாக நிதி விடுவிப்பு மற்றும் செலவுப் பதிவேடு
3. வருகைப் பட்டியல் இருப்புப் பதிவேடு
4. வேலை அடையாள அட்டை இருப்புப் பதிவேடு

ஆய்வு மற்றும் பணி செயற்பாடுகள் கண்காணித்தல்

ஊரகக் குடும்பங்களின் வேலை வாய்ப்பைப் பெருக்கி அவர்களது பொருளாதார நிலையில் மேம்பாடு அடைய வேண்டும் என்ற நோக்கில் இத்திட்டம் செயல்படுத்தப்படுவதால் அதிக எண்ணிக்கையில் தொழிலாளர்கள் ஈடுபடுவர். ஆகவே, இத்திட்டத்தின் கீழ் மேற்கொள்ளப்படும் பணிகளை மிகவும்

உன்னிப்பாகக் கவனிக்க வேண்டியது மிகவும் அவசியமானதாகும். இதனைக் கருத்தில் கொண்டு, அரசு கீழ்க்கண்ட பணியாளர்களை நியமித்து புதிய பணியிடங்களைத் தோற்றுவித்து உத்தரவிட்டுள்ளது (அரசு ஆணை எண். 153/ஊ.வ. மற்றும் பஞ்சாயத்து ராஜ் துறை, நாள் 15.10.2006)

1. திட்ட விவரங்களைக் கணினியில் தொகுத்து அவற்றை 'ஆன்லைன்' மூலம் மத்திய அரசின் இணையதளத்தில் பதிவு செய்வதற்கும், இது தொடர்பான அறிக்கையினைத் தயாரிப் பதற்கும் ஒவ்வொரு ஊராட்சி ஒன்றியத்திற்கும் தலா இரண்டு 'கணினி இயக்குபவர்' பதவியிடங்கள் தோற்றுவிக்கப்பட்டன.
2. ஊராட்சிகளில் பணிகளைச் செயற்படுத்துவதைக் கண்காணிக்கவும், பணிகளுக்குரிய அளவீடுகள் செய்தல், மதிப்பீடுகள் தயாரித்தல், பணிகளைக் கண்காணித்தல், அளவுப் புத்தகங்களில் பதிவு செய்தல் போன்ற தொழில் நுட்பப் பணிகளை ஊராட்சி ஒன்றியங்களில் ஏற்கனவே உள்ள தொழில் நுட்ப அலுவலர்களைக் கொண்டு செயற்படுத்த இயலாது என்பதால், இத்திட்டத்திற்கென சிறப்புத் தொழில்நுட்ப அலுவலர் பணி இடங்களைக் கீழ்க்கண்ட விவரப்படி தோற்றுவிக்கப்பட்டது.

i. ஒவ்வொரு ஊராட்சி ஒன்றியத்திற்கும் அலுவலகப் பணிகளை மேற்கொள்ள தலா இரண்டு தொழில் நுட்ப உதவியாளர்கள்

ii. ஊராட்சிப் பணிகளைக் கண்காணிக்க 10 ஊராட்சிகளுக்கு ஒருவர் வீதம் தொழில்நுட்ப உதவியாளர்கள் பணியிடம் புதிதாகத் தோற்றுவிக்கப்பட்டன.

இப்புதிய பணியிடங்களைத் தோற்றுவித்ததன் மூலம் ஊராட்சிகளில் திட்டப் பணிகளைச் சிறப்பாகச் செயற்படுத்தவும், திட்ட விவரங்களைத் தொகுக்கவும் தகவல் மேலாண்மை முறையினை (MIS) சிறப்பான வகையில் கையாளவும் வழிவகை ஏற்பட்டது.

திட்டப்பணிகளைக் கண்காணிக்க மற்றுமொரு சிறப்பாக ஊராட்சி ஒன்றியப் பணியாளர்களைத் தொடர்பு அலுவலர்களாக நியமித்துக் கண்காணிக்கவும் கூறலாம். அதாவது, ஒவ்வொரு ஊராட்சிக்கும் ஒரு தொடர்பு அலுவலர் நியமிக்கப்பட்டு அவர்கள் குறிப்பிட்ட கால இடைவெளியில் ஊராட்சிகளில் தல ஆய்வு மேற்கொள்ளவும் திட்டச் செயலாக்கத்தில் ஏற்படும் சிரமங்களை உடனுக்குடன் தீர்ப்பதற்கு ஏதுவாகவும் அமைந்தது.

தற்போது அரசாணை எண். 174 ஊரக வளர்ச்சி மற்றும் உள்ளாட்சித் துறை, நாள். 15.10.2007 -ன் படி, திட்டத்தினை மேலும்

சிறப்பாகச் செயற்படுத்தவும், ஊராட்சிகளில் பணிகளைக் கண்காணிக்கவும் கூடுதல் பணியிடங்களைத் தோற்றுவித்து அரசு ஆணையிட்டுள்ளது.

1. ஒவ்வொரு ஊராட்சி ஒன்றியத்திற்கும் துணை வட்டார வளர்ச்சி அலுவலர் நிலையில் கண்காணிப்பாளர் பணியிடம் ஒன்று.
2. ஒவ்வொரு ஊராட்சி ஒன்றியத்திற்கும் தேசிய ஊரக வேலை உறுதித் திட்ட உதவியாளர் பணியிடம் ஒன்று.
3. மாவட்ட ஊரக வளர்ச்சி முகமையில் வட்டார வளர்ச்சி அலுவலர் நிலையில் கண்காணிப்பாளர் பணியிடம் ஒன்று.
4. தொழில் நுட்ப உதவியாளர்கள் 10 ஊராட்சிகளைக் கண்காணிப்பதற்கு பதிலாக எட்டு ஊராட்சிகளைக் கண்காணிக்கும் வகையில் கூடுதல் பணியிடங்கள்.

தினக்கூலி பட்டியல் பராமரிப்பு

1. தொழில் நுட்ப உதவியாளர்கள் ஒவ்வொரு வேலையினைப் பார்வையிடும்போது தினசரி வருகை புரிந்த நபர்களைச் சரிபார்த்து சரி பார்க்கும் அலுவலர் என்ற பகுதியில் தினசரி கையொப்பமிட வேண்டும். அவ்வாறு செய்யவில்லை என்றால் அவர்கள் அப்பணியிடத்திற்குச் செல்லவில்லை எனக் கருதி அவர்கள் மீது உரிய நடவடிக்கை எடுக்கப்படும். அவரது பகுதியில் பணிகளில் நடைபெறும் முறைகேடுகளுக்குத் தொழில் நுட்ப அலுவலர்களும் பொறுப்பாக்கப்பட்டு அவர்கள் மீது கடும் நடவடிக்கை எடுக்கப்படும்.
2. ஊராட்சி ஒன்றியத்திலுள்ள தொழில் நுட்ப அலுவலர்கள், களப்பணியாளர்கள், துணை வட்டார வளர்ச்சி அலுவலர் மற்றும் வட்டார வளர்ச்சி அலுவலர் (கி.ஊ) ஆகியோர் தேசிய ஊரக வேலை உறுதித் திட்டப் பணிகளைப் பார்வையிடும் போது தினக்கூலி பட்டியல்களையும் வருகை புரிந்த நபர்களையும் சரி பார்த்து சரி பார்க்கும் அலுவலர் இடத்தில் கையெழுத்திட வேண்டும்.
3. தேசிய ஊரக வேலை உறுதி திட்ட தினக்கூலி பட்டியல்களை ஒவ்வொரு வெள்ளிக்கிழமையும் அனுமதிக்கும் போது பணி நடைபெற்ற அனைத்து நாட்களிலும்

1. தினக்கூலி பட்டியல் தயார் செய்யும் நபர்
2. சரி பார்க்கும் அலுவலர்
3. ஊராட்சி மன்றத் தலைவர் ஆகியோர் கையெழுத்து இருப்பதனை உறுதி செய்து கொள்ள வேண்டும்.

எனவே, பணி நடைபெறும் அனைத்து நாட்களிலும் சுழற்சி முறையில் சரி பார்க்கும் அலுவலர் கையொப்பம் தினக்கூலி பட்டியலில் இடம்பெற வட்டார வளர்ச்சி அலுவலர் (கி. ஊ)க்கு பொறுப்பு நிர்ணயம் செய்யப்படுகிறது. இதற்கு துணை வட்டார வளர்ச்சி அலுவலர் (தேசிய ஊரக வேலை உறுதி திட்டம்) துணை புரிய வேண்டும்.

4. தினசரி வருகைப் பட்டியல் சரி பார்க்காமல் பட்டியலை அனுமதித்தால் அதற்கு வட்டார வளர்ச்சி அலுவலர் (கி. ஊ) முற்றிலுமாக முழுப் பொறுப்பேற்க வேண்டும்.

2. தினக்கூலி பட்டுவாடா செய்தல்

தினக்கூலி வாரம் ஒருமுறை (அல்லது) 15 நாட்களுக்குள் ரொக்கமாக வழங்கப்பட வேண்டும். ஆண், பெண் இருவருக்கும் சம ஊதியம் வழங்கப்பட வேண்டும். சென்னை, ஊரக வளர்ச்சி மற்றும் பஞ்சாயத்துராஜ் இயக்குநர் அவர்களது நே. மு.க. எண். 43857/2006,TNREGS 1 நாள். 08.03.2007 -ன் படி 'ஊதியம் வழங்கும் குழுவின்' முன்பாக வழங்கப்பட வேண்டும் என தெரிவிக்கப்பட்டு கீழ்க்காணும் உறுப்பினர்களைக் கொண்ட குழு அமைக்கவும் உத்தரவிடப்பட்டுள்ளது.

1. ஊராட்சித் தலைவர் (குழுத்தலைவர்)
2. ஊராட்சித் துணைத் தலைவர்
3. பணி நடைபெறும் தொகுதியின் வார்டு உறுப்பினர்
4. வரிசை எண் 1,2,3 -ல் குறிப்பிட்டவர் ஆதிதிராவிடர் / பழங்குடியினர் எவரும் இல்லையெனில் ஆதிதிராவிடர் / பழங்குடியினர் வார்டு உறுப்பினர்.
5. ஊராட்சி அளவிலான கூட்டமைப்பின் பிரதிநிதி ஒருவர்.
6. தரம் பிரிக்கப்பட்ட சுயஉதவிக் குழுவின் இரு பெண் உறுப்பினர்கள்.

மேற்குறிப்பிட்ட குழு உறுப்பினர்களின் முன்னிலையில் மட்டுமே ஊதியம் வழங்கப்பட வேண்டும்.

சமூக தணிக்கை மற்றும் தகவல் அறியும் உரிமைச் சட்டம்

தேசிய ஊரக வேலை உறுதித் திட்டத்தின் மிகச் சிறப்பம்சமாக சமூக தணிக்கை மற்றும் தகவல் அறியும் உரிமைச் சட்டம் ஆகியவற்றைக் குறிப்பிடலாம்.

சமூக தணிக்கை

தேசிய ஊரக வேலை உறுதித் திட்டத்தின் கீழ் மேற்கொள்ளப் படும் எந்தவொரு நடவடிக்கையும் சமூக தணிக்கைக்கு

உட்பட்டதாகும். ஊராட்சியில் பதிவு செய்யும் பணியாளர்கள் விவரம், தேர்வு செய்யப்படும் பணிகளின் பட்டியல், மதிப்பீட்டுத் தொகை, வேலை வழங்கப்பட்ட குடும்பங்களின் எண்ணிக்கை, வழங்கப்பட்ட கூலி விவரம் ஆகிய அனைத்தும் கிராம சபையின் பார்வைக்கு வைக்கப்பட வேண்டும். இதன் மூலம் இத்திட்டத்தின் கீழ் உருவாக்கப்பட்ட சொத்து விவரம், பயன் பெற்றோரார் விவரம் ஆகியவை அனைத்தும் பொதுமக்கள் அறிய இயலும்.

தகவல் அறியும் உரிமைச் சட்டம்

தேசிய ஊரக வேலை உறுதித் சட்டம், தகவல் அறியும் உரிமைச் சட்டம் ஆகியவை ஒன்றுக்கொன்று தொடர்பு கொண்டுள்ளன. தகவல் அறியும் உரிமைச் சட்டம் மூலம் தேசிய ஊரக வேலை உறுதித் திட்டத்தின் கீழ் எடுக்கப்பட்ட பணிகள், பயன் பெற்றோர் விவரம் ஆகியவை எந்தவொரு தனி நபருக்கும் தேவையெனில் குறிப்பிட்ட கட்டணம் அரசுக்குச் செலுத்தி உரிய விவரங்களைப் பெற வழிவகை செய்யப்பட்டுள்ளது. இதனால் எந்தவொரு தவறும் ஏற்படாவண்ணம் திட்டம் நல்ல முறையில் செயற்படுத்தப்படுவது உறுதி செய்யப்படுகிறது.

தேசிய ஊரக வேலை உறுதித் திட்டப் பணிகள் செயற்படுத்தப் பின்பற்ற வேண்டிய வழிமுறைகள்

1. செய்து முடிக்கப்பட்ட பணியின் அளவும் (value of work done) தினசரி வருகைப் பட்டியல்படி (as per NMR) வழங்கப்பட்ட கூலியும் ஒத்திருத்தல் வேண்டும்.
2. பணி நடைபெறும் அனைத்து இடங்களிலும் பணி குறித்த விவரங்கள் அடங்கிய பெயர் பலகைகள் வைக்கப்பட வேண்டும்.
3. இத்திட்டத்தின் கீழ் வகுக்கப்பட்டுள்ள இதர நிபந்தனைகளை நிறைவேற்றும் பட்சத்தில் உடல் ஊனமுற்ற நபர்களுக்கும் வேலை வாய்ப்பு வழங்கலாம்.
4. தினசரி வருகைப்பட்டியல் இருப்புப் பதிவேடு முறையாகப் பராமரிக்கப்பட வேண்டும்.
5. திட்டப்பணிகளில் பயன்படுத்தப்படும் கருவிகள் மற்றும் தளவாடங்களுக்கான இருப்புப் பதிவேடு பராமரிக்கப்பட வேண்டும்.
6. பொதுவாக அனுமதிக்கப்பட்ட அளவினை விட கூடுதலாக மண்வேலை (Earth work) மேற்கொள்ளப்படுகிறது. இத்தகைய நிகழ்வுகளில் கூடுதலாகச் செய்யப்பட்ட மண்வேலைக்கு உரிய

நிர்வாக மற்றும் தொழில் நுட்ப அனுமதி பெற்று முறைப் படுத்தப்பட வேண்டும்.

7. தினசரி வருகைப்பட்டிலில் பணியாளர்களின் கணவர் / தகப்பனார் பெயர் கண்டிப்பாகக் குறிப்பிடப்பட வேண்டும்.

8. ஊராட்சிகளில் பதிவு செய்து வேலை அட்டை வழங்கப்பட்டு பணியில் ஈடுபட்ட நபர்களுக்கு மட்டுமே கூலி வழங்கப்பட வேண்டும்.

9. வேலை செய்த நபரின் வேலைப் பதிவு அட்டையின் எண் (Job Card Number) தினசரி வருகைப்பட்டியலில் குறிப்பிடப்பட வேண்டும்.

10. பணிகள் செயற்படுத்தப்படும்போது மேற்கொள்ளப்பட்ட பணியின் அளவு விவரம், மேலளவு விவரம், தொழில் நுட்ப அலுவலர்களால் அளவுப் புத்தகங்களில் பதிவு செய்யப்பட்டு அளவுப் புத்தகங்கள் ஊராட்சித் தலைவர்களால் முறையாகப் பராமரிக்கப்பட வேண்டும்.

11. தொழிலாளர்களுக்குக் கூலி வழங்கப்படும் முன்னர் பணிகளின் முடிவு அறிக்கை (Completion Reports) தயார் செய்யப்பட வேண்டும். இதன் மூலம் முடிவுற்ற பணிகளின் விபரங்களை எந்நேரத்திலும் தெரிந்து கொள்ள முடியும்.

12. பணி தொடங்கும் முன், நடைபெறும் பொழுது, முடிவுறும் பொழுது பணிகளின் புகைப்படங்கள் கண்டிப்பாக எடுக்கப்பட வேண்டும். புகைப்படங்களில், புகைப்படம் எடுக்கப்பட்ட நாள் மற்றும் நேரம் ஆகிய விவரங்கள் தெளிவாக அறியும் வகையில் புகைப்படங்கள் எடுத்தல் வேண்டும். இதற்கு டிஜிட்டல் கேமராக்களைப் பயன்படுத்தலாம். இதன் மூலம் முடிவுற்ற நாள், பணியினை முடிக்க எடுத்துக் கொள்ளப்பட்ட கால அளவு போன்ற விவரங்களை அறிந்து கொள்ளலாம். இதனைக் கண்டிப்பாகப் பின்பற்றுமாறு ஊராட்சித் தலைவர்களுக்கு அறிவுறுத்தப்படுகிறது.

13. வட்டார வளர்ச்சி அலுவலர்களால் (கி. ஊ) சரி பார்க்கப்பட்டு உரிய அனுமதி (Cheque Memo) வழங்கிய பின்னர் மட்டுமே காசோலைகள் எழுதப்பட வேண்டும்.

14. மண் தோண்டும் பணியினை செயற்படுத்தும்போது, எத்தகைய மண் வேலை மேற்கொள்ளப்படுகிறதோ (கடின மண் / சாதாரண மண்) அதற்கேற்றவாறு நிர்ணயிக்கப்பட்ட கூலி வழங்கப்பட வேண்டும்.

15. முட்புதர் அகற்றும் பணிகளை (Jungle Clearance) மேற்கொள்வதற்கு முன்னர் அளவு எடுத்து (Pre–measurement) பதிவு செய்தல் வேண்டும்.

16. குளம் தூர் வாரும் பணிகளை மேற்கொள்ளும் பொழுது, மண் வேலையின் அளவுகளைக் கணக்கிட்ட பின்னர் திட்டுகளை (Dead man) அகற்றுதல் வேண்டும்.

17. ஒவ்வொரு பணிக்கும் ஒதுக்கீடு செய்த மதிப்பீட்டுத் தொகைக்கு மட்டுமே பணி மேற்கொள்ளப்பட வேண்டும். மதிப்பீட்டுத் தொகைக்கு மேல் அப்பணியினைச் செய்தல் கூடாது.

18. குளங்கள் தூர்வாரி கரைகளை பலப்படுத்தும் பணிகள் மேற்கொள்ளும்போது, தூர்வாரப்பட்ட அளவுகளை விட கூடுதலான அளவிற்கு Lead அனுமதிப்பதன் மூலம் கூடுதல் செலவினம் மேற்கொள்ளப்படுவது தவிர்க்கப்பட வேண்டும்.

19. ஒரு குடும்பத்திற்கு 100 நாட்களுக்கு வேலை வழங்கப்பட வேண்டும் என்பதே திட்டத்தின் குறிக்கோள். இதனை மீறும் வகையில் குடும்பத்திலுள்ள ஒவ்வொரு நபருக்கும் 100 நாட்களுக்கு வேலை வழங்கப்படக் கூடாது.

20. வேலை பதிவு அட்டை பெற விரும்பி பதிவு செய்பவர்களின் விவரப் பட்டியல் கிராம சபாவில் வைக்கப்பட்டு கிராம சபையின் ஒப்புதல் பெறப்பட வேண்டும்.

21. மேற்கொள்ளப்படும் பணிகளின் நிர்வாக அனுமதி உத்தரவு, மதிப்பீடு மற்றும் தொடர்புடைய ஆவணங்கள் ஊராட்சி அலுவலகத்தில் பராமரிக்கப்பட வேண்டும்.

பிற்சேர்க்கை

அரசியலமைப்பு
(எழுபத்தி மூன்றாவது அரசியல் சாசன திருத்தச்)
சட்டம், 1992

இந்திய அரசியலமைப்புச் சட்டத்தை மேலும் திருத்துவதற்கான ஒரு சட்டம்

இந்தியக் குடியரசின் நாற்பத்தி மூன்றாம் ஆண்டில் பாராளுமன்றத்தால் கீழ்க்கண்டவாறு இது இயற்றப்படுகிறது.

1.	(1) இச்சட்டம் அரசியலமைப்பு (எழுபத்தி மூன்றாவது திருத்து) சட்டம், 1992 என அழைக்கப்படும்	குறுந்தலைப்பும் தொடக்கமும்
	(2) மத்திய அரசாங்கம் அரசிதழில் நிர்ணயித்துக் குறிப்பிடுகின்ற தேதியிலிருந்து இது அமலுக்கு வரும்	
2.	அரசியலமைப்பு சட்ட பகுதி VII க்குப் பின்வரும் பகுதி சேர்க்கப்பட்டிருக்கும், எதுவெனில்:	புதிய பகுதி IXஐ சேர்த்தல்

பகுதி IX

பஞ்சாயத்துகள்

243	இப்பகுதியில் குறிப்பிட்ட சூழ்நிலை வேறுபட்ட பொருள் அளித்தாலன்றி பின்வரும் சொற்களுக்குப் பின்வரும் பொருள் கொள்ள வேண்டும்	விளக்கங்கள்
அ.	'மாவட்டம்' என்பது ஒரு மாநிலத்தில் உள்ள ஒரு வருவாய் மாவட்டத்தைக் குறிக்கும்	
ஆ.	'கிராம சபை' என்பது கிராம அளவில் பஞ்சாயத்து பகுதிக்குள் அடங்கிய ஒரு கிராமத்தைச் சேர்ந்த வாக்குப் பட்டியலில்	

	பதிவு செய்யப்பட்டுள்ள நபர்கள் அடங்கிய ஒரு குழுமம் என்பதாகும்.	
இ.	'இடைப்பட்ட நிலை' என்பது கிராம மற்றும் மாவட்ட நிலைகளுக்கு இடையிலான ஒரு நிலையை பொது அறிவிக்கையின் மூலம் ஒரு மாநில ஆளுநரால் குறிக்கப்படுகின்ற ஓர் நிர்வாக அமைப்பாகும். இப்பகுதியின் நோக்கத்திற்காக அது இடைப்பட்ட நிலையாக இருக்கும்	
ஈ.	பஞ்சாயத்து என்பது கிராமப்புறப் பகுதிகளுக் காக சரத்து 243B யின் கீழ் அமைக்கப்படுகிற (எப்பெயரால் அழைக்கப் பட்டாலும்) சுய ஆட்சி அமைப்பு என்பதைக் குறிக்கும்	
உ.	'பஞ்சாயத்து பகுதி' என்பது பஞ்சாயத்து ஆட்சிப் பரப்பு சார்ந்த பகுதி என்பதாகும்	
ஊ.	மக்கட்தொகை என்பது சரியான புள்ளி விவரங்கள் வெளியிடப்பட்டுள்ளனவாக உறுதி செய்யப்பட்ட முந்தைய இறுதி மக்கட்தொகைக் கணக்கு என்பதைக் குறிக்கும்	
எ.	கிராமம் என்பது இச்சட்டப்பகுதியின் நோக்கத்திற்காக ஆளுநரால் பொது அறிவிக்கையின் மூலம் ஒரு கிராமமாகக் குறிக்கப்படுகிற மற்றும் அவ்வாறு குறிக்கப் படுகிற கிராமங்களடங்கிய ஒரு குழுவையும் குறிக்கும்.	
243. A.	கிராம அளவில் தேவையான அதிகாரங் களையும் செயல்முறைகளையும் சட்ட மன்றத்தின் சட்டமியற்றல் மூலம், ஒரு கிராம சபை உருவாக்கி நடைமுறைப் படுத்தலாம்.	கிராம சபை
243. B.	(1) இச்சட்டப் பகுதியின் விதிமுறைகளுக்கு ஏற்ப கிராம இடைப்பட்ட மாவட்ட நிலைகளில் ஒவ்வொரு மாநிலத்திலும் பஞ்சாயத்துகள் அமைக்கப்படும்	பஞ்சாயத்துகளை அமைத்தல்
	(2) உட்பிரிவு (1) இல் எது சொல்லப்படினும்	

	20 இலட்சங்களுக்கு மேற்படாத மக்கட் தொகையைக் கொண்டுள்ள, ஒரு மாநிலத்தில் இடைப்பட்ட நிலையில் பஞ்சாயத்துகள் அமைக்கப்பட மாட்டாது.	பஞ்சாயத்துகளின் கூட்டமைப்பு
243. C.	(1) இப்பகுதியில் சட்ட விதிமுறைகளுக்கு உட்பட்டு பஞ்சாயத்துகளின் கூட்டமைப்பைப் பொறுத்தவரை ஒரு மாநில சட்டமன்றம் சட்டமியற்றல் மூலம் விதிமுறைகளை உருவாக்கலாம். எனினும் ஒரு பஞ்சாயத்தின் ஆட்சிப் பரப்பு சார்ந்த பகுதியிலுள்ள மக்கட்தொகைக்கும் அப்பஞ்சாயத்தில் தேர்தல் மூலம் நிரப்பப்பட வேண்டிய இடங்களின் எண்ணிக்கைக்கும் இடையிலான சதவிகிதம், நடைமுறைக்கு உகந்ததாகவும், மாநில முழுமைக்கும் ஒரே சீரானதாகவும் இருக்க வேண்டும்.	
	(2) ஒரு பஞ்சாயத்தில், கிராம நிலையிலும் இடைப்பட்ட நிலை ஏதுமிருப்பின் அந்நிலையிலும், உள்ள அனைத்து இடங்களும் அப்பஞ்சாயத்து பகுதியின் ஆட்சிப்பரப்பு சார்ந்த தொகுதிகளிலிருந்து நேரடித் தேர்தல் மூலம் தெரிந்தெடுக்கப்படுகிற நபர்களைக் கொண்டே நிரப்பப்பட வேண்டும். மேலும் இந்நோக்கத்திற்காக ஒவ்வொரு தொகுதியின் மக்கட்தொகைக்கும் அதற்கு ஒதுக்கப்பட்ட இடங்களின் எண்ணிக்கைக்கும் இடையிலான சதவிகிதம் நடைமுறைக்கு உகந்ததாகவும், அப்பஞ்சாயத்து பகுதி முழுமைக்கும் சீரானதாகவும் இருக்கும் வகையில் பரப்பு சார்ந்த தொகுதிகளாகப் பிரிக்கப்படும்.	
	(3) ஒரு மாநில சட்டமன்றத்தின் சட்டமியற்றல் மூலம் கீழ்க்கண்டவாறு பிரதிநிதித்துவத்தை ஏற்படுத்தலாம்.	
	(அ) கிராம நிலையிலுள்ள பஞ்சாயத்துகளின் தலைவர்களை இடைப்பட்ட நிலையிலுள்ள	

	பஞ்சாயத்துகளுக்கும் அல்லது இடைப்பட்ட நிலையில் பஞ்சாயத்துகள் இல்லாத மாநிலத்தில் மாவட்ட நிலையிலுள்ள பஞ்சாயத்துகளுக்கும்;	
	(ஆ) இடைப்பட்ட நிலையில் உள்ள பஞ்சாயத்துகளின் தலைவர்களுக்கும், மாவட்ட நிலையில் உள்ள பஞ்சாயத்துகளுக்கும்:	
	(இ ஒரு பஞ்சாயத்தின் பகுதி பகுதியாகவோ முழுவதுமாகவோ உள்ளடங்கிய தொகுதிகளின் உறுப்பினர்களை, சட்டமன்றத் தொகுதிகளின் உறுப்பினர்களை, கிராம நிலையன்றி, மற்ற நிலைகளில் உள்ள அதுபோன்ற பஞ்சாயத்துகளுக்கும் பிரதிநிதித்துவப் படுத்தலாம்.	
	(ஈ) மாநிலங்களவை உறுப்பினர்களுக்கும் மற்றும் மாநிலத்தின் மேலவை உறுப்பினர் களுக்கும், வாக்குப்பட்டியலில் பதிவு பெற்றுள்ள பகுதிக்குள்	
(i)	இடைப்பட்ட நிலையில் உள்ள பஞ்சாயத்து பகுதிகளுக்கும், இடைப்பட்ட நிலையில் உள்ள பஞ்சாயத்துகளுக்கும்	
	(ii) மாவட்ட நிலையில் உள்ள பஞ்சாயத்து பகுதிகளுக்கும், மாவட்ட நிலையில் உள்ள பஞ் சாயத்துகளுக்கும் பிரதிநிதித்துவப் படுத்தலாம்.	
4.	பஞ்சாயத்தின் தலைவர் மற்றும் இதர உறுப்பினர்கள் பஞ்சாயத்து பகுதிகளில் இன்று நேரடித் தேர்தல் மூலம் தேர்ந்தெடுக்கப் பட்டிருந்தாலும் அல்லது படாமலிருந்தாலும் அவர்கள் அப்பஞ்சாயத்துக் கூட்டங்களில் வாக்குரிமை பெற்றவர்கள்.	
5.	(a) கிராம நிலையில் ஒரு பஞ்சாயத்தின் தலைவர் ஒரு மாநிலத்தின் சட்டமன்றம் சட்டத்தின் மூலம் வழங்கப்பட்ட குறிப்பிட்ட நடைமுறையில் தேர்ந்தெடுக்கப்பட வேண்டும்.	

	(b) இடைப்பட்ட நிலையில், மாவட்ட நிலையில் பஞ்சாயத்து தலைவர், அங்குள்ள தேர்ந் தெடுக்கப்பட்ட உறுப்பினர்களிடையேயிருந்து தேர்ந்தெடுக்கப்பட வேண்டும்.	
243. d.	பதவிகள் பின்வரும் பிரிவினருக்கு ஒதுக்கீடு செய்யப்பட வேண்டும்	பதவிகளில் இட ஒதுக்கீடு
	a. தாழ்த்தப்பட்ட சாதியினர், மற்றும் b. தாழ்த்தப்பட்ட பழங்குடியினர்	
1. 2.	ஒவ்வொருபஞ்சாயத்திலும்தாழ்த்தப்பட்டசாதிகள்மற்றும் தாழ்த்தப்பட்ட பழங்குடியினருக்கு இடம் ஒதுக்கப்பட வேண்டும். அவ்வாறு ஒதுக்கிடப்படும் இடங்களின் எண்ணிக்கை, அப்பஞ்சாயத்தில் நேரடித் தேர்தல் மூலம் நிரப்பப்படும் மொத்த இடங்களின் எண்ணிக்கையில் அப்பஞ்சாயத்தின் தாழ்த்தப்பட்ட ஜாதி மக்களின் அல்லது அப்பஞ்சாயத்தின் தாழ்த்தப்பட்ட பழங்குடி மக்களின் மக்கட்தொகை, அப்பகுதி மொத்த மக்கட்தொகையில் கொண்டுள்ள விகிதத்தைப் போல கிட்டத்தட்ட ஏற்றவாறான சரிவிகிதத்தைக் கொண்டிருக்க வேண்டும். இதுபோன்ற இடங்கள் ஒரு பஞ்சாயத்தின் பல்வேறு தொகுதிகளுக்குச் சுழல் முறையில் ஒதுக்கப்பட வேண்டும். உட்கூறு (1)ன் கீழ் ஒதுக்கப்பட்ட மொத்த இடங்களின் எண்ணிக்கையில் மூன்றில் ஒரு பகுதிக்குக் குறையாத இடங்கள் இடத்துக்குத் தக்கவாறு தாழ்த்தப்பட்ட ஜாதி அல்லது	
  3.	தாழ்த்தப்பட்ட பழங்குடி இனத்தைச் சார்ந்த பெண்களுக்கு ஒதுக்கப்பட வேண்டும். ஒவ்வொரு பஞ்சாயத்திலும் நேரடித் தேர்தல் மூலம் நிரப்பப்படும் மொத்த இடங்களின் எண்ணிக்கையில் மூன்றில் ஒரு பகுதிக்குக் குறையாத இடங்கள் (தாழ்த்தப்பட்ட	
	பழங்குடிகள் மற்றும் தாழ்த்தப்பட்ட சாதிகளைச் சேர்ந்த பெண்களுக்கு ஒதுக்கப்பட்ட இடங்களின் எண்ணிக்கையையும் சேர்த்து) பெண்களுக்கு ஒதுக்கப்படுவதுடன் மேலும், அந்த இடங்கள் ஒரு பஞ்சாயத்தின் பல்வேறு தொகுதிகளுக்குச் சுழற்சி முறையில் ஒதுக்கப்பட வேண்டும்.	

4.	கிராமம் மற்றும் வேறு எந்த நிலையிலுள்ள பஞ்சாயத்துக்களின் தலைவர்களின் பதவிகள், ஒரு மாநிலத்தின் சட்டமன்ற சட்டமியற்றல் மூலம் தாழ்த்தப்பட்ட ஜாதிகள், தாழ்த்தப்பட்ட	
	பழங்குடிகள் மற்றும் பெண்களுக்கு ஒதுக்கிடப்படும். எனினும், எந்த ஒரு மாநிலத்தின் ஒவ்வொரு நிலையிலும் உள்ள பஞ்சாயத்துகளில் தாழ்த்தப்பட்ட பழங்குடிகள் மற்றும் தாழ்த்தப்பட்ட ஜாதிகளுக்காக ஒதுக்கிடப்படும் தலைவர் பதவிகளின் எண்ணிக்கை, மாநிலத்தின் பஞ்சாயத்துகளில் உள்ள அதுபோன்ற பதவிகளின் மொத்த எண்ணிக்கையில் அம்மாநிலத்தின் தாழ்த்தப்பட்ட ஜாதி மக்களின் அல்லது அம்மாநிலத்தின் தாழ்த்தப்பட்ட பழங்குடி இன மக்களின் மக்கட்தொகை அம்மாநிலத்தின் மொத்த மக்கட்தொகையில் கொண்டுள்ள விகிதத்தைப் போல, கிட்டத்தட்ட ஏற்றவாறான சரிவிகிதத்தைக் கொண்டிருக்க வேண்டும். மேலும் ஒவ்வொரு நிலையிலும் உள்ள பஞ் சாயத்துகளின் தலைவர் பதவிகளில் மொத்த எண்ணிக்கையில் மூன்றில் ஒரு பங்குக்குக் குறையாத அளவிற்குப் பெண்களுக்கு ஒதுக்கப்பட வேண்டும். மேலும் இக்கூற்றின் கீழ் ஒதுக்கீடு செய்யப்படும் பதவிகளின் எண்ணிக்கை ஒவ்வொரு நிலையிலும் உள்ள பல்வேறு பஞ்சாயத்துகளுக்குச் சுழல் முறையில் ஒதுக்கப்படும்.	
5.	உட்கூறுகள் (1) மற்றும் (2) இன் கீழ் ஒதுக்கீடு செய்யப்பட்ட இடங்கள் மற்றும் உட்கூறு (4)ன் கீழ் (பெண்களுக்கு ஒதுக்கீடு செய்யப்பட்ட இடங்களைத் தவிர்த்து) தலைவர்கள் பதவிக்கு	
	ஒதுக்கீடு செய்யப்பட்ட இடங்கள் சரத்து 331-ன் கீழ் குறிக்கப்பட்டுள்ள காலாவதி கால அளவோடு முடிவுக்கு வரும்.	
6.	பிற்படுத்தப்பட்ட குடிமக்களுக்குச் சாதகமாக, எந்த ஒரு நிலையிலும் உள்ள	

	பஞ்சாயத்துகளின் தலைவர்கள் பதவி அல்லது எந்தப் பஞ்சாயத்திலும் இடங்களை	
	ஒதுக்குவதற்கு ஒரு மாநில சட்டமன்றத்தில் விதிமுறைகளை உருவாக்க இப்பகுதி தடையேதும் செய்யாது.	
243. E.	1) ஒவ்வொரு பஞ்சாயத்தும் மேற்படி அமலில் உள்ள எந்த ஒரு சட்டத்தின் கீழும் அதன் முதல் கூட்டத்திற்கு நிர்ணயிக்கப்பட்ட தேதியிலிருந்து ஐந்து வருட காலங்களுக்கு	
	மேற்படாமல் தொடர்ந்திருக்கும் (2) நடைமுறையில் அமலில் இருக்கும் எந்தவொரு சட்டத்தின் திருத்தமும், அச்சட்டத்திருத்தத்திற்கு முன் செயல்பட்டுக் கொண்டிருக்கும், எந்த நிலையில் ஒரு பஞ்	பஞ்சாயத்துகளின் கால அளவு
	சாயத்தையும், உட்கூறு 1ல் குறிப்பிடப்பட்டுள்ள காலம் முடியும் வரை, கலைக்க முடியாது. (3) பஞ்சாயத்து அமைப்பதற்கான தேர்தல் பின்வருவனவற்றிற்கு முன்னரே நிறைவு செய்யப்பட வேண்டும்.	
	(a) உட்கூறு 1ல் குறிப்பிடப்பட்டுள்ள காலம் முடிவதற்கு முன்னால் (b) பஞ்சாயத்து கலைக்கப்பட்ட நாளில் இருந்து ஆறுமாதம் முடிவதற்கு முன்னால்	
	எனினும் கலைக்கப்பட்ட பஞ்சாயத்து தொடர்ந்து இருக்க வேண்டிய மீதியுள்ள கால அளவு ஆறு மாதங்களுக்குக் குறைவாக இருப்பின், இந்த உட்கூறின்படி அப்பஞ்சாயத்தை மீண்டும் அமைப்பதற்கான தேர்தலை நடத்த வேண்டிய அவசியமில்லை. 4. ஒரு பஞ்சாயத்து அதன் காலாவதி தேதிக்கு முன்னரே கலைக்கப்பட்டு மீண்டும் அப்பஞ்சாயத்து அமைக்கப்பட்டிருப்பின், அது கலைக்கப்படாமல் இருந்திருந்தால் உட்கூறு	
	1ன்படி அது தொடர்ந்திருக்க வேண்டிய கால அளவில் மீதமுள்ள கால அளவிற்கு மட்டுமே	

243 F.	அது தொடர்ந்து இருக்கும். (1) கீழ்க்கண்ட ஒரு நபர் ஒரு பஞ்சாயத்தின் உறுப்பினராக இருப்பதற்கும் தேர்ந்தெடுக்கப் படுவதற்கும் தகுதியற்றவராவர். a. குறிப்பிட்ட மாநிலத்தின் சட்டமன்றத்திற்குத்	
	தேர்தல்கள் என்ற நோக்கத்திற்காக, அச்சமயத்தில் நடைமுறையில் அமலில் இருக்கும் எந்தவொரு தகுதி நீக்கம்	உறுப்பினர் ஆவதற்கான தகுதி இன்மைகள்
	செய்யப்பட்டால்; எனினும், ஒருவர் 21 வயதை அடைந்து இருந்தால், 25 வயதிற்கும் குறைந்தவர் என்ற அடிப்படையில் எந்த நபரும் தகுதி நீக்கம் செய்ய முடியாது. (1) மாநில சட்டமன்றத்தால் இயற்றப்படும் எந்தவொரு சட்டத்தின் கீழ் அல்லது சட்டத்தால் தகுதி நீக்கம் செய்யப்பட்டால் (2) உட்கூறு (1)ல் குறிக்கப்பட்டுள்ள எந்த ஒரு	
	தகுதியின்மைகள் குறித்தும் ஒரு பஞ்சாயத்தின் ஒரு உறுப்பினர் பிரச்சனைக்குரியவராக கேள்வி எழும்	
243 G.	பட்சத்தில் அப்பிரச்சனை மாநில சட்டமன்றத்தால் இயற்றப்பட்ட சட்டத்தினால் வழங்கப்பட்ட, குறிப்பிட்ட வகையில், குறிப்பிட்ட அதிகார அமைப்பின் முடிவுக்கு அனுப்பப்பட வேண்டும். இந்த அரசியலமைப்பு விதிமுறைகளுக்கு உட்பட்டு, சுய ஆட்சி அமைப்புகளைப் போன்று இயங்குமளவுக்குத் தேவையான சட்ட உரிமைகளையும் அதிகாரங்களையும்	
(அ)	ஒரு மாநில சட்டமன்றத்தின் சட்டமியற்றல் மூலம் பஞ்சாயத்துகளுக்கு வழங்கலாம். கீழ்க்கண்ட விஷயங்கள் குறித்து, பொருத்தமான அளவில் பொறுப்புகளையும் அதிகார மாற்றங்களையும் குறிப்பிடப்படுகின்ற நிபந்தனைகளுக்கு உட்பட்டு பஞ்சாயத்து களுக்கு வழங்க அதை சட்டம் விதிமுறை களைக் கொண்டிருக்கலாம். சமூக நீதி மற்றும் பொருளாதார வளர்ச்சிக்கான	பஞ்சாயத்துகளின் அதிகாரங்கள் சட்ட உரிமைகள் மற்றும் பொறுப்புகள்

(ஆ)	திட்டங்கள் தயாரிப்பு பதினோராவது அட்டவணையில் பட்டியலிட்டுள்ள விஷயங்கள் சம்பந்தப்	
	பட்டவைகளையும் சேர்த்து, அவைகளின் பொறுப்பாக்கப்பட்ட சமூக நீதி மற்றும்	
243 H.	பொருளாதார வளர்ச்சித் திட்டங்களின் அமலாக்கம். ஒரு மாநிலத்தின் சட்டமன்ற சட்டமியற்றலின் மூலம்	
	(அ) தக்க வரம்புக்குட்பட்டு நடைமுறைக்கு ஏற்றவாறு பொருத்தமான தீர்வைகள், சுங்கவரி மற்றும் கட்டணங்கள் வசூலிக்கவும், விதிக்கவும் ஒரு பஞ்சாயத்துக்கு	பஞ்சாயத்துகளின் நிதி மற்றும் வரி விதிக்கும் அதிகாரம்
	அதிகாரமளிக்கலாம். (ஆ) தக்க வரம்புகளுக்கும் நிபந்தனை களுக்கும் உட்பட்டு தக்க நோக்கங்களுக்காக மாநில அரசால் விதித்து வசூலிக்கப்படும் கட்டணங்கள், தீர்வைகள் மற்றும் வரிகளை	
	ஒரு பஞ்சாயத்துக்கு உரிமை மாற்றி வழங்கலாம். (இ) மாநில அரசின் பொதுத் தொகுதி நிதியிலிருந்து பஞ்சாயத்துகளுக்குத் தக்க நிதி உதவிகளை உருவாக்கலாம். (ஈ) சட்டத்தில் குறிப்பிடப்பட்டுள்ளவாறு,	
	முறையே, பஞ்சாயத்துகள் மூலமும் அல்லது பஞ்சாயத்துகளுக்காகவும் பெறப்படுகின்ற நிதிகளுக்கும் மற்றும் அதிலிருந்து தக்க	
243. I.	பணத்தை எடுத்துக் கொள்வதற்காகவும் நிதி அமைப்பை உருவாக்கி நிறுவலாம். (1) பஞ்சாயத்துகளின் நிதி நிலையை சீராய்வதற்கும் ஆளுநருக்கு பரிந்துரைகள் செய்வதற்கும், அரசியல் அமைப்பு (எழுபத்து மூன்றாவது திருத்த) சட்டம், 1992 அமலுக்கு வந்த உடன் ஓராண்டிற்குள்ளும் மற்றும் அதற்குப் பின் ஒவ்வொரு ஐந்தாண்டின்	

	முடிவிலும் பஞ்சாயத்துகளின் நிதி நிலையை சீராய்வு செய்வதற்கும் ஆளுநருக்குப் பரிந்துரைகள் செய்யவும், ஒரு மாநில ஆளுநர் ஒரு நிதி ஆணையகத்தை நிறுவுவார். (அ) கீழ்க்கண்ட விஷயங்களை அது கட்டுப்படுத்தும் (i) மாநிலத்தால் விதிக்கப்படும் கட்டணங்கள், சுங்க வரிகள், தீர்வைகள், மற்றும் வரிகளின்	நிதிநிலையை சீராய்வதற்கு நிதி ஆணையத்தை நிறுவுதல்
	மொத்த வருமானங்களில் மாநிலத்திற்கும் பஞ்சாயத்துகளுக்கும் இடையிலான	
	பகிர்ந்தளிப்பை, இச்சட்டப்பகுதியின் கீழ் அவைகளுக்கிடையில் பிரித்தளிக்கலாம். மேலும் எல்லா நிலைகளிலும் உள்ள பஞ்சாயத்துகளுக்கிடையே முறையே அவைகளில் பங்கு மற்றும் வருமானங் களுடைய பங்கீடு. (ii) பஞ்சாயத்துகளுக்கு வழங்கப்பட்ட, அல்லது ஒதுக்கப்பட்ட கட்டணங்கள், சுங்கவரிகள், தீர்வைகள், வரிகள் குறித்துத் தீர்மானித்தல்	
	(iii) மாநிலத்தின் குவிக்கப்பட்ட நிதியிலிருந்து பஞ்சாயத்துகளுக்கு வழங்கப்படும் உதவித்தொகைகள்	
ஆ. இ.	பஞ்சாயத்துக்களின் நிதிநிலையை மேம்படுத்த தேவையான நடைமுறைகள் பஞ்சாயத்துகளின் வலுவான நிதியாதாரத் திற்குப் பயனளிக்கும் வகையில் ஆளுநரால்	
	நிதி ஆணையகத்திற்கு அறிவுறுத்தப்படும் வேறெந்த விஷயமும்.	
2.	ஆணையகத்தின் கட்டமைப்பிற்கும் அதில் நியமிக்கப்பட வேண்டிய உறுப்பினர்களுக்குத் தேவையான தகுதிகளுக்கும் அவர்கள் தேர்ந்தெடுக்கப்பட வேண்டிய முறைக்கும் ஒரு	
 3.	மாநில சட்டமன்றத்தின் சட்டமியற்றல் மூலம் விதி செய்யலாம். இந்த ஆணையகம் தனது செயல்முறைகளைத்	

	தீர்மானிக்கவும் தனது பணிகளைச் செய்து முடிக்கத் தேவையான அதிகாரங்களைப் பெற்றிருக்கவும் மாநில சட்டமன்ற சட்டத்தின்	
4.	மூலம் அதற்கு உரிமை வழங்கலாம். இச்சரத்தின் கீழ் ஆணையகம் பரிந்துரைத்த ஒவ்வொரு பரிந்துரையையும் அதன் நிமித்தம் எடுக்கப்பட வேண்டிய நடவடிக்கைக்கு விரிவான குறிப்புரைகளுடனும் மாநில	
243 J.	சட்டமன்றத்தின் முன் வைக்கப்படுவதற்கு ஆளுநர் நடவடிக்கை எடுக்க வேண்டும். (1) பஞ்சாயத்துகளால் பராமரிக்கப்படும் கணக்குகள் மற்றும் அக்கணக்குகளின் தணிக்கை குறித்து ஒரு மாநில சட்டமன்றத்தின் சட்டமியற்றல் மூலம் விதிமுறைகள்	
243 K.	உருவாக்கலாம். (1) ஆளுநரால் நியமிக்கப்படும் மாநில தேர்தல் ஆணையர் கொண்ட மாநில தேர்தல் ஆணையம், பஞ்சாயத்துகளுக்கு என, வாக்காளர் பட்டியலைத் தயாரிப்பதைக்	பஞ்சாயத்துகளுடைய கணக்குகளின் தணிக்கை
	கண்காணித்தல், வழிகாட்டுதல் மற்றும் கட்டுப்படுத்துல் மற்றும் பஞ்சாயத்து தேர்தல்களை நடத்தும் அதிகாரத்தைக் கொண்டிருக்க வேண்டும். (2) மாநிலத்தின் சட்டமன்றத்தால் இயற்றப்படும் சட்டத்தின் நடைமுறைகளுக்குட்பட்டு, மாநில தேர்தல் ஆணையரின் பதவிக்காலம், பணி நிலைமைகள், ஆளுநரின் பதவிக்காலம்,	
	பணி நிலைமைகளைத் தீர்மானிக்கும் விதிகள் போலவே, இருக்கப்பட வேண்டும். எனினும், உயர்நீதிமன்றத்தின் ஒரு நீதிபதியைப் பதவி நீக்கம் செய்வதற்கான அடிப்படைகள் போன்ற அல்லது அதுபோன்ற வகையில் அல்லாது மாநில தேர்தல் ஆணையர் பதவி நீக்கம் செய்யப்படக்கூடாது. மாநில தேர்தல் ஆணையரின் பணி நிலைமைகள், அவரின் நியமனத்திற்குப் பின், அவருக்கு பாதகமாக மாறுபடாது.	

	(3) மாநில தேர்தல் ஆணையகத்துக்கு உட்கூறு (1)ல் அளிக்கப்பட்டுள்ள பணிகளை நிறைவேற்றத் தேவையான பணியாளர்களை, மாநில தேர்தல் ஆணையகத்தால் வேண்டப்படும்போது, மாநில தேர்தல்	
	ஆணையகத்துக்குக் கிடைக்கும்படி மாநில ஆளுநர் ஆவன செய்ய வேண்டும் (4) பஞ்சாயத்துகளின் தேர்தல்கள் குறித்தோ அல்லது அது சம்பந்தமான அனைத்து விஷயங்களிலுமோ, இவ்வரசியலமைப்பு சட்ட விதிமுறைகளுக்குட்பட்டு ஒரு மாநில அரசின் சட்டமன்றம் சட்டமியற்றல் மூலம் விதிமுறைகள்	
243 L.	உருவாக்கலாம். (1) இச்சட்டப் பகுதியின் விதிமுறைகள் யூனியன் பிரதேசத்திற்கான அவ்விதிமுறை களின் செயற்படுத்துதலில், ஒரு மாநில ஆளுநருக்குண்டான தொடர்புகள் இருப்பின், அது சரத்து 239 இன் கீழ் நியமிக்கப்பட்ட	பஞ்சாயத்துகளுக்கான தேர்தல்கள்
	யூனியன் பிரதேச நிர்வாகஸ்தருக்குண்டான தொடர்புகளாகவும், மற்றும் ஒரு மாநில சட்டமன்றத்திற்கு அல்லது சட்ட சபைக் குண்டான தொடர்புகள், சட்டசபையையுடைய ஒரு யூனியன் பிரதேசத்தைப் பொறுத்த வரையில் அந்த சட்டசபைக்குண்டான தொடர்புகளாகவும் இருப்பதோடு அதே விளைவைக் கொண்டிருக்கும். எனினும், ஜனாதிபதி ஒரு பொது அறிவிக்கையின் மூலம், இச்சட்டப் பகுதியின் விதிமுறைகள் எந்த ஒரு யூனியன் பிரதேசத்திற்கோ அல்லது அதன் ஒரு பகுதிக் கோ பொருந்துவதாக, அறிவிக்கையில்	யூனியன் பிரதேசங்களுக்குப் பொருத்துகை
243 M.	குறிப்பிட்டுள்ள தக்க விதிவிலக்குகளுடனும் திருத்தங்களுக்குட்பட்டும், அவர் கட்டளையிடலாம். (1) சரத்து 244இன் உட்கூறு (2)ல் கூறப்பட்ட மலைப்பகுதி இடங்களுக்கும் உட்கூறு, (1)ல் கூறப்பட்ட அட்டவணைப் பகுதிகளுக்கும்	

	இச்சட்டப்பகுதி பொருந்தாது. (2) கீழ்க்கண்டவைகளுக்கு இச்சட்டப்பகுதி	
	பொருந்தாது (அ). மிசோரம், மேகாலயா, நாகாலாந்து, மாநிலங்கள்: (ஆ) நடைமுறையில் அமலில் இருக்கும்	இப்பகுதி ஒரு சில இடங்களுக்குப் பொருந்தாமை
	எந்தவொரு சட்டத்தின் கீழும் இருக்கும் மாவட்ட மன்றம் உள்ள மணிப்பூர் மாநில	
3.	வனப்பகுதிகள். கீழ்க்கண்டவைகளுக்கு இச்சசட்டபபகுதி	
	பொருந்தாது. (ய) நடைமுறையில் அமலில் உள்ள எந்த ஒரு சட்டத்தின் கீழும், மேற்கு வங்க மாநிலத்தின் டார்ஜிலிங் கோர்க்கா மலை மன்றங்கள்	
	இருக்கின்ற டார்ஜிலிங் மாவட்ட வனப்பகுதிகளில் உள்ள மாவட்ட நிலையில்	
4.	உள்ள பஞ்சாயத்துகள். (ழ) அது மாதிரி சட்டத்தின் கீழ் அமைக்கப்பட்ட டார்ஜிலிங் கோர்க்கா மலைமன்றத்தின் அதிகாரங்கள் மற்றும் பணிகளை பாதிக்காது என பொருள் கொள்ளப்படும் இந்த அரசியலமைப்பு சட்டத்தில் எப்படி	
	சொல்லியிருப்பினும், (அ) உட்கூறு (2) துணை உட்கூறு (அ)வில் சொல்லப்பட்ட ஒரு மாநில சட்டமன்றம் அதன் சட்டமியற்றல் மூலம் உட்கூறு (1)ல் கூறப்பட்ட	
	இடப்பகுதிகளில், விதிவிலக்கு அளிக்கப்பட வேண்டியிருப்பின் விதிவிலக்கு அளித்து	
	இச்சட்டப் பகுதிகளை அந்த மாநிலத்திற்கு விஸ்தரிக்கலாம். ஆனால் இதற்காக அந்த மாநிலம் சட்டமியற்றும்போது சட்டசபையின் பெரும்பான்மை உறுப்பினர்கள் அவையில் இருந்து அவ்வாறு ஆஜராகியிருப்பவர்களில் மூன்றில் ஒரு பங்குக்குக் குறையாத பெரும்பான்மை உறுப்பினர்கள் வாக்களித்து அம்மாநிலம் சட்டமியற்ற வேண்டும்.	

	(ஆ) உட்கூறு (1)ல் கூறப்பட்ட, மலைப்பகுதி இடங்கள் மற்றும் அட்டவணைப் பகுதிகளுக்கு, தக்க விதிவிலக்குகளையும் திருத்தங்களையும் சட்டத்தில் குறிப்பிட்டு, இப்பகுதியின் சட்ட விதிமுறைகளைப் பாராளுமன்றம் சட்டமியற்றி	
243 N.	விஸ்தரிக்கலாம். மேலும் இதுபோன்ற பாராளுமன்றச் சட்டம், சரத்து 368-ன் நோக்கங்களுக்காக இந்த அரசியலமைப்புச் சட்டத்தின் ஒரு திருத்தமாகக் கருதப்பட முடியாது. இச்சட்டப்பகுதியில் எது சொல்லப்பட்டிருப் பினும், அரசியலமைப்பு (எழுபத்தி மூன்றாவது திருத்து) சட்டம், 1992 உடனடியாக வருவதற்கு முன், இச்சட்டப் பகுதிகளுக்கு முன் பின் முரணாக உள்ள ஒரு மாநிலத்தில்	
243. O.	நடைமுறையிலிருக்கும் பஞ்சாயத்துகள் குறித்த எந்த ஒரு சட்டத்தின் எந்த விதிமுறையையும், தகுதியான சட்டமன்றத்தின் மூலமோ நீக்கப்படும் வரை அல்லது திருத்தப்படும் வரை அல்லது இது போன்று அமலுக்கு வந்ததிலிருந்து ஒரு வருடம் வரையிலோ அல்லது இது போன்ற உடனடியாக அமலுக்கு வருவதற்கு முன் அந்த மாநிலத்தின், எந்த நிலையிலும், நிலவியிருக்கிற பஞ் சாயத்துகளின் நீண்ட ஆயுட்காலம் முடியும் காலம் வரையிலும், இதில் எது அதிக காலமோ அதுவரை, தொடர்ந்து அமலில் இருக்கும். எனினும், ஒரு மாநிலத்தின் சட்டசபையிலோ அல்லது சட்ட மேலவையைக் கொண்டிருக்கிற ஒரு மாநிலத்தில் அம்மாநிலத்தின் இரு சட்டமன்ற அவைகளிலும் இதன் நிமித்தம் ஒரு சட்டத்தை இயற்றி, இச்சட்டப் பகுதி உடனடியாக அமலுக்கு வருவதற்கு முன் நடப்பில் இருக்கும் பஞ்சாயத்துகளை உடனே கலைத்தாலன்றி அப்பஞ்சாயத்துகள் காலாவதி ஆகும் காலம் வரை தொடர்ந்து இருக்கும். இவ்வரசியலமைப்பு சட்டத்தில் எது	ஏற்கனவே உள்ள சட்டங்கள் தொடர்ந்தாலும் பஞ்சாயத்துகளும்

	சொல்லியிருப்பினும், (அ) சரத்து 243மு இன் கீழ், தொகுதிகளின் வரையறை குறித்தோ அல்லது அதுபோன்ற தொகுதிகளுக்கு ஒதுக்கப்படுகின்ற இடங்கள்	
	குறித்தோ, ஏற்படுத்தப்பட்ட அல்லது ஏற்படுத்துவதற்கு வழிவகை செய்கின்ற எந்த	
	ஒரு சட்டத்தின் செல்லுபடியாகும் தன்மை குறித்து எந்த ஒரு நீதிமன்றத்திலும் கேள்வி கேட்க முடியாது. (ஆ) ஒரு மாநில சட்டமன்றத்தின் மூலம் இயற்றப்பட்ட எந்த ஒரு சட்டத்தின் கீழோ அல்லது அதன் மூலம் வழங்கப்பட்டுள்ள வரைமுறையின்படியோ அதிகார அமைப்பிற்கும் தேர்தல் மனுவை அளிப்பது	தேர்தல் விஷயங்களில் நீதிமன்றங்கள் தலையிட தடை
	மூலமாக அன்றி எந்த ஒரு பஞ்சாயத்துக்கான தேர்தல் குறித்தும் கேள்வி எழுப்ப முடியாது. (3) அரசியலமைப்புச் சட்டத்தில் சரத்து 280ன் உட்கூறு (3)ல் துணைக்கூறு (3)க்குப் பின் கீழ்க்கண்ட துணைப்பிரிவு புகுத்தப்பட வேண்டும். (ஆ) மாநிலத்தின் நிதி ஆணையகத்தின்	
	பரிந்துரைகளின் அடிப்படையில், மாநிலத்தில் பஞ்சாயத்துகளின் நிதி ஆதாரங்களை வளமூட்ட துணையாக, மாநிலத்தின் குவியல் நிதியை வளர்ச்சி பெறச் செய்யத் தேவையான	சரத்து 280ஐ திருத்துதல்
	செயல்முறைகள். அரசியலமைப்புக்கான பத்தாவது அட்டவணைக்குப் பின் கீழ்க்கண்ட அட்டவணை சேர்க்கப்பட்டிருக்கும், என்னவெனில்: பதினோறாவது அட்டவணை (சரத்து 243) 1. விவசாயம்	
	2. நில மேம்பாடு நிலச் சீர்திருத்தங்களை நடைமுறைப்படுத்துதல், நில இணைப்பு மற்றும் மண்வளம்	

	3. சிறு நீர்ப்பாசனம், நீர் மேலாண்மை	
	மற்றும் நீர்த்தேக்க வளர்ச்சி 4. கால்நடை, பால்வளம் மற்றும் கோழிப்பண்ணை 5. மீன் வளம் 6. சமூகக் காடு மற்றும் பண்ணைக்காடு 7. சிறு வன உற்பத்தி 8. சிறு தொழில்கள், உணவு பதப்படுத்துதல், தொழிலையும் சேர்த்து 9. காதி, கிராமக் கைத்தொழில்கள் 10. கிராமக் குடியிருப்பு 11. குடி தண்ணீர் 12. எரிபொருள் மற்றும் தீவனம் 13. சாலைகள், சிறு பாலங்கள், பாலங்கள், நீர்வழிகள் மற்றும் இதர தொடர்பு வழிகள் 14.கிராம மின்மயப்படுத்தல், மின் வினியோகமும் சேர்த்து 15. முறைசாரா எரிசக்தி ஆதாரங்கள் 16. வறுமை ஒழிப்புத் திட்டங்கள் 17. கல்வி, ஆரம்ப மற்றும் இடைநிலைப் பள்ளிகள் 18. தொழில்நுட்பப் பயிற்சி மற்றும் தொழிற்கல்வி 19. முதியோர் மற்றும் முறைசாராக் கல்வி 20. நூல் நிலையங்கள் 21. கலாசார நடவடிக்கைகள் 22. சந்தைகளும் கடைகளும் 23. மருத்துவமும், சுகாதாரமும், மருத்துவ மனைகள், ஆரம்ப சுகாதார மையங்கள் மற்றும் சிறு மருத்துவமனைகள் 24. குடும்ப நலம் 25. பெண்கள் மற்றும் குழந்தைகள்	

	மேம்பாடு 26. சமூக நலம், மனநிலை சரியற்றோர் மற்றும் உடல் ஊனமுற்றோர் நலமும் சேர்த்து 27. நலிவுற்ற பிரிவினர் நலம் மற்றும் குறிப்பாகத் தாழ்த்தப்பட்ட ஜாதியினர் மற்றும் தாழ்த்தப்பட்ட பழங்குடிகள் 28. பொது விநியோக முறை 29. சமுதாய சொத்துக்கள் பராமரிப்பு	

www.ingramcontent.com/pod-product-compliance
Lightning Source LLC
LaVergne TN
LVHW101355051026
849519LV00005BC/1539
* 9 7 8 9 3 9 1 2 6 2 5 8 7 *